INSIGHT PUBLICA®

Nadakkavu, Kozhikode, Kerala, 673011
www.insightpublica.com
e-mail: insightpublica@gmail.com
PATHALAKKARANDI
Prem chand
(Malayalam Novel)
First Edition: November 2021

ISBN 978-93-91006-23-5

പാതാളക്കരണ്ടി

പ്രേംചന്ദ്

INSIGHT PUBLICA

ഗതകാലത്തിന്റെ സെൽഫി കൃത്യമായി ഒപ്പിയെടുക്കുന്ന ഒരു ക്യാമറ ഉള്ളതായി അറിയില്ല. പിന്നെ ആണ്ടി വലിയ അടിക്കാനാണെന്ന് ആണ്ടി തന്നെ പറയുന്ന ഒരു പഴയ കോഴിക്കോടൻ രീതിയാണ്. അതനുസരിച്ച് കോഴിക്കോട്ട് പടിഞ്ഞാറെ നടക്കാവിൽ സ്വാതന്ത്ര്യസമരസേനാനിയായിരുന്ന പൊറ്റങ്ങാടി ചന്തുവിന്റെയും തിരുവണ്ണൂരിലെ ഇത്തിൾക്കണ്ടി തുളസിയുടെയും രണ്ടാമത്തെ മകൻ. കിഷൻചന്ദും നവീൻചന്ദുമാണ് സഹോദരങ്ങൾ. അടിയന്തരാവസ്ഥക്ക് ശേഷമുള്ള കാമ്പസിന്റെ സന്തതികളിലൊരാൾ. അക്കാലത്തിന്റെ നാടക, സാംസ്കാരിക, ഫിലിം സൊസൈറ്റി പ്രവർത്തകൻ. ആ ഉണർച്ചയിൽ കുറച്ചു കാലം കത്തിയ വിപ്ലവ വിദ്യാർത്ഥി സംഘടനയുടെയും സാംസ്കാരിക വേദിയുടെയുമൊക്കെ ഒരു ചെറിയ പ്രവർത്തകൻ. അതിന്റെ പതനത്തിന് ശേഷം ടി.എൻ. ജോയിയും ടി.കെ. രാമചന്ദ്രനും കോ-ഓഡിനേറ്റർമാരായി രൂപം കൊണ്ട സൊസൈറ്റി ഫോർ സോഷ്യലിസ്റ്റ് സ്റ്റഡീസിന്റെയും അന്റോണിയോ ഗ്രാംഷി ഇൻസ്റ്റിറ്റ്യൂട്ടിന്റെയും അംഗം. 1986 - 2021 കാലത്ത് മാതൃഭൂമിയിൽ മാധ്യമ പ്രവർത്തകൻ. മൂന്നരപ്പതിറ്റാണ്ടിൽ താരാപഥം ഫിലിം പേജിന്റെയും ഇന്റർനെറ്റ് എഡിഷന്റെയും ചിത്രഭൂമിയുടെയും കോട്ടയം ന്യൂസ്ബ്യൂറോയുടെയും എഡിറ്റ് പേജിന്റെയും എൻ.ആർ.ഇ. എഡീഷനുകളുടെയും ചുമതലകൾ വഹിച്ചു. നിരന്തര ഫിലിം ഫെസ്റ്റിവൽ യാത്രികൻ. 2001 മുതൽ അന്താരാഷ്ട്ര ഫിലിം ക്രിട്ടിക്സ് അസോസിയേഷൻ (ഫിപ്രസി) അംഗം. ബാംഗ്ലൂർ, തിരുവനന്തപുരം, ബുസാൻ അന്താരാഷ്ട്ര ഫിലിം ഫെസ്റ്റിവലുകളിൽ ഫിപ്രസി ജൂറിയായി. നെതർലാന്റ്സ്, സ്പെയിൻ, ഫ്രാൻസ്, ദക്ഷിണ കൊറിയ, റഷ്യ തുടങ്ങി നിരവധി രാജ്യങ്ങളിലൂടെ സഞ്ചരിച്ചു. 35 വർഷത്തെ മാധ്യമജീവിതം പിന്നിട്ട് 2021 മെയ് മാസം മാതൃഭൂമിയിൽ നിന്നും വിരമിച്ച് ഭൂമിയിൽ പിച്ച വയ്ക്കുന്നു. സംവിധായകൻ ജോൺ എബ്രഹാമിന്റെ ഓർമ്മയെ ആസ്പദമായി സംവിധാനം ചെയ്യുന്ന 'ജോൺ' എന്ന സിനിമ പൂർത്തിയായിവരുന്നു.

ഫെമിനിസ്റ്റ് ആക്ടിവിസ്റ്റും തിരക്കഥാകൃത്തും കോഴിക്കോട് കോളേജ് ഓഫ് അപ്ലൈഡ് സയൻസിലെ ഇംഗ്ലീഷ് വിഭാഗം മേധാവിയുമായ ദീദിയാണ് ജീവിത പങ്കാളി. മകൾ മുക്തദീദിചന്ദ് ബാംഗ്ലൂരിൽ ഗവേഷക വിദ്യാർത്ഥിനിയും മരുമകൻ താജ്ജ് പ്രേംചന്ദ് ബംഗ്ലൂരിൽ ഫെഡറൽ ബാങ്ക് മാനേജറുമാണ്. കാലത്തിലൂടെയുള്ള യാത്രകൾ തുടരുന്നു.

പുസ്തകങ്ങൾ:

1. 'നൂറ്റാണ്ടിന്റെ മൗനങ്ങൾ', 2017, റെഡ് ചെറി ബുക്സ്, കോഴിക്കോട്.
2. 'കാഴ്ചയുടെ ഭൂപടത്തിൽ ഓർമ്മകളുടെ വസന്തം', 2017, പുസ്തക പ്രസാധക സംഘം, കോഴിക്കോട്.
3. 'ഐ.വി.ശശി - പഠനം, ഓർമ്മ, സംഭാഷണം.' എഡിറ്റർ. 2017, കേരള സംസ്ഥാന ചലച്ചിത്ര അക്കാദമി.
4. 'മരിയ്ക്കാത്ത നക്ഷത്രങ്ങൾ', 2019, ഡി.സി. ബുക്സ്, കോട്ടയം.

വിലാസം: പ്രേംചന്ദ്, പാപ്പാത്തി, പി.ഒ. ആട്സ് കോളേജ്,
കോഴിക്കോട് 673018. ഫോൺ: 9847052311

Email: premdeedichand@gmail.com

പ്രേംചന്ദ്

സമർപ്പണം

അമ്മയ്ക്ക്,
ഇന്നലെയുടെ കണ്ണുകൾക്ക്
ദീദിയ്ക്ക്
ഇന്നിന്റെ കണ്ണുകൾക്ക്
പാപ്പാത്തിയ്ക്ക്,
നാളെയുടെ കണ്ണുകൾക്ക്.

ഉള്ളടക്കം

ആമുഖം

മറവി കൊണ്ട ഓർമ്മകൾ

മറവിയും ഒരോർമ്മയാണ്. വിട്ടുപോയ കണ്ണികൾ ഘനീഭവിച്ചുറങ്ങുന്ന ഓർമ്മ. ജലപ്പരപ്പുകളിൽ എഴുത്തമ്മ പ്രാണികൾ തങ്ങൾക്ക് മാത്രം മനസ്സിലാകുന്ന ഭാഷയിൽ എഴുതിപ്പിടിപ്പിക്കുന്ന ഓർമ്മപോലൊന്ന്. അങ്ങിനെ സ്വന്തം മറവികൾ എഴുതാത്തവരില്ല. ആ പ്രാണികൾക്ക് വെള്ളത്തിലെഴുത്ത് ഒരു ജൈവപ്രക്രിയയാണ്. അത്തരമൊരു എഴുത്തു കാരിയായിരുന്നു എന്റെ അമ്മയും.പേര് തുളസി. ജീവിച്ച കാലത്തിന്റെ പ്രളയജലത്തിൽ ഒരെഴുത്തമ്മ പ്രാണിയെപ്പോലെ സ്വന്തം സമയ ത്തിൽ തല പൊന്തിക്കാതെ അമ്മ എഴുതി: നാമജപങ്ങൾ മുതൽ ആത്മകഥകൾ വരെ.

അമ്മമാരുടെ തണലിൽ വളരുന്ന ഏത് കുട്ടിയെയും പോലെ വീട്ടു മുറ്റത്തെ കിണറ്റിൽ എഴുത്തച്ഛൻ പ്രാണികൾ വെള്ളത്തിലെഴുതുന്നത് ഞാനും നോക്കി നിന്നിട്ടുണ്ട്. എഴുത്തമ്മമാരും അതിലുണ്ടാകുമെന്ന് അന്നോർത്തില്ലായിരുന്നു.

ഓർമ്മയുടെ കിണറ്റിന്നടിയിൽ മേഘങ്ങൾ ഒഴുകി നടക്കും. ലോകം തലകീഴായി കിടക്കും. അത് പാതാളത്തിലേക്കുള്ള വഴിയാണ് എന്നു പറഞ്ഞു തരാൻ ഒരു മാണിക്യമ്മയുണ്ടായിരുന്നു അന്ന്, നാട്ടറിവിന്റെ വംശനാശം വന്ന മാതൃക. കോഴിക്കോട്ട് പടിഞ്ഞാറെ നടക്കാവിൽ ഇല്ലാതായിപ്പോയ അയൽപക്കത്ത് ജീവിച്ചിരുന്ന ഇത്തിരിനൊസ്സുള്ള ആ മുത്തശ്ശിക്ക് ചിത്രകഥകളിലെ നാടോടികളുടെ ഛായയായിരുന്നു. അവരുടെ വെളിപാടുകൾ കേൾക്കാൻ എല്ലാവരും കാത്തു നിൽക്കും.

മതിലുകൾ വീടുകളുടെ അതിർത്തികൾ വെട്ടിമുറിക്കുന്നതിനും മുമ്പുള്ള കാലമായിരുന്നു അത്. മുറ്റത്തെ കിണററിങ്കരയാണ് അന്നത്തെ പ്രധാന പൊതുവിടം. വീട്ടുസാധനങ്ങൾ വാങ്ങാൻ അതുവഴി ചന്തയിൽ പോകുന്ന മാണിക്യമ്മ കുറച്ചു നേരം അവിടെ തങ്ങി നാട്ടുവർത്തമാനങ്ങൾ പങ്കുവയ്ക്കും. സമയം തെറ്റാതെത്തുന്ന ആ ആകാശവാണിയിലൂടെ നാട് പരസ്പരം അറിഞ്ഞു. വർത്തമാനങ്ങളിൽ മതിമറന്നു. അവർ മൺമറഞ്ഞ വഴികൾ പോലും ഇന്ന് നിലനിൽക്കുന്നില്ല.

വെള്ളം മുക്കുമ്പോൾ കണ്ണുപിഴച്ച് ബക്കറ്റ് കിണറ്റിലേക്ക് കൈവിട്ടു പോവുന്നത് അക്കാലത്തിന്റെ പതിവാണ്. വീടിന് പിറകിലുള്ള വിറക്പുരയുടെ ഉത്തരത്തിൽ ആർക്കുമെടുക്കാൻ പാകത്തിൽ കൊളുത്തിയിട്ട പാതാളക്കരണ്ടിയുണ്ടാകും. മൂർച്ചയേറിയ പിരിയൻ കൊളുത്തുകളുള്ള അതിന്റെ പരുക്കൻ ശില്പസൗന്ദര്യം ചെമ്പോട്ടികളുടെ കരവിരുതാണ്. നടക്കാവിലെ പുരാതനമായ ഇംഗ്ലീഷ്പള്ളി പാർക്കിനടുത്ത് റോഡരുകിലുണ്ടായിരുന്ന ആൽമരത്തിന്റെ അടിയിലെ പൊത്ത്പോലുള്ള ഒരു ചെറുകൂരയിലായിരുന്നു അവരുടെ പാർപ്പ്. കയറിൽ കെട്ടിയിറക്കി നെല്ലിപ്പടിയോളം ആണ്ടു പോകുന്ന പാതാളക്കരണ്ടിയുടെ പരതലിൽ കാണാതെ പോയ പല സാധനങ്ങളും കിണറ്റിൽ നിന്നും പൊന്തിവരും. ഒപ്പം കഥകളും. നഷ്ടകാലത്തിന്റെ ചൂണ്ടയാണത്.

മാണിക്യമ്മ കിണറ്റിങ്കരയിലെ സദസ്സിൽ എത്തിച്ചേരുമ്പോഴൊക്കെ അവരെ കളിയാക്കുന്നത് വല്യച്ഛന്റെ മകൾ ബേബിയേച്ചിയുടെ ഒരു ഹരമായിരുന്നു. ഒന്ന് ഇളക്കി വിട്ടാൽ മതി മാണിക്യമ്മയുടെ നൊസ്സ് ഇളകും. വാക്കുകൾക്ക് തീ പിടിയ്ക്കും. വെളിപാടുകളൊഴുകും.

അങ്ങിനെ തീപിടിച്ച ഒരു മുഹൂർത്തത്തിൽ അവർ സ്നേഹത്തോടെ ചേച്ചിയെ പ്രാകി :

“ഞാൻ മരിച്ചാൽ എന്തായാലും ഒരു പ്രേതമായി നിന്നെ പിടിയ്ക്കാൻ വരുന്നുണ്ട്.”

ചേച്ചിയും അതൊരു വെല്ലുവിളിയായി എടുത്തു.

“ഹാവൂ, ഒരു പ്രേതത്തെ കാണാനുള്ള ഭാഗ്യം അങ്ങിനെയെങ്കിലും ഉണ്ടാവുമല്ലോ.”

വൈകിയില്ല, പ്രാകലിന്റെ ചൂട് മാറും മുമ്പെ മാണിക്യമ്മ ലോകം വെടിഞ്ഞു. പെട്ടെന്നൊരു ശൂന്യതയുണ്ടായി എല്ലാവർക്കും. നേരിയൊരു ഉൾക്കിടിലവും : “അഥവാ അവർ വാക്ക് പാലിച്ചാലോ” എന്ന്. ഭൂമിയിൽ ആശ തീരാതെ മരിച്ചവർ പ്രേതങ്ങളാകും എന്നായിരുന്നു അന്നത്തെ ഉറച്ച വിശ്വാസം. കൂടാതെ സ്വർഗ്ഗവും നരകവും ഒക്കെ ഓരോരുത്തരെയും കാത്തിരിയ്ക്കുന്ന വിധിയാണ് എന്നും.

പ്രാക്ക് ഫലിച്ചു. മാണിക്യമ്മ വാക്കുപാലിച്ചു. നിനച്ചിരിക്കാത്ത ഒരാർത്തനാദം കേട്ട് എല്ലാവരും വീട് വിട്ട് പുറത്തേക്കോടി വന്നപ്പോൾ പേടിച്ചു വിറച്ച് ബോധശൂന്യയായി കിണറ്റിങ്കരയിൽ വീണു കിടക്കുന്ന ബേബിയേച്ചിയെയാണ് കണ്ടത്. നേരം ഒന്നിരുട്ടിയിട്ടേയുള്ളൂ. വെള്ളം മുക്കാൻ ബക്കറ്റ് കിണറിലിറക്കിയതും അതിനുള്ളിൽ നിന്നും വെളുത്ത പുകയായി മാണിക്യമ്മ ഉയർന്നുയർന്നു വരുന്നതാണ് ചേച്ചി കണ്ടത്. കിണററിങ്കരയ്ക്കപ്പുറം പറമ്പിന്റെ അറ്റത്ത് പനമരങ്ങൾ കുലച്ചു നിൽക്കുന്ന കാലമാണത്. പനപോലെ വളർന്ന മാണിക്യമ്മ ചേച്ചിയെ മാടി വിളിച്ചു. കഷ്ടിച്ച് നിലവിളിക്കാനായി എന്നു മാത്രം. ബോധം തിരിച്ചു വന്നപ്പോഴും ആ മാടി വിളിക്കൽ മാഞ്ഞു പോയതേയില്ല. എല്ലാവർക്കും അതൊരു നടുക്കമായി. പ്രേതങ്ങൾ ഉണ്ടോ എന്നതിന് തെളിവ് തേടി നടന്നിരുന്നവർക്ക് അതൊരു സാക്ഷ്യമായി. മുന്നറിയിപ്പായി.

പിറ്റേന്ന് പാതാളക്കരണ്ടിയിട്ട് കിണറ്റിൽ നിന്നും ബക്കറ്റ് വെളിയിലെടുത്തു. മറ്റടയാളങ്ങളൊന്നും പൊന്തിവന്നില്ല. മാണിക്യമ്മ വീണ്ടും പേടിപ്പിക്കാൻ വരുമെന്ന് കരുതിയിരുന്നെങ്കിലും അതുമുണ്ടായില്ല. വരും വരും എന്ന പേടിയിൽ ഞങ്ങൾ കുട്ടിക്കാലം പിന്നിട്ടു. അവരെന്നും മനസ്സിൽ ജീവിച്ചു. രാത്രികളിൽ വെള്ളം മുക്കാൻ കിണറ്റിങ്കരയിൽ പോകുന്നത് മാത്രം പിന്നെ ഇത്തിരി പേടിയുള്ള കാര്യമായി മാറി. മാണിക്യമ്മ മരിക്കാത്ത നക്ഷത്രമായി.

അമ്മൂമ്മമാരും മുത്തച്ഛന്മാരും ഒക്കെ വീടുകളിൽ നിറഞ്ഞു നിന്നിരുന്ന കാലമായിരുന്നു അത്. ഒന്ന് പാർക്കാൻ പോകാൻ പത്തു മാസം കാത്തിരിക്കണം, സ്കൂളൊന്നു പൂട്ടിക്കിട്ടാൻ. എന്നാൽ പെട്ടെന്നാണ് ഒന്നിനു പിറകെ ഒന്നായി ആ കഥാദ്ഭുതങ്ങൾ ഒന്നൊന്നായി കാണാമറയത്തേക്ക് അപ്രത്യക്ഷരായത്. മാണിക്യക്കല്ല് കാക്കുന്ന സർപ്പങ്ങളെപ്പോലെ സ്വന്തം അട്ടങ്ങളിൽ ഒരായുഷ്കാലം അവർ കാത്തുസൂക്ഷിച്ച സ്ഥാപകജംഗമവസ്തുക്കളും ഓർമ്മപ്പെട്ടികളുമെല്ലാം എങ്ങോട്ടോ അപ്രത്യക്ഷമായി.

"വീട് പൊളിച്ച് കല്ല്, മരം, ഓട് എന്നിവ വില്പനയ്ക്ക്" എന്ന് കരികൊണ്ടും ചോക്കും കൊണ്ടും എഴുതി വച്ച ബോർഡുകൾക്ക് താഴെക്കൂടി കാലം കുത്തിയൊലിച്ചു പോയി. അതിൽ ചില ഓർമ്മപ്പൊട്ടുകൾ എന്റെ കൈകളിലൂടെയും കടന്നു വന്നു. അമ്മയുടെതടക്കം.

മരിച്ചവരെ ഓർത്ത് ആരും മരിച്ചു പോകുന്നില്ല. മറവികളിലൂടെ ജീവിതം എന്ന അദ്ഭുതം മുന്നോട്ടു പോകുന്നു. മഹാഭാരതകഥ പോലെ. പുറപ്പെട്ടിടത്തേക്കുള്ള തിരിച്ചെത്തലുകളെല്ലാം അസാധ്യം എന്ന് പിന്നീടെപ്പോഴോ ഓരോരുത്തരും തിരിച്ചറിയുന്നു. എന്നാൽ അവർ ബാക്കിവച്ച ചില അടയാളങ്ങൾ ചികയാതെ പോകുന്നതിലും പോകുന്നതിലും വലിയ നഷ്ടമില്ല.

നഷ്ടകാലങ്ങൾ ഓർമ്മയുടെയും നഷ്ടമാണ്. എന്നു തീരും എന്നൊരുറപ്പുമില്ലാത്ത ഈ മഹാമാരി സമയ സങ്കല്പങ്ങളാകെ അട്ടിമറിച്ചിട്ടുണ്ട്. പിന്നത്തേക്ക് എന്ന് കരുതി മാറ്റിവച്ച പലതിലേക്കും അത് തിരിച്ചെത്തിച്ചു. നീണ്ട അടച്ചുപൂട്ടൽക്കാലം അടഞ്ഞുകിടന്ന പല വാതിലുകളും തുറക്കാനുള്ള സമയമായി.

ഓർമ്മച്ചെപ്പുകൾ ചികയാൻ അങ്ങിനെ അപരിമിതമായ സമയം വേണം. മറ്റൊരിക്കലും സമയമങ്ങിനെ മുന്നിൽ വന്ന് നിന്നിട്ടില്ല. കാലത്തിൽ മറന്നിട്ട 'പാതാളക്കരണ്ടി' കാലത്തിലേക്ക് തന്നെ തിരിച്ചിട്ടു നോക്കുകയായിരുന്നു പിന്നീട്. അതായിരുന്നു ഈ 'പാതാളക്കരണ്ടി'യുടെ തുടക്കം.

'മരിയ്ക്കാത്ത നക്ഷത്രങ്ങൾ' പിന്നെയും ഒപ്പം ജീവിക്കുന്നത് അപ്പോൾ തെളിഞ്ഞു കണ്ടു. "നാം കരുതി വയ്ക്കുന്നതൊന്നും ആർക്കും എങ്ങോട്ടും കൊണ്ടു പോകാനാവില്ല" എന്നത് അമ്മയുടെ പ്രിയപ്പെട്ട മുന്നറിയിപ്പായിരുന്നു. അമ്മ എഴുതി വച്ചത് ഓർമ്മിച്ചതിനേക്കാളേക്കാളേറെ മറച്ചുവച്ചവയായിരുന്നു. ആ ഓർക്കാൻ വിസമ്മതിക്കൽ വേദന പകരുന്നതായിരുന്നു.

മരിയ്ക്കാത്ത നക്ഷത്രങ്ങൾ

നിശബ്ദമായ മരണമായിരുന്നു അമ്മയുടെത്. ചരമപ്പേജുകളിൽ ഒറ്റ ദിവസത്തെ അടയാളമായി നിറയുന്ന മരിച്ചവരുടെ നീണ്ട നിര എന്നും നാം കാണുന്നുണ്ട്.

ബന്ധത്തിലുള്ള ആരുമരിച്ചാലും മാതൃഭൂമിയിലായത് കൊണ്ട് തന്നെ അവരുടെ ചരമ വാർത്ത എഴുതേണ്ടി വരുന്നത് എന്റെയൊരു നിയോഗമായിരുന്നു. അതെല്ലാം പിന്നെ എന്റെ തന്നെ ഓരോരോ മരണങ്ങളാണ് എന്ന തോന്നലുണ്ടായി. ബന്ധുമരണങ്ങളില്ലാത്ത വർഷങ്ങൾ അക്കാലത്ത് കുറവായിരുന്നു. ആത്മഹത്യ ചെയ്ത അയൽപ്പക്കത്തെ ഉറ്റകൂട്ടുകാരൻ ഹരിയുടെ മരണം പക്ഷേ ആദ്യമരണം പോലെ നേരനുഭവമായിരുന്നു. മരണപരമ്പരകളായി ജീവിതം. രക്തബന്ധുക്കൾക്കൊപ്പം ആത്മാവിന്റെ സഞ്ചാരങ്ങൾക്ക് വഴിയൊരുക്കിയ പ്രിയപ്പെട്ടവരും വേർപിരിഞ്ഞു തുടങ്ങി. 'മരിയ്ക്കാത്ത നക്ഷത്രങ്ങൾ'എന്ന ഓർമ്മപ്പുസ്തകം അങ്ങിനെ ഉണ്ടായതാണ്. എന്റെ അറുപത് മരണങ്ങൾ.

നിശബ്ദമായ നിലവിളികൾ അടക്കം ചെയ്ത മരണസ്മരണകൾ ഇല്ലാത്തവരുണ്ടാകില്ല. അത് പാതാളക്കരണ്ടികൾ കൊണ്ട് മാത്രം ചൂണ്ടിയെടുക്കാനുമാവില്ല. കഴിച്ചുമൂടപ്പെട്ട വേദനകളായി അവ ഹൃദയങ്ങളിൽ പറ്റിപ്പിടിച്ചിരിയ്ക്കും. ബോധശൂന്യമായ വർത്തമാനങ്ങളിൽ മതിമറന്ന്

വിട്ടുപോകുമായിരുന്ന ആ നഷ്ടകാലങ്ങളിലേക്കുള്ള എത്തിനോട്ടം സാധ്യമാക്കിയത് നീണ്ട അടച്ചുപൂട്ടലാണ്.

ജനിച്ചു വളർന്ന അച്ഛന്റെയും അമ്മയുടെയും തറവാടുകളിലെ താവഴി പരമ്പരകളെ മനസ്സിലാക്കുക തന്നെ പ്രയാസമായിരുന്നു. പിന്നിട്ട വഴികൾ വരും തലമുറകൾക്കായി രേഖപ്പെടുത്തി വച്ച അച്ഛന്റെ പാപ്പൻ, രാരിച്ചപ്പാപ്പന്റെ 'പൊറ്റങ്ങാടി തറവാടിന്റെ ഓർമ്മച്ചരിത്രം' ഒരു വഴിതുറക്കലായിരുന്നു. ആ നോട്ട്പുസ്തകം പാപ്പൻ സ്വന്തം മക്കൾക്ക് പകരം തറവാട്ടിലേക്ക് കല്യാണം കഴിച്ചു കൊണ്ട് വന്ന ഏറ്റവും ഇളയ തലമുറയിൽ പെട്ട അമ്മക്കാണ് കൈമാറിയത്. പിന്നീടുള്ള തറവാടിന്റെ ചരിത്രം രേഖപ്പെടുത്തി ബാറ്റൺ അമ്മ എനിക്ക് കൈമാറി. അവരെപ്പോലെ തറവാടിൽ ഉൾച്ചേർന്ന ജീവിതമല്ലാത്തത് കൊണ്ട് തന്നെ കുടുംബത്തിന്റെ അറ്റങ്ങൾ എവിടെയാണെന്ന് കണ്ടുപിടിക്കുക പോലും എനിക്ക് അസാധ്യമായിരുന്നു. അത് പൂർത്തീകരിക്കാനാവില്ല എന്ന പരാജയബോധത്തിന് പരിഹാരമില്ലായിരുന്നു. അമ്മയുടെ അസംഖ്യം നോട്ടുപുസ്തകങ്ങളിൽ അതിപ്പോഴും ചിതറിക്കിടക്കുന്നു.

സ്വാതന്ത്ര്യ സമരം മുതൽ അടിയന്തരാവസ്ഥ വരെയുള്ള നീണ്ട അനുഭവങ്ങളുണ്ടായിരുന്നു അച്ഛന്. എന്നാൽ ഒരു വരി ഓർമ്മ പോലും എഴുതി വയ്ക്കാതെ വിട പറഞ്ഞ അച്ഛന്റെ, പൊറ്റങ്ങാടി ചന്തുവിന്റെ നിശബ്ദത ഒരു പ്രഹേളികയായാണ് മുന്നിലുയർന്നത്. മുതിർന്നപ്പോൾ പിന്നിട്ടത് എന്തായിരുന്നു എന്ന് ചോദിക്കാനും സമയം കണ്ടെത്തിയില്ല. അതൊരു ഖേദമായി അവശേഷിച്ചു. അച്ഛന്റെ മരണശേഷമാണ് എഴുതി വച്ച സ്വന്തം 'കഥ' ആരെയും മുഷിപ്പിക്കാതിരിക്കാൻ മാറ്റിയെഴുതി അമ്മ ചുരുക്കിക്കളഞ്ഞത്. അടുത്ത കൂട്ടുകാർക്കും ബന്ധുക്കൾക്കും "ആദ്യപ്രതി" വായിക്കാൻ കൊടുത്ത് അതിന്റെയൊക്കെ പ്രതികരണങ്ങൾ തേടിയ ശേഷമാണ് അമ്മ ഈ വെട്ടിച്ചുരുക്കൽ നടത്തിയത്.അമ്മ ജനിച്ചു വളർന്ന അമ്മമ്മയുടെ തറവാടായ 'കൊന്തനാടത്ത്', അമ്മമ്മയെ കല്യാണം കഴിച്ചു കൊണ്ടുപോയ 'ഇത്തിൾക്കണ്ടി', അമ്മ കല്യാണം കഴിച്ചെത്തിയ 'പൊറ്റങ്ങാടി' എന്നിങ്ങനെ മൂന്ന് പുരാതന തറവാട്ടുകളിലേക്കുള്ള കൈവഴികൾ അമ്മ വരച്ചിട്ടിട്ടുണ്ട്. അത് ഈ യാത്രയുടെ അടിവളമാണ്.

എല്ലാറ്റിൽ നിന്നും പിൻവാങ്ങി സ്വന്തം നോട്ട് പുസ്തകങ്ങളിലേക്ക് മാത്രമായി ഒതുങ്ങിയ ജീവിതമായിരുന്നു അമ്മയുടെ അവസാന കാലം. എഴുതിക്കൂട്ടി വയ്ക്കുന്നതൊന്നും ഉപയോഗശൂന്യമാകില്ലെന്നും വീട്ടിലെ ഏക പെൺതരിയായ ഞങ്ങളുടെ മകൾ മുക്ത വലുതാകുമ്പോൾ അതൊക്കെ അവൾക്ക് ഉപകാരപ്പെടുമെന്നുള്ള പെൺകരുതലും അമ്മയുടെ സൂക്ഷിപ്പിലുണ്ടായിരുന്നു.എന്നാൽ മകളതൊക്കെ

വായിക്കുമോ എന്നെനിക്ക് പറയാനാവില്ല. കുട്ടികൾക്ക് അവരുടെ ലോകവും മുൻഗണനകളുമുണ്ട്. മുതിരുമ്പോൾ കാത്തു സൂക്ഷിക്കേണ്ടത് എന്ന് കരുതി ഓരോ തലമുറയും ഭദ്രമായി കരുതിവച്ചതൊന്നും അടുത്ത തലമുറ അതേ പോലെ കൊണ്ടു നടക്കുന്നില്ല. അതിന് കഴിയുകയുമില്ല. സ്വന്തം സമയ പദ്ധതിക്കകത്തേ ആർക്കും ജീവിക്കാനാവൂ. മകൾ ആ നോട്ടുപുസ്തകങ്ങൾ ചിലപ്പോൾ വായിച്ചേക്കാം, ചിലപ്പോൾ വായിക്കാതെ വിട്ടേക്കാം. സമയം പ്രധാനമാണ്. കാലത്തിലേക്ക് മറയും മുമ്പ് ജീവിച്ച കാലത്തിന്റെ കരുതലുകളോടുള്ള കടപ്പാട് എങ്ങിനെ നിർവ്വഹിക്കുമെന്ന അലട്ട് ഓരോരുത്തരെയും ഓരോ വിധത്തിൽ പിൻതുടരുന്നു.

ഡ്രിഫ്റ്റ് വുഡ്

കുട്ടിക്കാലത്തിന്റെ വികൃതികളിൽ നിന്നും എന്നെ ചെവിയ്ക്ക് നുള്ളിപ്പിടിച്ച് വായനയുടെ വഴിലേക്ക് പിടിച്ചിരുത്തിയത് വല്യച്ഛൻ, പൊറ്റങ്ങാടി ഭാസ്കരനായിരുന്നു. മാർക്ക് ട്വൈന്റെ ‘അഡ്വഞ്ചേഴ്സ് ഓഫ് ഹക്കിൾബറി ഫിൻ’ എന്ന പുസ്തകമെടുത്ത് കയ്യിൽ പിടിപ്പിച്ച് വായിക്കാനിരുത്തിയതായിരുന്നു ശിക്ഷ. വായിച്ചു എന്നുറപ്പുവരുത്താൻ വായിച്ച ഭാഗങ്ങളിൽ നിന്നും ചോദ്യവും ചോദിക്കും. ഉത്തരം കേട്ട് ബോധ്യം വന്ന ശേഷം മാത്രം ഇരുത്തിയിടത്ത് നിന്നും എണീറ്റ് പോകാൻ അനുവദിച്ചിരുന്നുള്ളൂ. വായിച്ച പുസ്തകങ്ങൾ മറക്കാതിരിക്കാൻ ചോദിക്കാനിടയുള്ള ചോദ്യങ്ങൾക്ക് ഉത്തരം തേടുന്നത് അത് ശീലമാക്കി. ജീവിതത്തിലെ പലതും മറന്നു പോകുമ്പോഴും വായിച്ച പുസ്തകം മറക്കാതിരിക്കാൻ വല്യച്ഛന്റെ ഈ ശിക്ഷണം കാരണമായി. അങ്ങിനെയൊരു മനുഷ്യനെ ലോകം അറിയുകയേയില്ല. വല്യച്ഛന്റെ എഴുത്തുകളെല്ലാം ബാഷ്പീകരിക്കപ്പെട്ടുപോയി. ഒരു കാഴ്ചബംഗ്ലാവായിരുന്നു അദ്ദേഹത്തിന്റെ ലൈബ്രറി. കാരൂര്, തകഴി. എസ്.കെ, എൻ.പി, എം.ടി., മാധവിക്കുട്ടി, കാമ്യൂ, മാർക്ക് ട്വൈൻ, ഷേക്സ്പിയർ, ടോൾസ്റ്റോയ്, ഗൊഗോൾ, ദസ്തയേവ്സ്കി, ബർണാഡ് ഷാ, കാൾ മാർക്സ്... അങ്ങിനെ എത്രയോ പേർ. അവിടെ പിച്ചവയ്ക്കാൻ തന്ന അനുവാദം ഒരത്ഭുത ലോകത്തേക്കുള്ള പ്രവേശമായിരുന്നു. എൻ.പി.മുഹമ്മദും ആർ.രാമചന്ദ്രനും എം.ഗോവിന്ദനുമൊക്കെയടങ്ങുന്ന സുഹൃത്ത് സംഘത്തിലെ അംഗമായിരുന്നു വല്യച്ഛൻ. ആത്മമിത്രവും സഹപ്രവർത്തകനുമായിരുന്ന എൻ.പി. മുഹമ്മദിന്റെ ‘മരം’ എന്ന നോവൽ പെൻഗ്വിന് വേണ്ടി ‘ഡ്രിഫ്റ്റ് വുഡ്’ എന്ന പേരിൽ ഭാഷാന്തരം ചെയ്തിട്ടുണ്ട്.എൻ.പി.യുടെ ‘മര’ത്തിന്റെ ഉൾക്കാമ്പ് ചൂഴ്ന്നെടുത്ത് നടത്തിയ പരിഭാഷയാണ് ‘ഡ്രിഫ്റ്റ് വുഡ്’ എന്ന പ്രയോഗം. അത് ആരെങ്കിലും ഓർമ്മിച്ചതായി ഞാൻ കണ്ടിട്ടേയില്ല. എൻ.പി. മുഹമ്മദ് പോലും.

എം. ഗോവിന്ദൻ എന്നത് ഒരു കാലഘട്ടത്തിന്റെ പേരായിരുന്നു എന്ന് തിരിച്ചറിയുന്നത് മുതിർന്നപ്പോഴാണ്. വല്യച്ഛൻ ഒരു ബൃഹത് നോവൽ എഴുതുന്നത് ചേച്ചിമാർ പറഞ്ഞറിഞ്ഞിരുന്നു. അടച്ചുപൂട്ടിയ കൊച്ചുമുറിയിലേക്കുള്ള പിൻവാങ്ങൽ ആ എഴുത്തിന്റെ ലോകത്തേക്കായിരുന്നു. പിന്നെയത് നാല് ഭാഗങ്ങളാക്കി തുന്നിക്കൂട്ടി കൈയ്യെഴുത്തു പ്രതി മദിരാശിയിലേക്ക്, എം.ഗോവിന്ദന്റെ വായനക്കായി അയച്ചുകൊടുത്തു. കാർഡ് ബോർഡിന്റെ പുറംചട്ടയുള്ള നാലു ഭാഗങ്ങൾ മദിരാശി യാത്ര കഴിഞ്ഞ് എം.ഗോവിന്ദന്റെ നല്ല സർട്ടിഫിക്കറ്റുമായി തിരിച്ചെത്തിയത് ഓർമ്മയുണ്ട്. വീട്ടിൽ അത് സന്തോഷം വിതറി : “ഒരു എഴുത്തുകാരൻ പിറക്കാൻ പോകുന്നു”. എന്നാൽ അതിന് ഭാഗ്യമുണ്ടായില്ല. അതച്ചടിപ്പിയ്ക്കാനുള്ള ശ്രമത്തിനിടയിൽ ഹൃദയാഘാതം കയറി വന്ന് വല്യച്ഛനെ കൂട്ടിക്കൊണ്ടു പോയി. അടിയന്തരാവസ്ഥയായിരുന്നു അപ്പോൾ. അച്ചടി പ്രതീക്ഷയോടെ വല്യച്ഛനത് ആരെ ഏല്പിച്ചു എന്നറിയില്ല. മാതൃഭൂമിയുടെ ആദ്യകാല ഓഹരി ഉടമ കൂടിയായ വല്യച്ഛൻ ആ ബന്ധം വച്ച് അത് അവിടെ ആരെയെങ്കിലും എല്പിച്ചിരിക്കാമെന്നത് ഒരു സാധ്യതയായിരുന്നു. മാതൃഭൂമിയിൽ അക്കാലത്ത് വല്യച്ഛൻ ചില ലേഖനങ്ങൾ എഴുതിയിട്ടുണ്ട് കേട്ടിരുന്നു. എന്നാൽ മരണാനന്തരം ഒന്നുമറിഞ്ഞില്ല. ആരുമത് തിരിച്ചു കൊണ്ടുത്തന്നതുമില്ല. അതെങ്ങോട്ട് അപ്രത്യക്ഷമായിക്കാണും എന്ന ഓർമ്മ പതുക്കെ മറവിയായി.

ഒരു വാതിലടയുമ്പോൾ

വർഷങ്ങൾക്ക് ശേഷം മാതൃഭൂമിയിൽ ഒരു എഡിറ്റോറിയൽ ജീവനക്കാരനായി എത്തിയപ്പോൾ ഓരോ വിഭാഗത്തിൽ നിന്നും തിരിച്ചു വാങ്ങേണ്ട കാലാവധി കഴിഞ്ഞ അനാഥരചനകളുടെയും,ആരും തിരിച്ചു വാങ്ങാനെത്താത്ത ചരമചിത്രങ്ങളുടെയും ശേഖരം പാഴ് വകുപ്പിലേക്ക് കൈമാറപ്പെടുന്ന പരിണാമത്തിന് എത്രയോ തവണ സാക്ഷിയായിട്ടുണ്ട്. കട്ടിയുള്ള കണ്ണട ധരിച്ച അപ്പുക്കുട്ടേട്ടൻ എന്ന ഒരു പുരാതന മനുഷ്യനായിരുന്നു മാതൃഭൂമി ലൈബ്രറിയുടെ അന്നത്തെ ഏകച്ഛത്രാധിപതി...

ഏത് കാലത്തും പത്രാധിപന്മാരുടെയും പുസ്തക സമിതിയുടെയൊക്കെ തീരുമാനങ്ങൾ നീതിയുക്തമായിരുന്നു എന്ന് ഒരിക്കലും കണക്കാക്കാനാകില്ല. എല്ലാ തീരുമാനവും ഒരു തീരുമാനമാണെന്നിരിക്കെ എത്രയോ അദൃശ്യജന്മങ്ങൾ കൂടിയാണ് ഓരോ തീരുമാനവും വഴി എന്നെന്നേക്കുമായി ഇല്ലാതാക്കപ്പെടുന്നത്. തിരസ്കൃതരായ എത്രയോ പേർ പിൽക്കാലത്ത് വലിയ എഴുത്തുകാരായിട്ടുണ്ട്. കൂടുതൽ തുല്യരായ ചിലർ അച്ചടിയുടെ പൊതുഇടം നിരന്തരം കയ്യടക്കുന്ന കാഴ്ചയും പുതുതല്ല.

തിരഞ്ഞെടുക്കപ്പെടാത്ത, മേൽവിലാസമെഴുതിയ സ്റ്റാമ്പ് ഒട്ടിച്ച കവർ ഒപ്പം വയ്ക്കാത്ത എത്രയോ മികച്ച രചനകൾ അവകാശികളിലേക്ക് തിരിച്ചെത്താതെ ചവറ്റുകൊട്ടയിലേക്കെത്തും. അങ്ങിനെ പാഴ് വസ്തുക്കളായി കണക്കാക്കി പാഴ് വകുപ്പിലേക്ക് മാറ്റപ്പെടുന്ന തോറ്റ എഴുത്തുകാരുടെ ലോകം ആരുമറിയുന്നില്ല. അവ എന്നെന്നേക്കുമായി പാഴായിത്തന്നെ ഒടുങ്ങിപ്പോകുന്നു. അങ്ങിനെ കാണാതായിപ്പോയ സ്വന്തം കഥകളെയും കവിതകളെയും ലേഖനങ്ങളും കുറിച്ച് പരിതപിക്കുന്ന നിരവധി സുഹൃത്തുക്കളെ ഞാനെന്റെ മാധ്യമ ജീവിതത്തിൽ കണ്ടിട്ടുണ്ട്.

ഒരു നഷ്ടകഥാകൃത്തായ സുഹൃത്ത് സാബു സുരേന്ദ്രൻ മായാത്ത ഉദാഹരണമാണ്. കേരളത്തെ കർഷക ആത്മഹത്യകൾ വേട്ടയാടാൻ തുടങ്ങിയ കാലത്താണ് സ്വന്തം അവയവങ്ങൾ പരസ്യമായി വിൽക്കാൻ വച്ച ഒരു മലയോരകർഷകന്റെ ജീവിതം ആസ്പദമാക്കി എഴുതിയ ഒരു കഥയുമായി സാബു ഓഫീസിലേക്ക് കയറി വരുന്നത്. ഒറ്റ ഇരുപ്പിന് സാബു അത് നിർബന്ധിച്ച് വായിപ്പിച്ചു. എനിക്ക് ഇഷ്ടപ്പെട്ടാൽ മാത്രമേ അത് അച്ചടിക്കാൻ കൊടുക്കൂ എന്ന വാശിയോടെ. വായിച്ചു തീരും വരെ അവൻ ശ്വാസം മുട്ടി കാത്തിരുന്നു.

വായിച്ചു : "കൊള്ളാം, ഹൃദയത്തെ സ്പർശിക്കും, വരാനിരിക്കുന്ന ഒരു ആസുരകാലത്തിന്റെ മുന്നറിയിപ്പ് ഇതിൽ വായിക്കാം". സാബുവിന് ആശ്വാസമായി. കഥയുമായി അവൻ ആഴ്ചപ്പതിപ്പിലേക്ക് പോയി. പത്രാധിപർക്ക് കഥയയച്ച് തീരുമാനം കിട്ടാതെ പോകുന്നത് ഒരു ശ്വാസം മുട്ടിക്കുന്ന അനുഭവമാണ്. കഥ മാത്രമല്ല എന്തും. തീരുമാനം പറയാതെ എന്തിനെയും പതുക്കെ കൊല്ലുന്ന തീരുമാനം ഒരധികാരതന്ത്രമാണ്. വേണ്ട എന്ന് പറഞ്ഞാൽ എഴുത്തുകാർക്ക് മറ്റ് സാധ്യതകൾ തേടാം. എന്നാൽ വച്ചിരുത്തി ഇല്ലാതാക്കുന്ന രീതി പേടിപ്പിക്കുന്നതാണ്. വിഖ്യാത എഴുത്തുകാരൻ നാരായന്റെ ജീവിതത്തിലെ ആദ്യ രചന ഒരു നിരൂപകന്റെ അഭിപ്രായത്തിന് കാത്ത് ഒരു ദശകത്തിലേറെ അദ്ദേഹത്തിന്റെ ലൈബ്രറിയിൽ പുസ്തകപ്പുഴുക്കൾ മാത്രം തിന്നിരുന്ന കഥ ലോകം അറിഞ്ഞത് വർഷങ്ങൾ കഴിഞ്ഞാണ്.

കഥ എന്ന് വായിക്കാനെടുക്കും എന്നറിയാനുള്ള ആകാംഷയിൽ സാബു പല തവണ വന്ന് മുട്ടി നോക്കി. പല തവണ ഞാനും ആഴ്ചപ്പതിപ്പിലെ സുഹൃത്തുക്കളെ ശ്രദ്ധയിൽ പെടുത്തി നോക്കി : വേണ്ടെങ്കിൽ വേണ്ട എന്ന് പറയ് എന്ന്.

ഒന്നുമുണ്ടായില്ല. കാത്തിരുപ്പുകൾ വിഫലമായി. ഒരു നാൾ അസ്വസ്ഥനായ സാബു കഥ തിരിച്ചു ചോദിക്കാനെത്തി. അപ്പോൾ തിരച്ചിലിന് സമയം ചോദിച്ച് ആഴ്ചപ്പതിപ്പിലെ സുഹൃത്തുക്കൾ കൈയൊഴിഞ്ഞു.

തിരച്ചിൽ തീർന്നില്ല. കഥ തിരിച്ച് കിട്ടിയതുമില്ല. അത്തരം കാണാതെ പോകൽ ചവറ്റുകൊട്ടയിലേക്കാണ് ഊഹിക്കാവുന്നതേയുള്ളൂ.

അവയവ മോഷണവും വില്പനക്കഥകളുമൊക്കെ പിന്നീടാണ് വലിയ വാർത്തകളായത്. വരും കാലത്തിന്റെ പ്രവചന സ്വഭാവം പേറിയ ആ കഥ തിരിച്ചുപിടിക്കാനാവാത്ത വേദനയും കൊണ്ടു നടന്ന സാബു പിന്നെ കഥയേ എഴുതിയതായറിയില്ല. എൺപതുകളുടെ തുടക്കത്തിൽ പടിയന്റെ "ത്രാസ"ത്തെക്കുറിച്ച് മാതൃഭൂമി ആഴ്ചപ്പതിപ്പിൽ മികച്ച ചലച്ചിത്ര നിരൂപണമെഴുതി എഴുത്തിന്റെ ലോകത്തേക്ക് കടന്ന സാംസ്കാരിക രാഷ്ട്രീയ പ്രവർത്തകനായിരുന്നു സാബു.

'ഒരു വാതിലടയുമ്പോൾ' എന്ന പേര് അറം പറ്റിയത് പോലെയായി എന്ന് പിന്നീടവൻ പറഞ്ഞു. സാബു പിന്നെയും പലവട്ടം ജീവിതത്തിലേക്ക് കയറി വന്നിട്ടുണ്ട്. പല വേഷത്തിൽ. ജീവിക്കാനും പിടിച്ചു നിൽക്കാനുമുള്ള ബദ്ധപ്പാടുകളായിരുന്നു അതെല്ലാം. എന്നാൽ ഒരിക്കലും ഒരു കഥാകൃത്തായി സാബു സുരേന്ദ്രൻ തിരിച്ചു വന്നില്ല.

ഒരെഴുത്തുകാരനെ ഇല്ലാതാക്കാനും ഉണ്ടാക്കാനും കഴിയുന്ന തിരഞ്ഞെടുപ്പുകൾ, നോട്ടങ്ങൾ, നോട്ടപിശകുകൾ ഒക്കെ മാധ്യമ ചരിത്രത്തിന്റെ പാതാളത്തിലുണ്ടാകും. അങ്ങോട്ട് ഒരു പാതാളക്കരണ്ടിയിട്ടു നോക്കിയാൽ പുറത്തു വരുന്ന വേദനയുടെ കഥകൾക്ക് അറ്റമുണ്ടാകില്ല. കുറ്റമറ്റ രുചി നിർണ്ണയത്തിന് ഒരു വസ്തുനിഷ്ഠമായ ഒരു യന്ത്രമാതൃക ഒരന്ധസാധ്യത മാത്രമാണ്. എത്രയോ പേരങ്ങിനെ ഒരിക്കലും എഴുത്തിന്റെ ചരിത്രത്തിന്റെ ഭാഗമാകാതെ ഇല്ലാതായിട്ടുണ്ട്. തിരഞ്ഞെടുക്കാൻ നിയുക്തരായവർ മറ്റൊരു വിഭാഗം പേരായിരുന്നെങ്കിൽ ഇന്ന് ചരിത്രത്തിലില്ലാത്ത എത്രയോ രചനകൾ വെളിച്ചം കാണുമായിരുന്നു. പാതാളങ്ങളിൽ അടിഞ്ഞുകൂടുന്ന അനുഭവങ്ങളുടെയും ഓർമ്മകളുടെയുമൊക്കെ ഗതിയും ഇങ്ങിനെയൊക്കെത്തന്നെ.

'പാതാളക്കരണ്ടി'യുടെ പ്രചോദനങ്ങളിലൊന്ന് ഈ ശൂന്യസ്ഥലങ്ങളിലെ നിലവിളികളാണ്. തിരഞ്ഞെടുക്കപ്പെടാതെയും അല്ലാതെയും നഷ്ടമാകുന്ന എഴുത്തുകൾ പറയാൻ ബാക്കി വച്ച കാര്യങ്ങൾ നിരവധിയുണ്ടാകും. തടവറകളിലെ സാഹിത്യം പോലെ. പുറത്തെത്തിയത് കൊണ്ട് മാത്രം അന്റോണിയോ ഗ്രാംഷിയുടെ 'പ്രിസൺ നോട്ട് ബുക്ക്' ചരിത്രമായി. ഗ്രാംഷിയും.

കാണാക്കഥകൾ

യൗവ്വനമൊഴിയും മുമ്പെ ധൂർത്തജീവിതനാടകങ്ങളാടി എല്ലാം നേരത്തെയേ അവസാനിപ്പിച്ച തറവാട്ടിലെ തലമുതിർന്ന ഒരു ജ്യേഷ്ഠസഹോദരനാണ് പൊറ്റങ്ങാടി മോഹൻദാസ്. മരണത്തോടെ

അപ്രത്യക്ഷമായ ആ ഏട്ടന്റെ ഡയറിക്കുറിപ്പുകൾ പിന്നെ എവിടെപ്പോയി മറഞ്ഞിട്ടുണ്ടാകും എന്നത് എത്രയോ കാലം ഒരു വേദനയായിരുന്നു. മരണാനന്തരം ആ കുറിപ്പുകൾ വച്ച് ഭാവിയിൽ തന്റെ ജീവിതകഥ എഴുതണം എന്ന ഒരാഗ്രഹം ഏട്ടൻ എന്നും പറയുമായിരുന്നു. പറഞ്ഞതിനപ്പുറം പറയാനാവാത്ത നിരവധി കാര്യങ്ങൾ മരണം വരെ നിധി പോലെ സൂക്ഷിച്ച ആ ഡയറിയിൽ ഉണ്ടാകും എന്ന് ഊഹിക്കാനേ ഉണ്ടായിരുന്നുള്ളൂ. എഴുതാം എന്ന് ഞാനും വാക്ക് കൊടുത്തു. എന്നാൽ മരണത്തോടെ ആ ഡയറിയും ഒപ്പം അപ്രത്യക്ഷമായി. ആ ഓർമ്മകൾ ചൂഴ്ന്നെടുക്കാൻ ഇനിയൊരു പാതാളക്കരണ്ടിക്കും കഴിയില്ല. ആ വേദന ഈ യാത്രയുടെ മറ്റൊരു താവഴിയാണ്.

എഴുത്തിനെക്കുറിച്ച് അത്യഗാധമായ സ്വപ്നങ്ങളുണ്ടായിരുന്ന പ്രിയ സഖാവ് എ. സോമന്റെ അകാലത്തിലുള്ള വേർപാട് മറ്റൊരു വേദനയായിരുന്നു. സോമന്റെ കുറേ ലേഖനങ്ങൾ മരണാനന്തരം സമാഹരിക്കപ്പെട്ടു എന്നത് ഒരാശ്വാസമാണ്. എന്നാലും അച്ചടിക്കാത്ത പലതും മരണാനന്തരം എങ്ങോട്ടായിരിക്കും അപ്രത്യക്ഷമായിപ്പോയിട്ടുണ്ടാവുക എന്നത് ഒരത്ഭുതമായിരുന്നു. എഴുതി വരുന്ന ഒരു നോവലിനെക്കുറിച്ചും എഴുതി പൂർത്തിയാക്കിയ ഒരു വാദ്യകലാകാരന്റെ സ്വത്വ പ്രതിസന്ധികളെ ആസ്പദമാക്കിയുള്ള തിരക്കഥ സിനിമയാകുന്നതിനെക്കുറിച്ചും ജനകീയ സാംസ്കാരിക വേദി പിന്നിട്ട ശൂന്യതയിൽ സോമൻ സ്വകാര്യമായി പങ്കുവച്ചിരുന്നതാണ്. പിന്നീടത് ഒരു സമാഹാരത്തിന്റെയും ഭാഗമായില്ല. അങ്ങിനെ എത്രയോ രചനകൾ, എത്രയോ സ്വപ്നങ്ങൾ. ചില സ്മരണകൾ എത്ര കാലം പിന്നിട്ടാലും ജീവനോടെ കുഴിമാടങ്ങൾ വിട്ടുണരും. കാലത്തിന്റെ ശേഷിപ്പുകൾ എങ്ങിനെയൊക്കെയാണ് വെളിപ്പെടുന്നതെന്ന് ആർക്കും പ്രവചിക്കാനാകില്ല.

നഷ്ടകാലത്തിന്റെ ഓർമ്മപ്പെട്ടികളിൽ പാതാളക്കരണ്ടികൾ കാത്തു കിടക്കുന്ന എത്രയോ കുഴിമാടങ്ങൾ മറഞ്ഞു കിടപ്പുണ്ടാകും. ഇരുമ്പുമറകളിൽ കുടുങ്ങി ഒരിക്കലും പുറത്ത് വരാതെയും.

സോവിയറ്റ് യൂണിയൻ എന്നത് പല തലമുറയുടെയും അത്തരമൊരു വിദൂരാനുഭവമാണ്. ലോകത്തെങ്ങുമുള്ള നിരവധി ജനതകളുടെ രാഷ്ട്രീയ ഭാഗധേയമായിരുന്നു അത്. എന്നാൽ വൻമതിലുകൾ ഇടിഞ്ഞിട്ടും കുഴിച്ചുമൂടപ്പെട്ട എണ്ണമറ്റ സ്മരണകൾ സോവിയറ്റ് പതനം ബാക്കിവച്ചു. അടിയന്തരാവസ്ഥക്കാലത്ത്, 1975 ഒക്ടോബറിൽ ന്യൂ ലഫ്റ്റ് റിവ്യൂ വിൽ വന്ന കെ.ദാമോദരന്റെ "ഒരു ഇന്ത്യൻ കമ്മ്യൂണിസ്റ്റിന്റെ ഓർമ്മക്കുറിപ്പുകൾ" വലിയൊരു കുഴിമാടം തുറക്കലിന് തുടക്കമിട്ടിരുന്നു. എന്നാലത് അന്ന് മുന്നോട്ട് പോയില്ല. മൂടിവയ്ക്കപ്പെട്ട ആ ചരിത്രം പാതാളക്കരണ്ടികളിട്ട് പല രീതിയിൽ ലോകം ഇപ്പോഴും ചികഞ്ഞു കൊണ്ടിരിക്കുകയാണ്.

വിഖ്യാത ഹംഗേറിയൻ ചലച്ചിത്രകാരി മാർത്താ മെസ്സാറോസ് സോവിയറ്റ് പതനത്തിന് ശേഷം സ്റ്റാലിന്റെ തടവറയിൽ ഇല്ലാതായ തന്റെ പിതാവിന്റെ കുഴിമാടം തേടി നടന്ന സ്മൃതിചിത്ര പരമ്പരകൾ പോലെ.

പുറത്തറിയാത്ത പാതാളങ്ങൾ കൊണ്ട് പണിത നാടാണ് മലയാളിയുടെ ആത്മാവിന്റെ ഭാഗമായ റഷ്യ. എന്നാൽ കേട്ട നാടല്ല കണ്ട നാട്. പുതിയ റഷ്യയിലൂടെ നടത്തിയ യാത്ര ഒരു കാണാക്കാഴ്ചകളിലേക്കുള്ള യാത്ര കൂടിയായിരുന്നു. മരിച്ചിട്ടും വിട പറയാത്തവരു നാട്. ലെനിൻ മുസോളിയം തന്നെ അതിന്റെ നിത്യസ്മാരകമാണ്. ആ ശ്മശാനക്കാഴ്ചകളിൽ ഓർമ്മകൾ പങ്കു വയ്ക്കാൻ ഭയന്ന വഴികാട്ടികളായ അന്നയും, സോവിയറ്റ് പതനത്തിന് ശേഷം ജനിച്ച് ഒന്നിനോടും ബാധ്യതയില്ലാതെ ജീവിക്കുന്ന തത്വചിന്തക വിദ്യാർത്ഥിയുമായ കിറിൽ കോറിൻഫിസ്കിയും, യാത്ര പുറപ്പെടും മുമ്പ് തന്നെ 'മരിക്കാത്ത നക്ഷത്രങ്ങളി'ലേക്ക് വഴി തെളിയിച്ച, സോവിയറ്റ് റഷ്യയിലെ ഉന്നത ബഹുതിയായ ലെനിൻ പുരസ്കാരം നേടിയ കലാകാരനും റഷ്യൻ കമ്മ്യൂണിസ്റ്റ് പാർട്ടിയുടെ ഔദ്യോഗിക ചിത്രകാരനുമായ സുഹൃത്ത് ഇഗോർ പെട്രിജിൻ റോഡിയോനോവും പുതിയ റഷ്യൻ കമ്മ്യൂണിസ്റ്റ് പാർട്ടിയുടെ അന്താരാഷ്ട്ര വിഭാഗവും ഈ യാത്രയിൽ വഴികാട്ടിയവരാണ്. പതിറ്റാണ്ടുകളായി വായിച്ചും കേട്ടും അറിഞ്ഞ റഷ്യയല്ല റഷ്യ എന്ന സമീപദൃശ്യാനുഭവം. ഉപേക്ഷിക്കപ്പെട്ട സ്മാരകശിലകൾ പറയാൻ ബാക്കി വച്ച കഥകൾ ഇപ്പോഴും പറഞ്ഞു കൊണ്ടേയിരിക്കുന്നു. കുഴിമാടങ്ങളും.

മറവിയിൽ പേറുന്ന നിരവധി കുഴിമാടങ്ങൾ നിറഞ്ഞ ഒരു 'അട്ടം' ഓരോരുത്തരും കൊണ്ടു നടക്കുന്നുണ്ട്. ദസ്തയേവ്സ്കിയുടെ 'നോട്സ് ഫ്രം ദ അണ്ടർഗ്രൗണ്ട്' പോലെ. പക്ഷേ അവിടെ നിന്നും പുറത്തേക്കുള്ള വഴി ഓർമ്മയുമായുള്ള ഒരു മല്ലിടലാണ്. പുറത്തെത്തിക്കൊള്ളണമെന്നില്ല.

അടിയന്തരാവസ്ഥ കഴിഞ്ഞുള്ള ആദ്യത്തെ കാമ്പസ് തലമുറക്ക് പേറാൻ അത്തരം കുഴിമാടങ്ങൾ നിരവധിയുണ്ടായിരുന്നു. അന്നത്തെ ഗുരുവായൂരപ്പൻ കോളേജിൽ രാമചന്ദ്രൻ മൊകേരിയും ശോഭീന്ദ്രൻ മാഷുമൊക്കെയായിരുന്നു പ്രിയപ്പെട്ട അധ്യാപകർ. ജയിലിൽ നിന്നും തടവ് കഴിഞ്ഞ് പുറത്തുന്ന വന്ന മധുമാസ്റ്ററെ അപ്പോൾ തന്നെ കണ്ടെത്തപ്പെട്ടുന്നുണ്ട്. മാഷായി ഗുരു. ജയിലിൽ നിന്നും ആദ്യം പുറത്ത് വന്ന മാഷ് വയനാട്ടിൽ നിന്നും പടയണി എന്ന നാടകവുമായാണ് കോഴിക്കോടിനെ ഉണർത്താനെത്തിയത്.കോഴിക്കോട് മുത്തപ്പൻകാവിനടുത്തുള്ള മാഷിന്റെ വീടിന്റെ തട്ടിൻപുറം സോവിയറ്റ് യൂണിയനിലേക്കും ടാഗോറിലേക്കും ലൂത്വിക് ഘട്ടക്കിലേക്കും കാൾ

മാർക്സിന്റെ 1844 ലെ കുറിപ്പുകളിലേക്കും ഒക്കെയുള്ള യാത്രകളായി. ഗോർക്കിയുടെ 'അമ്മ'ക്ക് ബ്രെഹ്ത് നൽകിയ നാടകവ്യാഖ്യാനത്തെ അവലംബിച്ച് മധുമാഷ് ഒരുക്കിയ രണചേതനയുടെ 'അമ്മ' നാടകം ബോധമണ്ഡലത്തെ കീഴ്മേൽ മറിച്ചു. 'അമ്മ' യുടെ റിഹേഴ്സൽ ക്യാമ്പാ യിരുന്നു ശരിയ്ക്കുള്ള വിദ്യാലയം. അതുവഴി കടന്നു വരാത്ത സാംസ്കാരിക രാഷ്ട്രീയ പ്രവർത്തകർ ആരുമുണ്ടായിരുന്നില്ല എന്നു തന്നെ പറയാം. പി. എ.ബക്കർ 'സംഘഗാന'വുമായി കോഴിക്കോട്ടെത്തി. അതിൽ മാഷ് പ്രധാന വേഷത്തിൽ നടൻ ശ്രീനിവാസനൊപ്പം അഭിനയിച്ചു. ശ്രീനിവാസന്റെ കഥാപാത്രം തേടി നടക്കുന്ന യഥാർത്ഥ ഗൗതമനായി. മാഷ് മാത്രമല്ല അമ്മ നാടകത്തിന്റെ റിഹേഴ്സൽ ക്യാമ്പിലുള്ള സകലരും അന്ന് മാഷ് നയിച്ച സിനിമയിലെ അന്ത്യരംഗത്തിലെ പ്രകടനത്തിൽ അണിനിരന്നു. ജോൺ എബ്രഹാം എന്ന പ്രതിഭാസത്തിന്റെ ആദ്യത്തെ കോഴിക്കോടൻ പ്രത്യക്ഷപ്പെടൽ 'അമ്മ '' യുടെ അണിയറയായിരു ന്നു. മാഷിന്റെ 'അമ്മ'യിൽ നിന്നും ജോൺ എബ്രഹാമിന്റെ 'അമ്മ അറിയാനി'ലേക്ക് കാലത്തിന്റെ അദൃശ്യമായൊരു അടിയൊഴുക്കുണ്ട്. ഒഡേസ്സ പിന്നീടാണ് പിച്ചവച്ചത്. പിറക്കാതെ പോയ കയ്യൂരിന്റെ തുടർ ച്ചയായി 'അമ്മ അറിയാൻ' പിറന്നു.

ചെലവൂർ വേണുവേട്ടന്റെ അശ്വിനി ഫിലിം സൊസൈറ്റിയിലൂടെ യാണ് സിനിമകൾ കണ്ടുതുടങ്ങിയത് എങ്കിലും 1981 കാലത്ത് മധു മാഷിന്റെ നേതൃത്വത്തിൽ രൂപം കൊടുത്ത വജ്റ എന്ന ഫിലിം സൊസൈറ്റിയുടെ സിക്രട്ടറിയായുള്ള പരിശീലനക്കളരിയാണ് സിനി മയെക്കുറിച്ചുള്ള കാഴ്ചപ്പാടുകൾക്ക് അടിത്തറ പാകിയത്. ഒരു ഫിലിം സൊസൈറ്റി പ്രവർത്തകൻ എന്ന നിലക്ക് സ്വാഭാവികമായും ബക്ക റിലേക്കും ജോണിലേക്കും ആകർഷിക്കപ്പെടാതിരിക്കാനാകില്ലായിരു ന്നു. 'കബനീ നദി ചുവന്നപ്പോൾ', 'അഗ്രഹാരത്തിലെ കഴുത' എന്നീ സിനിമകൾ കാഴ്ചപ്പാടിൽ അത്രയും വലിയ മാറ്റമാണുണ്ടാക്കിയത്. ഘട്ടക്കിന്റെ പ്രചാരകനായ ജോൺ എവിടെയുണ്ടായിരുന്നെങ്കിലും 'സത്യജിത് റേ യല്ല ഋത്വിക് ഘട്ടക്കാണ് നമ്മുടെ ആള്' എന്ന തിരു ത്തുണ്ടാക്കിയത് മധു മാഷായിരുന്നു. 'വജ്റ'യുടെ ആഭിമുഖ്യത്തിൽ ഘട്ടക് സിനിമകളുടെ പ്രദർശനം സംഘടിപ്പിക്കുന്നതിലേക്കത് നയിച്ചു. സുവർണ്ണരേഖയും മേഘം മറച്ച താരവും ഹൃദയത്തിന്റെ ഭാഗമായി. വെസ്റ്റ്ഹിൽ ഗീത തിയററിലായിരുന്നു പ്രദർശിപ്പിച്ചിരുന്നത്. മാഷിന്റെ ആയുഷ്ക്കാല സന്തത സഹചാരിയും അമ്മയിലെ നടനുമൊക്കെയായ കരിമ്പനപ്പാലം വാസുവായിരുന്നു എല്ലാറ്റിന്റെയും നട്ടെല്ല്. അച്ഛന്റെ സുഹൃത്തായിരുന്ന ഗീതാഞ്ജലി ഹരിദാസേട്ടന്റേതായിരുന്നു ഗീത തിയറ്റർ എന്നത് പ്രദർശനങ്ങളെ എളുപ്പമാക്കി.

കുട്ടിക്കാലത്തെ കുടുംബസമേതമുള്ള ചലച്ചിത്ര യാത്രകൾ മുഴുവനും വെസ്റ്റ്ഹിൽ ഗീതാ തിയറ്ററിൽ വച്ചായിരുന്നു. സത്യനും പ്രേംനസീറും ഷീലയും മധുവും ശാരദയും ഭാസിയും ബഹദൂറും ഒക്കെ നിറഞ്ഞാടിയ കാലം.ഗീത തിയറ്റർ ഇപ്പോൾ ഇല്ല. അത് പൊളിക്കപ്പെട്ടിടത്ത് ഏതോ ഹൗസിങ്ങ് കോംപ്ലക്സാണ് അവിടെ പകരം ഉയർന്നത്. ചലച്ചിത്ര ചിന്ത യിലുള്ള അക്കാലത്തിന്റെ ആവേശം നിറഞ്ഞ ചർച്ചകൾക്ക് സേതു, നിസ്സാർ അഹമ്മദ്, ചിന്ത രവീന്ദ്രൻ, ടി.കെ.രാമചന്ദ്രൻ എന്നിവർ മാർഗ്ഗദർശികളായി.

രവീന്ദ്രന്റെ 'സിനിമയുടെ രാഷ്ട്രീയം' ചലച്ചിത്ര ചിന്തയിൽ ഒരു പുതിയ സ്കൂളിന് തന്നെ അടിത്തറ പാകിയിരുന്നു. അതിന്റെ രാഷ്ട്രീയമായ ദിശാബോധം വിജ്ഞാനശാസ്ത്രപരമായ ഒരു വിച്ഛേദം തന്നെയായിരു ന്നു. ആ കോഴിക്കോടൻ സൗഹൃദക്കൂട്ടിൽ നിന്നും ആദ്യം സോവിയറ്റ് യൂണിയൻ സന്ദർശിക്കുന്നത് ചിന്ത രവീന്ദ്രനാണ്. ഗോർബച്ചേവിന്റെ പെരിസ്ട്രോയിക്കക്കും ഗ്ലാസ്സ്നോസ്റ്റിനും തൊട്ട് മുമ്പായിരുന്നു അത്. തിരിച്ചെത്തി സൈക്കോയുടെ തട്ടിൻപുറത്ത് പുലരുവോളം നീണ്ട ഒരു ചരിത്രം പറച്ചിലിൽ മുന്നറിയിപ്പുകൾ ഏറെയായിരുന്നു. 'സോവിയറ്റ് യൂണിയൻ ഇനി അധികകാലം ഉണ്ടാകില്ല' എന്നായിരുന്നു കഥാസാരം. സോവിയറ്റ് സോഷ്യൽ സാമ്രാജ്യം കൊഴിഞ്ഞു വീഴുമെന്ന് അമേരിക്ക ക്ക് പോലും ചിന്തിക്കാനാവാത്ത കാലമായിരുന്നു അത്. എന്നാൽ അതൊന്നും എഴുതാൻ ചിന്ത രവീന്ദ്രൻ ഒരിക്കലും തയ്യാറായിരുന്നില്ല. പലവട്ടം ചോദിച്ചിട്ടുമുണ്ട്. "എന്തിന് നമ്മുടെ നാട്ടിലെ പാവം കമ്മ്യൂണി സ്റ്റുകാരെ കുഴപ്പത്തിലാക്കണം" എന്നായിരുന്നു മറുപടി. ചിന്ത രവി എന്ന പേരിലെ ചിന്ത എന്ന കമ്മ്യൂണിസ്റ്റ് പട്ടത്തിന് പരിക്കേല്പിക്കുന്ന ഒന്നും രവിയേട്ടൻ ചെയ്യാറില്ലായിരുന്നു.

വൈകാതെ പെരിസ്ട്രോയിക്ക വന്നു, ഗ്ലാസ്സ്നോസ്റ്റ് വന്നു. ഇരുമ്പുമ റക്കുള്ളിൽ കുഴിച്ചിട്ട 'പണ്ടോറയുടെ പെട്ടികൾ' തുറക്കപ്പെടുക തന്നെ ചെയ്തു. ഭൂപടം അത് പലവട്ടം മാറ്റി വരച്ചു. പ്രവാചകർ പറഞ്ഞുവച്ചതിലും ഏറെയായിരുന്നു വന്നു ഭവിച്ചത്.

വരാനിരിക്കുന്ന ആസുരകാലത്തെക്കുറിച്ച് ഒട്ടേറെ മുന്നറിയിപ്പുകൾ നൽകിയ ചിന്തകനായിരുന്നു ടി.കെ. രാമചന്ദ്രൻ. ആരും കണക്കിലെ ടുക്കുക പോലും ചെയ്യാതിരുന്ന കാലത്ത് സംഘപരിവാറിന്റെ അധി കാരത്തിലേക്കുള്ള വരവ് ടി.കെ. സ്വന്തം പഠനങ്ങളെ ആസ്പദമാക്കി കൃത്യമായി നിരീക്ഷിച്ചിരുന്നു. ഒരാശങ്കയായി കൊണ്ടു നടന്നിരുന്നു. 2008 ൽ വിട പറയും മുമ്പ് ഒരു നാൾ ടി.കെ. സ്വന്തം കൈപ്പടയിൽ എഴുതിയ ഒരു കവിത തന്നു, തലക്കെട്ടില്ലാതെ ഒന്ന്. "അച്ചടിയ്ക്കാൻ കൊടുക്കട്ടേ" എന്നു ചോദിച്ചപ്പോൾ "അത് നീ വച്ചോ, എന്തു വേണമെങ്കിലും ചെയ്തോ"

എന്ന് പറഞ്ഞു. പ്രസിദ്ധീകരിക്കാൻ ശ്രമിച്ചപ്പോൾ അത് പത്രാധിപർ മടക്കി. അതിന്നും സൂക്ഷിക്കുന്നു. ടീക്കെ തന്ന മുന്നറിയിപ്പുകളോടുള്ള കടപ്പാടിന് 'പാതാളക്കരണ്ടി'യുടെ മുന്നറിയിപ്പായി അത് ചേർക്കുന്നു.

ഒരു കഥയാണ് ആകെ ജീവിതത്തിൽ എഴുതിയത്. 1984 ൽ. ആ വർഷത്തെ കോഴിക്കോട് മെഡിക്കൽ കോളേജ് മാഗസിനിലായിരുന്നു അത് : 'ചതുരങ്ങൾ'. അത് എന്റെ അനൗദ്യോഗിക 'മെഡിക്കൽ കോളേജ്' പഠനകാലമായിരുന്നു. മോഹൻ മാമുണ്ണിയായിരുന്നു സ്റ്റുഡന്റ് എഡിറ്റർ. മെഡിക്കൽ വിദ്യാർത്ഥികളായ ബ്രഹ്മപുത്രനും സുരേഷ്കുമാറും കൃഷ്ണകുമാറും ഇ.പി. മോഹനനും കുരിയാക്കോസും ബാബുവും ഐ.രാജനുമൊക്കെയായിരുന്നു അന്നത്തെ പ്രധാന കൂട്ട്. പത്രാധിപർ എന്ന അധികാരം മുന്നിലില്ലായിരുന്നു എന്നത് ഒരാകർഷണമായിരുന്നു

"നീയൊരു കഥയെഴുത് നമുക്കത് പ്രസിദ്ധീകരിക്കാം." എന്ന സുരേഷിന്റെ നിർദ്ദേശമാണ് ഉറക്കമിളച്ചിരുന്ന് 'ചതുരങ്ങൾ' എന്ന കഥ എഴുതാനിടയാക്കിയത്. 1984 ൽ നിന്നും 2021 ലേക്കുള്ള ഈ എടുത്തുചാട്ടം ഒരു സാഹസികയാത്ര തന്നെയായിരുന്നു എന്നു പറയാം. മഹാമാരിക്ക് നന്ദി. എഴുത്ത് പൂർത്തിയാക്കിയ ശേഷമാണ് കോവിഡ് പിടിപെട്ടതെങ്കിലും അതിനു നിമിത്തമായത് ഈ നീണ്ട അടച്ചുപൂട്ടലാണ്. വിപ്ലവ വിദ്യാർത്ഥി സംഘടനയുടെ മുഖപത്രമായിരുന്ന കോറസ്സിൽ ഒരു കവിത എഴുതിയിരുന്നത് ഓർക്കുന്നു. 'മഞ്ഞപ്പിത്തം' എന്നായിരുന്നു അതിന്റെ പേര് എന്നാണ് ഓർമ്മ. എല്ലാം മറവിയുടെ പാതാളത്തിലേക്ക് മറഞ്ഞു.

'പാതാളക്കരണ്ടി'യുടെ അവതാരിക എന്തായിരിക്കണം എന്നാലോചിച്ചപ്പോൾ പ്രിയ കവി സച്ചിദാനന്ദന്റെ 'നീതിയുടെ വൃക്ഷം' എന്ന കവിതയാണ് ഓർമ്മയിലേക്ക് വന്നത്. 1981 നവംബറിൽ വിപ്ലവ വിദ്യാർത്ഥി സംഘടനയുടെ സംസ്ഥാന സമ്മേളനത്തിന്റെ സമാപനച്ചടങ്ങിൽ ഒരു തോറ്റ പ്രത്യയശാസ്ത്ര യുദ്ധത്തിൽ തലതാഴ്ത്തി നിൽക്കുമ്പോഴാണ് രാജന്റെ ഓർമ്മക്ക് സമർപ്പിച്ച് സച്ചി 'നീതിയുടെ വൃക്ഷം' അവതരിപ്പിക്കുന്നത്. തോൽവിയുടെ പാതാളത്തിൽ നിന്നും പിടിച്ചു കയറാൻ കിട്ടിയ ഒരു തുമ്പ് പ്രത്യാശയായിരുന്നു അത്. "നീ മരിച്ചതിന് അവർക്ക് തെളിവുകളില്ല, പക്ഷേ നീ ജീവിച്ചിരുന്നതിന് ഞങ്ങൾക്ക് തെളിവുകളുണ്ട്" എന്ന് പാടി സമ്മേളനത്തിന് അഭിവാദ്യം ചെയ്യാനെത്തിയതായിരുന്നു കവി. കവിയൂർ ബാലൻ സിക്രട്ടറിയായ ജനകീയ സാംസ്കാരിക വേദിയുടെ പിൻവാങ്ങലിന് ശേഷമായിരുന്നു വിപ്ലവ വിദ്യാർത്ഥി സംഘടനയുടെ സമ്മേളനം. ഹരിദാസ് സിക്രട്ടറിയായ വിദ്യാർത്ഥി സംഘടനയുടെ സംസ്ഥാന സമിതിക്കും ആ പ്രത്യയശാസ്ത്ര യുദ്ധത്തിൽ പിടിച്ചു നിൽക്കാനായില്ല. ഭൂരിപക്ഷവും പാർട്ടി നിലപാടിന് ഒപ്പമായിരുന്നു. വയനാട്ടിലെ കേണിച്ചിറയിൽ നടന്ന മഠത്തിൽ മത്തായിയുടെ ഉന്മൂലനമായിരുന്നു ആ

വഴിത്തിരിവിന്റെ തുടക്കം. ആ ച്ഴിയിൽ സാംസ്കാരിക വേദിയും വിദ്യാർത്ഥി സംഘടനയും ഒക്കെ പാർട്ടി നേരിട്ട് വിഴുങ്ങുകയായിരുന്നു. 'ബൂർഷ്വാ ലിബറലുകൾ' എന്ന് പാർട്ടിയാൽ മുദ്രകുത്തപ്പെട്ടവർ പിൻവാങ്ങി. ചിതറി.

വേദിയുടെ പതനം തീർത്ത ഈ ശൂന്യതയിലാണ് ടി.എൻ. ജോയിയും ടി.കെ. രാമചന്ദ്രനും കോ- ഓഡിറ്റേർമാരായി കൊടുങ്ങല്ലൂർ സൂര്യകാന്തി കേന്ദ്രമായി സൊസൈറ്റി ഫോർ സോഷ്യലിസ്റ്റ് സ്റ്റഡീസ് എന്ന പുതുമയാർന്ന സംഘടനാ പരീക്ഷണം രൂപം കൊണ്ടത്. അതിന്റെ ഭാഗമായി ആലപ്പുഴ ചീങ്ങോലിയിൽ കായൽക്കരയിലുള്ള മൈത്രേയന്റെ തറവാട്ടിൽ, പൂർവ്വാശ്രമത്തിലെ ശ്രീനാരായണ ഗുരുകുലം ഉടച്ച് വാർത്ത് അന്റോണ്യോ ഗ്രാംഷി ഇൻസ്റ്റിറ്റൂട്ട് സ്ഥാപിക്കപ്പെട്ടു. ഗ്രാംഷി ഒരു വിട്ടുതലായിരുന്നു.അതുവരെയും മാർക്സ്, എംഗൽസ്, ലെനിൻ, സ്റ്റാലിൻ, മാവോ എന്നിങ്ങനെ നിർണ്ണയിച്ചു പോന്ന പരമ്പരക്ക് ഇറ്റലിയിൽ നിന്നും മുസോളിനിയുടെ കാലത്തെ തിരുത്ത്. കവിതയ്ക്കും തത്വചിന്തക്കും പ്രത്യയശാസ്ത്രയുദ്ധങ്ങൾക്കും ഗ്രാംഷി ഇൻസ്റ്റിറ്റ്യൂട്ട് ഉറക്കമേയില്ലാത്ത കമ്മ്യൂൺ ജീവിതകാലം തന്നെയായിരുന്നു. ശരിയാണ്, ആണുങ്ങൾ മാത്രമുള്ള കമ്മ്യൂൺ. അതായിരുന്നു എന്റെ സർവ്വകലാശാല.

സൊസൈറ്റിയിൽ ഒരു സ്ത്രീയായി ആരെ ഉൾപ്പെടുത്തണം എന്നത് അന്ന് കൊണ്ടു പിടിച്ച ചർച്ചയായിരുന്നു. തല മുതിർന്ന ചരിത്ര വനിതയായത് കൊണ്ട് മാ (മന്ദാകിനി) യെ ഉൾച്ചേർക്കുന്നത് വേണ്ട എന്ന് ആദ്യമേ തീരുമാനിച്ചു. പിന്നെ അജിത വേണം എന്നും വേണ്ട എന്നും പറഞ്ഞുള്ള ചേരിതിരിഞ്ഞ പക്ഷങ്ങൾക്ക് ഒരു തീരുമാനത്തിലെത്താനാവാത്തതിനാൽ അത് അനിശ്ചിതമായി നീട്ടിവയ്ക്കപ്പെട്ടു.അജിതയെ പുറത്തിരുത്തി ജീവിത പങ്കാളിയായ യാക്കൂബിനെ സൊസൈറ്റി അംഗമാക്കുന്നതിനും തടസ്സവാദങ്ങൾ ഉയർന്നു. സച്ചിദാനന്ദൻ, സേതു, ജോയ്, കവിയൂർ ബാലൻ, മൈത്രേയൻ, ബി.രാജീവൻ, കെ. രാജീവൻ, ബാബുരേന്ദ്രബാബു, രാമചന്ദ്രൻ മൊകേരി, പി.സി. രവി, ദേവസ്സിക്കുട്ടി, അരുൺ - ഞാനുൾപ്പെടെ എല്ലാവർക്കും ഒരു തീരുമാനം അസാധ്യമായിരുന്നു !

സൊസൈറ്റിയുടെ ഇനീഷ്യേറ്റീവായി സച്ചിയുടെ പത്രാധിപത്യത്തിൽ 'ഉത്തരം' മാസിക തുടങ്ങിയപ്പോൾ കോഴിക്കോട് - കൊടുങ്ങല്ലൂർ സൂര്യകാന്തി - ഇരിങ്ങാലക്കുട ബോധി - ചിങ്ങോലി - അതായിരുന്നു അന്നത്തെ റൂട്ട്. 1982 ജൂലൈ 14. സുബ്രഹ്മണ്യദാസിന്റെ ആത്മഹത്യയായിരുന്നു അക്കാലത്തെ ഏറ്റവും വലിയ ആഘാതം. ആത്മഹത്യാക്കുറിപ്പിലെ 'നാമൊരു തോറ്റജനതയാണ്" എന്ന മുറിവ് കെട്ടടങ്ങാത്ത അലയൊലിയായി എല്ലാവരുടെയും ജീവിതത്തിൽ.

കലാ വിമർശം - മാർക്സിസ്റ്റ് മാനദണ്ഡം എന്ന പുസ്തകത്തിന്റെ പ്രകാശനം വരെ അന്റോണ്യോ ഗ്രാംഷി ഇൻസ്റ്റിറ്റ്യൂട്ടിന്റെയും സൊസൈറ്റിയുടെയും പ്രവർത്തനങ്ങളും ചർച്ചകളും മുന്നോട്ടു പോയി. എന്നാൽ പുസ്തക പ്രകാശനത്തെ തുടർന്നുണ്ടായായ ചേരിതിരിവുകൾ സൈദ്ധാന്തിക പ്രയോഗത്തിന്റെ കൈവഴികളെ നാനാഭാഗങ്ങളിലേക്ക് ചിതറിച്ചു. സൊസൈറ്റി ഫോർ സോഷ്യലിസ്റ്റ് സ്റ്റഡീസും ഗ്രാംഷി ഇൻസ്റ്റിറ്റ്യൂട്ടും പതുക്കെ കാലയവനികക്കുള്ളിലേക്ക് മറഞ്ഞു. പരാജയപ്പെട്ട ആ 'ആൺകമ്മ്യൂൺ' പരീക്ഷണകാലത്താണ് ടി.എൻ. ജോയിയും ടീക്കെയുമൊക്കെ എത്ര വലിയ 'എഴുതാത്ത കവി'കളാണ് എന്ന് നേരിട്ടറിഞ്ഞത്. അന്നേ വലിയ കവിയായ സച്ചിദാനന്ദൻ ഒപ്പമുണ്ടായിരുന്നുവെങ്കിലും ടീക്കെയും ടീയെൻ ജോയിയും ഒക്കെ ആവിഷ്കാരങ്ങളിൽ കാട്ടിയ 'പറച്ചിലിന്റെ സൗന്ദര്യം' അച്ചടി സാഹിത്യത്തിൽ നിന്നും ലഭിക്കുന്ന ഉൾക്കാഴ്ചകളേക്കാൾ ആഴമേറിയതായിരുന്നു.

കവിയോടു ചോദിച്ചു,

"എഴുതേണ്ടതില്ലാത്ത ഒസ്യത്തിന്റെ അവകാശിയായി 'നീതിയുടെ വൃക്ഷം' ഞാനെന്റെ 'പാതാളക്കരണ്ടി'യുടെ അവതാരികയായി എടുത്തോട്ടെ" എന്ന്. 'ശ്മശാനമായി മാറിയ ദില്ലിയുടെ അശാന്തമായ മഞ്ഞുകാറ്റിൽ' നിന്നും തൽസമയം മറുപടി വന്നു : "സന്തോഷം." തൽക്കാലങ്ങകളുടെ കൂട്ടമറവികളിൽ നിന്നും മലയാളത്തെ ഉണർത്തിയി 'നീതിയുടെ വൃക്ഷം' കാത്തു സൂക്ഷിച്ച ആ കരുതലുകൾക്ക്, ജീവിച്ചകാലത്തിന് തിരിച്ചു നൽകാനുള്ള നേർച്ചയാണ് 'പാതാളക്കരണ്ടി'.

കോഴിക്കോട്ട് ബോധി ബുക്സ് കത്തി നിൽക്കുന്ന കാലത്താണ് ജോയ് മാത്യുവിന്റെ 'സങ്കടൽ' എന്ന നാടകത്തിന് അവതാരിക എഴുതുന്നത്. അപ്പോൾ ജോയ് പറഞ്ഞു "നീ എന്ത് വേണമെങ്കിലും എഴുതിക്കോ, കഥയോ നോവലോ തത്വചിന്തയോ എന്തും, ബോധി അത് അച്ചടിക്കും" എന്ന്. എന്നാൽ എന്തെഴുതണം എന്ന് അന്ന് തീരുമാനിക്കാനായിരുന്നില്ല. തീരുമാനിച്ചപ്പോഴേക്കും 'ബോധി' തന്നെയും കാലയവനികക്കുള്ളിലേക്ക് മറഞ്ഞു പോയി. അങ്ങിനെ വിശ്വസിച്ച് വാക്ക് നൽകുന്ന ഒരു സുഹൃത് -പ്രസാധകൻ ഉണ്ടായിരുന്നെങ്കിൽ എന്ന് പിന്നീട് പലപ്പോഴും ആശിച്ചിരുന്നു. ഉണ്ടായില്ല.

ഒരു പ്രസാധക തീരുമാനം കാത്ത് ച്യൂളിനിൽക്കേണ്ടിവരുന്നതിന്റെ ജാള്യത മറികടക്കാൻ പഴയ പ്രസാധക സുഹൃത്തായ ഹാർവെസ്റ്റ് സുരേഷിനോടാണ് ഈ ആഗ്രഹം ആദ്യം പറഞ്ഞത്. ഒരു ലിറ്റ്മസ്സ് ടെസ്റ്റിന് കാത്തുനിർത്താതെ ഇൻസൈറ്റ് പബ്ലിക്കയുടെ സുമേഷ് പ്രസാധനം ഏറ്റെടുത്തു.

അഞ്ചു ചെറുഭാഗങ്ങളാണ് 'പാതാളക്കരണ്ടി' ക്ക്. ഓരോ ഭാഗത്തിനും ഓരോ കവർ അടക്കം ആറ് കവറുകൾ സങ്കല്പിച്ചു. ചിത്രശില്പ സുഹൃത്തുക്കളായ നാരായണ ഭട്ടതിരി, കെ.കെ. മുരളീധരൻ, ദ്വിജിത്ത്, ജോൺസ് മാത്യു, ജയറാം രാമചന്ദ്രൻ, എന്നിവരോട് ആശയം പങ്കുവച്ചു. മകൾ മുക്തയുടെ വാതിൽ പരമ്പരയിൽ നിന്നുള്ള ഒരു ഫോട്ടോഗ്രാഫ് വച്ചും ഒരു കവർ ആലോചിച്ചു. ആദ്യം കിട്ടിയത് ജോൺസ് മാത്യുവിന്റെയും കെ.കെ. മുരളീധരന്റെ ദ്വിജിത്തിന്റെയും ചിത്രങ്ങളായിരുന്നു. ദ്വിജിത്ത് തന്നെ അത് കവറായി ഡിസൈൻ ചെയ്തു. പിറകെ ജയറാമിന്റെയും ഒടുവിൽ നാരായണ ഭട്ടതിരിയുടെ നാല് അക്ഷരശില്പങ്ങളും കിട്ടി. ഓരോന്നും ഓരോ പാതാളക്കാഴ്ചകൾ.

2021 മെയ് 22 മാതൃഭൂമിയിൽ നിന്നും വിരമിക്കാനാരിക്കെ മെയ് 23 ന് പുസ്തക പ്രകാശനം നടത്താനായിരുന്നു ആലോചന. ഒരു സ്വാതന്ത്ര്യ പ്രഖ്യാപനം. അത്രമാത്രം : തൊഴിൽ അവസാനിക്കുന്നിടത്താണ് ജീവിതം തുടങ്ങുന്നത് എന്ന കാൾ മാർക്സ് വചനത്തോടുള്ള ഇഷ്ടത്തിന്റെ ഓർമ്മക്ക്. 35 വർഷത്തെ മാധ്യമ ജീവിതത്തിൽ എങ്ങിനെ അതിജീവിച്ചു എന്നത് സങ്കീർണ്ണമായ ഒരു ചോദ്യമാണ്. ഏത് ജോലിയിലായാലും പിടിച്ചു നിൽക്കൽ ഒരു ഞാണിന്മേൽക്കളിയാണ്. "വായിൽ എല്ലുള്ള നായ കുരയ്ക്കാറില്ല" - എന്ന ആഫ്രിക്കൻ പഴമൊഴി എന്നും ഒപ്പം സഞ്ചരിച്ചിട്ടുണ്ട്. ഏല്ലാ അതിജീവനവും എത്രയോ മൗനങ്ങളുടെ കൂടി കഥയാണ് എന്നത് ഓർമ്മപ്പെടുത്തുന്നു.

അവരവരുടെ അധോലോകത്ത് പടുത്തുയർത്തപ്പെടുന്ന സമാന്തര ജീവിതത്തിൽ നിന്നും എപ്പോഴെങ്കിലും പുറത്തു വരേണ്ടതുണ്ട്. എന്നും ഏതെങ്കിലും അധികാരത്തിന് കീഴെ ജീവിക്കുന്നതിൽ നിന്നുള്ള വിടുതൽ തന്നെ സ്വാതന്ത്ര്യം. അത് മറ്റൊരു കഥ. അച്ചടിച്ച ഓർമ്മചരിതങ്ങളിൽ അതില്ല.

കേരളം രണ്ടാം ലോക്ഡൗണിലേക്ക് കടന്നതോടെ നോവൽ പ്രകാശനച്ചടങ്ങ് അസാധ്യമായി. മെയ് 23ന് ഷഷ്ടിപൂർത്തി ഓർമ്മിസ്കത്തക്കതാക്കാൻ പിന്നെ ഒരു വഴിയെ കണ്ടുള്ളു. 'പാതാളക്കരണ്ടി' യുടെ ഒരു കവർ പ്രിയതാരം മമ്മൂട്ടിയെക്കൊണ്ട് ഫെയ്സ്ബുക്കിൽ പ്രകാശനം ചെയ്യിക്കുക. അദ്ദേഹം അതേറ്റു. ആർട്ടിസ്റ്റ് കെ.കെ.മുരളീധരൻ വരച്ച് ദ്വിജിത്ത് കാലിഗ്രാഫി ചെയ്ത കവറാണ് പ്രകാശനം ചെയ്യപ്പെട്ടത്.

കണ്ണു തുറന്നു നോക്കിയപ്പോൾ പഴയലോകം എന്നോ ഇല്ലാതായിക്കഴിഞ്ഞിരിക്കുന്നു. പടിഞ്ഞാറെ നടക്കാവിലെ പഴയ വീട്ടുമുറ്റത്ത് കുട്ടിക്കാലത്തിനൊപ്പം വളർന്ന് വന്ന മഹാഗണി ഇപ്പോഴില്ല. ജേഷ്ഠൻ കിഷൻചന്ദും അനിയൻ നവീൻചന്ദും പുതിയ വീടുകൾ വച്ച് കുടുംബമായി ആ മണ്ണിലുണ്ട്. ആരോ വാങ്ങിയ ഭാസ്കരൻ വല്യച്ഛന്റെ വീട് കാട്ടുപിടിച്ച്

പൊളിയ്ക്കപ്പെടാതെ വീഴാൻ കാത്തു നിൽക്കുന്നു. മാണിക്യമ്മ ബേബേച്ചിക്ക് മുന്നിൽ പ്രത്യക്ഷപ്പെട്ട കിണർ ഇടിഞ്ഞ് തൂർന്ന് അടഞ്ഞു. രാഘവൻ വല്യച്ഛന്റെ വീടുണ്ടായിരുന്നിടത്ത് മകൻ ജേഷ്ഠൻ ബാബുരാജ് സിങ് പുതുക്കിപ്പണിത പഴയവീടിന്റെ ഓർമ്മയിൽ ഇപ്പോൾ ആ ഏട്ടൻ മാത്രമായി. വിറ്റു പോയ മറ്റു സഹോദരങ്ങളുടെ സ്ഥലങ്ങളിൽ പുതിയ ആൾക്കാർ വന്നു. പുതിയ ജീവിതം വന്നു. പുതിയ അതിരുകൾ വന്നു. ആ പഴയ കാലം കണ്ട കണ്ണുകളായി ഒരു മരവും ഇനി ബാക്കിയില്ല. മാനാഞ്ചിറ പഴയ മാനാഞ്ചിറയല്ല, എല്ലാം അടിമുടി മാറിക്കഴിഞ്ഞു. പോയകാലത്തിന്റെ ഓർമ്മകൾ ഉണ്ടായിരുന്നവർ പോലും അപ്രത്യക്ഷരായി. പഴയ ഓർമ്മച്ചിത്രങ്ങൾ നിറച്ചും ഇപ്പോൾ ഭൂമിയിലില്ലാത്തവരുടെ ശവഘോഷയാത്രകളാണ്. കരുതിവച്ച ചിത്രസ്മരണകൾ മറവിയുടെ പൂപ്പ് പിടിച്ച് കാലത്തിന് വളമാകുന്നു. എല്ലാം തിരിച്ചറിയാത്തവണ്ണം മാറിക്കഴിഞ്ഞു. ഒഴുകുന്ന മേഘങ്ങൾ പോലെ എല്ലാം കാലാകാശത്തിൽ മായുന്നു. പാതാളങ്ങൾ ഏകാന്തമായി രഹസ്യങ്ങൾ കാത്തു സൂക്ഷിക്കുന്നു. നിശബ്ദമായി മരണത്തിലേക്ക് വഴുതി വീഴുന്നവരായി ചുറ്റിനും. ഓർമ്മകൾ തുടച്ചു നീക്കപ്പെടുകയാണ്. ഓർമ്മയില്ലാതാവുന്നത് തന്നെ മരണം. ആർക്കറിയാം ഓർമ്മകളെ കാർന്നുതിന്നുന്ന ഈ മഹാമാരി എന്നടങ്ങും എന്ന്? പാതാളത്തിലെന്നോളമുള്ള ഒരു ശ്വാസംമുട്ടൽ എല്ലാവരും ഈ കാത്തിരുപ്പിൽ അനുഭവിക്കുന്നുണ്ട്.

'പാതാളക്കരണ്ടി' ഒരാത്മകഥയല്ല, പിന്നിട്ട വഴികളുടെ മുറിപ്പാടുകൾ അതിൽ ചോര വീഴ്ത്തുന്നുണ്ട് എന്നു മാത്രം. ശരിയാണ്, മനുഷ്യർ ഓർമ്മ ജീവികളാണ്. അവർ അപ്പം കൊണ്ട് മാത്രമല്ല ജീവിക്കുന്നത്. ക്രിസ്തുയേശുവിന്റെ ഓർമ്മപ്പെടുത്തൽ കാലത്തിന് മുകളിലുമുണ്ട്. എന്നാൽ ഓർമ്മകൾ കൊണ്ട് മാത്രവുമല്ല മനുഷ്യർ ജീവിക്കുന്നത്. ഓർമ്മകളേക്കാൾ മറവികൾ കൊണ്ടാണ് ജീവിച്ചു പോകുന്നത്. ഒന്ന് അടിവരയിട്ടു പറഞ്ഞാൽ കൂട്ടമറവികൾ കൊണ്ട് പണിത ഒരു ജീവിവശമാണ് മനുഷ്യർ. മറവി കൊണ്ട ഓർമ്മയുമായി മാത്രം ജീവിക്കുന്നവർ.

അവസാനമായി ഒരു നന്ദി കൂടി. ഏതൊരെഴുത്തും പിൻവാങ്ങലിന്റെ ഒരു പാതാളവാസം ആവശ്യപ്പെടുന്നുണ്ട്. അല്ലാതെ അത് അസാധ്യമാണ്. മഹാമാരി നിർമ്മിച്ച അടച്ചുപൂട്ടൽ കാലത്ത് മൂന്നാൾ മാത്രമുള്ള ഒരു വീട്ടിൽ അങ്ങിനെയൊരു പിന്മാറ്റം ഉണ്ടാക്കുന്ന ശൂന്യതകൾ വലുതാണ്. പുറത്തേക്ക് വേറെ വഴിയുമില്ലായിരുന്നു. അടച്ചുവച്ച 'പണ്ടോറയുടെ പെട്ടികൾ' ചികഞ്ഞ് ഓർമ്മയുടെ പാതാളത്തിലേക്ക് അപ്രത്യക്ഷമായ കാലത്തെ കോർത്തെടുക്കാൻ 'പാതാളക്കരണ്ടി'യും മനസ്സിലേറ്റിയുള്ള ഒരു യാത്രയായിരുന്നു പിന്നീട്. പാപ്പാത്തിയും ദീദിയുമാണത് സഹിച്ചത്. രണ്ടു പേർക്കും നന്ദി.

കഥ തുടരുമ്പോൾ, ബോധശൂന്യമായ പിന്നിട്ട യാത്രകളിൽ ഉറങ്ങിപ്പോയില്ലായിരുന്നെങ്കിൽ എന്ന് തോന്നിച്ച നഷ്ടനിമിഷങ്ങൾ മുന്നിലെപ്പോഴും അശരീരിയായി ഉയിർന്നുപൊങ്ങാറുണ്ട്. ഓർമ്മയുടെ പാതാളങ്ങളിലേക്ക് പുറപ്പെട്ട് പോയ വാക്ക് അടിത്തട്ടിലെവിടെയോ നങ്കൂരമിട്ട നിന്നു. എഴുതാൻ മറന്ന പാതാളക്കാഴ്ചകൾ തെളിയുകയായിരുന്നു അപ്പോൾ. അതെ, 'പാതാളക്കരണ്ടി' ഞാനൊറ്റക്ക് എഴുതിയതല്ല. പിതൃക്കൾ അവരുടെ പാതാളങ്ങളിൽ കരുതിവച്ച കാഴ്ചകൾ ഞാൻ വിളക്കിച്ചേർത്തു എന്നു മാത്രം.

ഈ യാത്രയിൽ ഒപ്പമുണ്ടായിരുന്നവർക്കും ഇല്ലാതിരുന്നവർക്കും നന്ദി. എല്ലാവരും ഒരേ കപ്പലിലായിരുന്നു, തെസ്യൂസിന്റെ കപ്പലിൽ. കാറ്റും കോളും നിറഞ്ഞ കടലിലൂടെ യാത്രപുറപ്പെട്ട കപ്പലിലേക്ക് ആരും തിരിച്ചെത്തുന്നില്ല.

ഓർമ്മകൾ ഉണ്ടായിരിക്കട്ടെ.

പ്രേംചന്ദ്

നീതിയുടെ വൃക്ഷം

(1982)

സച്ചിദാനന്ദൻ

1

ഇവിടെ ഒരു കാറ്റാടിമരം നടുക
ഭ്രാന്തുപിടിച്ചു മരിച്ച അമ്മൂമ്മയുടെ ഓർമ്മയ്ക്ക്
ഇവിടെ ഒരുചെറുനാരകം നടുക
വെള്ളം കിട്ടാതെ മരിച്ച അച്ഛന്റെ ഓർമ്മയ്ക്ക്
ഇവിടെ ഒരു അശോകത്തെ നടുക
ആത്മഹത്യ അപഹരിച്ച ഓപ്പോൾക്ക്

2

രക്തസാക്ഷിയുടെ ചോരകൊടുത്തു വളർത്തിയ
നീതിയുടെ വൃക്ഷം നാമെവിടെ നടും?
പള്ളിമുറ്റത്തെ ക്രിസ്തുമസ് മരത്തിൽ
ഒരു പൂപോലുമില്ലല്ലോ
കോടതിമുറ്റത്തെ കുരിശിന്റെ
പച്ചയിലകൾ കരിഞ്ഞിരിക്കുന്നല്ലോ
ഒരിക്കൽക്കൂടി വഞ്ചിക്കപ്പെട്ട സഹോദരാ,
നിന്നെ കൊന്ന നിയമം ഇതാ
വിശുദ്ധന്റെ വസ്ത്രമണിഞ്ഞ്
പാപികൾക്കു മാപ്പു നല്കുന്നു.

ന്യായാധിപർ കൈ കഴുകുന്നു
നീ മരിച്ചതിന് അവർക്ക് തെളിവുകളില്ല
പക്ഷേ, നീ ജീവിച്ചിരുന്നതിന്
ഞങ്ങൾക്ക് തെളിവുകളുണ്ട്.
അരുൺ, ശശി, ഉദയൻ, ജോയ് മാത്യു,
പ്രവീൺ, പ്രേംചന്ദ്, രാമകൃഷ്ണൻ...
ഓരോരുത്തരും ഓരോ നിമിഷവും
ഞങ്ങൾ മറക്കുകയില്ല
ഞങ്ങൾ ജീവിച്ചിരിക്കുന്ന കാലത്തോളം
സിംഹാസനങ്ങളിലും കവചിതവാഹനങ്ങളിലും
നിന്റെ കൊലയാളികൾ സ്വസ്ഥരായിരിക്കുകയില്ല.
ഞങ്ങൾ പൊയ്പ്പോയാലും,
മനു, ആദിത്യൻ, സബിത, ബുദ്ധി, ബിമൽ,
കൊച്ചുമക്കളെ, നിങ്ങൾ മറക്കരുത്
കഴുമരങ്ങളുടെ രാത്രികൾ
കെട്ടിത്താഴ്ത്തപ്പെട്ട ശവങ്ങൾ
ഉന്മാദത്തിന്റെ പൗർണ്ണമിയിലും
ആത്മഹത്യയുടെ അമാവാസിയിലും
അഭയം തേടിയ യൗവനങ്ങൾ
പറയൂ, ഞങ്ങൾ മാപ്പു തരില്ല,
തടങ്കൽപാളയങ്ങളും ചാരവലയങ്ങളുമില്
ലാത്ത
കാലം വരുവോളം
ഞങ്ങളുടെ പരമ്പരകൾ കീഴടങ്ങുകയില്ല.
വെട്ടേറ്റു വാടുന്ന നീതിയുടെ വൃക്ഷമേ,
ഒരിലയിൽ ഒരു വരിയെങ്കിലുമെഴുതി
കാറ്റിൽ താഴെയിടൂ.
ഭീരുവിന്റെ നിശബ്ദമായ ആകാശം
ഒരു പെരുമഴയുടെ ശീല്ക്കാരംകൊണ്ടു ഭേദിക്കു.

3

ഇവിടെ ഒരു പാലമരം നടുക,
രക്തസാക്ഷിയുടെ ആത്മശാന്തിക്ക്,
ഇവിടെ ഒരു കാഞ്ഞിരം നടുക
ഞങ്ങളിന്നോളമറിഞ്ഞ നീതിയുടെ

മധുരം നിറഞ്ഞ ഓർമ്മയ്ക്ക്:
ഇവിടെ, ചുടലച്ചാരം പൂശി നൃത്തം f നിമിഷവും ശ്മശാന
മായി മാറിക്കൊണ്ടിരിക്കുന്ന
നമ്മുടെ ഭൂമിക്ക്,
നമ്മുടെ മനസ്സിന്:

(അടിയന്തരാവസ്ഥയിൽ വിദ്യാർത്ഥിയായ രാജൻ കൊല്ലപ്പെട്ട കേസിൽ പ്രതികളെ വെറുതേവിട്ടുകൊണ്ട് വിധി വന്നപ്പോൾ എഴുതിയത്)

'നീതിയുടെ വൃക്ഷം' എന്ന എന്റെ കവിത പ്രിയ സുഹൃത്ത് പ്രേംചന്ദിന്റെ 'പാതാളക്കരണ്ടി'യുടെ അവതാരികയായി ജന്മമെടുക്കുന്നതിൽ സന്തോഷം, സ്നേഹം.

കെ. സച്ചിദാനന്ദൻ

ദില്ലി, ഒരു ശ്മശാനം.

02 മെയ് 2021

അന്ത്യസന്ദേശം

ടി.കെ. രാമചന്ദ്രൻ

തലയുടെ ഒരു തുണ്ടിൽ വേദന പൊട്ടി
അതിലൊരു കാപ്പിരി
പെരുമ്പറ കൊട്ടി
ഒരു കരിമുലയിളകും ജൃംഭിതതാളം
നർത്തകീ പാദ ദ്രുത തരചലനം....
ഇത് രക്തസാക്ഷിത്തങ്ങൾക്കും
കുരിശുമരണങ്ങൾക്കും
പറ്റാത്ത കാലം.
കണ്ണുകളിൽ പടരുന്ന തിമിരത്തിന്റെ
വെളുത്ത പാടയായി,
രക്ത പരിശോധനാ റിപ്പോർട്ടിലെ
വർദ്ധിച്ചു വരുന്ന പഞ്ചസാരയുടെ കണക്കായി,
കാൽമുട്ടുകളിൽ പടർന്നു കയറുന്ന വാതത്തിന്റെ മരവി
പ്പായി,
ധ്വനികളിൽ അടിഞ്ഞുകൂടുന്ന കൊഴുപ്പായി,
മർമ്മങ്ങളിലോരോന്നിലായി
പെരുവിരലമർത്തി രസിക്കുന്ന
വാർദ്ധക്യമായി,
അല്ലെങ്കിൽ പെട്ടെന്നൊരു നാളിൽ
തൊണ്ടയിൽ കത്തിരിപ്പൂട്ടു മുറുക്കുന്ന

അർബുദത്തിന്റെ ആസുരകോശങ്ങളായി
മാത്രം, മരണം കടന്നു വരുന്ന കാലം.
ആവേശം രക്തസമ്മർദ്ദമായും
ആസക്തി അശ്ലീലമായും മാറുമ്പോൾ
വിപ്ലവസ്വപ്നങ്ങൾക്ക
ഉന്മാദത്തിന്റെ ഛായ വരുന്നത്
സ്വാഭാവികം മാത്രം.

[അടിയന്തരാവസ്ഥക്കാലത്താണ് ടി.കെ. ഇത് എഴുതിയത് എന്ന് ബാലചന്ദ്രൻ ചുള്ളിക്കാട് ഫെയ്സ് ബുക്കിൽ ഇത് പങ്കുവച്ചപ്പോൾ ഓർമ്മിപ്പിച്ചിരുന്നു. കൈമാറിയത് 2007 - 2008 കാലത്ത് എപ്പോഴോ.]

ഭാഗം ഒന്ന്:

കുട്ടിയുടെ പുസ്തകം

പാതാളക്കരണ്ടി

"അമ്മേ" കുട്ടി വിളിച്ചു.

നെല്ലിപ്പടിയോളം താഴ്ന്ന് പാതാളവാതിലുകൾ തുറന്ന് ഒരു കുമിള അപ്പോൾ ആകാശത്തെ ചുംബിച്ചു.

മരിച്ചനക്ഷത്രങ്ങൾ ദുഃസ്വപ്നങ്ങളിലേക്ക് പൊടിഞ്ഞു വീഴുന്ന ആ പുലർച്ചയിൽ ഒരിരുണ്ട തുരങ്കത്തിലേക്ക് ആരോ തന്നെ തള്ളിയിട്ടതായി കണ്ട് കുട്ടി ഞെട്ടിയുണർന്നു. മിന്നിമറയുന്ന ഓർമ്മകളുടെ ഒരു നിലയില്ലാക്കയത്തിലേക്കുള്ള വീഴ്ചയായിരുന്നു അത്. അറ്റം കാണാതെ അത് നിശ്ചലമായി.

കണ്ണു തുറന്നപ്പോൾ ബോധശൂന്യമായി കുതിക്കുന്ന തീവണ്ടി പുറത്തെ ഇരുട്ട് മുറിച്ചു കടക്കുന്നതിന്റെ കിതപ്പ് കാതിലടിച്ചു. നെഞ്ചിടിപ്പ് കൂടി ശ്വാസം മുട്ടി. ശീതക്കാറ്റിൽ ചുരുണ്ടുകൂടാൻ പുതപ്പ് പരതിയ കൈകൾ മരവിച്ചു. ഉടൽ വിറച്ചു.

അശരീരികൾ നേർത്ത നിലവിളികളായി കാതിൽ നിറയുകയാണ്.

"കുട്ടീ, വേഗം. വേഗമെണീറ്റോ. പിന്ന്യൊന്നിനും സമയംകിട്ടില്ല."

അമ്മമ്മടെ ശബ്ദമാണ്. പുഴയിലെ കുളിയും കഴിഞ്ഞ് കാച്ചിയ വെളിച്ചെണ്ണയുടെ സുഗന്ധവും പരത്തി, തലയും തോർത്തി വരുന്ന നേരത്തെ ഉണർത്തുവിളിയാണത്.

"ഇങ്ങിനെ ഉറങ്ങല്ലേ കുട്ടീ, മതി."

അടുത്ത നിമിഷം എല്ലാം നിശബ്ദമായി. ഒരു കാറ്റു തന്നെ കോരിയെടുത്ത് പറമ്പിലെ കിണറ്റിങ്കരയിൽ കൊണ്ടുചെന്ന് നിർത്തി. തൂങ്ങിയാടുന്ന

കപ്പിയിന്മേൽ ബക്കറ്റ് കാണാനില്ല. ഒരു പാതാളക്കരണ്ടി അവിടെ ചൂണ്ണ നിൽക്കുന്നു.

ഞെട്ടറ്റപോലെ അടുത്ത കാറ്റിൽ അത് താഴേക്ക് വീണു. ജലമുഴക്കത്തിൽ കുറ്റിക്കാട്ടിൽ പതിയിരുന്ന പൂച്ചകൾ പടയൊരുക്കം നിർത്തി കാതുകൂർപ്പിച്ചു. ചെമ്പരത്തികൾ വിറച്ചു. കിണറ്റിന്നടിയിൽ നിന്നും അമ്മമ്മ പുറത്തേക്ക് വരികയാണ്.

നേരിയ ചൂടുള്ള നീരാവി ആദ്യമുയർന്നു. പിറകെ മുടിയഴിച്ചിട്ട ഒരു മേഘമായി അവരാകാശത്തേക്ക് പടർന്നുയർന്നു. ഒരു വാൽനക്ഷത്രം കാർമേഘങ്ങൾക്കിടയിലൂടെ കടന്നു പോകുന്നത് തെളിഞ്ഞു കണ്ടു.

ആകാശം മേഘക്കൈകൾ നീട്ടി. കുട്ടിക്കപ്പോൾ എഴുന്നേൽക്കാനായില്ല. മുറ്റത്ത് പൂത്ത് നിൽക്കുന്ന മാന്തലപ്പുകളിലേക്ക് പടർന്ന് മേഘരൂപം കോടമഞ്ഞിൽ അലിഞ്ഞു.

കുട്ടി കണ്ണുകൾ ഒന്നുകൂടി ഇറുക്കിയടച്ചു. കണ്ണടച്ചാലും എല്ലാം കണ്ണ് തുറന്നു വച്ചത് പോലെ തന്നെ കാണാം. പുഴക്കരയുടെ ഇരുണ്ടമാളങ്ങളിൽ നിന്നും ഞണ്ടുകൾ തലയിട്ട് പുറത്തേക്ക് നോക്കി. പുതപ്പിനടിയിലേക്ക് ഒന്നുകൂടി നൂണ്ട് പോകുമ്പോഴും അമ്മമ്മ എപ്പോഴാണ് തിരിച്ചു വന്നത് എന്ന് കുട്ടിയ്ക്ക് മനസ്സിലായില്ല.

ചകിരിയിൽ പൊതിഞ്ഞ്, ചന്ദനവും കർപ്പൂരവും കത്തിച്ചിറക്കിയപ്പോൾ ചുകന്ന പട്ട് പുതപ്പിച്ച ആ ദേഹം ഒരു വെളുത്ത പുകയായി പറന്നുയരുന്നത് കണ്ടു നിന്നതാണ്.

"കുട്ടീ" എന്ന ആ നീട്ടിവിളിയും കാതിലുണ്ട്.

അശരീരി പോലെ ആ വാക്കുകൾ വീണ്ടും കാതിൽ അലയടിച്ചു.

"കുട്ടീ, നാളെയവർ നമ്മുടെ വീട് പൊളിയ്ക്കും. എന്നെ നീയവിടെ മറന്നു വയ്ക്കില്ലല്ലോ?"

അശരീരികൾ കാതിൽ നിറഞ്ഞു.

"നാം കാഴ്ചകൾ കണ്ട ജനലുകൾ, ഇനിയുണ്ടാകില്ല. പൊളിച്ചു കഴിഞ്ഞാൽ എല്ലാം വെറും കല്ലും മരവും മണലും മാത്രമാകും."

കണ്ണു തുറന്നപ്പോൾ അമ്മമ്മയില്ല. രാത്രി ഉറങ്ങിപ്പോയപ്പോൾ കണ്ട അതേ പരിപാടി ടെലിവിഷനിൽ ആവർത്തിക്കുന്നു. അടിയന്തരാവസ്ഥയുടെ പാഠങ്ങൾ ഓർമ്മപ്പെടുത്തുകയാണ് അവതാരക. ഉള്ളിലെവിടെയോ ഒരു വിങ്ങൽ കുരുങ്ങിക്കിടന്നു.

"മഞ്ഞുമലയുടെ ഒരറ്റം മാത്രം കണ്ട് കൊണ്ടുള്ള ഈ അന്ധജീവിതം നമ്മെ എങ്ങോട്ടാണ് നയിക്കുന്നത്? ഉയരങ്ങളിലേക്കുള്ള

ആർത്തിപിടിച്ച കുതിപ്പിൽ നാം നമ്മുടെ തന്നെ ഇരുട്ടായി മാറുന്നു. ഒരു സൃഷ്ടിയെന്ന നിലക്ക് എന്തു പരാജയമാണ് നാം?"

പാതിയുറക്കത്തിൽ കേട്ട വാക്കുകൾ തലച്ചോറിലേക്ക് നേരിട്ട് കിനിഞ്ഞിറങ്ങിയിരുന്നു. എല്ലാം മുമ്പെപ്പോഴോ കേട്ടിരുന്നത് പോലെ. അസമയത്ത് ഞെട്ടിയുണർന്നാലുള്ള പ്രശ്നമാണിത്. ഓർമ്മയുടെ അതിരുകൾ കൂട്ടിയോജിപ്പിക്കാൻ പറ്റില്ല.അത് പോലെ ദുസ്സഹമായി മറ്റൊന്നുമില്ല. മരിച്ചവർ ജീവിച്ചിരിക്കുന്നവരുടെ ശ്വാസത്തിൽ ഉയിർത്തെഴുന്നേൽക്കുന്ന നേരമാണത്. അവരുടെ സ്വപ്നങ്ങൾക്ക് പടർന്നു കയറാൻ പാകത്തിൽ പൂട്ടിട്ടു പൂട്ടിയ മനസ്സിന്റെ വാതിലുകൾ താനേ തുറക്കും. അശരീരികൾ തൊട്ടു വിളിക്കും. ഓർമയിൽ മാത്രം നിലനിൽക്കുന്ന നാട്ടും വീട്ടും പേറിയുള്ള യാത്രകൾ അവിടെ തുടങ്ങുന്നു.

കുട്ടി മനസ്സിൽ കണക്ക് കൂട്ടി നോക്കി. പുറപ്പെട്ട് പോയിട്ട് എത്രയായയെന്ന്. എത്ര കൂട്ടിയിട്ടും അത് പിടികിട്ടിയില്ല. ഒന്നും ഒന്നും രണ്ടായിരിക്കുന്ന കാലത്തിന്റെ കണക്ക് നഷ്ടപ്പെട്ട് കഴിഞ്ഞിരിക്കുന്നു. ചുമരിൽ ഒരു ഛായാപടമായി തൂങ്ങി നിന്ന് എവിടുന്ന് നോക്കിയാലും അങ്ങോട്ട് തിരിച്ചു നോക്കുന്ന അമ്മമ്മയുടെയും അമ്മച്ഛന്റെയും നോട്ടം പിന്തുടരുന്ന ഓർമ്മയാണ്. പിറകുവശം ചിതലരിച്ച് ദ്രവിച്ച ആ ഛായാപടത്തിന്റെ അരികുകളിലൂടെ ഉറുമ്പുകളും ചിതലുകളും അരിച്ചു നടക്കുന്ന കാഴ്ച എന്നും വേദനയായിരുന്നു.

"അതിനി നന്നാക്കി എടുക്കാനാവില്ല. തൊട്ടാൽ പൊടിഞ്ഞു പോകും. നമുക്കത് പോലൊന്ന് വേറെ ഉണ്ടാക്കാം."

തീരുമാനം അച്ഛന്റേതായിരുന്നു.

നിലയ്ക്കാത്ത ശ്വാസങ്ങൾ ഉപേക്ഷിച്ചു പോന്നത് പോലെ തോന്നി കുട്ടിക്ക്.

ഓർമ്മയിലേക്ക് പൊടിഞ്ഞു പോയ ഛായാപടം പിന്നെയൊരിക്കലും കൂട്ടിയോജിപ്പിക്കാനായില്ല. തിരിച്ചെടുക്കാനാവാത്തത്ര ആഴത്തിലേക്കാണ് കാലത്തിന്റെ നിശബ്ദഘാതകർ ഹൃദയങ്ങൾ രാകി മുറിച്ചിടുന്നത്. പാതാളക്കരണ്ടിയുടെ കൊളുത്തുകളിൽ കുരുങ്ങാതെ അത് മറവിക്ക് വളമാകുന്നു.

എഴുന്നേൽക്കുന്നത് പിന്നെ കിടന്നിടത്തേ അല്ല.

മാണിക്യം

“അമ്മമ്മേ എന്തൊക്ക്യോ ശബ്ദം കേക്കുന്നില്ലേ?”

“ആ, അത് വീട് കൂർക്കം വലിയ്ക്കുന്ന ശബ്ദാ. മോനുറങ്ങിക്ക്യോ.”

“വീട് കൂർക്കം വലിക്ക്യോ?”

“പിന്നെ. ദു:സ്വപ്നം കാണുമ്പം ആരും കൂർക്കം വലിയ്ക്കും. വീടിനും വേണ്ടേ ഒന്നുറങ്ങ്വാ. പ്രേതങ്ങളാ അട്ടത്തിരുന്ന് ശബ്ദമുണ്ടാക്കി ഉറക്കം കെടുത്താൻ നോക്കുന്നത്. മോനുറങ്ങിക്കോ. ഇപ്പം അതിനൊന്നും ചെവികൊടുക്കണ്ട.”

“അട്ടത്ത് പ്രേതങ്ങളുണ്ടോ അമ്മമ്മേ.”?

“പിന്നെയില്ലാതെ” !

“അവര് നമ്മളെ കാണ്വോ.”?

“പിന്നെ.അവര് നമ്മളെ കാണും. കേൾക്കും. നമ്മളുറക്കത്തിൽ ചിന്തിക്കുന്നതെന്തെന്ന് പോലും അവർക്കറിയാൻ പറ്റും.”

“അതെന്താ പ്രേതങ്ങൾ ദൈവങ്ങളാണോ”?

“ഏയ്. ദൈവങ്ങളാകാൻ ആർക്കും പറ്റില്ല. ഗതി കിട്ടാത്ത ആത്മാക്കളാണ് പ്രേതങ്ങൾ.”

“അതെന്താ അവർക്ക് ഗതി കിട്ടാത്തത്?.”

“മതിവരാത്ത ആഗ്രഹം കൊണ്ടാ. മരിയ്ക്കുമ്പഴും അത് ബാക്കിയായാൽ പിന്നെ ഗതികിട്ടാതെ അലയേണ്ടി വരും.”

“ഓ. അമ്മമ്മക്ക് ആഗ്രഹങ്ങൾ ബാക്കിയുണ്ടോ?”

“പിന്നെ. എനിയ്ക്കെന്റെ മോനോടൊപ്പം ഒരു നൂറ്റാണ്ടിനിയും ജീവിയ്ക്കണം.”

“നൂറ്റാണ്ടോ?”

“അതെ. നൂറ്റാണ്ട്.”

“അപ്പം മരിയ്ക്കില്ലേ?”

“മരിയ്ക്കും. മരിച്ചാലും ഒരു പ്രേതമായി ഇവിടെ ച്ചുറ്റി നടക്കും. മോൻ വല്യതാവുന്നത് അമ്മമ്മയ്ക്ക് കാണണ്ടേ?”

“വേണം.”

“ആ. അതാണ്. അമ്മമ്മ മരിച്ചാലും മോന്റെ അടുത്ത് വരും. പ്രേതങ്ങളുടെ ലോകത്തൊക്കെച്ചെന്ന് ഓര്ടെ രഹസ്യങ്ങൾ മോന് പറഞ്ഞു തന്നിട്ടേ അമ്മമ്മ പോകൂ.”

“അതെങ്ങിനെ പറ്റും?”

“അതൊക്കെ പറ്റും. നചികേതസ്സിന്റെ കഥ മോൻ മറന്നോ? മരണത്തിന്റെ രഹസ്യം തേടിപ്പോയ കുട്ടിയുടെ?.”

“നചികേതസ്സോ? അതാരാ?”

“ഹോ. അത് മോനെപ്പോലൊരു കുട്ടിയല്ലേ.”

“എന്നെപ്പോലെയോ!”

“ആ. മോനെപ്പോലെ തന്നെ. ഇപ്പം ഉറങ്ങിയ്ക്കോ. ഓത്തോർത്ത് കിടന്നാൽ കിട്ടും മറന്നത്. കിട്ടീല്ലെങ്കിൽ ബാക്കി പിന്നെ അമ്മമ്മ ഉറക്കത്തിൽ വന്ന് പറഞ്ഞു തരുന്നുണ്ട് ട്ടോ. മരിച്ചത് പോലെ ജീവിയ്ക്കേണ്ട ഗതികേട് ആർക്കുമുണ്ടാകരുത്.”

“അതെന്താ?”

“ഹ ഹ ഹ. അതമ്മമ്മ തന്നെത്താൻ പറഞ്ഞതാ.”

“തന്നെത്താനോ?”

“ആ, തന്നെത്താൻ. ഇനി മോനുറങ്ങിക്കോ. അമ്മമ്മ എല്ലാം പറഞ്ഞു തരുന്നുണ്ട് ട്ടോ.”

“ഉം.”

നചികേതസ്സിന്റെ മുഖം എങ്ങിനെയിരിക്കുമെന്ന് ഓർത്ത് കുട്ടി ഉറങ്ങിപ്പോയി.

“അയ്യോ, അമ്മേ”

അമ്മയുടെ നിലവിളിയിലേക്കാണ് കുട്ടി ഉണർന്നത്. അതൊരു കൂട്ടക്കരച്ചിലായി മാറി.

വീട് നിറച്ചും ആൾക്കൂട്ടം. പുഴയോരം മുഴുവനും പറമ്പിലുണ്ട്.

“അങ്ങോട്ട് പോണ്ട.”

കിണറ്റിൻകരയിലേക്ക് ചൂണ്ടി അച്ഛൻ പറഞ്ഞു.

“അമ്മമ്മ പോയി മോനേ.”

അമ്മ കെട്ടിപ്പിടിച്ച് നിലവിളിച്ചു.

പോകാനോ? എങ്ങോട്ട്? മനസ്സ് പിടഞ്ഞു.

പതുക്കെ അമ്മയുടെ പിടിവിടീച്ച് ആൾക്കൂട്ടത്തിനിടയിലൂടെ നൂണ്ട് എങ്ങിനെയൊക്കെയോ കിണറ്റിങ്കരലെത്തി.

ഒറ്റനോട്ടമേ നോക്കിയുള്ളൂ. ഒരു പാതാളക്കരണ്ടി കിണറിന്റെ കപ്പിയിൽ തൂങ്ങിയാടുന്നുണ്ട്. നെല്ലിപ്പടി വരെ തെളിഞ്ഞു കാണാവുന്ന വെള്ളത്തിൽ കമിഴ്ന്ന് കിടക്കുകയാണ് അമ്മമ്മ. വെളുത്ത തലമുടി വിരിഞ്ഞു നിൽക്കുന്ന തലയ്ക്ക് ചുറ്റും വെള്ളപ്പൊട്ടുള്ള കണ്ണൻ ചാത്തന്മാർ കൂട്ടം കൂടി നിന്ന് കൊത്തിനോക്കുന്നു.

“മോനിവിടെ നിൽക്കണ്ട.”

ആരൊക്കെയോ ഉന്തി മാറ്റി.

“എന്തേ മാണിക്യമ്മ അങ്ങിനെ പോകാൻ? എന്തേ പറ്റി !”

പിറുപിറുപ്പുകളായിരുന്നു ചുറ്റിനും.

അമ്മമ്മയുടെ മുറിയിൽ ആരും കാണാതെ ചെന്നിരുന്ന് കുട്ടി ഒറ്റയ്ക്ക് വിങ്ങി.

“എപ്പഴേ മോനേ അമ്മമ്മ എണീറ്റു പോയി?”

കുട്ടിയെ ചിറകിലൊതുക്കി കാഞ്ചമ്മ ചോദിച്ചു.

“കണ്ടില്ല.”

“എന്തെങ്കിലും വിഷമം പറഞ്ഞിരുന്നോ മോനോടമ്മമ്മ?”

“ഇല്ല,ഒരു കഥ പറഞ്ഞു തന്നു.”

ജനലിലൂടെ ഒരു കാറ്റ് വന്ന് കുട്ടിയുടെ കണ്ണുകടച്ചു. അറിയാതെ ഒരു നിമിഷം ഉറങ്ങിപ്പോയി.

കണ്ണുതുറന്നപ്പോൾ

മാന്തോപ്പിലൂടെ ഊർന്നു വന്ന വെയിലിൽ അമ്മമ്മ നിന്നു ചിരിയ്ക്കുന്നു.

“അപ്പം പറയാതെ പോയ്ക്കളഞ്ഞു ല്ലേ?”

“ആരു പറഞ്ഞു പറയാതെ പോയീന്ന്.അമ്മമ്മ വരില്ലേ. മോനോട് പറയാതെ പോവ്വോ.”

ചുട്ടുപൊള്ളുന്ന ഉള്ളിൽ ആ ചിരി തണുത്ത കാറ്റായി. പിന്നെ കരച്ചിൽ മറന്നു. അപ്പൂപ്പൻ താടി പോലെ മരിച്ചവീട്ടിൽ കുട്ടി ഒഴുകി നടന്നു.

അമ്മമ്മയുടെ മുറിയിൽ ഒരാൾക്കൂട്ടം തന്നെയുണ്ട്. മരണപ്പായയിൽ കാഞ്ചമ്മ അമ്മയുടെ കരച്ചിൽ ചേർത്തു പിടിച്ചു.

“എല്ലാവരും ഒന്ന് പുറത്തേക്ക് പോയേ. കുഞ്ഞിലക്ഷ്മിയെ ഒന്ന് തനിച്ചു വിട്.”

ആൾക്കൂട്ടം പെട്ടെന്നു മുറിയിൽ നിന്ന് പിന്മാറി. കുട്ടി അമ്മയ്ക്കു പിന്നിൽ മറഞ്ഞു.

“മാണിക്യത്തിന് മതിയായിക്കാണും. ഋഷികേശിനി നാട്ടിലേക്ക് തിരിച്ചുവരും എന്നവൾക്ക് വിശ്വാസമില്ലായിരുന്നു. അല്ലെങ്കിലും അവന്റെ അടുത്ത് അവൾക്ക് പറ്റില്ല. ഒറ്റക്ക് മേഞ്ഞു നടക്കുന്നതായിരുന്നും പണ്ടും ഇഷ്ടം.

“ഒരു വീട് കാക്കാൻ എന്നെയെന്തിനാണിങ്ങനെ കെട്ടിയിട്ടിരിക്കുന്നത്?”

മാണിക്യം എന്നും കാഞ്ചമ്മയോട് പറയാറുണ്ടായിരുന്നു.

“അത്രയേ വിധിച്ചിട്ടുള്ളൂ. ഇനിയേതായാലും ഇവിടെ നിൽക്കേണ്ട.

കിണറ് മരിച്ചാൽ പിന്നെ വീടും മരിച്ചു. അതിനി കുടിയ്ക്കാനാവില്ല.”

കാഞ്ചമ്മ വിളിച്ചു. അമ്മ ഒരു കൊച്ചു കുട്ടിയെപ്പോലെ അനുസരിച്ചു.

അമ്മച്ഛന്റെ ഏക പെങ്ങളാണ് കാഞ്ചമ്മ. തൊട്ടടുത്ത വീട്ടിലാണെങ്കിലും അമ്മമ്മയുടെ ഇണപിരിയാത്ത കൂട്ടായിരുന്നു. ഒരിക്കലും നാത്തൂൻ പോര് നടത്താത്ത കൂട്ടുകാർ.

“മാണിക്യവും കാഞ്ചനയും രണ്ട് ശരീരവും ഒരാത്മാവുമാണ്”

മാനാരിപ്പാടത്തെ പക്ഷികളുടെയും നാട്ടുകാരുടെയുമൊക്കെ അടക്കം പറച്ചിലാണത്.

ആ ഓടിയെത്തൽ അമ്മയ്ക്കു പിടിവള്ളിയായി. മരിച്ചവീടടച്ച് പൂട്ടി എല്ലാവരേയും അതേ പറമ്പിലുള്ള തന്റെ വീട്ടിലേക്ക് കൂട്ടി കാഞ്ചമ്മ.

വേലി കെട്ടി തിരിച്ചിട്ടില്ലാത്ത ആ തുറന്ന പറമ്പിലെ വീട്ടിൽ കല്യാണം കഴിയ്ക്കാതെ കാഞ്ചമ്മ ഒറ്റക്ക് ജീവിയ്ക്കുന്നത് തിരുത്തിയ്ക്കാൻ കുടുംബം മുഴുവനും നോക്കിയിട്ടും കഴിഞ്ഞില്ല. മാനാരിപ്പാടം സ്കൂളിലെ ടീച്ചറായി വിരമിച്ച അവർ അന്നാട്ടിലെ ആദ്യത്തെ കമ്മ്യൂണിസ്റ്റുകാരിയാണ്. നാട്ടുകാരുടെ മുഴുവനും കാഞ്ചമ്മ.

“എനിക്കാരുടെയും അടിമയായി ജീവിയ്ക്കണ്ട. ഞാനൊറ്റക്ക് കഴിയും.”

കാഞ്ചമ്മയുടെ പ്രഖ്യാപനം നാട്ടിലവരെ ധീരതയുടെ പര്യായമാക്കി മാറ്റിയിരുന്നു.

കേട്ട വീരകഥകളിലൂടെ അറിഞ്ഞ പാർട്ടി ആചാര്യൻ അച്ചുതൻ പിള്ളയോട് കാഞ്ചമ്മക്ക് വലിയ ആരാധനയായിരുന്നു. മാനാരിപ്പാടത്ത് പാർട്ടി സംഘടിപ്പിക്കാൻ വന്ന അച്ചുതൻപിള്ളയെ നേരിൽ കാണാനാവാതെ പോയതാണ് സ്വന്തം ജീവിതത്തിലെ ഏറ്റവും വലിയ നഷ്ടമായി കാഞ്ചമ്മ കണക്കാക്കുന്നത്.

“എന്നെ കെട്ടണമെങ്കിൽ സഖാവിനോളം ചങ്കുറപ്പുള്ള ആരെങ്കിലും ഇനി ജനിക്കണം.”

ഉള്ളിലെ ആരാധന അവർ മറച്ചു വച്ചിരുന്നില്ല.

“സഖാവിനെ കൊത്തിയ പാമ്പ് ഒരു സാധാരണ പാമ്പൊന്നുമായിരിക്കില്ല, അതൊരു ചെറിയ ഒരു കൊത്തല്ല.”

സഖാവ് അച്ചുതൻപിള്ള ഒരു പാമ്പ് കൊത്തി മരിക്കുമെന്ന് കാഞ്ചമ്മ ഒരിക്കലും വിശ്വസിച്ചില്ല. ദിവസങ്ങളോളം അവർ കരഞ്ഞു കിടന്നു.

“അതിലെന്തോ ദുരൂഹത പതിയിരുപ്പുണ്ട്.”

ആ പാമ്പിനെ അവർ അവിശ്വസിച്ചു. കരച്ചിൽ വറ്റി വരണ്ടുറച്ച പാടമായി അവർ നിന്നു. മാണിക്യത്തിന്റെ ശരീരം കിണറ്റിൽ നിന്നും പുറത്തെടുത്തപ്പോൾ മാത്രമാണ് കാഞ്ചമ്മ പിന്നീട് കരഞ്ഞത്.

കല്ലായി പുഴയോരത്തെ ഖലാസികൾ മാണിക്യത്തിന്റെ ശരീരം പൊക്കിയെടുത്തത് കിണറ്റിങ്കരയിലെടുത്തിട്ട കട്ടിലിന്മേൽ കിടത്തി. ആ മുഖത്തപ്പോൾ ഒരു ചെറുപുഞ്ചിരിയുടെ പ്രകാശം എല്ലാവരും തെളിഞ്ഞു കണ്ടു. അടയാത്ത കണ്ണുകൾ എല്ലാം കാണുന്നുണ്ട് എന്ന് കുട്ടിക്ക് തോന്നി. പോസ്റ്റ്മോർട്ടത്തിന് കൊണ്ടു പോകുമ്പോൾ അമ്മമ്മയുടെ പരിഹാസവാക്കുകൾ കാതിൽ മുഴങ്ങി.

“എന്റെ തലച്ചോറ് വെട്ടിപ്പൊളിച്ചിട്ടെന്തു കിട്ടാനാണ്? ഞാൻ സൂക്ഷിച്ച രഹസ്യങ്ങൾ ഒരു പാതാളക്കരണ്ടിക്കും തോണ്ടിയെടുക്കാൻ കിട്ടില്ല. ”

ചിതയൊരുക്കാൻ വീടിന്റെ ഓട്ടുമ്പുറത്തേക്ക് ചാഞ്ഞു നിന്നിരുന്ന വയസ്സൻമാവിന്റെ കൊമ്പുകൾ വെട്ടിയിറക്കിറക്കിയപ്പോൾ പോക്കുവെയിൽ അകത്തേക്ക് കയറി വന്നു. ആ വെളിച്ചത്തിൽ മാണിക്യം തിളങ്ങി നിന്നു.

കുട്ടിയുടെ അച്ഛന്റെ തറവാട്ടിൽ നിന്നും കൃഷ്ണൻ വല്യച്ഛനും വാസുപ്പാപ്പനും വന്നു. രണ്ടു കുടുംബങ്ങളും തമ്മിൽ വർഷങ്ങളായി നീണ്ടു നിന്ന

പിണക്കത്തിനിടയിലെ ആദ്യ സന്ദർശനമായിരുന്നു അത്. അച്ഛന്റെ സഹോദരങ്ങളെ കണ്ട് കുട്ടി അമ്പരന്നു നോക്കി നിന്നു.

"അച്ഛന് വയ്യ രാമചന്ദ്രാ. വരുന്നില്ലെന്നു പറയാൻ പറഞ്ഞു."

വല്യച്ഛൻ അച്ഛന്റെ കൈ പിടിച്ചു.

"നന്നായി."

അച്ഛൻ പരിഭവം മറച്ചു വച്ചില്ല.

ഇത്തിരി തുറന്ന കണ്ണുകളുമായി മരണപ്പായയിൽ കിടക്കുകയായിരുന്ന അമ്മമ്മ ആ സംഭാഷണം ശ്രദ്ധിച്ചു എന്ന് കുട്ടി ഊഹിച്ചു. ആ മുഖത്ത് സ്ഥായിയായുണ്ടായിരുന്ന ചെറു പുഞ്ചിരി ഒന്നു കൂടി തെളിഞ്ഞ് വിടർന്നു. കുട്ടിയെ നോക്കി അവർ കണ്ണിറുക്കി.

"ഇങ്ങിനെ ചിരിച്ചു കൊണ്ട് ചിതയിലേക്ക് പോകാനും ഒരു ഭാഗ്യം വേണം. എന്തൊരു പ്രകാശമാണാ മുഖത്ത്. കണ്ടോ കുഞ്ഞിലക്ഷ്മീ"

കാഞ്ചമ്മ അമ്മയോട് പിറുപിറുത്തു.

"ഋഷികേശിനെ നാട്ടിലേക്ക് ഓടിയെത്തിച്ചതിന്റെ പരിഹാസം മുഴുവനും ആ മുഖത്തുണ്ട്."

"ഇനി ആരെങ്കിലും കാണാനുണ്ടോ."

ചിതയിലേക്കെടുക്കുമ്പോൾ അവസാനമായി ഒന്നുകൂടി നോക്കിയപ്പോൾ കുട്ടിയും അത് കണ്ടു. ആ മുഖം നിഗൂഢമായ ഒരു തൃപ്തിയിൽ മിന്നുന്നു.

"എന്റെ മരണം മരണത്തിന്റേയല്ല എന്റെ തിരഞ്ഞെടുപ്പാണ്."

ആർക്കും വഴങ്ങാത്ത ഒരു ചിരി എന്നും അമ്മമ്മ ചുണ്ടിൽ സൂക്ഷിച്ചിരുന്നു. അതുപോലെ ഉറക്കെ ഉള്ളു തുറന്നു ചിരിക്കാൻ കഴിവുള്ള ആരും ആ തറവാട്ടിലില്ലായിരുന്നു.

എന്തോ പൊട്ടുന്ന ശബ്ദം കേട്ട് ഞെട്ടിയുണർന്നപ്പോൾ അപ്പോഴും കെട്ടടങ്ങാത്ത ചിതയും നോക്കി നിൽക്കുന്ന അമ്മയെയും കാഞ്ചമ്മയെയുമാണ് കുട്ടി കണ്ടത്. പതുക്കെ എഴുന്നേറ്റ് അവർക്ക് പിറകിൽ പോയി നിന്നു. രണ്ടു പേരുമതറിഞ്ഞില്ല.

"എന്റെ ജീവനാ കത്തുന്നത്."

കാഞ്ചമ്മ സങ്കടം മറച്ചു വച്ചില്ല.

"മാണിക്യമില്ലെങ്കിൽ ഇന്ന് ഞാനില്ല."

അവസാനത്തെ ആളലിൽ അമ്മമ്മ ഒരു നിമിഷം ചിതയിൽ എഴുന്നേറ്റിരുന്നു. മാണിക്യക്കല്ലുകൾ നുറുങ്ങി പൊട്ടുന്ന ശബ്ദത്തിൽ ഉള്ള് വിറച്ചു. തീയുടെ രൂക്ഷഗന്ധം മുറിയ്ക്കകത്തേക്ക് ഒഴുകി വന്നു. അത് നെഞ്ചിലേക്ക് തുളഞ്ഞു കയറി. കുട്ടിയുടെ കണ്ണിൽ ഇരുട്ടടഞ്ഞു.

"എന്റെ മാണിക്യമേ".

കാഞ്ചമ്മ ഒന്നു കൂടി നിലവിളിച്ചു. ഒപ്പം അമ്മയും.

കുട്ടി കണ്ണടച്ച് പിൻവാങ്ങി. പുലർച്ച ചിതലകൾ കൂട്ടത്തോടെ ചില ച്ചപ്പോഴാണ് പിന്നെ കണ്ണുതുറന്നത്.

"ഇനി ഇതുപോലെ വീണ്ടും പെട്ടെന്നൊന്നും നാട്ടിലേക്ക് വരാൻ പറ്റിക്കൊള്ളണമെന്നില്ല. അമ്മക്ക് വേണ്ടിയായിരുന്നല്ലോ തറവാട് പൊളിക്കാതെ വച്ചത്. ഇനിയത് വച്ചിരിയ്ക്കുന്നതിൽ കാര്യമില്ല. ആളെ ക്കിട്ടുകയാണെങ്കിൽ പെട്ടെന്ന് തന്നെ വിൽക്കുന്നതാണ് നല്ലത്."

രാവിലെ കുട്ടി എഴുന്നേറ്റ് വരുമ്പോഴേക്കും ഋഷികേശ് മാമൻ തീരു മാനമെടുത്തു കഴിഞ്ഞിരുന്നു. അമ്മ മാത്രം ഇരുന്നു കരയുന്നത് കണ്ടു.

നാല്പത്തൊന്ന് വരെ കാക്കാനൊന്നും അമ്മാവന് സമയമുണ്ടായിരു ന്നില്ല. പെട്ടെന്നുള്ള മരണമായത് കൊണ്ട് അമ്മായിയോ മകളോ ഒന്നും വന്നിരുന്നില്ല. മൂന്നാം നാൾ തന്നെ എല്ലാം തീർക്കാനും നിശ്ചയിച്ചു.

"അങ്ങനെ തീർക്കണോ അമ്മയെ?"

അമ്മ പിറുപിറുത്തത് ആരും കേട്ടില്ല.

മരിയ്ക്കുമ്പോൾ അമ്മമ്മ എന്തെങ്കിലും എഴുതി വച്ചിരുന്നോ എന്ന് നോക്കി എല്ലാവരും വീടു മുഴുക്കെ പരതി. ആർക്കും ഒന്നും കിട്ടിയില്ല. ഒരു സൂചനയും നൽകാതെയുള്ള ആ വിടവാങ്ങലിൽ അമ്മ നിശ ബ്ദയായി.

മരണം ഒരു പാലമായി. വർഷങ്ങളുടെ പിണക്കം മറന്ന് മാനാരി പ്പാടത്തെത്തിയ കുട്ടിയുടെ അച്ഛന്റെ സഹോദരങ്ങൾ രാമചന്ദ്രനെയും കുഞ്ഞിലക്ഷ്മിയെയും പൂഴിയിൽ തറവാട്ടിലേക്ക് തിരിച്ചുവിളിച്ചു. വിവരമി ഞ്ഞപ്പോൾ ഉള്ളിൽ പുകഞ്ഞ ഒരു പഴയ പിണക്കത്തിന്റെ മായാത്ത നീറ്റൽ കാഞ്ചമ്മ കുഞ്ഞിലക്ഷ്മിയോട് മറച്ചു വച്ചില്ല.

"നിനക്കെത്ര വേണമെങ്കിലും എന്റെയൊപ്പം നിൽക്കാം. ഞാനുണ്ടാകും കൂടെ. ഇനി എല്ലാം മറന്ന് നീ നിന്റെ രാമചന്ദ്രന്റെ വീട്ടി ലേക്കാണ് പോകുന്നതെങ്കിൽ അത് നിന്റെ മാത്രം കാര്യം. മാണിക്യം മരിച്ചിട്ടും തിരിഞ്ഞു നോക്കാത്ത ആ ചന്തു സഖാവ് ഇപ്പോഴും അവിടെ

ഒളിച്ചിരിപ്പുണ്ടാകും. പറഞ്ഞേക്ക് പഴയതൊന്നും ഞാൻ മറന്നിട്ടില്ലെന്ന്. സഖാവിനിങ്ങോട്ട് വരാൻ കുറച്ച് ബുദ്ധിമുട്ടുണ്ടാകും. ഞാനെല്ലാം കണക്ക് വച്ചിട്ടുണ്ടെന്നും പറഞ്ഞേക്ക്. വലിയ പാർട്ടിക്കാരൻ."

പിന്നെയെല്ലാം വളരെ പെട്ടെന്നായിരുന്നു. വാസുപ്പാപ്പൻ വീണ്ടും വന്നു. അടച്ചു പൂട്ടിയ അമ്മയുടെ തറവാട് നോക്കാൻ ബീരാൻക്കയെയും കൂട്ടി വീണ്ടും വന്നു. വീട് പൊളിച്ചു വിൽക്കാൻ കരാറെടുക്കുന്ന ബീരാൻക്കയുടെ പ്രധാന കയ്യാളാണ് വാസുപ്പാപ്പൻ. ഋഷികേശ് മാമനുമായി അവർ വീടിന് വില പറഞ്ഞുറപ്പിച്ചു. സ്ഥലക്കച്ചവടവും ബീരാക്കൻക്ക തന്നെ ഏർപ്പാടാക്കി.

അമ്മയുടെയും അച്ഛന്റെയും കല്യാണത്തോളം പഴക്കമുള്ള രണ്ടു കുടുംബങ്ങൾ തമ്മിലുള്ള വൻമതിൽ അതോടെ പൊളിഞ്ഞു തുടങ്ങി. തറവാട്ടിന് മുന്നിൽ ഒരു പലകയിൽ കരി കൊണ്ട് എഴുതിയ പട്ടിക വാസുപ്പാപ്പൻ നാട്ടിവച്ചു :

"വീട് പൊളിച്ച കല്ല്, മരം, ഓട് എന്നിവ വില്പനക്ക്."

പാപ്പന്റെ ആവേശം ചെറുതായിരുന്നില്ല.

"നമുക്ക് മോന്റെ അച്ഛച്ഛനെ കാണാൻ പോണ്ടേ?"

പാപ്പൻ ചോദിച്ചു.

"എവിടെ?"

"കുറച്ച് ദൂരെ. ഒരു വീടവിടെ മോനെ കാത്തിരിക്കുന്നുണ്ട്."

"വീടോ?"

"അതെ. മോൻ കാണാത്ത വീട്. പിന്നെയൊരു കാടും. അച്ഛച്ഛനെ കണ്ടിട്ടില്ലല്ലോ. മോൻ വരാൻ കാത്തിരിക്കുന്ന അച്ഛച്ഛനും ഉണ്ടവിടെ."

"കാത്തിരിക്കുന്ന അച്ഛച്ചൻ."

കുട്ടി മനസ്സിൽ അച്ഛച്ഛനെ കണക്ക് കൂട്ടി നോക്കി. മാനാരിപ്പാടം ഒരു വിങ്ങലായി മനസ്സിൽ നിറഞ്ഞു. വെസ്റ്റ്ഹില്ലിൽ വരയ്ക്കൽ കടപ്പുറത്തിനടുത്തുള്ള പൂഴിയിലാണ് അച്ഛച്ഛന്റെ തറവാട്. പറഞ്ഞു കേട്ടിട്ടേ ഉള്ളൂ. പിതൃക്കൾക്ക് ബലിയിടാൻ പോകുന്ന കടപ്പുറം. കാണാക്കാഴ്ചകളുടെ കോട്ടകൾ കുട്ടിക്ക് മുന്നിൽ തുറന്നു.

തീപിടിച്ച ഭൂതങ്ങൾ

വീടുമാറ്റം ഒരു പിഴുതു നടലാണ്. എന്നാൽ പൊളിച്ചു മാറ്റാനാകാത്ത തെന്തോ പഴയ വീട്ടിൽ നിന്നും ഒപ്പം കൂടിയിട്ടുണ്ടെന്ന് പതുക്കെ കുട്ടി അറിഞ്ഞു.എങ്ങിനെ പൊളിച്ചാലും പൊളിയാത്ത ഒന്ന്. മാനാരിപ്പാടത്തെ ഭൂതങ്ങൾ വരച്ചിട്ട മായ്ച്ചാലും മായ്ക്കാനാകാത്ത പാടുകൾ.

ഉറക്കം കിട്ടാത്ത രാത്രികളിൽ മുറിയിൽ ഒറ്റക്ക് എഴുന്നേറ്റിരുന്ന് അമ്മമ്മ എപ്പോഴും പിറുപിറുത്തിരുന്നത് തന്നെ ഒരിക്കലും വിട്ടു പോകാത്ത ഭൂതങ്ങളെക്കുറിച്ചായിരുന്നു.

മുറിവേറ്റ ഓർമ്മകൾ അമ്മമ്മയെ ഭ്രാന്തു പിടിപ്പിച്ചു. അമ്മമ്മയ്ക്ക് ഭ്രാന്താണെന്ന് ഋഷികേശ് മാമൻ എന്നേ വിധിയെഴുതിയതാണ്. ഓർമ്മവച്ച കാലം മുതൽ കേൾക്കുന്നതാണ് അമ്മമ്മയുടെ ഭ്രാന്തിന്റെ കഥ. എന്നാൽ അമ്മമ്മ ഒരു ഭ്രാന്തും പുറത്തെടുത്തതായി കുട്ടിക്കോർമ്മയേ ഇല്ല.

"മാണിക്യം കുഞ്ഞിലക്ഷ്മീന്റുട്ടത്തേ ചേരൂ."

കല്ലായിപ്പുഴ കരകവിഞ്ഞ് മാനാരിപ്പാടം നിറഞ്ഞ കാലത്ത് പോലും മുങ്ങാതെ നിന്ന തറവാട് പൊളിയ്ക്കുന്നത് വരെ ആ വിശ്വാസം അമ്മയുടെയും ശ്വാസമായിരുന്നു.

ബീരാൻക്ക തന്നെയായിരുന്നു വീട് വാങ്ങിയത്. പൊളിച്ചു വിൽക്കുന്ന കാര്യം വാസുപ്പാപ്പനെ ചുമതലപ്പെടുത്തുകയും ചെയ്തു.

പഴയ വീടുകൾ പൊളിച്ചാൽ കിട്ടുന്ന ഓർമ്മ വസ്തുക്കൾ ശേഖരിച്ച് വില്പന നടത്തലായിരുന്നു പാപ്പന്റെ കച്ചവടം. പൂഴിയിലെ അച്ഛന്റെ തറവാട്ടിലെ മുടിയനായ പുത്രനായിരുന്നു പാപ്പൻ. എന്നാൽ ജനനമായാലും മരണമായാലും വിവാഹമായാലും തറവാട്ടിലെ എന്താവശ്യത്തിനും

എല്ലാവരും ആദ്യം ഓർക്കുന്നതും പാപ്പനെ തന്നെ. വർഷങ്ങൾ നീണ്ട ഒരു പിണക്കത്തിന്റെ മുറിവുകൾ കൂട്ടിയൊട്ടിയ്ക്കാൻ അമ്മമ്മയുടെ തീർപ്പ് ഒരു നിമിത്തമാക്കുകയായിരുന്നു പാപ്പൻ.

"ഇത്ര കാലം വിട്ടു നിന്നത് പോരേ രാമേന്ദ്രേട്ടാ. അച്ഛന് വയസ്സായി. ഇനിയെങ്കിലും ഏട്ടൻ പിണക്കം മതിയാക്കി തിരിച്ചു വരണം."

ആ വാക്കുകൾ ഏറ്റു. അച്ഛനും അങ്ങിനെയൊരു തിരിച്ചുവിളിയ്ക്കലിന് കാത്തുനിൽക്കുകയായിരുന്നു.

വരയ്ക്കൽ കടപ്പുറത്തെ പൂഴിയിൽ വീട് അച്ഛൻ വിട്ടോടി പോയത് ആ തറവാടിനെ ഉലച്ച ഒരു ദുരന്ത പരമ്പരയുടെ തുടർച്ചയായിരുന്നു. ആ വിട്ടു പോകൽ കഥകൾ അമ്മ നൂറ്റൊന്നാവർത്തിച്ചിട്ടുണ്ട്. ഉറക്കം കിട്ടാത്ത രാത്രികളിൽ അച്ഛൻ പറഞ്ഞ കഥകൾ അമ്മ ആവർത്തിക്കും. കുട്ടിക്ക് അത് മനഃപാഠമാണ്.

പാർട്ടി ആചാര്യനായിരുന്ന അച്ചുതൻപിള്ളയുടെ ശിഷ്യനാണ് അച്ഛച്ഛൻ. വരയ്ക്കൽ കമ്മ്യൂണിസ്റ്റ് പാർട്ടി ഉണ്ടാക്കിയ ചരിത്രപുരുഷൻ. റഷ്യയിലെ ജോസഫ് സ്റ്റാലിന്റെ ആരാധകൻ. പാർട്ടി ആദ്യമായി അധികാരത്തിൽ വന്നപ്പോൾ നാടും വീടും അച്ഛച്ഛന് ഒപ്പം നിന്നു. ചോരത്തിളപ്പ് കൊണ്ട് അറബിക്കടലിനെ ഇളക്കി മറയ്ക്കാൻ ശേഷിയുള്ള സഖാവിനെ എല്ലാവരും സ്നേഹിച്ചു.

"ചന്തു സഖാവ് ഒരു തീ പിടിച്ച മനുഷ്യനാണ്."

കരുത്താർന്ന ആ സ്നേഹത്തെ നാട് വാഴ്ത്തി. വീട് നാട്ടുകാരുടെ വീടായിരുന്ന കാലമായിരുന്നു അത്. നാല് മക്കളും നാടിന്റെ കൃഷ്ണമണിയിൽ വളർന്നു.

വാഗ്ഭടാനന്ദ ഗുരുവിന്റെ ശിഷ്യനായിരുന്ന ഭാസ്കരൻമുത്തപ്പന്റെ ഏക മകനായ സഖാവ് ചന്തുവിന്റെ കമ്മ്യൂണിസത്തിൽ ഗുരുവിന്റെ വഴികളോടുള്ള ആരാധനയുണ്ടായിരുന്നു. ദൈവങ്ങളേക്കാൾ പിതൃക്കളെ വിശ്വസിക്കാൻ മുത്തപ്പൻ സഖാവിനെ പഠിപ്പിച്ചു. പിതൃക്കളെ വിശ്വസിക്കാൻ മക്കളെ പഠിപ്പിക്കുകയും ചെയ്തു. പിതൃക്കളുടെ ആ പരമ്പരയിൽ മാർക്സും എംഗൽസും ലെനിനും സ്റ്റാലിനും ഇടംപിടിച്ചു. സഖാവിന്റെ മക്കൾ നാല് സഹോദരങ്ങൾ എന്നതിനേക്കാൾ നാല് സഖാക്കളായാണ് വളർന്നത്. റഷ്യയിൽ മഴ പെയ്യുമ്പോൾ വരയ്ക്കൽ കടപ്പുറത്ത് അവർ കുട പിടിച്ചു. "മോസ്കോ" മോഹിപ്പിക്കുന്ന സ്വർഗ്ഗരാജ്യമായിരുന്നു. എന്നാൽ കുട്ടികൾ മുതിർന്നതോടെ ആ കെട്ടുറപ്പിൽ എന്നെന്നേക്കുമായ വിള്ളലുകളുണ്ടായി.

റഷ്യയിൽ ഇരുപതാം കമ്മ്യൂണിസ്റ്റ് പാർട്ടി കോൺഗ്രസ്സിന്റെ സമാപന ദിവസം പാർട്ടി സിക്രട്ടറി ക്രൂഷ്ചേവ് പാർട്ടി തന്നെ

ആചാര്യനായ ജോസഫ് സ്റ്റാലിന് എതിരെ നടത്തിയ തുറന്ന പറച്ചിൽ ലോക കമ്മ്യൂണിസ്റ്റ് സ്വർഗ്ഗത്തിൽ നിന്നും പുറത്ത് വന്ന വലിയ ഞെട്ടലായിരുന്നു. അതിന്റെ ആഘാതം റഷ്യയിൽ ഒതുങ്ങി നിന്നില്ല. ലോകമെങ്ങുമുള്ള കമ്മ്യൂണിസ്റ്റ് പാർട്ടികളുടെ കോട്ടകളിൽ അതുണ്ടാക്കിയ വിള്ളലിൽ ആർക്കും അടയ്ക്കാനായില്ല. കമ്മ്യൂണിസ്റ് ഹംഗറിയിൽ വസന്ത കലാപം ഉയർന്നു വന്നു. ക്രൂഷ്ചേവ് അത് പട്ടാളത്തെ അയച്ച് അടിച്ചമർത്തി. കമ്മ്യൂണിസ്റ്റ് പാർട്ടിക്കുള്ളിൽ ഇതിനെച്ചൊല്ലി ചേരിതിരിഞ്ഞുള്ള കലഹങ്ങളുണ്ടായി. ചന്തു സഖാവ് ഉറച്ച സ്റ്റാലിൻ പക്ഷപാതിയായി നിന്നു. ക്രൂഷ്ചേവ് തിരുത്തൽ വാദിയായി. എന്നാൽ ഹംഗറിയിലെ പട്ടാള നടപടിയെ സഖാവ് ന്യായീകരിച്ചു. തൊട്ടുപിറകെ കേരളപ്പിറവിയെ വരവേൽക്കാനും പൊതുതിരഞ്ഞെടുപ്പിൽ പാർട്ടിയെ നയിയ്ക്കാനും തീപിടിച്ച മനുഷ്യനെപ്പോലെ ചന്തു സഖാവ് ഓടി നടന്നു. കമ്മ്യൂണിസ്റ്റ് പാർട്ടിയുടെ തിരഞ്ഞെടുപ്പ് വിജയം ഉറപ്പാക്കിയ ഓട്ടങ്ങളിൽ ഒന്നായിരുന്നു അത്. ലോകം അമ്പരന്നു നിന്നു. ടി.വി.തോമസും കെ.ആർ.ഗൗരിയും കെ.ദാമോദരനും എ.കെ.ജി.യും. പി.കെ. ചാത്തനും സി. അച്യുതമേനോനും ഇ.എം.എസ്സും ജോസഫ് മുണ്ടശ്ശേരിയുമൊക്കെ ചരിത്രവ്യക്തികളായി.

“റഷ്യയിൽ പോകണം, ലെനിനെ കാണണം.”

ആയുഷ്ക്കാല അഭിലാഷം ചന്തു സഖാവ് വെളിപ്പെടുത്തി. ആത്മമിത്രമായ ബീരാൻക്ക ഒപ്പം നിന്നു. പൂഴിയിൽ ഒരു റഷ്യൻ സൗഹൃദ സംഘം തന്നെ അവർ ഉണ്ടാക്കി. പാർട്ടിയുടെ അനുമതിയും വാങ്ങി അഞ്ചംഗ സൗഹൃദ സംഘം റഷ്യ കാണാൻ പുറപ്പെട്ടു. നാട് യാത്രയയപ്പ് നൽകി.

“സ്വർഗ്ഗം ഭൂമിയിലുണ്ട്.”

തിരിച്ചെത്തിയ ചന്തു സഖാവ് പ്രഖ്യാപിച്ചു.

വരയ്ക്കൽ കടപ്പുറത്തെ സ്വീകരണത്തിൽ സൂചി കുത്താനിടമില്ലായിരുന്നു. സഖാവിന്റെ റഷ്യൻ കഥകൾ നാട്ടിൽ പടർന്നൊഴുകി.”മോസ്കോ” എന്നു പറഞ്ഞാൽ നാട്ടിൽ സഖാവായി. പൂഴിയിൽ തറവാടിന്റെ മേൽവിലാസമായി.

“കേരളം റഷ്യയാക്കണം.”

ചന്തു സഖാവ് പിന്നെയൊരു കുതിപ്പായിരുന്നു.

ആ കുതിപ്പ് പക്ഷേ അധികകാലം നീണ്ടു നിന്നില്ല. പാർട്ടി കാർഷികബന്ധ ബില്ലും വിദ്യാഭ്യാസ ബില്ലും മുന്നോട്ട് വച്ചതോടെ ജന്മിമാർ ഇളകി. മതം അങ്കലാപ്പിലായി. ജാതിയും മതവും ഭൂമിയും പ്രതിപക്ഷം ആയുധമാക്കി. അങ്കമാലിയിൽ പോലീസ് വെടിവെപ്പിലുണ്ടായ ഏഴ് പേരുടെ കൂട്ടമരണം കമ്മ്യൂണിസ്റ്റ് പാർട്ടിയെയും ഞെട്ടിച്ചു.

"അമ്മയെ ഞങ്ങൾ മറന്നാലും
അങ്കമാലി മറക്കില്ല.
ആ കല്ലറയാണേ കട്ടായം
പകരം ഞങ്ങൾ ചോദിക്കും."

അങ്കമാലി കല്ലറക്ക് മുന്നിൽ നിന്നും മന്നത്ത് പത്മനാഭൻ വിമോചന സമരത്തിന് ജീവശിഖ കൊളുത്തി. മരണങ്ങൾ തുടർക്കഥയായതോടെ എല്ലാം കീഴ്മേൽ മറിഞ്ഞു.

തിരുവനന്തപുരം ചെറിയതുറയിൽ അഞ്ചു മക്കളുടെ അമ്മയും ഗർഭിണിയുമായ ഫ്ലോറി എന്ന മുക്കുവസ്ത്രീ പോലീസ് വെടിവെപ്പിൽ കൊല്ലപ്പെട്ടതോടെ ജനരോഷം തിളച്ചു മറിഞ്ഞു. സമാധാനം കൈവിട്ടു പോയി. രോഷപ്രകടനങ്ങൾ നിയന്ത്രണാതീതമായി.

"തെക്കുതെക്കൊരു ദേശത്ത്
അലമാലകളുടെ തീരത്ത്
ഭർത്താവില്ലാ നേരത്ത്
ഫ്ലോറിയെന്നൊരു ഗർഭിണിയെ
വെടിവെച്ചുകൊന്ന സർക്കാറേ
പകരം ഞങ്ങൾ ചോദിക്കും."

ഫ്ലോറി ഒരു തീയായി പടരുകയായിരുന്നു. ആ തീ വരയ്ക്കൽ കടപ്പുറത്തുമെത്തി.

ഭരണത്തിന് മേൽ അത് കലി പടർത്തി.

"ഇത് റഷ്യയല്ല."

ചന്തു സഖാവിന്റെ വീടിന് മുന്നിൽ ജനം ആക്രോശിച്ചു. മോസ്കോ എന്നത് ഒരു ശകാരത്തിന്റെ പേരായി.

ഭൂമിയുടെ അവകാശികളായ പട്ടിണിപ്പാവങ്ങളുടെ ഉണർച്ചകളോട്ടും ജാതിയുടെ കോട്ടകൊത്തളങ്ങൾക്ക് നേരെ വിരലുയർത്തിയ ശബ്ദങ്ങളും കുഴിച്ചുമൂടാൻ വിമോചനസമരം ആയുധങ്ങൾ പുറത്തെടുത്തു.

"പാളേക്കഞ്ഞി കുടിപ്പിക്കും.
തമ്പ്രാനെന്നു വിളിപ്പിക്കും.
ചാത്തൻ പൂട്ടാൻ പൊയ്ക്കോട്ടെ.
ചാക്കോ നാടുഭരിക്കട്ടെ."

"ഗൗരിച്ചോത്തി പെണ്ണല്ലേ,
പുല്ലു പറിയ്ക്കാൻ പൊയ്ക്കൂടേ."

ജാതിയും മതവും ജന്മിത്വവും അഴിഞ്ഞാടി. നുണകൾ മഹാമാരിയായി പടർന്നു. ചന്തു സഖാവിന്റെ വീട് ആ കാറ്റിൽ ഉലഞ്ഞു.

“എല്ലാ വിഷങ്ങളും ഒന്നിച്ച വിത്തുകളാണ് വിമോചന സമരം എന്ന ആഭാസത്തിൽ വിരിഞ്ഞത്”- സഖാവ് കുലുങ്ങിയില്ല. എന്നാൽ നാല് മക്കളും നാല് ദിക്കുകളിലായി. കോളേജിൽ പഠിക്കുകയായിരുന്ന ഇളയ മകൻ കണ്ണപ്പാപ്പനാണ് വീട്ടിലാദ്യമായി സഖാവിനോട് മറുത്തു പറഞ്ഞത്.

കണ്ണപ്പാപ്പൻ പ്രഖ്യാപിച്ചു :

“സ്വന്തം ജനതയെ വെടിവച്ചു കൊല്ലുന്ന സെൽഭരണം ഇവിടെ വേണ്ട. അത് റഷ്യയിൽ മതി.”

അച്ഛച്ഛൻ വിട്ടുവീഴ്ചക്കില്ലായിരുന്നു.

“പാർട്ടിയെ തുരങ്കം വയ്ക്കുന്ന കീടങ്ങൾ എന്റെ വീട്ടിൽ വേണ്ട.”

ഭാസ്കരൻമുത്തപ്പൻ ആ ഏറ്റുമുട്ടൽ കണ്ട് സഹിക്കാനാവാതെ മുറിയിൽ കയറി വാതിലടച്ചു. മറ്റാർക്കും മറ്റൊരു അഭിപ്രായം പറയാൻ ധൈര്യമുണ്ടായിരുന്നില്ല. സഖാവിനപ്പോൾ സ്റ്റാലിന്റെ മുഖച്ഛായയായിരുന്നു. കരുണയറ്റ മീശ കനത്തു.

“സ്റ്റാലിൻ മരിച്ചു എന്ന് അച്ഛൻ മനസ്സിലാക്കണം. റഷ്യയിലിപ്പോൾ ക്രൂഷ്ചേവാണ്. കാലം മാറി. എല്ലാം മാറും.”

കണ്ണപ്പാപ്പനും വിട്ടുകൊടുക്കാനില്ലായിരുന്നു.

“പുകഞ്ഞ കൊള്ളി പുറത്ത്. കാലം പിന്നോട്ട് മാറില്ല. അത് പ്രകൃതി നിയമമാണ്. മനുഷ്യന് കരങ്ങിലേക്ക് തിരിച്ചു പോകാനാകില്ല.”

സഖാവ് നയം വ്യക്തമാക്കി. കണ്ണപ്പാപ്പൻ വീട്ടിന് പുറത്തായി.

“കണ്ണനെ വീട്ടീന്ന് പുറത്താക്കേണ്ടിയിരുന്നില്ല.”

അച്ഛൻ മാത്രം എതിർപ്പറിയിച്ചു.

“എന്നാൽ നീയും പൊയ്ക്കോ അവന്മാരുടെ കൂടെ.പാർട്ടിയെ പിന്നിൽ നിന്നു കുത്തുന്നവരാരും ഇവിടെ വേണ്ട.”

അച്ഛൻ നിശബ്ദനായി. കൃഷ്ണൻ വല്യച്ഛനും വാസുപ്പാപ്പനും അച്ഛച്ഛനെ എതിർക്കാൻ ധൈര്യമില്ലാതെ വിയർത്തൊഴുകി.

വിമോചന സമരക്കാർ ആ പുറത്താക്കൽ ആഘോഷമാക്കി. അവർ പാപ്പനെ നേതാവാക്കി വീട്ടിന് മുന്നിലൂടെ എഴുന്നള്ളിച്ചു.

“മോസ്കോ തുലയട്ടെ. സ്റ്റാലിൻ തുലയട്ടെ.”

അച്ഛച്ഛന് നേരെ വരയ്ക്കൽ കടപ്പുറത്ത് ആദ്യമായി ശകാരവർഷങ്ങൾ ഉയർന്നു. പാർട്ടിക്കെതിരെ പ്രകടനക്കാർ അക്രമം അഴിച്ചു വിട്ടു. വരയ്ക്കൽ കമ്മ്യൂണിസ്റ്റ് പാർട്ടി ഓഫീസ് ആക്രമിക്കപ്പെട്ടു. കണ്ണപ്പാപ്പൻ നേതാവായി ഉയർന്നു.

അതൊരു ഞെട്ടലായിരുന്നു. മോസ്കോയുടെ ഹൃദയത്തിലേറ്റ വിള്ളൽ. പുറത്തെ പ്രക്ഷോഭത്തിൽ വീടാകെ പുകഞ്ഞു.

തൊട്ടടുത്ത ദിവസം വിമോചന സമരത്തിൽ പങ്കെടുത്ത് അക്രമം അഴിച്ചുവിട്ടതിന് കണ്ണപ്പാപ്പൻ അറസ്റ്റിലായി. വീട്ടിലെന്നും വഴക്കായി. കടുകിടെ വഴങ്ങാൻ അച്ഛച്ഛൻ ഒരുക്കമല്ലായിരുന്നു.

പാർട്ടിയുടെ തലമുതിർന്ന നേതാവായ സഖാവ് കരിമ്പിൽ ദാമോദരൻ വിവരമറിഞ്ഞ് വീട്ടിൽ അച്ഛച്ഛനോട് സംസാരിക്കാൻ വന്നു.

“കണ്ണനെ ജാമ്യത്തിലിറക്കാൻ സഖാവ് പോകണം. കുട്ടികൾ വഴി തെറ്റുമ്പോൾ നമ്മളാണവർക്ക് വഴികാട്ടേണ്ടത്. പാർട്ടിക്കും തെറ്റുകൾ പറ്റിയിട്ടുണ്ട് എന്ന് സഖാവ് മനസ്സിലാക്കണം.”

“ഇല്ല. പാർട്ടിക്കല്ല തെറ്റുപറ്റിയത്. ഞാൻ മക്കളെ വളർത്തിയത് ശത്രുവിന്റെ സൈന്യത്തിൽ ചേരാനല്ല. സഖാവ് ഇതിലിടപെടേണ്ട.”

സഖാവ് ദാമോദരൻ നിശബ്ദനായി. വീട് നിശബ്ദമായി. ആ നീണ്ട നിശബ്ദതയിൽ ഇ.എം. എസ്സ്. മന്ത്രിസഭ പിരിച്ച് വിട്ട് പ്രധാനമന്ത്രി നെഹറു രാഷ്ട്രപതി ഭരണം ഏർപ്പെടുത്തിയ വാർത്ത പുറത്തെത്തി. തൊട്ടുപിറകെ കണ്ണപ്പാപ്പൻ ജയിൽ മോചിതനായെങ്കിലും വീട്ടിലേക്ക് വന്നില്ല.

ജയിലിൽ നിന്നും പുറത്ത് കണ്ണപ്പാപ്പനെ നാട്ടുകാർ ആഘോഷ ത്തോടെ വരവേറ്റു. പൂഴിയിലെ വീട്ട് മുറ്റത്തൂടെ പ്രകടനം നടന്നു. അച്ഛ ച്ഛനെതിരെ പ്രകടനക്കാർ ആക്രോശം മുഴക്കി. വരയ്ക്കൽ കടപ്പുറത്ത് വിമോചന സമരത്തിന്റെ നേതാക്കൾ വന്ന് പ്രസംഗിച്ച പൊതുയോ ഗവുമുണ്ടായി. എല്ലാവരും പിരിഞ്ഞപ്പോൾ കണ്ണപ്പാപ്പൻ മടങ്ങിയത് വീട്ടിന് പിറകിലെ കോട്ടയ്ക്കപ്പുറത്തുള്ള റെയിപ്പാലത്തിനു മുകളിലേക്കാ യിരുന്നു.അവിടെ പാപ്പൻ വിഷണ്ണനായി ഒറ്റയ്ക്കിരിക്കുന്നതായി തേങ്ങ വലിക്കാരൻ സഖാവ് ചെക്കുട്ടി വീട്ടിൽ വന്നു പറഞ്ഞു.

“കണ്ടിട്ടെന്തോ പന്തികേട് തോന്നി. വീട്ടിൽ പോകാത്തതെന്താന്ന് ചോദിച്ചപ്പം ഒന്നും പറയുന്നുമില്ല. ഒന്നു ചെന്നു നോക്കുന്നത് നന്നാകും.”

വാസുപ്പാപ്പനപ്പോൾ തന്നെ ഓടിപ്പോയി. തൊട്ടുപിറകെ അച്ഛച്ഛനും ഓടി. എന്നാൽ അവിടെയെത്തുമ്പോഴേക്കും വൈകിപ്പോയി. മദ്രാസ്സ് മെയിൽ കടന്നു പോയപ്പോൾ പാപ്പൻ പെട്ടെന്ന് അതിന് മുന്നിലേക്ക് കയറി നിൽക്കുകയായിരുന്നു എന്നാണ് കണ്ടവർ പറഞ്ഞത്. കാണാൻ മുഖം പോലും ബാക്കിയില്ലായിരുന്നു. അതു കണ്ട് അച്ഛച്ഛൻ ആദ്യമായി തളർന്നുവീണു.

അടുത്ത രാത്രിയിൽ പോസ്റ്റ്മോർട്ടം കഴിഞ്ഞെത്തിയ മൂടിപ്പുതച്ച ശരീരം കോട്ടയിൽ ഒരുക്കിയ ചിതയിൽ തീ കൊളുത്തിയ ശേഷം

കിണറ്റിങ്കരയിൽ ചെന്ന് തലയിലൂടെ ബക്കറ്റ് കൊണ്ട് പലവട്ടം വെള്ളം കോരിയൊഴിച്ച് വീട്ടുമുറ്റത്ത് വന്ന് വാസുപ്പാപ്പൻ ആർത്തു കരഞ്ഞു. നാട്ടുകാർ കാഴ്ചക്കാരായി നിന്നു. പാപ്പൻ അലറി വിളിച്ചു.

"മതിയായല്ലോ അച്ഛന്."

ചിത കെട്ടിട്ടും കണ്ണെടുക്കാതെ പുലരും വരെ ചന്തു സഖാവ് മരച്ചുവട്ടിൽ നിന്നും നിന്നും എഴുന്നേറ്റില്ല. കരഞ്ഞില്ല. മഹാഗണി തുരുതരാ ഇലപൊഴിച്ചിട്ട് കരഞ്ഞു.

"പിഴച്ചോ എനിക്ക്?"

നിലത്ത് വീണ ഒരില കയ്യിലെടുത്ത് ശൂന്യമായ ആകാശത്തേക്ക് നോക്കി അച്ഛച്ഛൻ സ്വയം ചോദിച്ചു.

കണ്ണാടിമരം

കെട്ടുപിണഞ്ഞു കിടക്കുന്ന ഹൃദയങ്ങളിലെ ഭൂകമ്പമാണ് ആത്മഹത്യ. അതിന്റെ പ്രത്യാഘാതങ്ങൾ എവിടെയെല്ലാം നിന്നാണുണ്ടാകാൻ പോകുന്നതെന്നത് പ്രവചിക്കാനാകില്ല. കണ്ണപ്പാപ്പ ന്റെ മരണത്തിന് തൊട്ടുപിറകെ ദുരന്തങ്ങളുടെ പരമ്പര തന്നെ വരയ്ക്കൽ വീട് ഏറ്റുവാങ്ങി.

"അടഞ്ഞ കണ്ണാടിയിൽ മുഖം നോക്കിയിട്ട് കാര്യമില്ല. ഉടഞ്ഞ വിഗ്ര ഹങ്ങൾ വഴികാട്ടില്ല."

വരയ്ക്കൽ തറവാട്ടിൽ സ്വന്തം മുറിയിലേക്ക് പിൻവാങ്ങി ജീവിക്കുക യായിരുന്ന കാരണവർ ഭാസ്കരൻമുത്തപ്പൻ നീണ്ട നിശബ്ദത വെടിഞ്ഞ് അന്ന് സംസാരിച്ചു. നൂറ്റാണ്ടിന്റെ വേദനകൾ നീന്തിക്കടന്ന നീണ്ടയാ ത്രക്ക് അവസാനം കുറിയ്ക്കുകയായിരുന്നു മുത്തപ്പൻ.

"ഞാനിറങ്ങുന്നു. എന്റെ യാത്ര കഴിഞ്ഞു. എല്ലാറ്റിനും വേണം ഒരവസാനം."

ഒരു ചെറിയ ഭാണ്ഡക്കെട്ടിൽ അത്യാവശ്യം സാധനങ്ങൾ മാത്രമെ ടുത്ത് പരേതാത്മക്കളുടെ ഓർമ്മക്ക് കാത്തുസൂക്ഷിച്ച മുത്തപ്പൻകോട്ട യിലെ മഹാഗണിച്ചുവട്ടിൽ കുറേ നേരമിരുന്നു. അതിന്റെ മരപ്പൊത്തിലെ കണ്ണാടി പ്രതിഷ്ഠ പുറത്തെടുത്ത് തുടച്ച് വൃത്തിയാക്കി തിരിച്ചു വച്ചു. മരത്തെ നിലത്ത് കിടന്ന് നമസ്കരിച്ച് മുത്തപ്പൻ പുറത്തേക്ക് നടന്നു പോയി.

ആ ഇറങ്ങിപ്പോക്കായിരുന്നു ചന്തു സഖാവിനെ ഏറ്റവും ഉലച്ചത്.

"അച്ഛനും എന്നെ കൈവിടരുത്."

അച്ഛച്ഛൻ കുറേ ദൂരം മുത്തപ്പനെ പിൻതുടർന്നു.

"ഓർമ്മ വേണം: മരണമല്ല, മറവിയാണ് ദുരന്തം."

മുത്തപ്പൻ നിന്നില്ല. കടപ്പുറത്തുകൂടെയായിരുന്നു ആ യാത്ര.

കാറ്ററ്റ് അറബിക്കടൽ ഒരു നിശ്ചലതടാകമായി നിന്നു.

"മോഹാവേശങ്ങളുടെ എല്ലാ കൊടുമുടികൾക്കും ഇറക്കമുണ്ട്. അഹങ്കാരങ്ങളുടെ പിരമിഡുകൾക്ക് നിലംപതിക്കാതെ വയ്യ. എന്റെ കാലം കഴിഞ്ഞു. ഞാനത് ജീവിച്ചു കഴിഞ്ഞതാണ്. അതിനിയും ചുമക്കേണ്ടതില്ല"

മുത്തപ്പൻ പിന്തിരിയാൻ ഒരുക്കമല്ലായിരുന്നു. ഒടുവിൽ പരാജയം സമ്മതിച്ചു അച്ഛച്ഛൻ മടങ്ങി. കോട്ടയിലെ മഹാഗണിച്ചുവട്ടിലെത്തി അതിന്റെ പൊത്തിൽ മുത്തപ്പൻ പ്രതിഷ്ഠിച്ച കണ്ണാടി വിളക്കിന് മുന്നിൽ കുമ്പിട്ട് പ്രാർത്ഥിച്ചു നിന്നു.

"ഞാനെവിടെയെങ്കിലും കുമ്പിട്ട് നിൽക്കുന്നതായി കണ്ടാൽ അപ്പഴെനിക്ക് സമനില തെറ്റിയതായി കരുതിക്കോളണം."

ആരുടെ മുന്നിലും തല താഴ്ത്താൻ തയ്യാറല്ലാതെ നിന്ന ചന്തു സഖാവ് പാർട്ടി നേതാക്കന്മാരെ മുഖം നോക്കാതെ വിമർശിക്കുമ്പോൾ തലയുയർത്തി പറഞ്ഞ വാക്കുകൾ പൂഴിയിൽ പാട്ടാണ്. ആ കുമ്പിടൽ കണ്ട് എല്ലാവരും അമ്പരന്നു നിന്നു.

മരിച്ചവരുടെ ഓർമ്മദിവസങ്ങളിൽ മാത്രമാണ് പൂഴിയിൽ വീട്ടിൽ എന്തെങ്കിലുമൊരു പ്രാർത്ഥന നടന്നിരുന്നത്. അത് മുത്തപ്പന്റെ വഴിയാണ്. കുട്ടിക്കാലത്ത് അത്തരം പ്രാർത്ഥനകളിൽ ഒപ്പം നിൽക്കാറുണ്ടായിരുന്നെങ്കിലും പാർട്ടിയിൽ ചേർന്നതോടെ സഖാവ് അതൊക്കെ നിർത്തിയിരുന്നു. മഹാഗണിയുടെ പൊത്തിൽ പ്രതിഷ്ഠിച്ച കണ്ണാടിക്ക് മുമ്പാകെ വീട്ടിൽ മുത്തപ്പന്മാർക്ക് കൊടുക്കുന്ന പ്രസാദം കൊണ്ടുചെന്ന് വയ്ക്കുമ്പോൾ സഖാവ് അതിനെ കളിയാക്കിച്ചിരിക്കുമായിരുന്നു.

"കോട്ടയിലെ കീരികളും പാമ്പുകളുമൊക്കെയായിരിക്കും പ്രസാദം തിന്നാൻ വരുന്ന ദൈവങ്ങൾ."

"ദൈവങ്ങൾ വരേണ്ട. എന്നാൽ പിതൃക്കൾ നാം വന്ന വഴിയാണ്. അവരെ പ്രാർത്ഥിക്കുകയെന്നത് അവരെ മറക്കില്ല എന്ന് തന്നെത്താൻ പഠിക്കലാണ്. അത് മറക്കരുത്"

മുത്തപ്പൻ പറയും.

മരിച്ചു പോയ മുത്തപ്പന്മാരെ മാത്രമായിരുന്നു കുടുംബത്തിൽ എല്ലാവരും പ്രാർത്ഥിക്കുന്നത്. ശ്രീനാരായണ ഗുരു കണ്ണാടി പ്രതിഷ്ഠ നടത്തിയ സംഭവം ഭാസ്കരൻ മുത്തപ്പൻ ഹൃദയത്തിൽ ചേർത്തു

വച്ചിരുന്നു. ഗുരുവിന്റെ ഈഴവശ്ശിവ പ്രതിഷ്ഠയേക്കാൾ മുത്തപ്പനെ പ്രചോദിപ്പിച്ചത് കണ്ണാടി പ്രതിഷ്ഠയായിരുന്നു. വിവേചനങ്ങൾ പണിയുന്ന എല്ലാ വിഗ്രഹങ്ങൾക്കുമെതിരെയുള്ള പ്രചാരകനായി അത് മുത്തപ്പനെ മാറ്റി. കോട്ടയിലെ മഹാഗണിയിൽ സ്ഥിരതാമസമാക്കിയ മരം കൊത്തികൾ പല കാലങ്ങൾ കൊണ്ട് കൊത്തിയുണ്ടാക്കിയ പൊത്തിലാണ് മുത്തപ്പൻ കണ്ണാടി പ്രതിഷ്ഠിച്ചത്.

"മരിച്ചവരെ ഓർക്കണം. കാരണം അവർ നമ്മെ വിട്ടു പോകുന്നില്ല. നമ്മിൽ ജീവിക്കുന്നവരാണ്." '

തറവാട്ടിൽ എല്ലാവരും മനസ്സിൽ കുറിച്ചിട്ട മുത്തപ്പന്റെ കരുതലാണത്.

ജീവിച്ചിരിക്കുന്നവരുടെ ഒരു വർഷമാണ് മരിച്ചവരുടെ ഒരു ദിവസം. അതു കൊണ്ടാണ് വർഷത്തിലൊരിക്കൽ അവരുടെ ഓർമ്മ ദിവസം ശ്രാദ്ധമായി ആചരിക്കുന്നത്. മുത്തപ്പന്മാർക്ക് കൊടുക്കലാണത്. കാരണവന്മാർക്ക് ഇഷ്ടമുള്ളത് വച്ചു വിളമ്പി അകത്തു വച്ച് കൊടുക്കണം. അത് പിന്നെ എല്ലാം കുറെശ്ശെ ഒരിലയിലാക്കി കോട്ടയിൽ മഹാഗണിയുടെ പൊത്തിലെ കണ്ണാടിക്ക് മുന്നിൽ കൊണ്ടുപോയി വയ്ക്കണം. തേങ്ങാമുറിയിൽ കൊളുത്തിയ നെയ്ത്തിരിക്ക് മുന്നിൽ എല്ലാവരും ഒരുമിച്ച് കണ്ണുമടച്ച് പ്രാർത്ഥിച്ചു നിൽക്കണം. ദൈവങ്ങളോടല്ല പിതൃക്കളോടാണ് പ്രാർത്ഥന.

"മുത്തപ്പാ കാത്തോളണേ."

അതെല്ലാവരും മനസ്സിൽ ആവർത്തിക്കും. പറയാൻ കാത്തു വച്ചതെല്ലാം മുത്തപ്പന്മാരോട് പറയും. അവർ കാത്തോളും എന്ന വിശ്വാസം ആ പ്രാർത്ഥനകളിൽ നിന്നും വിട്ടു നിന്ന് പരിഹസിക്കുമ്പോഴും സഖാവിന്റെ ഉള്ളിലെവിടെയോ ഒരു ചെറു വിശ്വാസമായി മുത്തപ്പനുണ്ടായിരുന്നു. വലിയ വേദനകൾ തട്ടുമ്പോൾ മനസ്സ് പറഞ്ഞു പോകുമായിരുന്നു.

"മുത്തപ്പാ കാത്തോളണേ."

ഭാസ്കരൻ മുത്തപ്പൻ വീടുവിട്ടിറങ്ങിപ്പോയ രാത്രിയിൽ സഖാവ് മുത്തപ്പന്റെ മുറിയിൽ കയറി വാതിലടച്ചു. രാത്രി അവിടെ നിന്നും ഉറക്കെയുള്ള പ്രാർത്ഥന ആ വീട് കേട്ടു. അച്ഛമ്മയെ വിളിച്ചായിരുന്നു പ്രാർത്ഥന.

"ശാരദേ, എവിടെയേ എനിക്ക് പിഴച്ചു? നീയെന്തിനാണിനിയും എന്നെ ഈ ലോകത്ത് തനിച്ചാക്കുന്നത്? എന്തേ എന്നെ വിളിക്കാത്തത്? ഞാൻ തോറ്റു പോയല്ലോ ശാരദേ."

തൊട്ടടുത്ത ദിവസം തന്നെ ആരോടും പറയാതെ അച്ഛനും നാടു വിട്ടു. അതോടെ മോസ്കോ മരിച്ച വീടായി. അവിടെ ചന്തു സഖാവ് ഒറ്റക്കായി.

കൃഷ്ണൻ വല്യച്ഛനും വാസുപ്പാപ്പനും വീടുവിട്ടു പോയില്ല എന്നേയുള്ളൂ. രണ്ടു പേരും അവരവരുടെ ലോകങ്ങളിലേക്ക് പിൻവാങ്ങി. പിന്നെയൊരിക്കലും അവർ പാർട്ടിയോടൊപ്പം നിന്നില്ല. എല്ലാം മാറുകയായിരുന്നു.

"നാട്ടിൽ ചെയ്തതിന് വീട്ടിൽ കിട്ടി."

വിമോചന സമരക്കാർ വരയ്ക്കൽ കടപ്പുറത്തും പൂഴിയിൽ മുക്കിലും കൂടി നിന്നു മുറുമുറുത്തു. രോഷം മുഴുവനും ചന്ദ്രു സഖാവിനോടായിരുന്നു. പാർട്ടിയിൽ ഉയരങ്ങളിലേക്ക് കുതിയ്ക്കുകയായിരുന്ന സഖാവിന്റെ വീഴ്ചക്ക് അവിടെ തുടക്കമായി.

നാടുവിട്ടു പോയ അച്ഛന്റെ ഒരു വിവരവും വീട്ടിലാരുമറിഞ്ഞില്ല. അച്ഛൻ പല നാടുകൾ ചുറ്റി, പല തൊഴിലുകൾ ചെയ്ത് ഒടുവിൽ മദിരാശിയിൽ ഒരു മോട്ടോർ സൈക്കിൾ മെക്കാനിക്കായി പിടിച്ചു കയറി. പോളിടെക്നിക്കിൽ പഠിച്ചതിന്റെ ഗുണം ആ യാത്രയിൽ കിട്ടി. ക്രമേണ മദിരാശിയിലെ മറീന കടപ്പുറത്തിനടുത്ത് സ്വന്തമായി ഒരു മോട്ടോർ സൈക്കിൾ വർക്ക്ഷോപ്പും തുടങ്ങി. സ്വന്തമായുള്ള ബുള്ളറ്റ് വണ്ടിയിലായിരുന്നു സഞ്ചാരം.

"ആ ബുള്ളറ്റാണ് എന്റെ ജീവിതം ഇതാ, ഇവിടെ വരെ എത്തിച്ചത്"

അമ്മ എന്നും അച്ഛനെ കളിയാക്കി പറയുമായിരുന്നു.

അച്ഛന്റെ ബുള്ളറ്റ് യാത്രകളാണ് അന്ന് മദിരാശി ക്രിസ്ത്യൻ കോളേജ് വിദ്യാർത്ഥിനിയായിരുന്ന അമ്മയുമായുള്ള പ്രണയവിവാഹത്തിലേക്ക് വഴിമാറുന്നത്. അമ്മച്ഛനന്ന് റെയിൽവെയിൽ ഗാർഡാണ്. മദിരാശിയിൽ റെയിൽവെ ക്വാട്ടേഴ്സിലായിരുന്നു താമസം. അച്ഛൻ നുങ്കമ്പക്കത്ത് ഒരു വാടക വീട്ടിലും.

അമ്മയുടെ പഠിപ്പ് അതോടെ നിന്നു. കുറേക്കാലത്തേക്ക് രണ്ടു വശത്തും കുടുംബക്കാരില്ലാത്ത ജീവിതമായിരുന്നു അച്ഛന്റെയും അമ്മയുടെതും. എങ്കിലും അത് അധികാലം നീണ്ടു നിന്നില്ല.

"ചന്ദ്രു സഖാവിന്റെ മകനാണ് രാമചന്ദ്രൻ" -

അമ്മച്ഛന്റെ കണ്ടുപിടുത്തം അമ്മയുടെ വീട്ടിൽ കുറച്ചു ആശ്വാസം പകർന്നു.

കല്ലായിക്കടവത്തെ മാനാരിപ്പാടത്തും വരയ്ക്കൽ കടപ്പുറത്തെ പൂഴിയിലുമുള്ള ആ രണ്ടു തറവാടുകളും തമ്മിൽ നിരവധി കെട്ടുപാടുകളുണ്ടായിരുന്നു. ഏക സഹോദരി കാഞ്ചനയെ വിവാഹം കഴിക്കേണ്ടിയിരുന്ന ആളുടെ മകൻ വർഷങ്ങൾക്ക് ശേഷം മകളുടെ ഭർത്താവായി

എത്തിയത് അമ്മച്ഛന് അവിശ്വസനീയമായിരുന്നു.

"കാഞ്ചനേച്ചി എന്തു കരുതുമോ എന്തോ"

അമ്മച്ഛന്റെ പേടി മുഴുവനും അതായിരുന്നു.

കാഞ്ചമ്മക്ക് ആ ബന്ധത്തിന് വിസമ്മതങ്ങളൊന്നുമില്ലായിരുന്നു. ഉള്ള് കൊണ്ട് അവർ ആഹ്ലാദിക്കുകയും ചെയ്തു.

"അത് സഖാവിന് കാലം കരുതിവച്ച പ്രതികാരമാണ്."

മാനാരിപ്പാടത്തെ വീട്ടിൽ കാഞ്ചമ്മ അപ്പോൾ ഒറ്റക്കായിരുന്നു.

മദിരാശിയിൽ വച്ച് തന്നെ എല്ലാം പൊറുത്ത് അമ്മച്ഛനും അമ്മമ്മയും അമ്മയെ വീണ്ടും വീട്ടിലേക്ക് കൂട്ടി. വേറെ വഴിയില്ലാത്തതിനാൽ അച്ഛനെയും സ്വീകരിച്ചു. ഋഷികേശ് മാമൻ മാത്രം ആ പിണക്കം മനസ്സിൽ വച്ചു. അമ്മച്ഛൻ റെയിൽവെയിൽ നിന്നും വിരമിച്ച് മദിരാശി വിട്ടു പോന്നതോടെ അച്ഛന്റെ ജീവിതം മാനാരിപ്പാടത്തായി.

വീട് വിട്ട് പോയതിന്റെ വേദനകൾ അച്ഛൻ അമ്മയോട് മാത്രം തുറന്നു വച്ച അധ്യായങ്ങളാണ്. അമ്മ കുട്ടിയോടും.

അച്ഛനറിയാത്ത മാനാരിപ്പാടത്തിന്റെ പഴയ കഥകൾ കാഞ്ചമ്മയാണ് അമ്മക്ക് പറഞ്ഞു കൊടുത്തത്. ചന്തു സഖാവിന് ഒളിവിൽ പാർപ്പിക്കാൻ പാർട്ടി തന്നെയാണ് കാഞ്ചമ്മയുടെ തറവാട് കണ്ടെത്തിയത്. അമ്മച്ഛൻ പാർട്ടി അനുഭാവിയായിരുന്നത് നാട്ടിലാർക്കും അറിയുമായിരുന്നില്ല. റെയിൽവെയിൽ പണിയുള്ളത് കൊണ്ട് രഹസ്യമായി മാത്രമേ പാർട്ടിയെ സഹായിക്കാനാവുമായിരുന്നുള്ളൂ. മാനാരിപ്പാടം സ്കൂളിലെ ടീച്ചറായിരുന്നു കാഞ്ചമ്മ അക്കാലത്ത്. ചന്തു സഖാവുമായി കാഞ്ചമ്മ അടുപ്പത്തിലാകുന്നത് ആ ഒളിവുകാലത്താണ്. എന്നാൽ അടുത്ത ഒളിവു താവളത്തിൽ എത്തിയപ്പോൾ അച്ഛച്ഛൻ കാഞ്ചമ്മയെ മറന്നു. അവിടെ വച്ച് ശേഖരൻ സഖാവിന്റെ മകൾ ശാരദയുമായി ഇഷ്ടത്തിലാവുകയും ചെയ്തു. അവർ വിവാഹത്തിന് മുമ്പ് തന്നെ ഗർഭിണിയായതിഞ്ഞ് പാർട്ടി പെട്ടെന്ന് ഇടപെട്ട് ആ വിവാഹം നടത്തിക്കുകയായിരുന്നു.

അതോടെ കാഞ്ചമ്മ എന്നെന്നേക്കുമായി പാർട്ടി ബന്ധങ്ങൾ വിട്ടു.

"ആദ്യം സഖാവ് ചതിച്ചു. പിന്നെ പാർട്ടിയും."

പാർട്ടിയോടുള്ള ബന്ധം എന്നെന്നേക്കുമായി അവസാനിപ്പിക്കുമ്പോൾ കാഞ്ചന അറുത്തുമുറിച്ചു പറഞ്ഞു. കാഞ്ചമ്മക്ക് കൂട്ടുകാരി കൂടിയായ ശാരദയോട് ഒരു ദ്വേഷ്യവും തോന്നിയില്ല. താനുമായുള്ള സഖാവിന്റെ ബന്ധം കൂട്ടുകാരിക്കറിയില്ലെന്ന് കാഞ്ചമ്മക്ക് പൂർണ്ണ ബോധ്യമുണ്ടായിരുന്നു. അച്ഛച്ഛൻ ചെയ്ത പൊറുക്കാനാവാത്ത ചതിയായി അവരത് എന്നെന്നേക്കുമായി മനസ്സിൽ കുറിച്ചു.

“പാർട്ടിക്കറിയാമായിരുന്നു ഞങ്ങൾ തമ്മിലുള്ള ബന്ധം. ഒളിവു ജീവിതത്തിൽ ചെല്ലുന്ന സ്ഥലങ്ങളിലെല്ലാം ബന്ധങ്ങളുണ്ടാക്കുന്നത് നായ്ക്കളുടെ പണിയാണ്. സഖാക്കളുടെതല്ല.”

പാർട്ടി വിടുന്ന തീരുമാനം മാനാരിപ്പാടത്തെ നേതാവ് സഖാവ് വാസുവിനോട് പറയുമ്പോൾ കാഞ്ചമ്മ ഒട്ടും പതറിയില്ല.

“പെണ്ണുങ്ങൾ പാർട്ടിയുടെ അടുക്കളക്കാരികളോ സഖാക്കളുടെ വെപ്പാട്ടികളോ അല്ല. അതൊന്നു ഓർത്തു വയ്ക്കുന്നത് നന്നാകും.”

സഖാവ് വാസുവിന് ഒന്നും പറയാനുണ്ടായിരുന്നില്ല. കാഞ്ചമ്മയെ ആശ്വസിപ്പിക്കാൻ ആർക്കും കഴിഞ്ഞില്ല. അവർക്കറിയാത്ത മാനാരി പ്പാടത്തെ പാർട്ടി കഥകളുണ്ടായിരുന്നില്ല. കാലത്തിന്റെ കാണാക്കാ ഴ്ചകൾ അമ്മയോട് പറഞ്ഞ കഥകളിലൂടെ വരും കാലത്തിലേക്ക് മിഴി തുറന്നു. കുട്ടി അതിൽ കണ്ണ് നട്ടു.

മദിരാശിയിൽ നിന്നും നാട്ടിൽ തിരിച്ചെത്തിയിട്ടും സ്വന്തം വീട്ടിലേക്ക് പോകാൻ അച്ഛൻ തയ്യാറായിരുന്നില്ല. മാനാരിപ്പാടത്ത് ആദ്യത്തെ വർക്ക്ഷോപ്പ് അച്ഛൻ തുറന്നു. കൃഷ്ണൻ വല്യച്ഛനും വാസുപ്പാപ്പനും ഒക്കെ ചെന്ന് വിളിച്ചിട്ടും അച്ഛൻ തിരിച്ചു പോയില്ല. അച്ഛച്ഛൻ അച്ഛനെ വിളിക്കാൻ വന്നതുമില്ല. വീട്ടുകാർക്ക് മാത്രമല്ല നാട്ടുകാർക്കും ഒരു വലിയ ഖേദമായിരുന്നു ആ നീണ്ട പിണക്കം.

“സഖാവ് മറക്കില്ല. പൊറുക്കുകയുമില്ല.”

ആർക്കും ചന്തു സഖാവിന്റെ പിണക്കം മുറിയ്ക്കാനായില്ല. ഒരേ നാട്ടിൽ പരസ്പരം മിണ്ടാതെ കാണാതെ അവർ സമാന്തരമായി ജീവിച്ചു. അതിന് മറ്റൊരു കാരണം കൂടിയുണ്ടെന്ന് കുട്ടിക്ക് ക്രമേണ മനസ്സിലായി. അതായിരുന്നു കാഞ്ചമ്മ. മാണിക്യമ്മയോട് മാത്രമേ കാഞ്ചമ്മ ഉള്ള് തുറന്നിട്ടുള്ളൂ. ഉറക്കം കിട്ടാത്ത രാത്രികളിൽ മാണിക്യമ്മ കുഞ്ഞിലക്ഷ്മി യോട് പറയുന്ന ചരിത്രങ്ങൾ കുട്ടിയുടെയും ഓർമ്മകളായിരുന്നു.

മാണിക്യമ്മയുടെ മരണം ഒരു നിമിത്തമായിരുന്നു. പിണക്കം മുറിക്കാൻ വാസുപ്പാപ്പൻ കൈ നീട്ടിയപ്പോൾ അച്ഛൻ അത് എത്തിപ്പി ടിച്ചു.

“ഞാൻ വരാം. എനിക്കാരോടും വിരോധമൊന്നുമില്ല.?”

അച്ഛന്റെ സമ്മതം പാപ്പനെ കരയിച്ചു.

“നമ്മുടെ അച്ഛൻ ആരോടെങ്കിലും ശരിയ്ക്കും എന്തെങ്കിലും പറഞ്ഞിട്ട് വർഷങ്ങളായി.കണ്ണന്റെ മരണം ഒരു തുടക്കമായിരുന്നു. ഭാസ്കരൻമുത്ത പ്പനും ഏട്ടനും വീട്ടു പോയതോടെ എല്ലാം നിശബ്ദമായി. പാർട്ടിയിലും അച്ഛനിപ്പോൾ പേരിനേ ഉള്ളൂ. എന്തിനായിരുന്നു ഏട്ടാ ഇതൊക്കെ?”

അച്ഛനൊന്നും പറഞ്ഞില്ല. പിന്നെ സ്വയം പറഞ്ഞു.

"കാലം മായ്ച്ചെഴുതാത്ത

കഥകളില്ല. നമുക്കും മാറാതെ വയ്യ."

അമ്മയുടെ തറവാട് പൊളിയ്ക്കാൻ തീരുമാനിച്ചപ്പോഴാണ് എവിടെയായിരുന്നു പിന്നിട്ട ജീവിതം എന്ന് കുട്ടി അവസാനമായി കണ്ണു തുറന്നു നോക്കുന്നത്. എത്രയോ വീടുകൾക്ക് ആവശ്യമുള്ള കട്ടിലുകളും അലമാരകളും മേശകളും കസേരകളും പാത്രങ്ങളും ഒക്കെ അവിടെയുണ്ടായിരുന്നു. അതിൽ അമ്മമ്മയുടെ പത്തായം, അമ്മച്ഛന്റെ ചാരുകസേര, അമ്മയുടെ അലമാറ തുടങ്ങി തിരഞ്ഞെടുത്ത വസ്തുക്കൾ മാത്രം പുതിയ വീട്ടിലേക്ക് കൊണ്ടുപോകാൻ വാസുപ്പാപ്പനെ അച്ഛൻ ഏർപ്പാക്കി.

"വീട് മനുഷ്യർക്ക് ജീവിക്കാനുള്ളതാണ്. വസ്തുക്കൾക്കല്ല."

അച്ഛന് വീടിനെക്കുറിച്ചുള്ള സങ്കല്പമായിരുന്നില്ല അമ്മയുടെത്.

അച്ഛന് ഒന്നും സൂക്ഷിക്കാനുണ്ടായിരുന്നില്ല. ഒരു വസ്തുക്കളോടുമില്ലായിരുന്നു അടുപ്പം.

"ഒന്നുമില്ലെങ്കിലും ഒന്നുമില്ല. മരിക്കുമ്പോൾ ആരും ഒന്നും കൊണ്ടുപോകുന്നില്ല."

അച്ഛൻ പറയും.

"ജീവിതം അത്ര ശൂന്യമല്ല."

അമ്മ പറയും.

"അതുകൊണ്ട് വീടും ശൂന്യമായിക്കൂടാ. വീട് വസ്തുക്കൾ കൊണ്ടല്ല, ഓർമ്മകൾ കൊണ്ട് നിറയണം."

സ്വത്ത് വീതം വച്ചപ്പോൾ ഏക പെണ്ണുങ്ങൾക്ക് തുല്യാവകാശം നൽകുന്ന കാര്യം ഋഷികേശ് മാമൻ സൗകര്യപൂർവ്വം വിസ്മരിച്ചു.

"കുഞ്ഞിലക്ഷ്മിക്ക് രാമചന്ദ്രന്റെ വീടുണ്ടല്ലോ. എനിക്ക് ഇനി ഇത് വിറ്റിട്ട് വേണം നാട്ടിലൊരു ഫ്ലാറ്റെടുക്കാൻ."

മാമൻ വാസുപ്പാപ്പനോട് വിശദീകരിച്ചു. പാപ്പൻ അതിലിടപെട്ടില്ല.

മാമൻ നിയമപരമായ ബാധ്യത മാത്രം നിർവ്വഹിച്ചു. അച്ഛൻ പിന്നീട് എന്നും അത് പറഞ്ഞു ചിരിച്ചു.

"എത്ര പെട്ടെന്നാണ് ബന്ധങ്ങൾക്ക് ഓർമ്മ നഷ്ടപ്പെടുന്നത്."

ഓർമ്മ വച്ച നാൾ മുതൽ കല്ലായിപ്പുഴയുടെ കരയിൽ വളർന്ന കുട്ടിക്ക് അച്ഛന്റെ തറവാട്ടിലേക്കുള്ള മടക്കം അറബിക്കടലോരത്തേക്കു ള്ള മാറ്റമായിരുന്നു. മരിച്ച് കഴിഞ്ഞാൽ അസ്ഥിയൊഴുക്കാൻ പോകുന്ന സ്ഥലമാണ് വരയ്ക്കൽ കടപ്പുറമെന്ന് അമ്മ പറഞ്ഞ് കേട്ടിരുന്നു. എന്നാൽ അവിടെ പോകാനും കടലു കാണാനും ആദ്യമായി ഇട വന്നത് അമ്മ മ്മയുടെ അസ്ഥികളൊഴുക്കാൻ അച്ഛനോടൊപ്പം അവിടെ പോയപ്പോ ഴാണ്.

"കടൽ മനസ്സ് പോലെയാണ്. ഒന്നും പിടി കിട്ടില്ല. തിരകൾ പറയു ന്നതല്ല തീരം പറയുക."

അമ്മമ്മ പറഞ്ഞത് കടൽക്കാറ്റിൽ കുട്ടി കേട്ടു. ബലിക്കാക്കകൾ ചിറകടിച്ച് പറന്നു വന്നു.

അച്ഛന് വേണ്ടി അച്ഛച്ഛൻ പണിതിട്ട മൂന്ന് മുറികളുള്ള ഒരു ഓടിട്ട വീടായിരുന്നു പൂഴിയിൽ കുട്ടിയെ കാത്തു നിന്നത്. അവസാനത്തെ വാട കക്കാർ ഒഴിഞ്ഞ ശേഷം ആർക്കുമത് നൽകിയിരുന്നില്ല. അതുകൊണ്ട് വീട് വിട്ടു പോയ മകന്റെ തിരിച്ചുവരവിന് അച്ഛച്ഛൻ തന്നെ മുൻകൈ എടുത്ത് പുതുക്കിപ്പണിത വീട്ടിലേക്കായിരുന്നു ആ തിരിച്ചുവരവ്.

ഭാഗം വെപ്പൊക്കെ കഴിഞ്ഞ് തറവാട് പൊളിയ്ക്കുന്ന ദിവസമായ പ്പോഴാണ് അമ്മമ്മയുടെ ഓർമ്മപ്പെട്ടി എടുത്തില്ലെന്ന് അമ്മയ്ക്ക് ഓർമ്മ വന്നത്. അമ്മ തന്നെ തട്ടിൻപുറത്ത് കയറി പല കാലങ്ങളിലായി തൽക്കാലത്തേക്ക് മാറ്റിയിട്ട് കൂട്ടിക്കൂട്ടി വച്ച സാധനങ്ങളുടെ കൂമ്പാര ങ്ങൾക്കിടയിൽ നിന്നും അത് പുറത്തെടുത്തു. ചില പഴയ ആൽബങ്ങ ളും ഒപ്പം പൊടി തട്ടി തപ്പിയെടുത്തു. സഹായത്തിന് കുട്ടിയും അമ്മയ്ക്ക് ഒപ്പം കൂടി. അമ്മച്ഛന്റെയും അമ്മമ്മയുടെയും പല കാലങ്ങളിലെ പഴയ ഉടുപ്പുകൾ കെട്ടിവച്ച പലതരം പെട്ടികൾ അവിടെയുണ്ടായിരുന്നു. അതൊന്നും അമ്മ തൊട്ടില്ല. പഴയ പത്രങ്ങളും, പാത്രങ്ങളും ആഴ്ചപ്പതി പ്പുകളും ഒക്കെ ഉപേക്ഷിക്കപ്പെട്ട വസ്തുക്കളുടെ കൂട്ടത്തിലേക്ക് പോയി. കുട്ടിയുടെ പഴയ പുസ്തകങ്ങളും കളിപ്പാട്ടങ്ങളും കൂട്ടിക്കെട്ടിയിട്ട ചാക്ക് കുട്ടി തൊട്ടപ്പോൾ അമ്മ തടഞ്ഞു.

"അതിനൊന്നും നമുക്കവിടെ സ്ഥലമുണ്ടാകില്ല. അത് പോട്ടെ. മൂന്നു മുറി വീട്ടിൽ നമുക്കെല്ലാം കൂടി കാത്തു സൂക്ഷിക്കാനാകില്ല."

കുട്ടി തല കുനിച്ചു. ഒന്നും പറഞ്ഞില്ല. മനസ്സുകൊണ്ട് ആ കളിപ്പാട്ട ങ്ങളുടെ മുഖങ്ങൾ ഓർത്തുനോക്കി. ആദ്യമായി കഴിയാനകളെ നേരിൽ

കണ്ട ഭൂതക്കണ്ണാടി ഓർമ്മ വന്നു. അച്ഛൻ മദിരാശിയിൽ നിന്നും വരുമ്പോൾ കൊണ്ടുത്തന്നതായിരുന്നു അത്.

"ആ ചാക്കിൽ എന്റെ ഭൂതക്കണ്ണാടിയുണ്ട്."

"പോട്ടെ. അതിലും വലിയ ഭൂതക്കണ്ണാടികൾ അവിടെ നിന്നെ കാത്തിരിക്കുന്നുണ്ട്. ഒരു കാഴ്ചബംഗ്ലാവ് തന്നെ. കണ്ടു തീരില്ല. മോൻ വിഷമിക്കേണ്ട."

വാസുപ്പാപ്പൻ ആശ്വസിപ്പിച്ചു.

മടങ്ങുമ്പോൾ പാപ്പൻ അമ്മയോട് പറയുന്നത് കുട്ടി കേട്ടു.

"ഏട്ടത്തിയമ്മേ, ഇനി വേണ്ടപ്പെട്ടത് എന്തെങ്കിലുമുണ്ടെന്ന് കണ്ടാൽ ഞാനെടുത്തു വച്ചോളാം. ഒന്നും പോവില്ല."

"വേണ്ട, ഇനിയൊന്നും വേണ്ട. ഈ പറമ്പിലടക്കം ചെയ്തവരെയൊന്നും കൂടെ കൊണ്ടുപോകാനാവില്ലല്ലോ. ഓരോ മണ്ണിനുമുണ്ട് ഓരോ സങ്കടങ്ങൾ."

വാക്ക് കിട്ടാതെ അമ്മ നിർത്തി.

"അട്ടത്തിന്റെ പലകകൾ നല്ല തേക്കിന്റേതാണ്. അത് ദ്രവിച്ചിട്ടേയില്ല. വീടിന്റെ ഉത്തരപ്പലകകളും നല്ല തേക്കാണ്. അതും വേണമെങ്കിൽ മാറ്റിവയ്ക്കാം. നല്ല മേശയോ കട്ടിലോ ഉണ്ടാക്കാം. നമുക്ക് തന്നെയാകുമ്പോൾ ബീരാൻക്കക്ക് ചെറിയ വില കൊടുത്താൽ മതി."

"വേണ്ട. എന്തിനാ."

അമ്മമ്മയുടെ ഓർമ്മപ്പെട്ടി അമ്മ തന്നെ ലോറിയിലേക്ക് കയറ്റിവച്ചു. അത് കയ്യിലെത്തിയപ്പോഴാണ് അമ്മയുടെ ശ്വാസം നേരെ വീണത്.

"പണ്ടോറയുടെ പെട്ടിയാ അത്."

അമ്മച്ഛൻ കളിയാക്കി പറയുമായിരുന്നു.

"പരശുരാമേട്ടാ വേണ്ട, വെറുതെ മഴവെറിയേണ്ട.അതാ തട്ടുമ്പുറത്ത് തന്നെ വെച്ചാ മതി."

അമ്മമ്മ അപ്പോൾ തന്നെ തിരിച്ചടിക്കും. ആരെയും അതിൽ തൊടാൻ അവർ സമ്മതിക്കാറുണ്ടായിരുന്നില്ല.

"നീ മുതിർന്നാൽ നിനക്ക് തരുന്നുണ്ട് അത്."

അമ്മ കുട്ടിയുടെ തലയിൽ വിരൾ കൊണ്ട് കുറിച്ചിട്ടു.

പഴയ സ്കൂൾ പെട്ടിയുടെ ഇരട്ടി വലുപ്പമുള്ള ചുറ്റിനും കൊത്തുപണികളൊക്കെയുള്ള മരത്തിന്റെ മനോഹരമായ പെട്ടിയായിരുന്നു അത്. മരത്തിന്റെ തന്നെ പൂട്ടും താക്കോലുമുണ്ട് അതിന്.

ഒരവധിക്കാലത്ത് ഒളിച്ചുകളിക്കുമ്പോൾ എട്ടുകാലി വലകളിൽ മൂടി തട്ടിൻപുറത്ത് നിശബ്ദമായി പൂട്ടിക്കിടക്കുകയായിരുന്ന ആ പെട്ടി കണ്ടത് ഓർമ്മയുണ്ട്. അതൊരു കാഴ്ചയായിരുന്നു. അതെടുത്ത് താഴത്തേക്ക് കൊണ്ടുവന്നതുമാണ്. എന്നാൽ അത് അതേപടി തന്നെ അമ്മച്ഛൻ തട്ടിൻ പുറത്ത് തന്നെ കൊണ്ടുപോയി വച്ചിച്ചു.

“അത് തൊടണ്ട. അത് മാണിക്യത്തിനിഷ്ടമാകില്ല. അത് പണ്ടോറയുടെ പെട്ടിയാ.”

അമ്മച്ഛൻ കാര്യമായിട്ടാണോ കളിയായിട്ടാണോ പറഞ്ഞതെന്ന് കുട്ടിക്ക് മനസ്സിലായിരുന്നില്ല. മറ്റാരും അറിയേണ്ടതില്ലാത്ത രഹസ്യങ്ങൾ സൂക്ഷിക്കാനും അത് മറ്റെല്ലാവരിൽ നിന്നും മറച്ചു വയ്ക്കാനും അമ്മമ്മ ജീവിതകാലം മുഴുവൻ അത് ഭദ്രമായി കൊണ്ടു നടന്നിരുന്നു. അമ്മമ്മക്ക് അത് അമ്മമ്മടെയും അമ്മ കൊടുത്തതാണ്. എത്ര പഴക്കമുണ്ടെന്ന് അമ്മമ്മക്ക് പോലുമറിയില്ലായിരുന്നു.

അമ്മച്ഛൻ മരിച്ചിട്ട് ഒരു വർഷമാകും മുമ്പാണ് അമ്മമ്മയും പോകുന്നത്.

കാലങ്ങളായി ഉപയോഗിക്കാതെ മാറ്റിവച്ചവയെല്ലാം ആ തട്ടിൻപുറത്തെ ഇരുട്ടിലാണ് സ്വന്തം ജീവിതം ജീവിച്ചു തീർത്തത്. ചിതലുകളും എലികളും കൂടി തിന്നു തീർത്ത സ്മാരകശിലകൾ ഏറെയാണ്. പല കാലങ്ങളിൽ എടുത്ത ആൽബങ്ങളും കാലപ്പഴക്കത്തിൽ ചുമരിൽ നിന്നും എടുത്തു മാറ്റി വച്ച ഛായാപടങ്ങളുമെല്ലാം അതിൽ പെടും.

തട്ടിൻപുറം ഇരുട്ടിൽ പതിയിരിക്കുന്ന എലികളുടെയും പൂച്ചകളുടെയും നിതാന്ത യുദ്ധങ്ങളുടെ തട്ടകമായിരുന്നു. അതിന്റെ അടച്ചുറപ്പുള്ള ഇരുട്ടിൽ തൊട്ടടുത്ത കുറ്റിക്കാട്ടിൽ നിന്നും രാത്രിസഞ്ചാരികളായി കയറി വരുന്ന മരപ്പട്ടികളും കുറുകളുമൊക്കെ അതിനുമേൽ സ്വന്തം മൗനങ്ങളുടെ ചരിത്രം അടയാളപ്പെടുത്തി. എട്ടുകാലികൾ തങ്ങളുടെ വലകൾക്കിടയിൽ അത് ഭദ്രമായി കാത്തു സൂക്ഷിച്ചു. അമ്മച്ഛനും പോയപ്പോൾ അത് എല്ലാവരുടെയും മറവിയായി.

പുതിയ വീട്ടിലേക്ക് മടങ്ങുമ്പോൾ മുന്നിലെ സാധനങ്ങൾ കയറ്റിയ ലോറിയിൽ തട്ടി വന്ന ഒരു കാറ്റിൽ അമ്മമ്മയുടെ ശബ്ദം പിടഞ്ഞുയർന്ന് കാതിൽ പിൻതുടർന്നു വന്നലച്ചത് കുട്ടി കേട്ടു.

“എല്ലാ വീടുമാറ്റങ്ങളും ഒരു വേരുപറിച്ചിലാണ് കുട്ടി. വേറെ മണ്ണിൽ കുഴിച്ചിടുമ്പോൾ പലതും പിടിയ്ക്കില്ല. എന്നെയും ഇങ്ങിനെ വേരു പറിച്ചെടുത്താണ് നിന്റെ അമ്മച്ഛൻ പരശുരാമൻ ഇവിടെ കുഴിച്ചിട്ടത്. പക്ഷേ ഞാനിവിടെ വേരുപിടിച്ചു. അതൊരു വലിയ കഥയാണ്. എന്റെ കെട്ട്യോൻ പരശുരാമൻ മഴുവെറിഞ്ഞ കഥയല്ല. ഞാൻ വേരുപിടിച്ച

കഥ. അത് കുറേ മുറിവുകളുടെ കഥയാണ്. അതാണ് തട്ടിൻപുറത്തുള്ള ഓർമ്മപ്പെട്ടിയിൽ ഞാൻ ഉണക്കാനിട്ടത്. കാലത്തിന്റെ മുറിപ്പാടുകൾ ഉണങ്ങാൻ സമയമെടുക്കും. നിന്റെ അമ്മച്ഛൻ നിന്നോട് പറഞ്ഞത് ശരിയാണ്. അത് പണ്ടോറയുടെ പെട്ടി തന്നെയാണ്. ഞങ്ങളൊക്കെ ഈ ലോകം വിട്ടു പോകാതെ അത് തുറക്കാൻ നോക്കരുത്. ചില വികാരങ്ങൾ മനസ്സിലാക്കപ്പെടാൻ ഒപ്പം ജീവിച്ചവർക്ക് കഴിയണമെന്നില്ല. അവർ പലതും കാണും. എന്നാൽ പലതും അവർക്ക് കാണാനാകില്ല. ചിലതൊക്കെ മനസ്സിലാക്കാൻ തന്നെ തലമുറകളുടെ കടൽ കടക്കണം. നീ ആ കടലിന് അപ്പുറമെത്തണം. കുട്ടീ, മുതിർന്നാൽ നീ വായിച്ചറിയാനാ ഞാനിതൊക്കെ എഴുതി വച്ചത്. വലുതായിട്ട് മാത്രം."

"ഈ അമ്മമ്മ എന്തൊക്കെയാണ് പറയുന്നത് !"

കുട്ടി അതിശയിച്ചു.

പൊളിച്ച വീട് നിന്നിരുന്ന ഇടം കല്ലും ഓടും മരക്കഷ്ണങ്ങളും മാത്രമായി കഥകൾ പറഞ്ഞു.

"എന്തൊരു വീടായിരുന്നു എന്ന്"

നാട്ടുകാർ അടക്കം പറഞ്ഞു. മുറ്റത്തെ നാട്ടുമാവിന്റെ കൊമ്പിൽ ഒരു ജനാലപ്പൊളി കെട്ടി വച്ച് അതിന്മേൽ ചോക്കും കരിക്കട്ടയും കൊണ്ട് വാസുപ്പാപ്പൻ എഴുതി വച്ച വാക്കുകൾ കുട്ടിയെ പിന്തുടർന്നു.

"വീട് പൊളിച്ച കല്ല്, മരം, ഓട് എന്നിവ വില്പനക്ക്".

അമ്മമ്മയുടെ ഇരുട്ടു മുറിയിലെ ഒറ്റ ജനൽപ്പൊളിയിലായിരുന്നു ആ പരസ്യ വചനം മുളച്ച് പൊന്തിയിരുന്നത്. അതിൽ കുട്ടിയുടെ പേരെഴുതി വച്ചിരുന്ന ഭാഗം ആ എഴുത്തിന്നടിയിലും തെളിഞ്ഞു കാണാമായിരുന്നു.

എത്ര പൊടുന്നനെയാണ് എല്ലാം പൊടിഞ്ഞ് ഇല്ലാതാവുന്നത് എന്നോർത്ത് ഒരു തീരാത്ത ഖേദം കുട്ടിയുടെ മനസ്സിൽ നിറഞ്ഞു. വാസുപ്പാപ്പൻ ജീപ്പുമായി കൂട്ടാൻ വന്നപ്പോൾ കാഞ്ചമ്മ മാത്രം കരഞ്ഞു.

"മാണിക്യമ്മയേ പോയുള്ളൂ. ഞാനിവിടെത്തന്നെയുണ്ട് എന്ന് മറക്കരുത്.ഈ വീടും മോന്റെ വീടാണ് ട്ടോ. അത് മറക്കണ്ട ട്ടോ."

അമ്മമ്മ ചേർത്തുപിടിയ്ക്കുന്നത് പോലുള്ള സുരക്ഷിതത്വം കുട്ടി അപ്പോൾ അറിഞ്ഞു. സ്വന്തം വീട്ടിലേക്ക് മടങ്ങുന്നതിന്റെ ആവേശം അച്ഛന്റെ പെരുമാറ്റത്തിൽ കുട്ടി കണ്ടു. അമ്മയാണ് മൗനിയായത്. കാഞ്ചമ്മയുടെ വീട്ടിൽ നിന്നിറങ്ങുമ്പോൾ കുട്ടി അമ്മയോട് ചോദിച്ചു :

"ഇനിയെന്നാ നമ്മളിങ്ങോട്ട് വരുന്നതമ്മേ?"

അമ്മ ഒന്നും പറഞ്ഞില്ല.

വീടു പൊളിച്ചുമാറ്റിയതിൽ അമ്മയ്ക്ക് എത്ര വിഷമമുണ്ടാകും എന്ന് പലവട്ടം ചിന്തിച്ചതാണ്. അമ്മ ഒന്നും പുറത്ത് കാട്ടിയില്ല. ജനിച്ചു വളർന്ന വീടാണ് ഇല്ലാതായത്.

വാസുപ്പാപ്പൻ ജീപ്പ് സ്റ്റാർട്ടാക്കിയപ്പോൾ അതൊരു ഉറക്കം കിട്ടാത്ത ജീവിയെപ്പോലെ മുരണ്ടു. അച്ഛൻ മുൻ സീറ്റിൽ ഒന്നും മിണ്ടാതിരുന്നു. കുട്ടിയും അമ്മയും പിന്നിലും. മുറ്റത്തിറങ്ങി നിന്ന കാഞ്ചമ്മ നെഞ്ചിൽ കൈവച്ച് ആകാശത്തേക്ക് നോക്കി നിന്നു. മുറ്റത്തെ ലില്ലിപ്പൂക്കളിൽ തട്ടി ഒരു തണുത്ത കാറ്റ് ഒരു സാന്ത്വനമായി ജീപ്പിന്നകത്തേക്ക് കയറിയിറങ്ങി. ആരും ഒന്നും പറയാതിരിക്കുന്നത് വാക്കുകൾ പിടിവിട്ടുപോകുമോ എന്ന് ഭയന്നാണെന്ന് അമ്മയുടെ മുഖം മന്ത്രിച്ചു.

യാത്രയിൽ അമ്മയെത്തന്നെ നോക്കിയിരുന്ന് കുട്ടി ഉറങ്ങിപ്പോയി. അമ്മ മറ്റേതോ ലോകത്തായിരുന്നു. അച്ഛനും. ആ അടഞ്ഞ ലോകത്തേക്ക് ഒരു വഴിയും കാണാതെ ഉറക്കത്തിൽ എവിടെയെല്ലാമോ ചെന്നു മുട്ടി. അമ്മയുടെ ഒരു തുള്ളി കണ്ണുനീരെപ്പോഴോ പതുക്കെയടർന്ന് വലത് കയ്യിലുറ്റി കുട്ടിയെ ഞെട്ടിയുണർത്തി.

ഒരു തുള്ളി കണ്ണുനീർ ഒരു ജീവിതം പറഞ്ഞു. അതവിടെത്തന്നെ ഒഴുകാതെ തുടിച്ചു നിന്നു. ആ കണ്ണീരിന്റെ നീറ്റൽ കയ്യിൽ നിന്നും പിന്നീടൊരിക്കലും മാഞ്ഞു പോയില്ലെന്ന് കുട്ടി പിന്നീടറിഞ്ഞു.

അത്ഭുതം

അമ്മയുടെ കണ്ണുകൾ പിന്നെയൊരിക്കലും ശരിയ്ക്കുമടഞ്ഞതേയില്ലെന്ന് കുട്ടിക്ക് പതുക്കെ മനസ്സിലായി. ഉറക്കമില്ലായ്മയേക്കാളുറെ അതൊരു തീരാത്ത ആധിയായിരുന്നു. പിടിവള്ളി നഷ്ടപ്പെട്ട ഒരു പറിച്ചുനടലായിരുന്നു അമ്മയ്ക്ക് വീട് മാറ്റം. എന്നാൽ അച്ഛന് അതൊരു തിരിച്ചു വരവായിരുന്നു. പുറപ്പെട്ടു പോയ നാട്ടുംവീട്ടുമായിരുന്നില്ല അതെങ്കിലും അച്ഛനിൽ അതു വരെ കാണാത്ത ഒരു തെളിച്ചം കുട്ടി കണ്ടു.

പുറപ്പാടിനുള്ള പച്ചവെളിച്ചവും കാത്ത് അജ്ഞാതമായ ഏതോ റെയിൽവെസ്റ്റേഷനിൽ കുടുങ്ങിക്കിടക്കുന്ന തീവണ്ടിയുടെ ബോഗികൾ പോലെ നിന്നു ആ വീടും പരിസരവും. പടർന്നു നിൽക്കുന്ന ഒരു ചെറിയ കാടിനോട് ചേർന്നു നിൽക്കുന്ന വഴിയുടെ അറ്റത്ത് നിരന്നു നിൽക്കുന്ന ഒരേ പോലത്തെ മൂന്ന് വീടുകൾ.

വീട്ടിലേക്കുള്ള വഴി അവസാനിക്കുന്നത് പൂഴിയിൽ റെയിലോരത്താണ്. ആ പ്രദേശമാകെ വിറപ്പിച്ച് ചൂളം കൊണ്ട് ഒരു തീവണ്ടി കുതിച്ചു പാഞ്ഞുകൊണ്ടിരിക്കുന്ന സമയത്താണ് കുട്ടി അച്ഛന്റെ തറവാട്ട് വളപ്പിലെ വീട്ടിലേക്ക് കാലെടുത്ത് വയ്ക്കുന്നത്. കാക്കകൾ കൂട്ടമായി മരങ്ങളിൽ നിന്നും ശബ്ദമുണ്ടാക്കിക്കൊണ്ട് പറന്നുയർന്നു. അപ്പോൾ പറയുന്നത് ആർക്കും പരസ്പരം കേൾക്കാൻ പോലും കഴിയില്ല. അതിനുമപ്പുറം വരയ്ക്കൽ കടപ്പുറം.

ഏപ്രിലിലെ തിളയ്ക്കുന്ന വേനൽച്ചൂട് ആ വീട്ടിനകത്തേക്ക് കയറിയിട്ടേയല്ല. ഓരോ ചെറിയ കാറ്റിന്റെ ഇടവേളയിലും മരത്തണലിൽ പതിയിരുന്ന് ചീവീടുകൾ നിർത്താതെ പാടിക്കൊണ്ടേയിരുന്നു.

"കണ്ടോ,അതാ സഖാവ് സ്റ്റാലിൻ, നിന്റെ അച്ഛച്ഛൻ."

വാസുപ്പാപ്പൻ ചെവിയിൽ മന്ത്രിച്ചു.

കുട്ടി അമ്പരന്നു. അമ്മയുടെ വിവരണങ്ങളിൽ മാത്രം കണ്ടിട്ടുള്ള അച്ഛച്ഛനെ ആദ്യമായി നേരിൽ കാണുകയാണ്. വരാന്തയിലെ ചാരു കസേരയിൽ ഏതോ പുസ്തകം തുറന്നു വച്ച് കണ്ണടച്ചിരിക്കുകയായിരുന്ന അച്ഛച്ഛൻ ആരും ശബ്ദമുണ്ടാക്കാതെ തന്നെ പതുക്കെ എഴുന്നേറ്റു. ആരും ഒന്നും പറഞ്ഞില്ല. എങ്ങിനെ അകത്തേക്ക് കയറണം എന്നറിയാതെ അച്ഛൻ വാതിൽപ്പടിയിൽ അന്തിച്ചു നിന്നു.

"മാപ്പ്."

എന്താണ് നടക്കാൻ പോകുന്നത് എന്ന് മനസ്സിലാകും മുമ്പ് പെട്ടെന്ന് കുനിഞ്ഞ് അച്ഛച്ഛൻ അച്ഛന്റെ കാല് തൊട്ടു വന്ദിച്ചു. വർഷങ്ങൾ നീണ്ട ഒരു പിണക്കത്തിന്റെ അവസാനമായിരുന്നു അത്. ഉടലാകെ പൊള്ളി പോയത് പോലെ അച്ഛൻ നിലത്തിരുന്ന് കരഞ്ഞു. അച്ഛൻ കരയുന്നത് കുട്ടി അന്നോളം കണ്ടിട്ടേയില്ല. മരിച്ച വീട് പോലെ ഒരു കൂട്ടക്കരച്ചിൽ ആ വീടിനെ വിഴുങ്ങി.

"ഞാൻ ചാവുന്നതിന് മുമ്പ് നീ വന്നല്ലോ."

കൃഷ്ണൻ വല്യച്ഛൻ, തുളസിവല്യമ്മ, മകൻ ശിവൻ, വാസുപ്പാപ്പൻ, രമണി ഇളയമ്മ, മകൻ ബാനു പ്രകാശ്. ഓരോരുത്തരെയും കുട്ടി മാറിമാറി നോക്കി. നീണ്ട വേർപാടിനൊടുവിൽ കണ്ടുമുട്ടിയപ്പോൾ വാക്കുകൾ കിട്ടാതെ എല്ലാവരുടെയും ഉള്ള് പിടഞ്ഞു. ആ നിശബ്ദത യിൽ ആ വീടും പറമ്പുമാകെ വിറപ്പിച്ചു കൊണ്ട് ഒരു തീവണ്ടിയുടെ ശബ്ദം അടുത്തടുത്ത് വന്നു. ചെവികളുടെ ആഴത്തിൽ അത് കൂട്ടുകൂട്ടി. പാളത്തിൽ നിന്നും തെന്നിമാറി വീട്ടിന്നകത്തേക്ക് തീവണ്ടി ഇരച്ചു വന്നാലെന്ന പോലെ കുട്ടി ചെവികൾ പൊത്തി. കണ്ണടച്ചു.

കണ്ണു തുറന്നപ്പോൾ തീവണ്ടി അകന്നുപോയിരുന്നു. ഒറ്റനോട്ടത്തിൽ തന്നെ കുട്ടിയ്ക്ക് പുതിയ വീട് ഇഷ്ടമായി. ഓടുമേഞ്ഞ ആ വീട്ടിൽ രണ്ട് മുറികളും ഒരു നടുമുറിയും കൊലായയും നീണ്ട അടുക്കളയും അതിനുമപ്പുറം വരാന്തയുമുണ്ട്. നടുമുറിയിൽ നിന്നും കുത്തനെ വച്ച ഒരു ഗോവണിപ്പടി മുകളിലേക്ക് കയറിയാൽ ഒരു നിറയെ കിളിവാതിലുകളുള്ള ഒരു അട്ടവു മുണ്ട്. ഒരാൾപ്പൊക്കമില്ല ഉയരം. നിവർന്നു നിന്നാൽ തലമുട്ടും. അവിടെ ഒരു കട്ടിലും കസേരയും മേശയും പത്തായവും ഒക്കെയുണ്ട്. ഏറ്റവും ഇഷ്ടം തോന്നിയത് ആ അട്ടത്തോടായിരുന്നു. അമ്മമ്മയുടെ പരന്നു കിടന്ന പഴയ തറവാട് വീടിനേക്കാൾ അടച്ചുറപ്പും സുരക്ഷിതതത്വവും കൂടുതൽ തോന്നി പുതിയ വീട്ടിൽ. അവിടുത്തെ എട്ടുകാലികളുടെയും എലികളുടെയും താവളമായ അട്ടത്തേക്കാൾ അത് സുന്ദരവുമായിരുന്നു.

മുകളിലേക്ക് കയറിക്കഴിഞ്ഞാൽ ഗോവണിപ്പടിയോട് ചേർന്ന് അട്ടത്തിന് ഒരു വാതിലുമുണ്ട്. അതടയക്കാനും പറ്റുമെന്നത് കുട്ടിയ്ക്ക് ഇഷ്ടമായി.

"നീ ജനിക്കും മുമ്പ് നിനക്ക് വേണ്ടി കാത്തു വച്ചതാ ഇത്."

കുട്ടിയുടെ തലയിൽ കൈവച്ച് അച്ഛച്ഛൻ പറഞ്ഞു.

"നിനക്കിനി ഇവിടെയിരുന്ന് പഠിയ്ക്കാം. ഈ കിളിവാതിലുകളിലൂടെ നാല് ദിക്കുകളും കാണാം. ഉദയവും അസ്തമയവും രാത്രിയും പകലും ഒക്കെ."

കുട്ടി അച്ഛച്ഛനെ കണ്ണ് തുറന്ന് നോക്കി. മണ്ണിൽ നിന്നും ഇറങ്ങി നടന്നു വന്ന വയസ്സായ ഒരു തണൽ മരം പോലെ തോന്നി കുട്ടിയ്ക്ക്. പഴയ പ്രതാപത്തിന്റെ തിരുശേഷിപ്പെന്നോണം മുഖത്ത് പിരിച്ചു വച്ച മീശ മുഴുവനായും നരച്ചിരിയ്ക്കുന്നു. അച്ഛച്ഛൻ ചേർത്ത് പിടിച്ചപ്പോൾ ഒരു തണുത്ത കാറ്റ് വീശി. കാറ്റടിയ്ക്കുന്ന ഒരു മരം തന്നെ അകത്തേക്ക് ഒഴുകി വന്നത് പോലെ. ഒരു നിമിഷം ആ മരച്ചില്ലകളിൽ കിടന്ന് അറിയാതെ കുട്ടി കണ്ണടച്ച് ഉറങ്ങിപ്പോയി.

ആരോ വിളിയ്ക്കുന്നത് കേട്ട് കണ്ണ് മിഴിച്ചപ്പോൾ മുന്നിൽ ശിവനും ബാനുവുമാണ്.

"വാ, ഒരത്ഭുതം കാട്ടിത്തരാം."

മൂത്തോൻ ശിവനായത് കൊണ്ട് വഴികാട്ടിയായി. അതിരു കെട്ടി ത്തിരിയ്ക്കാത്ത മൂന്നു വീടുകളുള്ള ആ പറമ്പിന്റെ പിന്നാമ്പുറമാണ് കാട്. പറമ്പിലേക്കുള്ള വഴിയിൽ റോഡരുകിൽ ആദ്യം ബാനുവിന്റെ വീടാണ്. ഒരേ മാതൃകയിൽ പണിത രണ്ടു വീടുകളാണ് കുട്ടിയുടെതും ബാനുവി ന്റേതും. ബാനുവിന്റെ വീടിനോട് ചേർന്ന് റോഡരുകിൽ നാല് മുറി പീടികകളും അതിന് പുറകിലായി ഒരു ഗോഡൗണുമുണ്ട്. അവിടെയാണ് വാസുപ്പാപ്പന്റെ കച്ചവടം. പഴയ വീടുകൾ പൊളിച്ച് കിട്ടുന്ന അപൂർവ്വ വസ്തുക്കൾ സൂക്ഷിച്ചു വയ്ക്കുന്ന സ്ഥലമാണത്. ആ പീടികകളുടെയും ഗോഡൗണിന്റെയും ഉടമസ്ഥൻ വാസുപ്പാപ്പന്റെ മുതലാളി സഖാവ് ബീരാൻക്കയാണ്. പാർട്ടിയിൽ അച്ഛച്ഛന്റെ സന്തത സഹചാരിയായി രുന്നു ബീരാൻക്ക. നടുവിലെ വീടാണ് തറവാട്. അവിടെയാണ് ശിവൻ. ഇരുനിലവീടാണത്. മുകളിലത്തെ മുറിയിലാണ് ശിവൻ. താഴെ മൂന്ന് മുറി കളുണ്ട്. ഒരു മുറിയിൽ അച്ഛച്ഛനും മറ്റൊരു മുറിയിൽ ശിവന്റെ അച്ഛനും അമ്മയും. മൂന്നാമത്തെ മുറി ഒരു കൂടുപോലുള്ള ഒരു പൊളി ജനാല മാത്രമുള്ള ഒരു ചെറിയ മുറിയാണ്. അത് ഭാസ്കരൻമുത്തപ്പന്റെ മുറിയാ യിരുന്നു. മുത്തപ്പൻ പോയ ശേഷം അച്ഛച്ഛന്റെ പുസ്തകങ്ങളും പഴയ പാർട്ടി രേഖകളുമൊക്കെ സൂക്ഷിക്കുന്ന മുറിയാണ്. ഭാസ്കരൻ മുത്തപ്പനും

രുദ്രാണി മുത്താച്ചിയും ചേർന്നു നിൽക്കുന്ന ഒരു വരച്ച ചിത്രം ചുമരിൽ തൂങ്ങുന്നുണ്ട്. ആ ചിത്രം നോക്കി നിന്നപ്പോൾ രുദ്രാണി മുത്താച്ചിയുടെ ഛായയാണ് അച്ഛച്ഛന് എന്ന് കുട്ടിക്ക് തോന്നി. മുത്തപ്പനും മുത്താച്ചിയും കൂടി ആ പറമ്പിലുണ്ടാക്കിയ വീട് പൊളിച്ചാണ് അച്ഛച്ഛൻ അവിടെ മൂന്ന് വീടുകൾ പണിതത്.

ബാനുവിന്റെയും ശിവന്റെയും വീടുകളുടെ മുറ്റത്ത് കൂടെ നടന്നിട്ട് വേണം കുട്ടിയുടെ വീട്ടിലേക്കെത്താൻ. ഒരു ചെറിയ ലോറിക്ക് കടന്നു പോകാനുള്ള വഴി വെട്ടി അതിന്റെ രണ്ടറ്റത്തും തെച്ചിപ്പൂ വച്ചുപിടിപ്പിച്ചി ട്ടുണ്ട്. അതിനപ്പുറം ഒരു വാഴത്തോട്ടമാണ്.

പാപ്പന്റെ വീടിനോട് ചേർന്നുള്ള ഗോഡൗണിന് പുറത്ത്" വീട് പൊളിച്ച കല്ല്, മരം, ഓട് എന്നിവ വില്പനക്ക്" എന്നൊരു ബോർഡ് പുറത്തു വച്ചിട്ടുണ്ട്. അതിന് ഒരു വാതിൽ മാത്രമേയുള്ളൂ. തുറക്കാവുന്ന ജനാലകളില്ല. കയ്യെത്താത്ത ഉയരത്തിൽ കാറ്റ് കടക്കാനായി ഒരു ഇരുമ്പ് ജനാലയുണ്ട്. മാളം എന്നാണ് ഗോഡൗണിനെ എല്ലാവരും വിളിക്കുന്നത്. മേൽക്കൂര നല്ല ഉയരമുള്ളത് കൊണ്ട് ചൂട് കുറവാണ്. കൂടാതെ ജാംബവാന്റെ കാലത്തുള്ളതാണെന്ന് ബാനു പറയുന്ന ഒരു കൂറ്റൻ ഫാനും മുറിയിൽ പിടിപ്പിച്ചിട്ടുണ്ട്. പാപ്പന് അത് കോഴി ക്കോട്ടെ ഏറ്റവും പഴക്കം ചെന്ന കെട്ടിടമായിരുന്ന ഹജൂർ കച്ചേരി പൊളിക്കുമ്പോൾ കിട്ടിയതാണ്. ബ്രിട്ടീഷ് ഭരണകാലത്ത് ഉണ്ടാക്കിയ ആ കെട്ടിടത്തിലെ ഫാനുകളെല്ലാം അന്ന് വെള്ളക്കാർ ബ്രിട്ടനിൽ നിന്നും കൊണ്ടുവന്നതാണെന്നാണ് കഥ. വലിയ സാധനങ്ങളൊക്കെ പൊളിച്ച വീടുകളിൽ നിന്നും നേരിട്ടാണ് കച്ചവടം. എന്നാൽ വീടുകൾ പൊളിച്ചു കിട്ടുന്ന അപൂർവ്വ വസ്തുക്കൾ പാപ്പൻ മാളത്തിലാണ് കൊണ്ടു വന്ന് വയ്ക്കുക. സൂചി നിലച്ച ഘടികാരങ്ങൾ, വിളക്കുകൾ, ഓട്ടുരുളികൾ, റിക്കോഡ് പ്ലെയറുകൾ, പഴയ കഥ പുസ്തകങ്ങൾ തുടങ്ങി പോയകാലം തങ്ങി നിൽക്കുന്ന വിസ്മയങ്ങൾ. അത് വാങ്ങാൻ എത്രയോ ദൂര ദിക്കിൽ നിന്നു പോലും അവിടെ തിരഞ്ഞെത്തുന്നവരുണ്ട്. പോയകാലത്തിന്റെ ആ സ്മാരകശിലകൾ വരും കാലത്തോട് സംസാരിക്കാൻ കാത്തിരി ക്കുന്ന ഇടമായിരുന്നു ആ മാളം. ഒരു കാഴ്ചബംഗ്ലാവിൽ എത്തിപ്പെട്ടത് പോലെ അത് കുട്ടിയെ വശീകരിച്ചു.

"ഇതാണോ അത്ഭുതം?"

കുട്ടി ചോദിച്ചു.

"അല്ല, അത്ഭുതം വരാനിരിക്കുന്നതേയുള്ളൂ. കാത്തിരിക്ക്. കാണാം."

ബാനുവിന്റേതാണ് മറുപടി.

ഏതെല്ലാമോ വീടുകളിൽ നിന്നും പടിയിറങ്ങി എത്തിയ കാലങ്ങൾക്കപ്പുറത്തുള്ള ഒരു ഛായാപടത്തിൽ കണ്ണും നട്ട് അതാരുടെതായിരിക്കും എന്ന ചിന്തയിൽ മതിമറന്നിരിക്കുമ്പോഴാണ് ആ ശബ്ദം കുട്ടി ആദ്യമായി കേൾക്കുന്നത്.

"എവിടെ? നമ്മുടെ കഥാപുരുഷൻ വന്നോ?"

"ഇതാ"

ശിവൻ പരിചയപ്പെടുത്തി.

"ഇതാണ് ഞങ്ങളുടെ അത്ഭുതം : മറിയം."

ജീവിച്ചു തീർന്നതും തീരാത്തതുമായ ആ ഓർമ്മവസ്തുക്കൾക്കിടയിൽ മറിയം വന്നു നിന്നപ്പോൾ അത് ആ പോയ കാലത്തെ ഛായാപടത്തിൽ നിന്നും ഇറങ്ങി വന്ന ആരെയോ പോലെ തോന്നിച്ചു. ഈ ലോകത്തിന്റേതല്ലാത്ത ഒരു സൗന്ദര്യം അവൾക്കുണ്ടെന്ന തോന്നൽ കണ്ടപാടെ കുട്ടിയുടെ മനസ്സിലേക്ക് കയറി.

"എന്തൊരു അത്ഭുതം."

കുട്ടി വിസ്മയം പൂണ്ടു. പുറംലോകം അറിയാത്ത രഹസ്യങ്ങളുടെ വേരുകൾ പങ്കിടാൻ കൗമാരം കണ്ടെത്തിയ മാളമായി തൽസമയം മാറി ആ ഗോഡൗൺ.

പറമ്പിന്റെ കിഴക്കേ അതിരിലുള്ള വീട്ടിലെ ജോസഫ് അങ്കിളിന്റെയും മേരിയാന്റിയുടെയും ഏക മകളാണ് മറിയം. പഴയ പുസ്തകങ്ങളുടെ വായനക്കാരിയാണ്. ഓർമ്മ വച്ച നാൾ മുതൽ ശിവന്റെ ബാല്യകാല സഖി. അവളുടെ സ്വപ്നലോകത്തിന്റെ പങ്കാളിയിരുന്നു ശിവൻ. പൊളിച്ച വീടുകളിൽ നിന്നും മാളത്തിലെത്തുന്ന പല കാലങ്ങളുടെ പുസ്തകങ്ങൾ ആദ്യം വായിച്ചു തീർക്കുന്നത് മറിയവും ശിവനുമാണ്.

"മറിയം"

അപ്പോഴേക്കും മേരിയാന്റിയുടെ വിളി വന്നു. ഒരു നിമിഷം തെറ്റിയാൽ മറിയത്തെ തേടിയിറങ്ങും ആന്റി. മറിയം എവിടെയുണ്ട് എന്നറിഞ്ഞാൽ മതി, പിന്നെ സമാധാനമായി.

ഒറ്റക്ക് കോട്ടയിൽ പോയിരിക്കുന്ന സ്വഭാവമുണ്ടവൾക്ക്. അതാണ് ആന്റിയുടെ പേടി. കോട്ട അവർക്ക് സർപ്പങ്ങൾ പതിയിരിക്കുന്ന സ്ഥലമാണ്.

"അപ്പച്ചൻ വിളിക്കുന്നു. നീ മരുന്നെവിടെ വച്ചു എന്ന് ചോദിക്കുന്നു."

"ഞാൻ ഇപ്പം വരാം."

മറിയം മതിലെടുത്ത് ചാടി വീട്ടിലേക്ക് മറഞ്ഞു.

"ഓ, ഇതല്ലേ നമ്മുടെ വിരുന്നുകാരൻ."

കുട്ടിയുടെ കവിളിൽ തട്ടി ആന്റി ചോദിച്ചു.

"മറിയത്തിന്റെ അമ്മച്ചിയാട്ടോ മോനേ. നീ വാ വീട്ടിലേക്ക്. ആന്റി മോന് എന്തൊക്കെയാ ഉണ്ടാക്കി വച്ചത് ന്ന് കാണണ്ടേ. വാ."

"ഞങ്ങൾ വൈകിട്ട് വരാം ആന്റി. ഇവനെ ഇതൊക്കെയൊന്ന് കാണിച്ചു കൊടുക്കട്ടെ."

ശിവൻ പറഞ്ഞു.

ആന്റി പോയപ്പോഴാണ് മറിയത്തിന്റെ കഥ ശിവനും ബാനും കൂടി വിസ്തരിച്ചത്.

അങ്കിളിനും ആന്റിക്കും മക്കളില്ല. ദത്തുപുത്രിയാണ് മറിയം. അവരുടെ എല്ലാം. അതവൾക്കറിയുകയും ചെയ്യാം. മറിയത്തെ കൊണ്ടുവന്നത് എവിടെ നിന്നെന്ന് അങ്കിളും ആന്റിയും ആരോടും പറഞ്ഞിട്ടുമില്ല. ജെറൂസലേമിൽ നിന്നാണ് എന്നാണ് അവൾ ഊഹിക്കുന്നത്. അങ്കിളും ആന്റിയും കുറെ നാൾ ജെറൂസലേമിലായിരുന്നു. എന്തായാലും വൃദ്ധദമ്പതികളുടെ ഏകാന്തതയിലേക്ക് വൈകിയെത്തിയ അതിഥിയാണ് മറിയം എന്ന് മാത്രമേ എല്ലാർക്കുമറിയൂ. ദത്തുപുത്രി എന്നത് നാട്ടുകാരുടെ അടക്കം പറച്ചിലാണ്. മറിയം പക്ഷേ അവളെക്കുറിച്ച് ആരെന്തു പറയുന്നു എന്ന് ഒരിക്കലും കണക്കാക്കിയതേയില്ല. അവൾ അവളുടെ മനസ്സ് പറയുന്ന വഴിയിലൂടെ മാത്രം നടന്നു.

വൈകിട്ട് മൂന്ന് സഹോദരങ്ങളും കൂടി മറിയത്തിന്റെ വീട്ടിലെത്തി ആന്റിയുണ്ടാക്കിയ നുറുക്കും പേഡയും ചായയും കഴിച്ചു. പുരാവസ്തുക്കളുടെ വീട് എന്ന് വിളിയ്ക്കാവുന്ന ഒരു വീടായിരുന്നു അത്. പാപ്പന്റെ മാളത്തിലെത്തുന്ന കഥ പറയുന്ന കാഴ്ചവസ്തുക്കളിൽ പലതും നല്ല വില കൊടുത്തു വാങ്ങുന്നത് ആന്റിയാണ്.

പുറത്ത് പോയിരുന്ന മറിയത്തിന്റെ അപ്പച്ചൻ ജോസഫങ്കിൾ വന്ന് കുട്ടിയെ കണ്ടു. സ്നേഹത്തോടെ തൊട്ടു നോക്കി.

"ഓ, കുട്ടിക്കാലത്ത് നിന്റെ അച്ഛൻ രാമചന്ദ്രൻ ഇതു പോലെ തന്നെയുണ്ടായിരുന്നു. വരച്ചു വച്ചത് പോലെ തന്നെയുണ്ട്. വലിയ വികൃതിയായിരുന്നു അവൻ. അങ്ങിനെയാ അവൻ ഈ നാടു തന്നെ വിട്ടോടിപൊയ്ക്കളഞ്ഞത്."

"ജോസഫേ മതി, പുരാണം പറഞ്ഞ് കുട്ടികളെ പേടിപ്പിക്കേണ്ട."

ആന്റി തടഞ്ഞു.

"അവർ കളിച്ചോട്ടെ."

ആ വീട്ടിലെന്നും ആന്റി ഹെഡ്മിസ്ട്രസ്സായിരുന്നു. ജോസഫങ്കിൾ ഡ്രോയിങ്ങ് മാഷും.

മറിയം അവളുടെ മുറി കാണാൻ ക്ഷണിച്ചു. മുകളിലത്തെ മുറിയായിരുന്നു അത്. കരുതലോടെ മെനഞ്ഞെടുത്ത ഒരു കിളിക്കൂട് പോലുള്ള ആ മുറി കണ്ട് കുട്ടി ഏതോ അത്ഭുതലോകത്തേക്ക് വന്നിറങ്ങിയത് പോലെ വിസ്മയം പൂണ്ടുനിന്നു. ചുമരു നിറച്ചും പക്ഷികളുടെയും പൂത്തു നിൽക്കുന്ന മരങ്ങളുടെയും ചിത്രങ്ങൾ ഒട്ടിച്ചു വച്ചിരിയ്ക്കുന്നു. ജനാല തുറന്നത് പുറത്തെ കാട്ടിലേക്കാണ്. വാസുപ്പാപ്പൻ പറഞ്ഞ കാണാത്ത കാട്.

മറിയം വിരൽ ചൂണ്ടി.

"അതാണ് ഞങ്ങളുടെ ഒളിസങ്കേതം. മുത്തപ്പൻകോട്ട. കണ്ണാടിക്കാവ്. നിന്നെയും ഇന്നു മുതൽ ഞങ്ങളുടെ ഗൂഢസംഘത്തിൽ ചേർക്കുന്നു. വാ, കയ്യടിച്ച് സത്യം ചെയ്തോ." ഇനി ലോകാവസാനം വരേക്കും പിരിയില്ല, ഇത് സത്യം, സത്യം, സത്യം" എന്ന്. സത്യം എന്നത് ഒരു വട്ടമല്ല, മൂന്ന് വട്ടം തന്നെ പറയണം."

"ലോകാവസാനം വരെയും?"

"അതെ, ലോകാവസാനം വരെയും."

മുത്തപ്പൻ കോട്ടയിൽ അപ്പോൾ കിളികൾ ചേക്കേറുന്ന സമയമായിരുന്നു. പരദേശികളായ നാകമോഹപ്പക്ഷികൾ നൂറ്റാണ്ടുകളായി അവിടെ കുടിപ്പാർക്കുന്ന കടവാതിലുകൾ തലകീഴായി തൂങ്ങിയാടുന്നത് സാകൂതം നോക്കി നിന്നു.

"ഇല്ല, പിരിയില്ല."

മൂന്നു വട്ടം സത്യം എന്ന് പറഞ്ഞ് കുട്ടി സത്യവാചകം ചൊല്ലി. കയ്യടിച്ച് പരസ്പരം തൊട്ടപ്പോൾ തുറക്കാത്ത വാതിലുകൾ തുറന്നു. കാണാത്ത കാട്ടിൽ ഇലഞ്ഞിപൂക്കുന്ന ഗന്ധം മുറിയിൽ പരന്നു.

മുത്തപ്പങ്കാവ്

ഇലഞ്ഞിമരത്തിൽ സന്ധ്യ കത്തിപ്പടർന്നു. കൂടണയാനെത്തിയ ദേശാടനപക്ഷികൾ ആ ദിവസത്തെ സഞ്ചാര കഥകൾ ആ മരച്ചില്ലകളോട് പങ്കിട്ടു.

മറിയത്തിന്റെ ജനാലയിലൂടെ നോക്കിയാൽ മൂന്ന് വീടുകളും കാണാമായിരുന്നു. എന്നാൽ കൂടുതൽ തെളിച്ചത്തോടെ ശിവന്റെ മുറിയുടെ തുറന്നിട്ട വാതിൽ കാണാം. കുട്ടി അത് ശ്രദ്ധിച്ചു.

മടങ്ങുമ്പോൾ മേരിയാന്റി ഉണ്ണിയേശുവിന്റെ മനോഹരമായ ഒരു കൊച്ചു പിച്ചളശില്പം കുട്ടിയ്ക്ക് നൽകി..

"നീ പ്രാർത്ഥിയ്ക്കാറില്ലേ? എങ്കിൽ പ്രാർത്ഥനയിൽ ഇതും കൂടി ചേർത്തു വച്ചോ. ഉണ്ണിയേശു കേൾക്കും. ഇത് പണ്ട് ഞങ്ങൾ ജെറുസലേമിൽ നിന്നും കൊണ്ടുവന്നതാണ്. യേശുവിന്റെ ശ്വാസം തട്ടിയതാണ്."

"ഓ, വന്നു കയറിയപ്പോഴേക്കും നീയവനെ ബൈബിൾ ക്ലാസ്സിലെടുത്തോ?"

ജോസഫങ്കിൾ കളിയാക്കി.

"ഏയ്. ദൈവങ്ങളൊക്കെ ഒന്നു തന്നെ. അവൻ യേശുവിനെയും അറിയട്ടെ. അതവന് നന്മയേ വരുത്തൂ. രാത്രി കിടക്കുമ്പോൾ പ്രാർത്ഥിച്ചിട്ട് വേണം കിടക്കാൻ ട്ടോ."

ആന്റി കുട്ടിയുടെ നെറുകയിൽ ഉമ്മ വച്ചു. കുട്ടി തല കുനിച്ച് ചേർന്നു നിന്നു. മറിയം ആ കാഴ്ച കണ്ട് ഉറക്കെ ചിരിച്ചു. ഒരു പെൺകുട്ടി അത്രയുറക്കെ ഇത്ര മനോഹരമായി ചിരിക്കുന്നത് കുട്ടി ആദ്യമായി കാണുകയായിരുന്നു. അതവന്റെ മനസ്സിൽ കൊണ്ടു.

രാത്രി കുട്ടി പ്രാർത്ഥിയ്ക്കാൻ മറന്നു. ഉണ്ണിയേശുവിന്റെ ശില്പം നെഞ്ചിൽ വച്ച് കണ്ണടച്ചപ്പോൾ മറിയത്തിന്റെ മുഖം മനസ്സിൽ നിറഞ്ഞു.

അച്ഛനും അമ്മയ്ക്കും പണ്ടേ പ്രാർത്ഥിയ്ക്കുന്ന സ്വഭാവമില്ലായിരുന്നു. എല്ലാ ദൈവങ്ങളിലും വിശ്വാസമുണ്ടായിരുന്ന അമ്മമ്മ ആരെയും പ്രാർത്ഥിക്കാൻ നിർബന്ധിച്ചിരുന്നില്ല. ദൈവങ്ങളുടെ വിഗ്രഹങ്ങളും ചിത്രങ്ങളും നിറഞ്ഞ അമ്മമ്മയുടെ പൂജാമുറിയിൽ കുട്ടികൾ കയറുന്നത് പ്രാർത്ഥിക്കാനായിരുന്നില്ല. കൽക്കണ്ടവും മുന്തിരിയും തേങ്ങാപ്പൂളും അവിലും കുഴച്ച് അമ്മമ്മയുണ്ടാക്കുന്ന നിവേദ്യം കഴിക്കാൻ മാത്രമാണ്. പ്രാർത്ഥന ആർക്കും ഒരു ദിനചര്യയായിരുന്നില്ല.

രാത്രിയുടെ തീവണ്ടികൾ കൂടുതൽ ഉച്ചത്തിൽ ചൂളം വിളിച്ച് കുതിച്ചു പാഞ്ഞു. കുട്ടിയ്ക്ക് ഉറക്കം വന്നതേയില്ല. ഉറക്കത്തിൽ തീവണ്ടി പാളം തെറ്റി മുറ്റത്തേക്ക് കയറി വന്ന് വീടാകെ ഇടിച്ചു നിരത്തുമോ എന്ന് കുട്ടി ഭയപ്പെട്ടു. തങ്ങളുടേതല്ലാത്ത എവിടെയോ എത്തിപ്പെട്ടത് പോലെയായിരുന്നു പുതിയ വീട്ടിലെ ആദ്യ രാത്രി. ഓരോ തീവണ്ടിയും കുട്ടിയെ ഞെട്ടി എഴുന്നേല്പിച്ചു. നീണ്ടനിശബ്ദതയുടെ ഇടവേളകളിൽ മുത്തപ്പൻ കോട്ടയിൽ നിന്നും അതുവരെ കേട്ടിട്ടില്ലാത്ത ശബ്ദങ്ങൾ കേൾക്കാൻ തുടങ്ങി.

"പ്രേതങ്ങളാവുമോ?"

കുട്ടി കാതുകൾ കൂർപ്പിച്ചു.

"വായേന്ന് വിട്ടു പോയാപ്പിന്നെ അതവിടെ കിടക്കും.മരിച്ചാലും പിന്ന്യേങ്ങും പോവില്ല. പ്രേതങ്ങളുടെ ഓർമ്മയാകുമത്."

അമ്മമ്മയുടെ ശബ്ദം മുഴങ്ങി.

ഒറ്റക്ക് ഒരു മുറിയിൽ ആദ്യമായാണ് കുട്ടി കിടക്കുന്നത്. ഉറക്കത്തിൽ ആ വീടു തന്നെയും ഏതോ തീവണ്ടിയുടെ ബോഗി പോലെ അറ്റം കാണാത്ത ദൂരത്തേക്ക് വലിച്ചുകൊണ്ടു പോകുന്നത് പോയി.

പിന്നെയത് അവസാനമില്ലെന്ന് തോന്നിച്ച പാളങ്ങളിലേക്കുള്ള ഇറക്കമായി. ഏതെല്ലാമോ അജ്ഞാത ദേശങ്ങളിലേക്ക് തുറക്കുന്ന സ്റ്റേഷനുകളിലൂടെ തീവണ്ടി നിർത്താതെ കുതിച്ചു പാഞ്ഞു. എവിടെയോ എത്തുന്നത് പോലുള്ള ഞെട്ടിയുണരലുകളിൽ ഭൂമിയിലേക്ക് തിരിച്ചെത്തി.

തീവണ്ടി കടന്നുപോകുമ്പോഴുള്ള ശബ്ദവും കുലുക്കവുമൊക്കെ അറിയാതെയാവാൻ പിന്നെയും സമയമെടുത്തു.മഴയിൽ പുതിയ മുളകൾ പൊട്ടി വിരിയുന്നത് പോലെ കുട്ടി ആ പ്രദേശത്തേക്ക് പതുക്കെ ഉണർന്നു.

ഒരിക്കലും പരസ്പരം മിണ്ടാതെ പോകുമായിരുന്ന കൗമാരത്തിൽ കഥകൾ നിറഞ്ഞു. വിദൂരദിക്കുകളിൽ നിന്നുള്ള വീടുകൾ പൊളിച്ചെത്തുന്ന പുരാവസ്തുക്കളിൽ പിടിച്ച് അവർ കഥകൾ മെനഞ്ഞു. തുടക്കവും ഒടുക്കവുമില്ലാത്ത കഥകൾ. അവിടെയെത്തുന്ന പേജുകൾ കീറിപ്പറഞ്ഞ പുസ്തകങ്ങൾ ചികഞ്ഞ് ശിവൻ അവയ്ക്ക് സ്വന്തം തുടക്കവും ഒടുക്കവും പണിതു. മരിച്ചവരുടെ ലോകത്തോടായിരുന്നു അവന്റെ അഭിനിവേശം. നഗരത്തിലെ മരിച്ചു പോയ ഒരു വലിയ എഴുത്തുകാരന്റെ വീട് പൊളിച്ചപ്പോൾ ഉപേക്ഷിക്കപ്പെട്ട പുസ്തക ശേഖരത്തിൽ നിന്നും കിട്ടിയ ഡ്രാക്കുളയുടെ കഥ വായിച്ചതിൽ പിന്നെയാണ് ശിവന് പ്രേതകഥകളിൽ ആവേശം കയറിയത്. ശിവൻ പറഞ്ഞാണ് കുട്ടിയും ബാനുവും മറിയവും ഡ്രാക്കുളയുടെ കഥ കേട്ടത്. ആഗ്രഹങ്ങൾ പൂർത്തിയാകാതെ മരിച്ചാൽ മനുഷ്യർ പ്രേതങ്ങളായി ഭൂമിയിൽ അലയുമെന്നും രാത്രികളിൽ അവർ ജീവിച്ചിരിക്കുന്നവരെ തേടി വരുമെന്നുമൊക്കെയുള്ള കഥകൾ സത്യമാണെന്ന് ശിവൻ വിശ്വസിച്ചു. ജീവിച്ചിരിപ്പുള്ളവരേക്കാൾ മരിച്ചവർക്കായി ചെവിയോർത്തു. അവരുടെ അശരീരികൾ കേട്ടെഴുതി ശിവൻ സൂക്ഷിച്ചുവയ്ക്കുന്നത് മറിയം കുട്ടിയോടും ബാനുവിനോടും രഹസ്യമായി പങ്കുവച്ചു.

മരിച്ചവരുടെ ശ്വാസം പതിഞ്ഞ മാളത്തിലെ പുരാവസ്തുക്കൾക്കിടയിൽ കിടന്നുറങ്ങുന്ന ബാനുവിന് പ്രേതങ്ങളെ ഒരു പേടിയുമില്ലായിരുന്നു. രാത്രിയായാൽ മാളത്തിലെന്നും പ്രേതങ്ങൾ സംസാരിക്കുന്നത് കേൾക്കാറുണ്ടെന്ന് ബാനുവും ഉറപ്പിച്ചു പറഞ്ഞു. കാണാനോ കേൾക്കാനോ കഴിയില്ലെങ്കിലും പ്രേതങ്ങൾ മനുഷ്യർക്കൊപ്പം ജീവിക്കുകയും സഞ്ചരിക്കുകയും ചെയ്യുന്നുണ്ടെന്ന് മറിയവും വിശ്വസിച്ചു.

“അത് വേറൊരു ജീവിതം തന്നെയാണ്. കുരിശേറിയ ക്രിസ്തു ഇപ്പഴും ജീവിക്കുന്നതങ്ങിനെയാണ്.”

അവൾ വിശദീകരിച്ചു. കുട്ടിയും അത് വിശ്വസിച്ചു.

“അശരീരികളാണ് പ്രേതങ്ങൾ.”

കുട്ടിയും ആവർത്തിച്ചു.

“ധൈര്യമുണ്ടെങ്കിൽ അമാവാസി വരട്ടെ. രാത്രി മുത്തപ്പൻകാവിൽ കാത്തിരിക്കാം. പ്രേതങ്ങളുടെ കാണാൻ.”

ശിവൻ വെല്ലുവിളിച്ചു.

ആരും ഒന്നും മിണ്ടിയില്ല. വെല്ലുവിളി സ്വീകരിക്കപ്പെട്ടില്ല. രാത്രികളിൽ ആരും കോട്ടയിലേക്ക് പോകാൻ ധൈര്യപ്പെട്ടില്ല. ഉറക്കമില്ലാത്ത കുമന്മാർ രാത്രികളിൽ കോട്ടയിൽ നിന്നും അയയ്ക്കുന്ന സന്ദേശങ്ങൾ കേട്ട് കണ്ണുകൾ ഇറുക്കിയടച്ച് പകലാവാൻ കാത്തു കിടക്കുന്നത് എല്ലാവർക്കും നിത്യാനുഭവമായി.

മാളത്തിലെ പുരാവസ്തുക്കൾക്കിടയിലെ ചികയൽ കഴിഞ്ഞാൽ നാലുപേരുടെയും ഒളിസങ്കേതമായി മുത്തപ്പൻകോട്ട. വീടിനും കോട്ടയ്ക്കു മിടയിലുള്ള തോട് വരെ പറമ്പ് നീണ്ടു കിടക്കുന്നുണ്ട്. അവിടെയാണ് അച്ഛച്ഛന്റെ വാഴ കൃഷി. വലിയൊരു വാഴത്തോട്ടം തന്നെയായിരുന്നു അത്. ആണിപ്പൂവനാണ് പ്രധാനം. അതിനപ്പുറം തോട് മുറിച്ചു കടന്ന് വേണം കോട്ടയിലേക്ക് കടക്കാൻ.അതിന് കവുങ്ങ് കൊണ്ട് ഒരു മരപ്പാലമിട്ടിട്ടുണ്ട്. അത് കോട്ടയോട് ചേർന്ന റെയിലോരം വരെ നീണ്ടു കിടക്കുകയാണ്. നല്ല വിളവ് കിട്ടുന്ന തെങ്ങിൻ തോപ്പാണത്. തെങ്ങ് ചെത്താനും കൊടുക്കും.

"തെങ്ങിനെ അമ്മയെപ്പോലെ നോക്കണം. അത് മതി കുടുംബം കഴിയാൻ. "

മുത്തപ്പന്റെ വാക്ക് അച്ഛച്ഛനും പാലിച്ചു. കാട് കാടായി തന്നെ നിന്നു.

ആ പ്രദേശത്തെ പാമ്പുകളുടെ മാത്രമല്ല സകല ജീവജാലങ്ങളുടെയും താവളമായി കോട്ട. അവിടെയില്ലാത്ത മരങ്ങളില്ല.എണ്ണിയാൽ തീരില്ല.

"ഓരോ മരവും തൊട്ടു പഠിക്കണം. എണ്ണിപ്പഠിക്കണം. ഓരോന്നിനും ഓരോ മണമാണ്. മരങ്ങളാണ് നമ്മുടെ ജീവന്റെ അടിവളം."

അച്ഛച്ഛൻ പറഞ്ഞു.

കണ്ണപ്പാപ്പന്റെ മരണത്തോടെ പാർട്ടിയിൽ നിന്നും പിൻ വാങ്ങിയ അച്ഛച്ഛൻ മുഴുവനും മരങ്ങൾക്കിടയിലായിരുന്നു. തെങ്ങ്, കവുങ്ങ്, പ്ലാവ്, നാട്ടുമാവ്, ഇലഞ്ഞി, പാരിജാതം, മുരിക്ക്, മുള്ളൻചക്ക, ചതുരനെല്ലി, നെല്ലിക്ക, കശുമാങ്ങ, സപ്പോട്ട, ബിലാത്തിമാങ്ങ, പേരക്ക, കൊന്ന, ശീമക്കൊന്ന, കൈതച്ചക്കക്കാട്, അരയാൽ, മഹാഗണി, തൊട്ടാൽ ചൊറിയുന്ന ചേര്, പിന്നെ പേരറിയാത്ത ഒരു നൂറു കാട്ടുചെടികളും കോട്ടയിൽ തഴച്ചു വളർന്നു. മഹാഗണിയുടെ പൊത്തിൽ കണ്ണാടിയു ള്ളത് കൊണ്ട് അതിനെ എല്ലാവരും കണ്ണാടിമരം എന്നു വിളിച്ചു.

"അതാണ് കോട്ടയുടെ ദൈവം."

മറിയം പരിചയപ്പെടുത്തി.

മരപ്പൊത്തിലെ കണ്ണാടിയിലേക്ക് കുട്ടി എത്തി നോക്കി. അവിടെ ആകാശം തെളിഞ്ഞു കണ്ടു. ഒരു കിളിക്കൂട്ടം മേഘങ്ങൾക്കിടയിൽ നിന്നും താഴേക്ക് പറന്നു വന്നു. ഇളം കാറ്റിൽ മഹാഗണിയുടെ ഒരില പാറി വന്ന് കുട്ടിയുടെ കാതിൽ പറഞ്ഞു.

"വെട്ടിക്കളയരുത്."

കോട്ടയുടെ കിഴക്കേ അറ്റത്തായി മരപ്പാലത്തോട് ചേർന്ന് ഒരിക്കലും വറ്റിയിട്ടില്ലാത്ത കിണറുണ്ട്. തോട് കോട്ടയെ വലം

വയ്ക്കുന്നുണ്ട്. വേനലിൽ വെള്ളം വറ്റുമെങ്കിലും മഴക്കാലത്തിൽ മീനുകൾ നിറയും. റെയിലിനപ്പുറത്തുള്ള ആനക്കുളം നിറഞ്ഞൊഴുകുമ്പോൾ ചാടി വരുന്നതാണെല്ലാം. ബ്രാലും മുഷുവും പിലാപ്പിയും ചെമ്മീൻ കുഞ്ഞുങ്ങളും ഗപ്പികളുമെല്ലാം അതിൽ നിർബാധം നീന്തിത്തുടിച്ചു. മരംകൊത്തികളും അണ്ണാക്കൊട്ടന്മാരും കടവാതിലുകലുകളും കുമന്മാരും ചിതലകളും മാത്ര മല്ല, ദേശാടകരായ തത്തകൾക്കും നാകമോഹപക്ഷികൾക്കും കോട്ട അഭയമായിരുന്നു. സപ്പോട്ടയും ആലും കടവാതിലുകളുടെ കേന്ദ്രമായി രുന്നു. നൂറു കണക്കിന് കടവാതിലുകൾ സന്ധ്യയാകുമ്പോൾ കോട്ടയി ലേക്ക് തിരിച്ചെത്തുന്നത് ഒരു കാഴ്ചയാണ്. മങ്ങിയ സൂര്യവെളിച്ചം മാത്രം നിലത്തേക്ക് വീഴുന്ന ആ കോട്ടയുടെ തണലിലും തണുപ്പിലും കൗമാരം പിച്ചവച്ചു. സ്വപ്നങ്ങൾ പണിതു.

ഇലഞ്ഞിപ്പൂക്കൾ പൂത്താൽ പിന്നെ കോട്ട മറിയത്തിന്റെ രാജ്യമാണ്. മറ്റെല്ലാവരും അവളുടെ പ്രജകൾ. അവൾക്ക് അതുകൊണ്ട് മാല കോർ ക്കാനറിയാം. “ഇലഞ്ഞിപ്പൂപ്രാന്തി” എന്നാണ് ശിവൻ മറിയത്തെ വിളിക്കു ന്നത്. അവൾക്കായി പൂക്കൾ പൊഴിച്ചിടാനും ഇലഞ്ഞിപ്പഴം ഇറുത്തിടും ഇലഞ്ഞിമരത്തിൽ അണ്ണാരക്കണ്ണന്മാർ മത്സരിച്ചു. അവളുടെ വീട്ടി ലേക്ക് മാത്രമാണ് നേരെ വഴിയില്ലാത്തത്. ചെറിയരിടവഴി കടന്ന് പോകണം. കോട്ടയോട് ചേർന്നുള്ള തോടിനപ്പുറത്ത് ജോസഫങ്കിൾ ഒരു മതില് കെട്ടി തിരിച്ചിട്ടുണ്ട്. കോട്ടയിലെ പാമ്പുകളെ പേടിച്ചാണെ ന്നാണ് അങ്കിൾ മതില് കെട്ടിയതെന്നാണ് പണ്ടേയുള്ള കഥ. എന്നാൽ മറിയം കോട്ടയിലേക്ക് ഒറ്റക്ക് ഓടിപ്പോകുന്നത് തടയാനാണ് മതില് കെട്ടിയത് എന്നാണ് ശിവൻ പറയുന്നത്. മറിയത്തെ തടുക്കാൻ ഒന്നിനും കഴിഞ്ഞില്ല. അവൾ കോട്ടയിലേക്ക് വരുന്നത് മതില് ചാടിയാണ്. പാമ്പുകളെ അവൾ തെല്ലും പേടിച്ചില്ല. സൗഹൃദങ്ങൾക്ക് ഒരു മതിലും അവൾക്കൊരു തടസ്സമായിരുന്നില്ല. ശിവന്റെയും ബാനുവിന്റെയും വീട്ടിൽ അവൾക്ക് എല്ലാ സ്വാതന്ത്ര്യവുമുണ്ടായിരുന്നു. കുട്ടി വന്നതോടെ ആ വീടും അവൾ സ്വന്തം വീടാക്കി മാറ്റി. പെൺകുട്ടികളില്ലാത്ത മൂന്ന് അമ്മമാരും അവളെ താലോലിച്ചു.

“എനിക്ക് അമ്മമാർ അഞ്ചാണ്.”

മറിയം പറഞ്ഞു. അഞ്ചാമത്തെത് കോട്ടയിലെ മഹാഗണിയായി രുന്നു.

“അപ്പം നിന്നെ ശരിക്കും പെറ്റത് മഹാഗണിയായിരിക്കും ല്ലേ?”

ബാനു ചോദിച്ചപ്പോൾ മറിയം വിഷമിച്ചില്ല.

“അതെ, ഞാൻ മഹാഗണിയുടെ മകളാണ്.”

കോട്ടയിലെ ബിലാത്തിമരത്തിന്റെ കൊമ്പിൽ മുകളിൽ കയറിയിരുന്നാൽ ഇടതൂർന്ന് വളർന്നു നിൽക്കുന്ന ഇലഞ്ഞിമരത്തിന്റെ ഇടയിലൂടെ മറിയം അവളുടെ മുറിയിലെ ജനാലക്കരികിലിരുന്ന് സ്വപ്നം കാണുന്നത് കാണാം.

കോട്ടയിലേക്ക് നോക്കി സ്വയം മറന്നിരിക്കലാണ് മറിയത്തിന് ഏറ്റവും ഇഷ്ടപ്പെട്ട പണി. ബിലാത്തിമരത്തിന്റെ ദൃഢമായ ചാഞ്ഞ കൊമ്പ് മറിയത്തിന്റെ ലോകം കാണുവാനുള്ള ദൂരദർശിനിയാണ്. ശിവനാണത് കണ്ടു പിടിച്ചത്. വൈകുന്നേരമേ അവൾക്ക് കളിക്കാനിറങ്ങാൻ അനുവദിച്ചിട്ടുള്ളൂ. സന്ധ്യയാകും മുമ്പ് തിരിച്ചെത്തുകയും വേണം. അതിൽ മേരിയാന്റി കർക്കശക്കാരിയാണ്. ഇത്തിരി വൈകിയാൽ തിരഞ്ഞു വരും. സമയം തെറ്റിച്ച് മഴ വരുമ്പോൾ എല്ലാം തെറ്റും. കോട്ടയിൽ മഴ പ്രളയം വിതയ്ക്കും. തോട്ടു നിറഞ്ഞു കവിയും.

കുത്തിയൊലിച്ചു വരുന്ന മഴവെള്ളപ്പാച്ചിലിൽ മീനുകളും മണ്ഡലികളും മുറ്റത്തുകൂടെ ഇരച്ചു പായുന്നത് ഒരു കാഴ്ച തന്നെയാണ്. ആയിരക്കണക്കിന് തവളമട്ടലുകൾ ഒഴുകി വരും. കുട്ടിയാമകളും ചെമ്മീൻ കുഞ്ഞുങ്ങളും അതിലുണ്ടാകും.

തവളകളുടെയും ചീവീടുകളുടെയും ഒരു സാമ്രാജ്യം തന്നെയാണ് കോട്ട. അവ ഒരിക്കലും കരച്ചിൽ നിർത്തുകയേയില്ല. അകത്ത് കാണുന്ന പറത്തവളകളാണ് ഏറ്റവും അപകടകാരി. അത് എത്തിപ്പെടാത്ത മുറികളില്ല. എന്നാൽ അവയെ കോട്ടയിൽ കാണില്ല. പോക്കാച്ചിത്തവളകൾ കാലത്തിനപ്പുറത്തെ സ്മരണകൾ അയവിറക്കി കോട്ടയിലെ ചതുപ്പിൽ പതുങ്ങി നിന്ന് തുമ്പികളെയും ചിത്രശലഭങ്ങളെയും മിന്നാമിനുങ്ങുകളെയും വേട്ടയാടും. പാമ്പുകൾ അതിലും നിശബ്ദമായി തവളകളെയും ഞണ്ടുകളെയും വേട്ടയാടും. പാമ്പിന്റെ വായിൽ മുഴുവനും അകപ്പെടും മുമ്പുള്ള തവളകളുടെ നീണ്ട കരച്ചിലാണ് കോട്ടയിൽ നിന്നും പുറത്തു വരുന്ന ഏറ്റവും പേടിപ്പെടുത്തുന്ന ശബ്ദം.

മഴയിൽ മുറ്റത്ത് നിർഭയം കയറി വരുന്ന ബ്രാലുകളെയും മുഷികളെയും വാസുപ്പാപ്പൻ ഒറ്റക്ക് വെട്ടിപ്പിടിക്കും. കുട്ടിയും ശിവനും പാപ്പന്റെ കയ്യാളുകളായി മഴയിലിറങ്ങും. ബാനുവിന് മഴയത്തിറങ്ങാൻ പേടിയാണ്. മഴയത്തിറങ്ങിയാൽ അവന് പനി ഉറപ്പാണ്. ഓരോ തവണയും അത് ആവർത്തിച്ചതോടെ അത് മഴപ്പേടിയായി.

“മഴ കൊണ്ട് വളർന്നാലേ മണ്ണിൽ വേരുപിടിയ്ക്കൂ.”

അച്ഛച്ഛന്റെ മഴനിയമമുള്ളത് കൊണ്ട് ശിവനും കുട്ടിയും മഴയത്തിറങ്ങുന്നതിനെ ആരും തടഞ്ഞില്ല. എന്നാൽ മഴക്കാലത്ത് മറിയം മിക്കവാറും വീട്ടിന്നകത്ത് തടവിലാകും.

“പെൺകുട്ടികൾ അങ്ങിനെ മഴയത്തിറങ്ങി കളിയ്ക്കണ്ട.”

ജോസഫങ്കിളിന്റെ മഴനിയമത്തിൽ പെൺകുട്ടികൾ മഴ നനഞ്ഞ് കളിയ്ക്കരുത് എന്നാണ്. മേരിയാന്റിയും അതിനെ പിന്തുണച്ചു.

“മഴ എന്റെ നഷ്ടമാണ്.”

മറിയം ഖേദത്തോടെ പറയും.

“പെൺകുട്ടികൾക്കും മഴ കൊണ്ട് നടക്കാൻ കഴിയുന്ന ദിവസം വരണം. ഇതെന്ത് ലോകമാണ്.”

മറിയം രോഷം മറച്ചു വയ്ക്കാറില്ല.

“നമുക്ക് കാത്തു നിൽക്കാം.”

ശിവൻ പറഞ്ഞു.

മറിയം മനസ്സില്ലാമനസ്സോടെ മുറിയിൽ അടച്ചിരുന്നു.

കോട്ടയിലെ പാമ്പുകൾ ഗൂഢാലോചനക്കാരാണ്. അവരുടെ നീക്കങ്ങൾ ആരുമറിഞ്ഞില്ല. ഒരു കണ്ണിലും പ്രത്യക്ഷപ്പെടാതെ അവ കൊഴിഞ്ഞ ഇലകൾക്കിടയിലൂടെ സഞ്ചരിച്ചു. കണ്ണെത്താത്ത കോട്ടയുടെ ഇരുണ്ട പൊത്തുകളിൽ പ്രതീതിയായി മറഞ്ഞു നിന്നു. ആരുമത് തൊട്ടു നോക്കിയില്ല.

നനവ് വറ്റാത്ത മണ്ണിൽ വേരുകളാഴ്ത്തി നിന്ന മരത്തണലിൽ മരിച്ചവരുടെ അശരീരികൾ കൂട്ടുകൂട്ടി. അവ കുട്ടികളുടെ സ്വപ്നങ്ങളിൽ വലവിരിച്ചു. സ്മൃതികൾ കൊത്തിയുണർത്തി.

മഴയടങ്ങുമ്പോൾ ഇലഞ്ഞി പൂക്കും. നാട്ട്മാവിൽ ദേശാടകരായ നാകമോഹപ്പക്ഷികൾ വിരുന്നു വരും. ചിതലകൾ കരിയിലകൾക്കിടയിൽ കിടന്ന് ചിറകടിച്ച് ഒച്ചവച്ച് പേരക്ക മരത്തിലെ അണ്ണാരക്കണ്ണന്മാരുമായി മത്സരിക്കും. തോട്ടിലെ വെള്ളം വറ്റുമ്പോൾ വരാലുകൾ മണ്ണിന്നടിയിലെ രഹസ്യ അറകളിലേക്ക് മടങ്ങും. ബിലാത്തി മാങ്ങയുടെ പുളിപ്പ് കലർന്ന മധുരം കൊത്തി നുണയാൻ സൗഹൃദം ചില്ലകൾ പെറുക്കി വച്ച് കൂട് കൂട്ടും.

ഋതുഭേദങ്ങൾ മാറിമാറി വരുന്നതിനിടയിൽ കഥകൾ പറഞ്ഞ്, കഥകൾ കേട്ട്, കഥകൾ മെനഞ്ഞ് മുതിരുന്നത് മുത്തപ്പങ്കാവിലെ ജീവജാലങ്ങൾ അറിഞ്ഞില്ല. കുട്ടികളും.

ശാരദക്കല്ല്

"നീ പ്രാർത്ഥിയ്ക്കാറുണ്ടോ?" ശിവൻ കുട്ടിയോട് ചോദിച്ചു.

"ഓ. അമ്മമ്മയ്ക്ക് സ്വന്തമായി ഒരു പൂജാമുറി തന്നെയുണ്ടായിരുന്നു. അവിടെയില്ലാത്ത ദൈവങ്ങളില്ലായിരുന്നു. അവർക്കൊക്കെ കഥകളും. ശിവനായിരുന്നു ഇഷ്ട ദൈവം."

മറുപടി കേട്ട് ശിവൻ ഉറക്കെ ചിരിച്ചു.

"ഓ, മഹാശിവൻ ! അതേതായാലും ഞാനല്ല ട്ടോ. ദൈവമില്ലെന്ന് അച്ഛച്ഛൻ പറഞ്ഞിട്ടുണ്ട്. അങ്ങിനെ പ്രാർത്ഥിക്കേണ്ടവർക്ക് ഈ കണ്ണാടിമരത്തെ പ്രാർത്ഥിക്കാം.

മുത്തപ്പങ്കാവിലെ മഹാഗണിയെ ചൂണ്ടി ശിവൻ പരിചയപ്പെടുത്തി.

"മറിയം പറഞ്ഞു അതവളുടെ അമ്മയാണെന്ന്."

"അതെപ്പം?"

"അന്ന്. കോട്ട കാണാൻ വന്ന അന്നു തന്നെ."

"ഹോ."

ശിവൻ മൗനം പൂണ്ടു.

"ഇതാണ് ശാരദക്കല്ല്. നമ്മുടെ അച്ഛമ്മ മണ്ണായത് ഈ കല്ലിന്നടിയിലാണ്"

മഹാഗണിക്ക് ചുറ്റും കരിങ്കല്ലുകൊണ്ടുണ്ടാക്കിയ ആ പടവിൽ ശിവൻ കാത് വച്ചു കിടന്നു.

"ഈ തണുപ്പിൽ കാതോർത്താൽ ഭൂതങ്ങൾ കഥ പറയുന്നത് കേൾക്കാം."

കുട്ടി ആ കല്ലിൽ കാത് ചേർത്തു. കോട്ടയിൽ ഒരു കാറ്റ് ചുറ്റിയടിച്ചു. ഇലകൾ ഹൃദയം പോലെ മിടിച്ച് ശബ്ദമുണ്ടാക്കി.

മഹാഗണി പറഞ്ഞു.

"കണ്ണാടി ഒരു വാതിലാണ്. സ്വന്തം മാളങ്ങളിലേക്കുള്ള വാതിൽ. ഒരോരുത്തർക്കും ഓരോ നേരത്ത് കാണേണ്ടത് കാട്ടിക്കൊടുക്കുന്ന ഭൂതങ്ങൾ അതിനുള്ളിലുണ്ട്."

മഹാഗണിയുടെ പൊത്തിൽ നിന്നും ഒരു വെളിച്ചമപ്പോൾ കുട്ടിയുടെ കണ്ണിലേക്കടിച്ചു. ഒരു നിമിഷം കണ്ണുകൾ ഇറുകിയടഞ്ഞു.

"വെട്ടിക്കളയല്ലേ."

മരം കുട്ടിയുടെ ചെവിയിൽ പറഞ്ഞു.

"ഇതിലും പഴക്കമുള്ള ഒരു മരം ഈ കോട്ടയിലില്ല. നാട്ടിലുമില്ല. മരം എല്ലം കാണും. മരം എല്ലം ഓർക്കും."

ശിവൻ പറഞ്ഞു.

"സത്യം.?"

"സത്യം."

ശിവന് ഉറപ്പായിരുന്നു.

കുട്ടിയപ്പോൾ അമ്മ പറഞ്ഞ കഥകളിലെ ഉത്തരം കിട്ടാത്ത ചോദ്യം ഓർമ്മ വന്നു.

"കണ്ണപ്പാപ്പൻ മരിച്ചതും?"

"അതെ, കണ്ണപ്പാപ്പൻ മരിച്ചതും."

"ആരേ പറഞ്ഞു?"

"അമ്മ"

"ഉം. എത്രയോ കാലത്തിന് ശേഷം നിങ്ങളൊക്കെ തിരിച്ചു വന്നപ്പഴാ അച്ഛച്ഛനൊന്ന് ചിരിച്ചു കണ്ടത്."

"എന്താണ്ന്നറിയില്ല, അച്ഛനും അങ്ങിനെ ചിരിക്കാറില്ല."

"ഉം. എല്ലാവരുടെ ചിരിയും വറ്റിപ്പോയതാ."

"എന്തിനാ പാപ്പൻ മരിച്ചാഞ്ഞത്."

"കൃത്യം അറിയില്ല. എന്നാലും അച്ഛച്ഛനോട് പിണങ്ങിയിട്ടാണ് എന്നറിയാം."

"എന്തോ എഴുതി വച്ചാണ് പാപ്പൻ മരിച്ചത് എന്ന് അമ്മ പറഞ്ഞു കേട്ടിട്ടുണ്ട്."

മരം ഓർമ്മകളുടെ ചെപ്പ് തുറന്നു.

"അതെ."ഭ്രതാവിഷ്ടരുടെ കമ്മ്യൂണിസമാണ് നാടിനെ ബാധിച്ചത്"എന്നെഴുതി വച്ച്. ചിതറിപ്പോയ ശരീരത്തോടൊട്ടിയ കീറിയ പോക്കറ്റിൽ നിന്നും ചോരയിൽ നനഞ്ഞ് ഒരു തുണ്ട് കടലാസിൽ ആ കുറിപ്പുണ്ടായിരുന്നു. വീട് പിന്നെ മരിച്ച വീടായി. മോസ്കോ പിന്നെയൊരിക്കലും പഴയത് പോലെ സഖാക്കളുടെ താവളമായില്ല. റഷ്യയിൽ ജോസഫ് സ്റ്റാലിൻ എന്ന പോലെ പാർട്ടിയിൽ അച്ഛച്ഛൻ വിചാരണ ചെയ്യപ്പെട്ടു. സോവിയറ്റ് കമ്മ്യൂണിസ്റ്റ് പാർട്ടിയുടെ ഇരുപതാം പാർട്ടി കോൺഗ്രസ്സിലെ ക്രൂഷ്ചേവിന്റെ പ്രസംഗം നാട്ടിലെത്തിയിരുന്നേയുള്ളൂ. അത് ഉയർത്തിപ്പിടിച്ച് കൃഷ്ണൻ വല്യച്ഛൻ കത്തിയാളി.

"സ്റ്റാലിന്റെ കൂട്ടക്കൊല ആവർത്തിക്കാതിരിക്കണമെങ്കിൽ ഇവിടെ ഹിന്ദുസ്ഥാൻ ഉണ്ടാവണം. മുസ്ലീങ്ങൾ പാകിസ്ഥാൻ പിടിച്ചു വാങ്ങിയപ്പോൾ ഇന്ത്യ ഹിന്ദുസ്ഥാനാകാതിരുന്നത് ഗാന്ധി ചെയ്ത ചതിയാണ്. ഗാന്ധിയല്ല ഗോഡ്സെയാണ് ശരി."

ഹിന്ദു രാജ്യത്തിനായി രഹസ്യമായി പണിയെടുക്കുകയും തയ്യാറെടുക്കുകയും ചെയ്യുന്ന ജയ് മാതാ സംഘത്തിന്റെ ശാഖയിൽ വല്യച്ഛൻ പോയിത്തുടങ്ങിയിരുന്നു. എന്നാൽ പെട്ടെന്നു തന്നെ ലൈഫ് ഇൻഷൂറൻസ് കോർപ്പറേഷനിൽ സ്ഥിര നിയമനം കിട്ടിയതോടെ സജ്ജീവ രാഷ്ട്രീയം മതിയാക്കി അവിടുത്തെ ട്രേഡ് യൂണിയൻ പ്രവർത്തകനായി മാറി. അവിടെ നിന്നു തന്നെ ജീവിതസഖിയായി തുളസി വല്യമ്മയെ കണ്ടെത്തുകയും ചെയ്തു. അച്ഛമ്മയുടെ തറവാട്ടിൽ നിന്നു തന്നെയായിരുന്നു ആ ബന്ധം. അതുകൊണ്ട് വല്യമ്മക്ക് അച്ഛച്ഛന്റെ വീട്ടിലെ എല്ലാവരുമായും നേരത്തെത്തന്നെ അടുത്ത ബന്ധവുമുണ്ടായിരുന്നു.വല്യമ്മ എല്ലാവർക്കും അമ്മയായി. അച്ഛമ്മ നേരത്തെ മരിച്ചു പോയിരുന്നത് കൊണ്ട് തറവാട്ടിലെ എല്ലാ കാര്യങ്ങളും വല്യമ്മയോട് ചോദിച്ചാണ് എല്ലാവരും ചെയ്തിരുന്നത്. എന്നാൽ കണ്ണപ്പാപ്പന്റെ മരണത്തെ തുടന്നുള്ള വല്യച്ഛന്റെ മാറ്റത്തിൽ വീടെന്നും പുകഞ്ഞു. വല്യച്ഛൻ കടുത്ത ഈശ്വരവിശ്വാസിയായും നാട്ടിലെ അയ്യപ്പഭക്തജന സംഘത്തിന്റെ രക്ഷാധികാരിയുമായി. ആർക്കും അതണയ്ക്കാനായില്ല. നാട്ടിൽ നിന്നും കറുപ്പുടുത്ത് നോമ്പ് നോറ്റ് ശബരിമലക്ക് പുറപ്പെടുന്ന ഒരു സംഘത്തെ തന്നെയുണ്ടാക്കി വല്യച്ഛൻ. അതിലൊന്നും പെടാതെ ജീവിക്കാൻ വല്യമ്മ പാടുപെട്ടു. ശിവൻ മാത്രമായി അവരുടെ ലോകം.

വാസുപ്പാപ്പനും പാർട്ടി വിട്ടിരുന്നെങ്കിലും ഒരു പക്ഷത്തോടൊപ്പവും നിന്നില്ല.

"കണ്ണനെ കൊലയ്ക്ക് കൊടുത്ത രാഷ്ട്രീയത്തിന് ഇനി ഞാനില്ല."

വാസുപ്പാപ്പൻ പിന്മാറിയതിന്റെ പ്രഖ്യാപനമായിരുന്നു അത്. എന്നാൽ കുറേക്കാലം വീട്ടിലും വരാതെ ഒരു പണിയും ചെയ്യാതെ

നാട്ടിലെ സുഹൃത്തുക്കൾക്കൊപ്പം കള്ളുകുടിയും ചീട്ടുകളിയുമായി ചുറ്റി നടക്കുകയായിരുന്ന വാസുപ്പാപ്പനെ ഒടുവിൽ അച്ഛച്ഛൻ തന്നെ മുൻകൈ എടുത്ത് വീട്ടിലേക്ക് തിരിച്ചു കൊണ്ടുവന്നു.

ആത്മമിത്രമായ ബീരാൻക്കക്കൊപ്പം വാസുപ്പാപ്പനെ നിർത്തുകയാണ് അച്ഛച്ഛൻ ചെയ്തത്. തറവാടിന്റെ റോഡിനോട് ചേർന്ന ഭാഗം അച്ഛച്ഛൻ ബീരാൻക്കക്ക് കൊടുത്തു. അതെത്ര വിലക്കാണെന്ന് ആർക്കുമറിയില്ല. ആ സ്ഥലത്ത് ബീരാൻക്ക നാല് പീടിക മുറികളും ഒരു ഗോഡൌണും ഉണ്ടാക്കി. സ്ഥലം വിറ്റ പണം കൊണ്ട് അച്ഛച്ഛൻ ബീരാൻക്കയെ കൊണ്ട് തന്നെ ഒരേപോലുള്ള രണ്ട് വീടുകൾ കൂടി പറമ്പിലുണ്ടാക്കി. തന്റെ പേരിലുള്ള പറമ്പ് മൂന്നായി ഭാഗിച്ച് ഭാഗപത്രം തയ്യാറാക്കി വച്ചിരുന്നു. സ്വന്തം പേരിൽ ഒന്നും ബാക്കി വച്ചിരുന്നില്ല

അച്ഛച്ഛൻ ബീരാൻക്കക്ക് സ്ഥലം വിറ്റത് കൃഷ്ണൻവല്യച്ഛന് തീരേ ഇഷ്ടമായിരുന്നില്ല. റോഡരുകിലെ കണ്ണായ സ്ഥലം ചുരുങ്ങിയ വിലക്കാണ് വിറ്റത് എന്ന് പറഞ്ഞ് പലപ്പോഴും വീട്ടിൽ കലഹങ്ങളുണ്ടാക്കി. ബീരാൻക്ക പറ്റിച്ചെടുത്തതാണ് സ്ഥലം എന്ന് ഉറക്കെപ്പറഞ്ഞു. എന്നാൽ അച്ഛച്ഛനത് കേട്ടതായി ഭാവിക്കുകയോ പ്രതികരിക്കുകയോ ചെയ്തില്ല.

താനില്ലാതായാൽ ആറടി മണ്ണിന് വേണ്ടി മക്കൾ തമ്മിൽ അതിർത്തി തർക്കം ഉണ്ടാകരുതെന്ന് സഖാവിന് നിർബന്ധമുണ്ടായിരുന്നു. കോട്ട മാത്രം ഭാഗിയ്ക്കാതെ കിടന്നു. അതൊരിക്കലും വെട്ടി മുറിച്ച് ഭാഗിക്കരുതെന്ന് തറവാട്ട് കാരണവരായ മുത്തപ്പൻ പറഞ്ഞു വച്ചിരുന്നു. മുത്തപ്പൻ വീടുവിട്ടു പോയപ്പോൾ അതൊരു സ്മൃതിവനമായി നിലനിർത്തുമെന്ന് അച്ഛച്ഛൻ പ്രഖ്യാപിച്ചു. അവിടെ പണ്ടൊരു കാവുണ്ടായിരുന്നുവെന്നും അത് പുനരുദ്ധരിച്ച് അവിടെയൊരു ക്ഷേത്രം പണിയണമെന്നും പറഞ്ഞ് കൃഷ്ണൻ വല്യച്ഛൻ നാട്ടിലെ ക്ഷേത്ര സംരക്ഷണക്കാർ വഴി ആലോചനയുമായി മുന്നിട്ടിറങ്ങിയപ്പോൾ അച്ഛച്ഛൻ അവരെ ആട്ടിയോടിച്ചു.

“ക്ഷേത്രമല്ല, കാടാണ് നാടിന് വേണ്ടത്. പൂജിയ്ക്കണമെങ്കിൽ മരത്തെ പൂജിയ്ക്കാം.”

കോട്ട വെട്ടിമുറിയ്ക്കാതെ എല്ലാവരുടെയും കാടായി നിൽക്കട്ടെ എന്നത് അച്ഛച്ഛന്റെ ഉറച്ച തീരുമാനമായിരുന്നു.

“അത് മുത്തപ്പന്റെ വനമാണ്. അതിലാരും തൊട്ടു കളിക്കേണ്ട.”

വാസുപ്പാപ്പനും അച്ഛച്ഛനൊപ്പം നിന്നു.

“സഖാവിന്റെ കാലം കഴിയട്ടെ. മോസ്കോയിൽ ലെനിനെ ഉപ്പിലിട്ട് വച്ചത് പോലെ ഒരു കോട്ടയും ആരുമിവിടെ സ്വന്തമാക്കി വയ്ക്കണ്ട. കാണാം.”

ക്ഷേത്ര പുനരുദ്ധാരണ വാദികൾ വെല്ലുവിളിച്ചു.

“ഒന്നാമത് ഇതൊരു കോട്ടയാണ്, ഇവിടെയൊരു ക്ഷേത്രവുമില്ല. മുത്തപ്പങ്കാവ് എന്ന് മുത്തപ്പൻ കോട്ടക്ക് പേരിട്ടത് പിതൃക്കളുടെ ഓർമ്മക്ക് കോട്ടയിലെ മരപ്പൊത്തിൽ കണ്ണാടി കൊണ്ടുവന്ന് വച്ചപ്പോഴാണ്. ഇത് പൊതു സ്വത്തായിരിക്കണം. ഭാസ്കരൻ മുത്തപ്പൻ എല്ലാവരുടെയും മുത്തപ്പനായിരുന്നു. അവിടുത്തെ നാട്ടുമാങ്ങയും ചക്കയുമൊക്കെ എല്ലാവർക്കും അവകാശപ്പെട്ടതായിരുന്നു. വറ്റാത്ത കിണറ്റിൽ നിന്നും വേനൽക്കാലത്ത് വെള്ളമെടുക്കാൻ ദൂരത്ത് നിന്നു പോലും നാട്ടുകാർ വന്നു. പൊതുശ്മശാനം വരുന്നതിന് മുമ്പ് മരിച്ചവർക്ക് ചിതയൊരുക്കിയിരുന്നതും പോലും ആ കോട്ടയിൽ തന്നെയായിരുന്നു എന്നും കേട്ടിട്ടുണ്ട്. അവിടെ ജാതിയോ മതമോ ഉണ്ടായിരുന്നില്ല.”

അച്ഛച്ഛൻ കോട്ടയുടെ ചരിത്രം എല്ലാവരേയും ഓർമ്മിപ്പിച്ചു.

നാലു വർഷം മാത്രമേ ശേഖരൻ സഖാവിന്റെ മകൾ ശാരദയുമായുള്ള ചന്തു സഖാവിന്റെ ദാമ്പത്യം നീണ്ടുനിന്നുള്ളൂ. തുടർച്ചയായി മൂന്ന് വർഷങ്ങളിൽ മൂന്നു പ്രസവിച്ച ശാരദ നാലാമത്തെ പ്രസവത്തിൽ മരിച്ചു. ആ മരണം സഖാവ് ഒരിക്കലും സ്വയം സമ്മതിച്ചിരുന്നില്ല. മരിച്ചിട്ടും എന്നും ശാരദയെ ഒപ്പം കൊണ്ടു നടന്നു. ശാരദയോട് പറയാതെ ഒന്നും ചെയ്തില്ല.

മുലപ്പാല് കുടിയ്ക്കാതെ വളർന്ന നാലാമത്തെ മകൻ കണ്ണൻ പിച്ചവയ്ക്കും വരെ സഖാവ് നെഞ്ചിൽ വച്ചു വളർത്തി. മൂന്നു വർഷത്തിലേറെക്കാലം പാർട്ടി പ്രവർത്തനത്തിൽ നിന്നും പൂർണ്ണമായി വിട്ടു നിന്ന് കുട്ടികളെ നോക്കലും വായനയും മാത്രമായി വീട്ടിൽ തന്നെ കൂടി. അക്കാലത്താണ് പറമ്പിൽ വാഴയും പച്ചക്കറികളും കൃഷി തുടങ്ങിയത്. മൂത്തമകൻ ഇളയ മകനെ നോക്കാൻ പ്രാപ്തി നേടും വരെ ആ വിട്ടു നിൽക്കൽ തുടർന്നു.

“ശാരദ മരിച്ചിട്ടില്ല. ദേഹം വിട്ടു പോകുന്നതല്ല, മറക്കുന്നതാണ് മരണം.”

കാറ്റിൽ മരം കുട്ടിയെ ഓർമ്മിപ്പിച്ചു. അച്ഛമ്മയുടെ ഓർമ്മക്ക് കോട്ടയിലെ മഹാഗണി മരത്തണലിൽ ചാഞ്ഞിരുന്ന് വായിക്കാൻ പാകത്തിൽ കരിങ്കല്ല് കൊണ്ടൊരു ഇരിപ്പിടം അച്ഛച്ഛൻ പണിതു. അതിന് ശാരദക്കല്ല് എന്ന് പേരിട്ടു. അവിടെയിരുന്നായിരുന്നു വായന. വൈകുന്നേരങ്ങളിൽ അച്ഛച്ഛനെ കാണാൻ വരുന്ന പാർട്ടി സഖാക്കൾക്ക് ഒന്നിച്ചിരിക്കാനുള്ള പടവായി അത് മാറി.

അച്ഛമ്മയെ ദഹിപ്പിച്ച കോട്ടയുടെ നടുമുറ്റത്ത് അച്ഛച്ഛൻ നട്ട നാട്ടുമാവ് അതിവേഗം തഴച്ചു വളർന്ന് ശാരദക്കല്ലിന് മുകളിൽ തണൽ വിരിച്ചു. മുറതെറ്റാതെ പുഷ്പിച്ചു. ഓരോ മാങ്ങാക്കാലവും നാട്ടുകാരുടെ മുഴുവനും ഉത്സവപ്പറമ്പാക്കി കോട്ടയെ മാറ്റി.

അച്ഛമ്മയുടെ ചാരത്തിൽ വളർന്ന ഓരോ നാട്ടുമാങ്ങ പഴുത്ത് വീഴുമ്പോഴും അച്ഛച്ഛൻ പറഞ്ഞു.

"ശാരദ തിരിച്ചു വരുന്നതാണ്. തണലായും മധുരമായും."

പാർട്ടി പ്രവർത്തനത്തിന്റെയും ഒളിവ് ജീവിതത്തിന്റെയുമൊക്കെ തിരക്കിൽ നാല് വർഷം മാത്രം നീണ്ടു നിന്ന ആ ദാമ്പത്യത്തിൽ നാല്പത് ദിവസം പോലും ഒന്നിച്ചുണ്ടായിരിക്കാൻ സമയം കിട്ടിയിട്ടില്ലെങ്കിലും നാനൂറ് വർഷം ഒന്നിച്ചുജീവിച്ചതിന്റെ ഓർമ്മകളാണ് അച്ഛച്ഛന്.

മരം ഒന്ന് വിതുമ്പി. കേട്ട കഥകൾ കുട്ടിയുടെ ഭൂതക്കണ്ണാടികളായി. ശാരദക്കല്ലിന്റെ തണുപ്പിൽ ചെവിയോർത്ത് ശിവൻ പറഞ്ഞു.

"അച്ഛച്ഛനായിരുന്നു എന്റെ വഴികാട്ടി. അച്ഛനെ കാണുന്നതേ എനിക്ക് പേടിയായിരുന്നു. വീട്ടിൽ അച്ഛനെന്നും ആരോടും ചേരാത്ത മറ്റൊരാളായി മാറിയിരുന്നു. എന്നും എന്തിനും ബലം പിടിച്ചു. അച്ഛച്ഛനുമായായിരുന്നു അച്ഛന്റെ ഏറ്റുമുട്ടലുകൾ. അച്ഛച്ഛന്റെ കമ്മ്യൂണിസം പകർന്നാണ് ഞാൻ വഴി തെറ്റിയത് എന്ന് അച്ഛൻ ഉറച്ചു വിശ്വസിച്ചു."

പറഞ്ഞു തീരാത്ത കഥകളിലൂടെ കുട്ടി പൂഴിയിലെ മണ്ണിൽ വേരുപിടിച്ചു. പരേതാത്മാക്കൾ ആ കോട്ടയുടെ തണലായിരുന്നു. ഒരു നട്ടുച്ചയിൽ ശാരദക്കല്ലിന്റ തണുപ്പിൽ ചെവിയോർത്ത് മയങ്ങിക്കിടക്കുമ്പോൾ ഒരു നനുത്ത സ്വപ്നം കുട്ടിയെ തട്ടി വിളിച്ചു. നീലച്ചിറകുള്ള ഒരു പെൺകുട്ടി മരത്തലപ്പുകൾക്കിടയിലൂടെ ആകാശത്ത് നിന്നും താഴേക്കിറങ്ങി വന്ന് കുട്ടിയെ പേരിട്ടു വിളിച്ചു.

"കുട്ടീ, കുട്ടി."

കണ്ണുതുറപ്പോൾ മുന്നിൽ മറിയം.

രക്തരക്ഷസ്സ്

കൗമാരം കഥ പറഞ്ഞ് പിരിയുന്ന അവസാനത്തെ മധ്യവേനലവധിക്കാലമെത്തിയത് ആദ്യമറിഞ്ഞത് കോട്ടയിലെ മരങ്ങളാണ്. ദേശാടനപ്പക്ഷികൾ സമയം തെറ്റാതെ ദിശതെറ്റാതെ തിരിച്ചെത്തി. അവയുടെ ചിറകടിയിൽ നാട്ടുമാവ് കായ്ച്ചു. ഇലഞ്ഞിമരം പൂത്തുലഞ്ഞു. നാല് ദിക്കുകൾ പോലെ നാല് ഹൃദയങ്ങൾ ആ തണലിൽ ആരും കാണാതെ ഉരുകി. നിലത്ത് കൊഴിഞ്ഞ ഇലഞ്ഞികൾ ചെന്തെങ്ങിന്റെ ഈർക്കിളിൽ കോർത്ത് മൂന്ന് മാലകളുണ്ടാക്കി തന്റെ കൂട്ടുകാർക്ക് നൽകി മറിയം.

"ഈ കോട്ടയും ഈ മഹാഗണിയും സാക്ഷി. ഇതാ, ഈ ഇലഞ്ഞിമാലകൾ എന്റെ കഴുത്തിലണിയാൻ നിങ്ങൾക്ക് മൂന്നു പേർക്കും ഞാനിതാ അനുവാദം നൽകുന്നു."

മറിയം കഴുത്ത് നീട്ടി.

ആദ്യം ശിവൻ. പിന്നെ ബാനുപ്രകാശ്. അവസാനം കുട്ടി.

മൂന്ന് മാലകളും ഏറ്റുവാങ്ങി തലയുയർത്തിപ്പിടിച്ച് നിഗൂഢമായ ഒരു ചിരിയിൽ മറിയം പറഞ്ഞു.

"മനസ്സിലായോ? ഇനി നിങ്ങൾ മൂന്നു പേരും എന്റെ സ്വന്തം. എന്നും."

എല്ലാവരും മതിമറന്നു ചിരിച്ചു. എങ്കിലും ആ നിമിഷാർദ്ധത്തിൽ ശിവന്റെ മുഖത്തെ വെളിച്ചം ഇത്തിരി നേരം അണഞ്ഞത് കുട്ടി ശ്രദ്ധിച്ചു. മറ്റാരേക്കാളും മറിയം ശിവന്റെ ഇഷ്ടമാണെന്ന് പറയാതെ തന്നെ കുട്ടി അറിഞ്ഞിരുന്നു. എന്നാൽ അവൾ എല്ലായിപ്പോഴും മൂന്നു പേരെയും ഒരേ

പോലെ ഒപ്പം നിർത്തി. ശിവനെ അത് അസ്വസ്ഥനാക്കുന്നത് കുട്ടിക്ക് മനസ്സിലായി.

മൂന്നു പേരും പരസ്പരമറിയാതെ ബോധശൂന്യമായി മറിയത്തെ മോഹിച്ചു. അതാരും ഉറക്കെ പറഞ്ഞില്ലെങ്കിലും മൂന്നു പേരും ഒപ്പമുള്ള ഓരോ നിമിഷത്തിലും അതനുഭവിച്ചു. വാക്കുകളിൽ മൗനം കിനിയുന്ന നേരങ്ങളിൽ മൂവരും ആ പ്രണയത്തിന്റെ ആദിമവിഷാദമറിഞ്ഞു. കൗമാരം പിന്നിടുകയാണ് തങ്ങളെന്ന് അവർ മൂന്നും പേരും അറിഞ്ഞില്ല.കാലം കടന്നു പോകുന്നതും. പ്രണയം അവരെ അത്രമേൽ അന്ധരാക്കിയിരുന്നു.

മെഡിക്കൽ കോളേജിലെത്തി അവിടെ സ്വന്തമായി ഒരു ലോകമുണ്ടായതോടെ ശിവനാണ് ആ കൂട്ട് പൊട്ടിച്ച് ആദ്യം പുറത്ത് കടന്നത്. അടിയന്തരാവസ്ഥയുടെ കരിമ്പടം നാട് അസ്വാസ്ഥ്യത്തോടെ അറിഞ്ഞിരുന്നു.

"രക്തരക്ഷസ്സുകൾ മേയുന്നുണ്ട്. കരുതി നിൽക്കണം"

ഒരു വരവിൽ ശിവൻ പറഞ്ഞു. ഒരു നിശബ്ദതക്ക് കീഴിൽ എല്ലാവരും മാറുകയായിരുന്നു.

ശിവന് പിറകെ മറിയവും കോളേജിലെത്തി. അവൾക്കും അവിടെ സ്വന്തം ലോകമുണ്ടായി. കുട്ടിയും ബാനുവും തനിച്ചായി.

ഹോസ്റ്റൽ വിട്ട് വീട്ടിലേക്കുള്ള ശിവന്റെ അപൂർവ്വ സന്ദർശനങ്ങൾ പുറം ലോകത്തേക്കുള്ള ഒരു ദൂരദർശിനിയായിരുന്നു. അത് പകർന്നു കൊടുത്ത അറിവുകൾ പേടിപ്പെടുത്തുന്നതായിരുന്നു.

"ദുരധികാരത്തിന്റെ വേതാളങ്ങൾ 'നാവടക്കു പണിയെടുക്കു' എന്ന ശാസനയുമായി രാജ്യത്താകെ ഉയർത്തിയിരിക്കുന്നു. എതിർപ്പിന്റെ ശബ്ദമുയർത്തുന്നവരെയൊക്കെ വേട്ടയാടിക്കൊണ്ടിരിക്കുകയാണ്."

ഒരു നാൾ അച്ഛച്ഛനെ തേടിയും പോലീസെത്തി. കോട്ടയിൽ ചില കൂടിച്ചേരലുകൾ നടക്കുന്നു എന്ന് ആരോ പോലീസിൽ വിവരമറിയച്ചതാണ് പ്രശ്നമായത്.

അച്ഛച്ഛനെ നന്നായറിയുന്ന പോലീസുകാരായിരുന്നു വന്നത്. കോട്ട അവർ അരിച്ചുപെറുക്കി. അച്ഛച്ഛന്റെ ലൈബ്രറി പരതി പഴയ നോട്ടുപുസ്തകങ്ങളും ഡയറിക്കുറിപ്പുകളും മൊത്തം കസ്റ്റഡിയിലെടുത്തു.

"എന്തെങ്കിലും ഇതിൽ കണ്ടെത്തിയാൽ ഞങ്ങൾ വീണ്ടും വരും. ഒരു കൂടിച്ചേരലും വേണ്ട."

താക്കീത് ചെയ്ത് പോലീസ് തിരിച്ച് പോയി.

"അച്യുതമേനോന്റെ പോലീസ് "മോസ്കോ"യിൽ കയറി."

നാട്ടിൽ പെട്ടെന്ന് വാർത്ത പരന്നു. ആരും അനങ്ങിയില്ല. പഴയ സഖാക്കൾ വരുന്നത് അപൂർവ്വമായി. അച്ഛച്ഛൻ മുറിയ്ക്കകത്തേക്ക് ഒന്നുകൂടി പിൻവാങ്ങി.

"രാജ്യം വളരെ അപകടത്തിലാണ്. ചിലപ്പോൾ ഞാനും പിടിയ്ക്കപ്പെട്ടേക്കും."

ശിവൻ മറ്റൊരു വരവിൽ പറഞ്ഞു.

"എത്രയോ പേർ ജയിലിലാണ്. അതിലേറെപ്പേർ നിശബ്ദരായി. കൊല്ലപ്പെട്ടവരുടെ കണക്ക് ആർക്കുമറിയില്ല."

രഹസ്യമായി അച്ചടിച്ച് പ്രചരിക്കുന്ന "ചെങ്കൊടി" ശിവന് കിട്ടുന്നുണ്ട്. ആരോടും പറയില്ലെന്ന് കയ്യടിച്ച് സത്യം ചെയ്യിച്ച് ശിവനത് പങ്കുവച്ചു.

വലിയൊരു വിപ്ലവത്തിന് സമയമായതായി "ചെങ്കൊടി" മുന്നറിയിപ്പ് നൽകുന്നു. രാജ്യത്ത് നടക്കുന്ന പോലീസ് വേട്ടകളെക്കുറിച്ച് പത്രങ്ങളിലൊന്നും കാണാത്ത പേടിപ്പെടുത്തുന്ന വിവരങ്ങൾ അതിലുണ്ടായിരുന്നു.

"പത്രങ്ങളിൽ വാർത്തയൊന്നുമില്ല. സെൻസർഷിപ്പാണ്."

വീട്ടിൽ നടത്തുന്ന അടക്കം പറച്ചിലുകളുടെ അർത്ഥമെന്താണെന്ന് അപ്പോഴാണ് കുട്ടിയ്ക്ക് മനസ്സിലായത്. എല്ലാവരും സ്വന്തം അകങ്ങളിലേക്ക് ചുരുണ്ടു.

"പുഴുക്കൾ"

ശിവൻ രോഷം പൂണ്ടു. അവനിൽ വന്ന മാറ്റങ്ങൾ എല്ലാവരേയും ഭയപ്പെടുത്തി.

"നീ വേണ്ടാത്തതിനൊന്നും പോണ്ട."

മറിയവും ശിവനെ താക്കീത് ചെയ്തു.

പുറംലോകം അനക്കങ്ങളറിയാനാവാത്ത ഒരു നിശ്ചല തടാകമായി. അച്ഛച്ഛൻ ജനലിലൂടെ പുറത്തേക്ക് നോക്കിയിരിക്കുക മാത്രം ചെയ്തു. വല്ലപ്പോഴും പഴയ സഖാക്കളാരെങ്കിലും കാണാൻ വന്നാലും സംസാരിക്കാൻ ഒന്നുമില്ലാതെ കുറേ നേരം പരസ്പരം നോക്കിയിരിയ്ക്കും. പിരിയും.

മെഡിക്കൽ കോളേജ് ഹോസ്റ്റലിൽ നിന്നും വരുന്ന ദിവസങ്ങളിൽ ശിവൻ അച്ഛച്ഛന്റെ മുറിയിൽ കയറി അടച്ചിട്ടിരുന്ന് സംസാരിക്കും. വീടാകെ ഒന്നുണരുന്നത് അപ്പോൾ മാത്രമാണ്. ഒരു ദിവസം മെഡിക്കൽ കോളേജ് കലോത്സവത്തിൽ അവതരിപ്പിക്കാൻ ഒരു നാടകം തേടി സുഹൃത്ത് കുഞ്ഞാമനുമായാണ് ശിവൻ വീട്ടിലെത്തിയത്.

“അച്ഛച്ഛാ, ഇത് കുഞ്ഞാമൻ. വയനാട്ടിലെ ആദിവാസി കോളനിയിൽ മെഡിക്കൽ കോളേജിൽ പഠിക്കാൻ ആദ്യം സീറ്റ് കിട്ടുന്നത് കുഞ്ഞാമനാണ്.”

“നന്നായി. പഠിയ്ക്കണം. അതേ ഉണ്ടാവൂ.”

“എന്റെ സഖാവാണ്.”

“അതും നന്നായി.”

എത്രയോ നാളുകൾക്ക് ശേഷം അച്ഛച്ഛൻ ലൈബ്രറിയിലേക്ക് കടന്നു പുസ്തകൾ ചികഞ്ഞു.

“ഇതൊക്കെ നിങ്ങൾക്ക് കൊണ്ടു പോകാം. അല്ലെങ്കിൽ വല്ല പോലീസുകാരും എടുത്തോണ്ടു പോകും. എന്റെയൊക്കെ കാലം കഴിഞ്ഞു.”

കുഞ്ഞാമൻ ചിരിച്ചു.

“ഇപ്പം പറ്റിയ ഒരു നാടകമാണ് വേണ്ടത്.”

ചെക്ക് നാടകകൃത്തുക്കളായ ചാപ്പെക്ക് സഹോദരന്മാരുടെ ‘കീടജന്മ’മാണ് അച്ഛച്ഛൻ അവർക്ക് തിരഞ്ഞെടുത്ത് കൊടുത്തത്.

“കീടജന്മം ഈ കാലത്തിന് പറ്റിയതാണ്. എനിക്കറിയില്ല മോനേ ഇനി എത്ര കാലം ഈ നാടകമൊക്കെ ഉണ്ടാകുമെന്ന്. എങ്കിലും ഇപ്പോൾ കളിയ്ക്കേണ്ട നാടകം ഇതാണെന്ന് എനിക്ക് തോന്നുന്നു. ജീവികളെന്ന നിലക്ക് മനുഷ്യവംശത്തിന്റെ അഹങ്കാരത്തെ വിചാരണ ചെയ്യുന്നുണ്ട് കീടജന്മം. ഒരു കമ്മ്യൂണിസ്റ്റ് മുഖ്യമന്ത്രിയാണ് അടിയന്തരാവസ്ഥയിൽ കേരളം ഭരിക്കുന്നത് എന്നോർത്ത് ഞാൻ ലജ്ജിക്കുന്നു. ഞങ്ങളുടെ തലമുറ തോറ്റ പോയതിന്റെ തെളിവാണ് അച്ചുതമേനോന് ഇപ്പോഴും മുഖ്യമന്ത്രിയായിരിക്കാൻ കഴിയുന്നത്. അധികാരം കൊയ്യാൻ പോകുന്ന അന്ധരാഷ്ട്രീയം ഞങ്ങൾക്ക് തടയാനായില്ല. നക്സൽബാരിയിൽ എത്ര സഖാക്കളെ കുരുതി കൊടുത്തു? എന്തിന് വേണ്ടിയായിരുന്നു അത്? സഖാവ് വർഗ്ഗീസിനെ വെടിവച്ചു കൊന്നതാണെന്ന് മറച്ചു വച്ച് ഒരു ഏറ്റുമുട്ടൽ കഥ മെനഞ്ഞെടുത്തപ്പോൾ കണ്ണു നഷ്ടപ്പെട്ടത് പാർട്ടിക്കാണ്. അതേ അന്ധതയാണ് അടിയന്തരാവസ്ഥയെ നയിയ്ക്കാനും ന്യായീകരിയ്ക്കാനും പാർട്ടിക്ക് നാണമില്ലാതാക്കിയത്. ഇതെന്നെ തളർത്തുന്നു. ഞങ്ങളുടെ തലമുറ സ്വപ്നം കണ്ട കമ്മ്യൂണിസം ഇതായിരുന്നില്ല. ഇതിപ്പോൾ കീടങ്ങളെപ്പോലെ.”

പെട്ടെന്ന് സംസാരം പാതി വഴിയിൽ നിർത്തി അച്ഛച്ഛൻ കുറേ നേരം കണ്ണടച്ചിരുന്നു. കണ്ണീര് ഒലിച്ചിറങ്ങാൻ തുടങ്ങിയപ്പോൾ അത് മറയ്ക്കാൻ ചാടി എല്ലുന്നേറ്റു.

“വയ്യ. ഇനി ഞാനൊന്നുറങ്ങട്ടെ. എത്രയോ കാലമായി ഒരു ഉറക്കം കിട്ടിയിട്ട്. മക്കൾ പൊയ്ക്കോ.”

കുഞ്ഞാമന്റെ വരവ് വല്യച്ഛനെ പേടിപ്പിച്ചു.

“നീ വേണ്ടാത്തതിന് നിൽക്കണ്ട. നീയവന്റെ കൂടെ ഇപ്പം നാടകം കളിയ്ക്കാൻ പോയാൽ ഉറപ്പാണ് നിന്നെ പോലീസ് പിടിച്ചു കൊണ്ടു പോവും. അച്ചച്ഛനൊന്നും ഇനി നിന്നെ രക്ഷിക്കാൻ പറ്റില്ല. അച്ഛന് അച്ഛനെത്തന്നെ രക്ഷിക്കാൻ പറ്റില്ല. നിനക്കെന്തെങ്കിലും പറ്റിയാൽ പിന്നെ ഞങ്ങൾ ജീവിച്ചിരിക്കില്ല.”

ശിവൻ മുറിയിൽ കയറി വാതിലടച്ചു.

‘കീടജന്മ’വുമായി തിരിച്ചു പോകുമ്പോൾ കുഞ്ഞാമന്റെ മുഖത്ത് തങ്ങിയ നൈരാശ്യം കുട്ടി ശ്രദ്ധിച്ചു.

ഉള്ളോട്ട് തിരിഞ്ഞ മൗനങ്ങൾ കൊണ്ട് ഓരോരുത്തവരും അവരവരുടെ മുറിവുകൾ പൊതിഞ്ഞുവച്ചു. പുഴുക്കളെ പോലെ അതിൽ ഒട്ടിപ്പിടിച്ചിരുന്ന് ദിവസങ്ങൾ തള്ളിനീക്കി. കഠിനമായ മരവിപ്പ് ഓരോ മുറിവുകൾക്ക് മേലും പടർന്നു പിടിച്ചിരുന്നു. സൗഹൃദങ്ങളിൽ അത് നിഴൽ വീഴ്ത്തി. പരസ്പരം സംസാരിക്കുന്നില്ലെന്നും കീടങ്ങൾ അറിഞ്ഞില്ല.

“എന്റെ വീട് പോലെയായി ഇപ്പോൾ എല്ലാം. എല്ലാം അടച്ച് പൂട്ടിയത് പോലെ.”

മറിയം പറഞ്ഞു.

മറിയത്തിന്റെ അപ്പച്ഛനും അമ്മച്ചിയും എന്നും ഈ ലോകത്തേ അല്ല ജീവിക്കുന്നത്. അവർ അവരുടെത് മാത്രമായ ഏകാന്ത ദ്വീപ് എന്നോ വെട്ടിപ്പണിതിരുന്നു. മറിയം മാത്രമാണ് അവിടെ നിന്നും പുറത്തേക്ക് ചാടാറ്.

വല്യച്ഛന്റെ ഭീഷണി ഏറ്റു.”കീടജന്മ “ത്തിൽ നിന്നും ശിവൻ അവസാന നിമിഷം പിന്മാറി. ഒറ്റക്ക് നാടകം നടത്തിയ കുഞ്ഞാമനെ പോലീസുകാർ പിടിച്ചു കൊണ്ടുപോയ വിവരവുമായി ഭ്രാന്തെടുത്താണ് ശിവൻ പിന്നീട് വീട്ടിൽ തിരിച്ചെത്തിയത്.

“എനിക്ക് പഠിയ്ക്കാൻ പറ്റുന്നില്ല. കണ്ണടച്ചാൽ കുഞ്ഞാമനെ തന്നെ കാണുന്നു.”

ശിവൻ മുറി അടച്ചു പൂട്ടി ഇരിപ്പായി. കുഞ്ഞാമന്റെ വിവരമന്വേഷിച്ച് പാർട്ടി ഓഫീസിലേക്ക് പുറപ്പെട്ട അച്ചച്ഛൻ നിരാശനായി മടങ്ങി.

“വൈകിപ്പോയി. അവർക്കൊന്നും ചെയ്യാനാവില്ല.”

അച്ചച്ഛനും മുറിയിലേക്ക് പിൻവാങ്ങി.

സൗഹൃദങ്ങളുടെ കോട്ടയിലെ ആ നിശബ്ദ ദിവസങ്ങളിലേക്ക് മഞ്ഞു വീണതും മഴ പെയ്തതും വേനൽ ദഹിച്ചതും വാക്കിൽ മൗനം പടർന്ന് പിടിച്ചതും എല്ലാവരും പതുക്കെ തിരിച്ചറിഞ്ഞു. ആ നിശ്ചലതയിൽ എപ്പോഴോ ആരുമറിയാതെ പറയാതെ അവരുടെ പ്രണയത്തിലും വിള്ളൽ വീണു.

വല്യച്ഛൻ നിർബന്ധിച്ചപ്പോൾ ഹോസ്റ്റലിലേക്ക് തിരിച്ച പോയ ശിവൻ ശനിയാഴ്ചകളിലും വരാതായി. മറിയം സ്വന്തം ജനാലക്കരികിലേക്ക് പിൻവാങ്ങി.ബാനു വാസുപ്പാപ്പന്റെ കയ്യാളായി.

കുട്ടി എല്ലാം കണ്ടു. സ്വന്തം മണ്ണിന്നടിയിലേക്ക് പൂണ്ട്, ചുരുണ്ട് കുട്ടി അവിടെയൊരു മാളം പണിതു. ദിവാസ്വപ്നം മേൽക്കൂരയാക്കിയ മാളം.

മഹാഗണി പറഞ്ഞു.

“കീടജന്മം”

കുട്ടിയുടെ അച്ഛനും നിശബ്ദനായിരുന്നു. നഗരത്തിലെ വർക്ക്ഷോപ്പിൽ പോകുന്നതും വരുന്നതും ഒക്കെ ഒരാഭിചാരം പോലെയായി. മൗനം കുടുത്ത് മരണനൃത്തം വച്ചു. അതെത്ര കാലം അത് നീണ്ടുവെന്ന് ഓർക്കാൻ ആരും കലണ്ടറിന്റെ പേജുകൾ മറച്ചിടുക പോലും ചെയ്തില്ല. കുഞ്ഞാമന്റെ വിവരം ആരും ഒന്നുമറിഞ്ഞില്ല.

അവസാനത്തെ വേനൽപ്പരീക്ഷയുടെ മൂർദ്ധന്യത്തിൽ കുട്ടി തലദ്രവിച്ചിരിക്കുമ്പോഴാണ് റേഡിയോവിലൂടെ ആ വാർത്ത പുറത്തുവന്നത്.

“അടിയന്തരാവസ്ഥ പിൻവലിച്ചു.”

വീടുണർന്നു. നാടുണർന്നു.

നീണ്ടമൗനം വെടിഞ്ഞു അച്ഛച്ഛൻ വീണ്ടും പുറത്തിറങ്ങി. പ്രത്യാശയുടെ മേഘങ്ങൾ തെളിഞ്ഞു.

അതൊരു വളരെ ചെറിയ ഇടവേളയായിരുന്നു. എല്ലാം പൊടുന്നനെ വീണ്ടും ഇരുണ്ടു.

കോട്ടയിലെ പക്ഷികളെയാകെ നടുക്കി ശിവന്റെ വീട്ടിൽ നിന്നും കൂട്ട നിലവിളി മുഴങ്ങി.

“അയ്യോ മോനേ” എന്ന് നിലവിളിച്ചു കൊണ്ട് വല്യച്ഛനും വല്യമ്മയും കരയുന്നത് കേട്ടാണ് കുട്ടി കണ്ണു മിഴിച്ചത്.

“രക്തരക്ഷസ്സ് ചോര കുടിക്കാൻ നടക്കുന്നുണ്ട് ഇവിടെ.”

ഹോസ്റ്റലിൽ നിന്നും അർദ്ധരാത്രി വീട്ടിലേക്ക് കയറി വന്ന ശിവൻ ഭ്രാന്തെടുത്ത് പുറത്തേക്ക് ഇറങ്ങിയോടിയതാണ്.

“പേടിയാകുന്നൂന്ന് പറഞ്ഞ് താഴേക്ക് വന്നൊപ്പം കിടന്നാതാണ്. ഒരു പോള കണ്ണടച്ചിട്ടില്ല. രാവിലെയാവാനായപ്പോഴാണ് ഇറങ്ങിയോടിയത്.”

തുളസി വല്യമ്മ തലയ്ക്കടിച്ച കരഞ്ഞു.

നെഞ്ചുകളുരുകി. അരുതാത്തതെന്തോ സംഭവിക്കാൻ പോകുന്നു എന്ന് ഉള്ള് പിടഞ്ഞു.

വാസുപ്പാപ്പൻ ശിവനെ തേടി ഓടി. വല്യച്ഛൻ തളർന്നിരുന്നു. പിറകെ നാട് മുഴുവനും ഓടി നടന്നിട്ടും ആർക്കും ശിവൻ എവിടെയെന്നു കണ്ടെത്താനായില്ല.

മരണത്തിന്റെ ഒരു മൂടൽ കോട്ടയിൽ കാത്തിരുപ്പുണ്ടായിരുന്നു.

നട്ടുച്ചയോടെ ഒരിക്കലും കേൾക്കരുതെന്ന് കരുതിയ നിലവിളി പടി കടന്നു വന്നു.

“നമ്മുടെ ശിവൻ കൈവിട്ടു പോയി ഏട്ടാ.”

വാസുപ്പാപ്പൻ കരഞ്ഞുകൊണ്ട് ഓടി വന്നു. കൂട്ടവിളി കേട്ട് കോട്ടയിലെ കാക്കകളും നിർത്താതെ കരഞ്ഞു.

നഗരത്തിന്റെ പുതിയ ഉയരമായ എൽ.ഐ.സി. യുടെ ഉച്ചിയിൽ നിന്നും ശിവൻ താഴേക്ക് പറക്കുകയായിരുന്നു. വല്യച്ഛനും വല്യമ്മയും പണിയെടുക്കുന്ന എൽ. ഐ. സി. യുടെ പുതിയ കെട്ടിടം കാണാൻ പോയി വന്ന് ശിവൻ പറഞ്ഞത് കുട്ടിയുടെ മനസ്സിൽ ഇരുൾ പരത്തി.

“ഉയരങ്ങളിൽ കാറ്റ് സുന്ദരമാണ്. അത് മാടി വിളിക്കും. ഭാരമില്ലാതെ പറന്നു പോകാൻ ആരോ പിടിച്ച വലിയ്ക്കുന്നതായി തോന്നി.”

ഒരു കയ്യെത്തും ദൂരത്ത് മരണം വന്നുനിന്നിട്ടും മനസ്സിലാക്കാനായില്ലല്ലോ എന്ന ഖേദത്തിൽ ഉള്ള് നീറി. കുട്ടിക്ക് ശ്വാസം മുട്ടി. തൊണ്ടയിൽ കുരുങ്ങി കരച്ചിൽ പുറത്തു വന്നതേയില്ല. വീട് തളർന്നിരുന്നു.

“ഇനി ശിവന്റെ മുഖം പോലും നമുക്ക് കാണാനാവില്ല, തലയോട്ടി പോലും ഛിന്നഭിന്നമായിപ്പോയി.” വാസുപ്പാപ്പൻ അച്ഛനോട് സ്വകാര്യം പറഞ്ഞു.

“അയ്യോ ചതിച്ചോ കണ്ണാ.”

ആ നിലവിളിയിൽ അച്ഛൻ ആദ്യം ഓർത്തു പോയത് കണ്ണപ്പാപ്പനെയായിരുന്നു.

ഉള്ളിലെന്തോ മുറിഞ്ഞു വീണത് പോലെ ഒരു മരവിപ്പ് വീടിനെ വിഴുങ്ങി.

“അച്ഛാ, നമ്മുടെ ശിവൻ നമ്മെ വിട്ടു പോയി.”

വാസുപ്പാപ്പൻ കലുക്കിയുണർത്താൻ നോക്കിയപ്പോൾ അച്ഛച്ഛൻ എല്ലാവരെയും മിഴിച്ച് നോക്കി. കിടന്നകിടപ്പിൽ നിന്നും തലപൊന്തിച്ച തേയില്ല.

മറിയം പുറത്തിറങ്ങിയതേയില്ല.

സന്ധ്യക്ക് പോസ്റ്റ്മോർട്ടം കഴിഞ്ഞ് ശിവനെ വീട്ടിലെത്തിച്ചപ്പോൾ മുഖം മറച്ച് പുതച്ചുമൂടിയ ആ ശരീരം ഉറ്റുനോക്കി വല്യച്ഛനും വല്യമ്മയും അനങ്ങാതെ അരികിലിരുന്നു.

“ഇങ്ങിനെ പറ്റിച്ച് കടന്നുകളയാൻ എന്തു തെറ്റാ ഞങ്ങളവനോട് ചെയ്തത്?”

കുട്ടി അടുത്തുവന്നപ്പോൾ സ്വരമുയർത്താതെ വല്യമ്മ ചോദിച്ചു.

“എന്തിന്, ദൈവമേ എന്തിന്?”

അപ്പോൾ മാത്രം സ്വരമിടറി.

“എന്തിന് മോനേ, എന്തിന്?”

കുട്ടി ഒന്നും പറയാനാവാതെ എഴുന്നേറ്റ് അച്ഛച്ഛന്റെ മുറിയിലേക്ക് ചെന്നു. അച്ഛച്ഛൻ അനക്കമറ്റ് കിടന്നു. എഴുന്നേറ്റതേയില്ല. പഴയ പാർട്ടി സഖാക്കൾ കാണാൻ വന്നപ്പോൾ മാത്രം ആ കണ്ണുകളിൽ ചെറിയ വെളിച്ചങ്ങൾ കണ്ടു. പുറത്തേകൊഴുകാൻ വിങ്ങി നിന്ന കണ്ണുനീർ മുഖം നനഞ്ഞൊഴുകി. അച്ഛച്ഛന്റെ തലയിൽ കുട്ടി തലോടി.

“എവിടെ ചിതയൊരുക്കണം, ശ്മശാനത്തേക്ക് വേണോ അതോ കോട്ടയിൽ തന്നെ മതിയോ.?”

നാട്ടുകാർ ചോദിയ്ക്കാൻ വന്നപ്പോൾ വല്യമ്മ ഉറച്ച സ്വരത്തിൽ പറഞ്ഞു.

“കോട്ടയിൽ മതി.”

പിന്നെ ആരുമൊന്നും മിണ്ടിയില്ല. കോട്ടയിലെ ഏറ്റവും പഴക്കം ചെന്ന ഉണക്കപ്ലാവ് അന്നു മുറിച്ചു. മരത്തിന്റെ നെഞ്ചുപിളർക്കുന്ന മഴുവിന്റെ ശബ്ദം ഹൃദയമിടിപ്പ് കൂട്ടി.

ചിതയൊരുങ്ങുമ്പോൾ മഹാഗണിയിൽ കൂട്ടുകൂട്ടിയിരുന്ന പക്ഷികൾ അസ്വസ്ഥരായി ചുറ്റിപ്പറന്നു. ശബ്ദമുണ്ടാക്കി. തീ കൊളുത്തുമ്പോൾ കുട്ടിയുടെ കൈകൾ വിറച്ചു. ബാനു ആർത്ത് നിലവിളിച്ചു.

ശിവൻ അവസാനം പറഞ്ഞ വാക്കുകൾ കാതുകളിൽ നിറഞ്ഞു.

“മരിച്ചവീട് മരിച്ചവന്റെ ഓർമ്മയിൽ ജീവിച്ചിരിക്കുന്നവർ വെന്തു നീറുന്ന ഒരു ചിതയാണ്. അത് പെട്ടെന്ന് കെട്ടടങ്ങില്ല. പുറത്തണഞ്ഞാലും അകത്തത് ആരും കാണാതെ നീറിക്കൊണ്ടേയിരിക്കും.”

കുട്ടി അതിൽ പുകഞ്ഞു.

ഉയിർത്തെഴുന്നേല്പ്

മൂന്നാം നാൾ ഉയിർത്തെഴുന്നേല്പായി ഒരശരീരി കുട്ടിയെ തേടിയെത്തി. അത് കാതിൽ മുഴങ്ങി. മരണം ഒരു വിരാമചിഹ്നമല്ലെന്ന് വാക്കുകൾ വഴികാട്ടി.

“എന്റെ എത്രയും പ്രിയപ്പെട്ട കുട്ടീ,

മഴക്ക് മുമ്പ് മുറ്റത്ത് ചിറകുകൾ പൊഴിച്ചിട്ട് പൊടിഞ്ഞു വരുന്ന ഈയാംപാറ്റകളുടെ പിടച്ചിൽ എനിക്കെന്നും ഒരു വിസ്മയമായിരുന്നു. ആയുസ്സ് നിസ്സാരവും ഹ്രസ്വവുമാണെന്ന് അതെന്നെ പഠിപ്പിച്ചു. എനിക്ക് പൊഴിച്ചിടാൻ ചിറകുകളില്ലായിരുന്നു. ഈ വാക്കുകളേയുള്ളൂ.

പ്രേതങ്ങളാണ് ചുറ്റിനും. അവർ പരാതികളും പരിഭവങ്ങളും പറഞ്ഞു കൊണ്ടേയിരുന്നു. എനിക്കൊന്നും ചെയ്യാൻ കഴിയുമായിരുന്നില്ല. പുറത്തേക്ക് ഞാനൊരു വഴിയും കണ്ടില്ല. അങ്ങിനെ ദഹിക്കുന്നതിലും വലിയ നീറ്റലില്ല.

വേണ്ട. വേദനകൾ നീട്ടിവയ്ക്കേണ്ട. കാത്തിരുപ്പുകൾ വേണ്ട. ഞാൻ പറന്നു പറന്നു പോകട്ടെ.

അച്ഛച്ഛനായിരുന്നു എന്റെ അത്താണി. അച്ഛച്ഛന് ഓർമ്മ പോയി എന്ന് എല്ലാവരും പറയുന്നു. എനിക്ക് വിശ്വാസമില്ല. ഒന്നും പറയുന്നില്ല, ഒന്നുമറിയുന്നുണ്ടോ എന്നറിയുന്നില്ല എന്ന് എല്ലാവരും പറയുന്നുണ്ടെങ്കിലും എല്ലാം അറിയുന്നുണ്ട് എന്ന് തന്നെയാണ് എന്റെ വിചാരം. ഞാൻ എല്ലാം അച്ഛച്ഛനോട് പറഞ്ഞിട്ടുണ്ട്. അച്ഛച്ഛൻ എന്നെ തടഞ്ഞിട്ടില്ല. ഞാനത് എന്റെ യാത്ര പറച്ചിലിനുള്ള അനുവാദമായി എടുത്തു. തോറ്റവർക്കും വേണ്ടേ ജയിക്കാൻ.

അച്ഛനും അമ്മയും കരഞ്ഞു തീരില്ല. അറിയാം. എന്നാൽ ശ്വാസംമുട്ടിയുള്ള എന്റെ ജീവിതം ആ അറിവിനേക്കാൾ കഠിനമായിരുന്നു. പ്രിയപ്പെട്ടവർ മരിച്ചിട്ടും നാം തുടർന്നും ജീവിയ്ക്കുന്നു എന്നതാണ് ജീവിതത്തിലെ ഏറ്റവും വലിയ അത്ഭുതം എന്നാണല്ലോ മഹാഭാരതം പഠിപ്പിച്ചത്. ഞാനും ഇപ്പോൾ അതറിയുന്നു.

ഞാൻ പറഞ്ഞിട്ടില്ലേ, മെഡിക്കൽ കോളേജിൽ എന്റെ എല്ലാം സഖാവ് കുഞ്ഞാമനായിരുന്നു. അവനായിരുന്നു എന്റെ രാഷ്ട്രീയം. എന്നാൽ അവനെ പോലീസ് പിടിച്ചു കൊണ്ടു പോകുമ്പോൾ ഞാനൊന്നും മിണ്ടിയില്ല. പേടി കൊണ്ട് വിരലനക്കുക കൂടി ചെയ്തില്ല. നോക്കി നിൽക്കുക മാത്രം ചെയ്തു. അവനപ്പോൾ നിശബ്ദമായി എന്നെ നോക്കി ചിരിച്ചു. ആ ചിരി പിന്നെ എന്നെ വേട്ടയാടി.

മെഡിക്കൽ കോളേജ് കലോത്സവത്തിൽ അടിയന്തരാവസ്ഥയെ കളിയാക്കി കുഞ്ഞാമന്റെ നേതൃത്വത്തിൽ കളിച്ച നാടകമാണ് ഒറ്റുകൊടുക്കപ്പെട്ടത്. ഞാനും അവനും ഒപ്പമായിരുന്നു എല്ലാറ്റിനും. എന്നാൽ എന്റെ രക്തത്തിൽ പിടിമുറുക്കിയ പേടി എന്നെ തിന്നുതീർത്തു. ഭീരുകൾക്ക് പറ്റിയ പണിയല്ല വിപ്ലവം. ഭീരുക്കൾ ഒറ്റുകാരാകും. ഒറ്റുകാർ അന്തകവികൃതുകളാണ്.

പോലീസിൽ അവനെന്റെ പേര് പറഞ്ഞില്ല. എല്ലാ ഉത്തരവാദിത്വവും ഒറ്റക്ക് ഏറ്റെടുത്തു. എന്നാൽ ഞാൻ പിന്നെയും എന്റെ വാക്കുപാലിച്ചില്ല. അവൻ പിടിക്കപ്പെട്ട വിവരം അവന്റെ അച്ഛനെ അറിയിച്ചില്ല. അവനകത്തായിട്ടും ഒന്നും ചെയ്യാൻ എനിക്കായില്ല. കസ്റ്റഡിയിൽ വച്ചുള്ള അവന്റെ മരണവാർത്ത അറിഞ്ഞപ്പോഴല്ല അതിലെനിക്കും പങ്കുള്ളതായി എനിക്ക് തോന്നിയത്. അവനെ പോലീസ് പിടിച്ചു കൊണ്ടു പോയിട്ടും ഒന്നുമറിയാത്ത മട്ടിൽ ജീവിച്ചു തുടങ്ങിയപ്പോഴാണ് ഞാൻ ശരിക്കും വെന്ത് മരിയ്ക്കാൻ തുടങ്ങിയത്. ഇപ്പോഴത്തേത് ഭീരുത്വം കൊണ്ട് ആത്മാവ് മരിച്ചവൻ സ്വന്തം ഭാരം വലിച്ചെറിയുന്ന ഒരന്ത്യ പ്രാർത്ഥന മാത്രം.

ആരും കാണാതെ ദഹിച്ച ആത്മമിത്രത്തിന്റെ ചിതക്ക് മുന്നിൽ ഞാൻ കുമ്പിടുന്നു. ഈ വാക്കുകൾ എന്റെ മാപ്പപേക്ഷയാണ്.

ബാനുവിനും ഞാനെഴുതുന്നുണ്ട്. നിങ്ങളെന്റെ വഴി തുടരരുതെന്നത് എനിക്ക് നിർബന്ധമുണ്ടായിരുന്നു.. അതുകൊണ്ടാണ് ഞാൻ നിങ്ങളിൽ നിന്നൊക്കെ പറന്നു പോയത്. എവിടെയാണ് എനിക്ക് പിഴച്ചതെന്ന് നിനക്ക് പിന്നെ മനസ്സിലാകും. നിങ്ങളെല്ലാം എന്റെ നഷ്ടങ്ങളാണ്.

പിന്നെ പ്രണയം. മൂന്നു പേർ ഒരാളെ ആഗ്രഹിക്കുന്നിടത്ത് പ്രണയത്തിൽ ദുരന്തം പിറക്കും. ഞാനിതിൽ ഒരു മത്സരാർത്ഥിയല്ല. മറിയം എന്റെ പ്രത്യാശയായിരുന്നു. പ്രണയത്തിൽ കുമ്പസാരങ്ങളില്ല. ഒരു

ഉപദേശമേയുള്ളൂ നിന്നോട്. പ്രണയത്തിൽ മത്സരം വേണ്ട. മറിയം അവൾക്കിഷ്ടമുള്ളത് കണ്ടെത്തട്ടെ. അവൾ ധീരയാണ്. അവളുടെ നഷ്ടങ്ങൾ നികത്താൻ ഞാനശക്തനാണ്.

എന്റെ പുസ്തകങ്ങൾ നിനക്കുള്ളതാണ്. ഞാനത് അച്ഛനമമ്മയ്ക്കുള്ള കത്തിൽ പറഞ്ഞിട്ടുണ്ട്. പിന്നെ കാലാന്തരം ഭൂമിയിൽ എനിക്കെന്തി ലും അവകാശമുണ്ടെങ്കിൽ അത്. അങ്ങിനെയൊന്നുണ്ടെങ്കിൽ അത് സഖാവ് കുഞ്ഞാമന്റെ കുടുംബത്തിന് അവകാശപ്പെട്ടതാണെന്ന് ഞാൻ കരുതുന്നു. അതവർക്ക് നൽകാൻ എന്തെങ്കിലും ചെയ്യണ മെന്ന് അച്ഛനും അമ്മയ്ക്കുള്ള കത്തിലും ഞാൻ അഭ്യർത്ഥിച്ചിട്ടുണ്ട്. ശ്വാസം കിട്ടാതെ കുറ്റബോധത്തിന്റെ നരകത്തീയിൽ വെന്തുരുകുന്ന എന്റെ ആത്മാവിന്റെ ശാന്തിക്ക് അത് അനിവാര്യമാണ്. ഒരാദിവാസി ഊരിന്റെ പ്രതീക്ഷയായിരുന്ന കുഞ്ഞാമനെ ഒറ്റക്ക് രക്തരക്ഷസ്സിന് ചോര കുടിക്കാൻ വിട്ടു കൊടുത്തത് എന്റെ ഭീരുത്വമാണ്. അതിന് മാപ്പില്ല. ഞങ്ങളുടെ നാടകം അരങ്ങിലെത്തുന്നതിന് മുമ്പ് പോലീസ് ആദ്യം ചോദ്യം ചെയ്തത് എന്നെയാണ്. കുഞ്ഞാമൻ നാടകത്തിലുണ്ടെ ന്ന് അപ്പോൾ പോലീസിനറിയില്ലായിരുന്നു. ഞാനാണത് പറഞ്ഞത്. അച്ഛന്റെ കരച്ചിൽ കണ്ട് ഞങ്ങളൊരുമിച്ചെടുത്ത ഒരു തീരുമാനത്തിൽ നിന്നും ഞാൻ പിന്മാറിയത് പോലീസുകാർ എന്നെ പേടിപ്പിച്ച് അതിൽ നിന്നും പിന്തിരിപ്പിച്ചതിന് ശേഷമായിരുന്നു. പാർട്ടി നേതാവായിരുന്ന ചന്തു സഖാവിന്റെ പേരക്കുട്ടിയാണെന്ന പ്രത്യേകാനുകൂല്യത്തിലാണ് എന്നെ വിട്ടയയ്ക്കുന്നതെന്നാണ് എന്നെ ചോദ്യം ചെയ്ത പോലീസ് ഓഫീസർ പറഞ്ഞത്. കുഞ്ഞാമനെ തൊട്ടുപിറകെ അറസ്റ്റ് ചെയ്യുമെന്ന് ഞാനൊരിക്കലും കരുതിയതല്ല. ഞാൻ ചെയ്തത് ഒരൊറ്റ കൊടുംചതിയ ല്ലാതെ മറ്റൊന്നുമല്ല. എനിക്ക് എന്നോട് തന്നെ പൊറുക്കാവുന്ന കുറ്റമല്ല അത്. ഞാനതിൽ മരിച്ചു എന്നതാണ് വാസ്തവം.

ആകാശത്ത് നിന്നും പറന്നിറങ്ങുമ്പോൾ ഞാൻ നിങ്ങളെയൊക്കെ ഓർക്കും. അച്ഛച്ഛൻ പഠിപ്പിച്ചതൊന്നും മറന്നിട്ടില്ല. ഓർമ്മ നിലയ്ക്കുന്നത ല്ലാതെ മറ്റെന്താണ് മരണം. ഞാനിനി നിങ്ങളിൽ ജീവിക്കട്ടെ.

ഞാനില്ലെന്നു വച്ച് വീട്ടിൽ പോകാൻ മറക്കരുത്. അച്ഛനമമ്മക്കും കൂട്ടാകണം. അച്ഛച്ഛനോട് എന്നും സംസാരിക്കണം. വളരെ വൈകി മാത്രം എന്റെ ജീവിതത്തിലേക്കെത്തി ചുരുങ്ങിയ കാലം കൊണ്ട് എനിക്കേറ്റവും പ്രിയപ്പെട്ടവനായി നിന്നവനാണ് നീ. ഒരെഴുത്തുകാ രനാൻ ഞാനാഗ്രഹിച്ചിരുന്നു. അച്ഛച്ഛന്റെ ഉപദേശമനുസിച്ച് ഉറക്കം കിട്ടാത്ത രാത്രികളിൽ എഴുതിത്തുടങ്ങുകയും ചെയ്തിരുന്നു. അതിന് വാലും തുമ്പുമൊന്നുമുണ്ടാകില്ല. തുടക്കവും ഒടുക്കവുമുണ്ടാകില്ല. അതെല്ലാം കട്ടിലിനടിയിലെ എന്റെ ഓർമ്മപ്പെട്ടിയിലുണ്ട്. നീ സൂക്ഷിക്കണം.

അമ്മക്കുള്ള എഴുത്തിലും ഞാനത് പറഞ്ഞു വച്ചിട്ടുണ്ട്. ഇങ്ങിനെ പരാജയപ്പെട്ടൊരു ഏട്ടനുണ്ടായിരുന്നു എന്ന് മുതിരുമ്പോൾ നീ എഴുതണം. ഈ ഏട്ടന്റെ തോൽവി മുഴുവനും അതിന്റെ അപൂർണ്ണതകളിലുണ്ടാകും. ഞാൻ എന്തിന് നഷ്ടമായി എന്ന് നിനക്ക് മനസ്സിലാകും.

ഞാൻ മുറിച്ചിടുന്നത് ഒരു കൂട്ടം ഹൃദയങ്ങളാണ് എന്നെനിക്കറിയാം. പൊറുക്കുക. മരണാന്തരം മറ്റൊരു ജീവിതമുണ്ടോ എന്നുമെനിക്ക് ഉറപ്പില്ല. ഉണ്ടായെങ്കിൽ എന്നു ആഗ്രഹിയ്ക്കുന്നു. പ്രാർത്ഥിക്കുന്നു. എനിയ്ക്ക് മതിയായിരുന്നില്ല. ജീവിക്കാൻ വലിയ കൊതിയായിരുന്നു. എന്നാൽ ഈ ശ്വാസംമുട്ടൽ അതിനേക്കാൾ ദുസ്സഹമായിരുന്നു. വയ്യ.

ഏട്ടന് വിട തരിക.
മാപ്പ്.

എന്ന്

നിന്റെ സ്വന്തം ശിവൻ"

ആ കുട്ടിക്കാലം അവിടെ അവസാനിച്ചു. കുട്ടിയുടെ രണ്ടാമത്തെ മരണം. ആദ്യത്തേത് അമ്മമ്മയുടെ മരണമായിരുന്നു. കേട്ട കഥകളിലൂടെ ഒരിക്കലും കണ്ടിട്ടില്ലാത്ത കണ്ണപ്പാപ്പന്റെ മരണവും കുട്ടിയെ അപ്പോൾ ചൂഴ്ന്നു നിന്നു.

മൃതദേഹം, ആത്മഹത്യ, പോസ്റ്റ്മോർട്ടം, ശ്മശാനം, ശവസംസ്കാരം തുടങ്ങി വലിയ വാക്കുകൾ വലിയ അർത്ഥങ്ങൾ ഗർഭം ധരിച്ച് ഉള്ളിൽ പടർന്നു തുടങ്ങിയത് അന്നു മുതൽക്കാണ്.

കുട്ടിക്കാലത്തിന്റെ വന്യശോഭയിൽ നടക്കുമ്പോൾ ആരും പരസ്പരം നോക്കുന്നില്ല. കൈവിട്ടു പോകുമ്പോഴാണ് പോയത് കാണുക. ശിവൻ തനിക്ക് ആരായിരുന്നു എന്ന് കുട്ടി അറിഞ്ഞതും ശിവൻ നഷ്ടമായിപ്പോഴാണ്.

പറഞ്ഞു തീരാത്ത ഒരു സ്വപ്നജീവിയായിരുന്നു ശിവൻ. മരിച്ചവരോട് സംസാരിക്കാൻ കൊതിച്ചവൻ. ഉറക്കമിളച്ച് അവൻ കുത്തിക്കുറിക്കാറുണ്ടായിരുന്ന തൊക്കെയും എന്താണെന്ന് ആർക്കുമറിയില്ല. ജീവിച്ചിരുന്നപ്പോൾ ആരെയും കാട്ടിയുമില്ല. അവരായിട്ട് കണ്ടതുമില്ല. നിധി കാക്കുന്ന ഭൂതത്തെപ്പോലെ അവനത് കാത്തു. എന്താണ് അവനതിൽ കാത്ത് സൂക്ഷിക്കുന്നതെന്ന് വല്യച്ഛനും വല്യമ്മയും വിസ്മയം പൂണ്ടിരുന്നു. പലപ്പോഴും അവരത് ആരാഞ്ഞതും അതെന്താണെന്ന് അവനറിയാതെ കണ്ടെത്താൻ ശ്രമിച്ചതുമാണ്. എന്നാൽ അത്തരം ഓരോ ശ്രമവും അവനെ കൂടുതൽ ഭ്രാന്തനെപ്പോലെയാക്കി. പിന്നെ അവരാ ശ്രമം തന്നെ ഉപേക്ഷിച്ചു. ഒടുവിൽ അച്ഛച്ഛനാണ് അവനെ ജീവിച്ചിരിക്കുന്നവരുടെ ലോകത്തേക്ക് തിരിച്ചു കൊണ്ടു വന്നിരുന്നത്.

മരണാനന്തരമുള്ള ഓർമ്മച്ചടങ്ങുകൾ കഴിഞ്ഞപ്പോൾ വല്യച്ഛനും വല്യമ്മയും കൂടി ശിവന്റെ മുറിയിലേക്ക് കുട്ടിയെ കൂട്ടിക്കൊണ്ട് പോയി. അവന്റെ കൈകൾ മുറുക്കിപ്പിടിച്ചു. രണ്ടു പേരും ഒറ്റ ശ്വാസത്തിൽ ഒറ്റ സ്വരത്തിൽ സംസാരിച്ചു.

“ഞങ്ങൾക്ക് തെറ്റിപ്പോയി. അടുത്തടുത്ത മുറിയിൽ ജീവിച്ചിട്ടും അവൻ എത്ര ദൂരത്തായിരുന്നു എന്ന് ഞങ്ങളറിഞ്ഞില്ല. ഒരച്ഛനും അമ്മയും ഇവിടെ ബാക്കിയുണ്ടാകും എന്നു പോലും അവൻ മറന്നു. ഇനി കുറ്റം പറയാനും ഞങ്ങളില്ല. ഒരൊറ്റക്കുട്ടിയായിരുന്നു അവൻ. നീ വന്നതോടെയാണ് അവൻ കുറച്ചെങ്കിലും ചിരിച്ചു കണ്ടത്. ഇനി എല്ലാം കഴിഞ്ഞു. അവൻ പോയ ശേഷം പിന്നെ മറിയം ഇങ്ങോട്ട് വന്നിട്ടില്ല. ബാനുവിന് പോലും വരാൻ പേടിയാണ്.”

ശിവന്റെ മുറിയിൽ അവനില്ലാതെ അങ്ങിനെ വന്നിരിക്കേണ്ടി വരുമെന്ന് കുട്ടി ഒരിക്കലും കരുതിയതല്ല. വിട്ടുമാറാനാത്ത ഒരു അദൃശ്യസാന്നിധ്യമായി ശിവനവിടെത്തന്നെയുണ്ടെന്നും കനത്ത് നിൽക്കുന്ന ആ അന്തരീക്ഷത്തിൽ എല്ലാം കണ്ടു നിൽക്കുന്ന ഒരാത്മാവായി അവിടെത്തന്നെയുണ്ടെന്നും കുട്ടിക്ക് തോന്നി. ആ പറന്നു പോകലിന് അറിയാതെ നിമിത്തമായോ എന്ന വിചാരത്തിൽ ഹൃദയം പിടഞ്ഞു. ഒരു വാക്കിന്റെ കൈപിടിയിൽ പിടിച്ചു നിർത്താമായിരുന്ന ആ വീഴ്ചയിൽ ആ വാക്ക് പിറന്നില്ലല്ലോ എന്ന ഖേദത്തിൽ കണ്ണിലിരുട്ടു കയറി.

ശിവന്റെ പുസ്തകങ്ങളിൽ തൊട്ടപ്പോൾ വാക്കുകൾ പരന്നിരുണ്ട് കണ്ണിലിരുട്ടിന്റെ മിന്നലുണ്ടായി. കട്ടിലിന്നടിയിൽ സൂക്ഷിച്ചു വച്ച ആഴ്ചപ്പതിപ്പുകൾക്കിടയിൽ ഒളിപ്പിച്ചു വച്ച നിലയിൽ കാണപ്പെട്ട പൂട്ടിട്ട് പൂട്ടിയ ഒരു കൊച്ചു മരപ്പെട്ടിയിൽ തൊട്ടപ്പോൾ കുട്ടിയുടെ നെഞ്ചിടിപ്പു കൂടി. ആരെയും കാണിയ്ക്കാതെ പൂട്ടി വച്ച ആ ഹൃദയം മനസ്സിൽ മന്ത്രിച്ചു.

“കീടജന്മം”

ഓർമ്മപ്പെട്ടി മാത്രം തിരിച്ചു കൊടുത്തപ്പോൾ വല്യമ്മ അത് വാങ്ങാതെ വിറങ്ങലിച്ചു നിന്നു. വല്യച്ഛൻ വിറയ്ക്കുന്ന ശബ്ദത്തിൽ അതിന്റെ താക്കോൽ കൈമാറി.

“വേണ്ട മോനേ, അതിനിലി ഒന്നും ഞങ്ങളറിയേണ്ട. അതവനിഷ്ടവുമല്ലായിരുന്നു. അവനിഷ്ടമല്ലാത്തതൊന്നും ഇനി വേണ്ട. ഈ പെട്ടിയുടെ താക്കോലും കീശയിലിട്ടു കൊണ്ടാണ് അവൻ നടക്കാറ്. മരിച്ചിട്ടും അവനത് കൈവിട്ടില്ല. ഇത് പോലീസുകാർ തിരിച്ചേല്പിച്ചതാണ്. ഇനി ഞങ്ങൾക്ക് ഒന്നും അറിയേണ്ട. ഒന്നിനും അവനെ ഞങ്ങൾക്ക് തിരിച്ചു തരാനാകില്ല.”

ശിവന്റെ ഓർമ്മപ്പെട്ടിയുമായി വീട്ടിലേക്ക് വന്നപ്പോൾ അമ്മയുടെ മുഖം കനത്തത് കുട്ടി ശ്രദ്ധിച്ചു.

"എന്തിനാ മോനെ അതൊക്കെ അവിടെത്തന്നെ ഓർമ്മയായി വച്ചാൽ പോരായിരുന്നോ?"

"അല്ല. വല്യച്ഛനും വല്യമ്മയും പറഞ്ഞതാ ഇതിനി ഞാൻ വച്ചാൽ മതി, അവർക്കിനി ഒന്നും അറിയേണ്ട എന്ന്"

ഓർമ്മപ്പെട്ടി കുട്ടിയുടെ മുറിയിലെ കാലിപ്പെട്ടിയിൽ ഭദ്രമായിക്കിടന്നു. മുറിയിൽ കയറി വാതിലടിച്ച് കുറ്റിയിട്ട് ശിവൻ ഹൃദയം പോലെ സൂക്ഷിച്ച ആ മരപ്പെട്ടി തുറക്കാൻ പലവട്ടം ശ്രമിച്ചിട്ടും കുട്ടിക്കതിന് കഴിഞ്ഞില്ല. ഓരോ തവണ തുറക്കാൻ നോക്കുമ്പോഴും തീവണ്ടികൾ കുതിച്ചു പാഞ്ഞു വന്നു. അസ്വസ്ഥരായ കടവാതിലുകളുടെ ചിറകടി ശബ്ദം കോട്ടയിൽ നിന്നും ഉയർന്നു പൊങ്ങും. അത് കേൾക്കുമ്പോൾ കുട്ടി പിന്മാറും.

ഉണങ്ങാത്ത മുറിവുകൾ വാർന്നൊലിച്ച് രക്തം കട്ടപിടിച്ച് സ്വപ്നത്തിലേക്ക് നീണ്ടു പോയി. പാളം തെറ്റിയ തീവണ്ടി വീട്ടിന്നകത്തേക്ക് കുതിച്ചു വരുന്നത് കുട്ടി കണ്ടു. അതിന്റെ കുലുക്കത്തിൽ കട്ടിലിൽ നിന്നും തെറിച്ച് താഴേക്ക് വീണു. നിലവിളിയ്ക്കാനായില്ല. കണ്ണ് തുറന്നപ്പോൾ കട്ടിലിന്നടിയിൽ കൊത്തുപണികൾ എഴുന്നു നിൽക്കുന്ന ഓർമ്മപ്പെട്ടി തുറന്നു കിടപ്പുണ്ട്. ചുരുട്ടിച്ചുരുട്ടി വച്ച കടലാസു തുണ്ടുകൾ തുടക്കമോ ഒടുക്കമോ കണ്ടെത്താനാവാത്ത വിധം കൂടി കുത്തിക്കുഴച്ചിട്ടിരിക്കുന്നു. ഇരുപുറവും കുനുകുനാന്ന് എഴുതിനിറച്ച വാക്കുകളുടെ ചുരുൾക്കെട്ട് പൊട്ടി തിരകൾ ചിതറി. എവിടെ തുടങ്ങും എന്നറിയാതെ കുട്ടി അതിൽ നനഞ്ഞു.

തിരകൾ

കിടന്ന കിടപ്പിൽ മുറിയിലെ കണ്ണാടിയിൽ കണ്ട ഒരോർമ്മകളുമില്ലാത്ത മുഖം കുട്ടിക്ക് മനസ്സിലായില്ല. ഒന്നു കൂടി സൂക്ഷിച്ച് നോക്കിയപ്പോൾ അറ്റം കാണാത്ത തിരകൾ പോലെ ഉള്ളിലേക്ക് വളർന്ന കാഴ്ചയുടെ കടലിൽ ഒരോർമ്മകളുമില്ലാത്ത അസംഖ്യം മുഖങ്ങൾ തന്നെത്തന്നെ തുറിച്ചു നോക്കുന്നു.

ഒരോർമ്മയും കണ്ണാടി എവിടെയും ശേഖരിച്ചു വയ്ക്കുന്നില്ല. വെള്ളിത്തിര പോലെ കണ്ണാടി മുന്നിൽ ചിതറി വീഴുന്നു. ഏതെങ്കിലും ഒരു ഓർമ്മയുടെ പിടിവള്ളിയിൽ എത്തിപ്പിടിച്ച് കരപറ്റാൻ കുട്ടി കൊതിച്ചു. കഴിയുന്നില്ല.തിരമാലകളൊടുങ്ങുന്നില്ല.

കുട്ടി ഞെട്ടിയെഴുന്നേറ്റു.

മുത്തപ്പന് കൊടുക്കാൻ കോട്ടയിലെ കണ്ണാടിമരത്തിന് മുന്നിൽ തേങ്ങാമുറിയിൽ തിരി കത്തിച്ച് പ്രാർത്ഥിക്കുമ്പോൾ കണ്ണീരൊലിച്ചിറങ്ങിയ അച്ഛച്ഛന്റെ മുഖം കണ്ണിൽ തെളിഞ്ഞു.

"കണ്ണാടി ദൈവമാണോ അച്ഛച്ഛാ?"

ഒരു കാറ്റ് കുട്ടിയുടെ തലയിൽ പതുക്കെ തലോടി. അച്ഛച്ഛന് അപ്പോൾ കഥകളിലെ മുത്തപ്പന്റെ മുഖച്ഛായയായിരുന്നു.

"കണ്ണാടി ദൈവമൊന്നുമല്ല. അത് വഴികാട്ടും."

കരിയിലകളും പൊടിയും മൂടി മങ്ങിക്കിടന്ന മഹാഗണിയുടെ പൊത്തിൽ നിന്ന് കണ്ണാടി പുറത്തെടുത്ത് അച്ഛച്ഛൻ അത് തുടച്ചു വൃത്തിയാക്കി. വെയിലേറ്റ് അതിന്റെ തിളക്കം കുട്ടിയുടെ കണ്ണിലടിച്ചു.

"മുത്തപ്പന്മാരുടെ ഓർമ്മയാണത്."

അച്ഛച്ഛൻ പറഞ്ഞു.

നല്ല ദിവസങ്ങളിൽ മാത്രമല്ല ചീത്ത ദിവസങ്ങളിലും കണ്ണാടിയ്ക്ക് മുന്നിൽ പോയി പരേതാത്മക്കളെ പ്രാർത്ഥിയ്ക്കുകയെന്നത് ഒരാചാരമായിരുന്നില്ല. ശീലമായിരുന്നു. ശിവന്റെ ഓർമ്മപ്പുസ്തകം വീണ്ടും മനസ്സിൽ തെളിഞ്ഞപ്പോൾ കണ്ണാടിയുടെ വാതിലുകൾ തുറന്ന് അച്ഛച്ഛൻ മുന്നിലേക്ക് വന്നു നിന്നു. ആ ശബ്ദം മറ്റേതോ ലോകത്ത് നിന്നെന്നോണം

കാതിൽ നിറഞ്ഞു.

"കുട്ടീ"

തിരയടിക്കുന്നത് പോലെ അച്ഛച്ഛൻ പറഞ്ഞു തുടങ്ങി.

"പിടി കിട്ടാതൊഴുകിപ്പോയ കാലം വെള്ളത്തിലെഴുതിയത് പോലെയാണ് എല്ലാം. അത് വായിയ്ക്കാൻ പോലും കഴിയാതെ പോയ വേദനയിലാണ് മറവി എനിക്ക് അഭയമായത്. എന്നാൽ അതിനും മായ്ക്കാൻ കഴിയാത്ത മുറിവുകളുണ്ടായിരുന്നു. കാഞ്ചന, മാണിക്യം, ശാരദ, കൃഷ്ണൻ, തുളസി, കണ്ണൻ, രാമചന്ദ്രൻ, കുഞ്ഞിലക്ഷ്മി, വാസു, രമണി, ശിവൻ. കണ്ണനും ശിവനും എന്റെ വിരൾത്തുമ്പത്തുണ്ടായിരുന്നു. എന്നാൽ അവരങ്ങിനെ പറന്നു പൊയ്ക്കളയും എന്ന് എനിക്ക് കാണാനാവാതെ പോയി. കണ്ണനെ കാണാൻ കണ്ണില്ലാതെ പോയി. ഞാനുറങ്ങുമ്പോൾ ഉറക്കം കിട്ടാത്ത കൊച്ചു വിരലുകൾ കൊണ്ട് എന്റെ കണ്ണുകൾ വിടർത്തി ശിവൻ ചോദിച്ച ചോദ്യങ്ങൾ എനിക്കോർമ്മയുണ്ട്. ഉള്ളു കൊണ്ട് പാതി മരിച്ചവർ എഴുന്നേൽക്കാറില്ല. അവർ കരയാറില്ല. പിടിവിട്ടു പോയത് അച്ഛച്ഛന് തന്നെയാണ്. മറവിയേക്കാൾ വലിയ മരണമില്ലെന്ന കരുതൽ ഞാൻ മറന്നിരുന്നു. എന്റെ ഓർമ്മ പോയെന്നു കാണാൻ വന്നിരിക്കുന്നവരോട് എന്റെ മക്കൾ തന്നെ പറയുന്നത് ഞാൻ കേട്ടിട്ടുണ്ട്.

"അച്ഛനിപ്പോൾ ഒന്നും ഓർമ്മയില്ല."

വേദന തോന്നിയിട്ടില്ല.

"മോസ്കോ" നിലയത്തിൽ നിന്നുള്ള ശബ്ദം എങ്ങിനെ നിശബ്ദമായി."

പഴയ സഖാക്കൾ ചുറ്റിനും കൂടി നിന്ന് പറയുന്നത് കേൾക്കുമ്പോൾ ഉള്ളിൽ ചിരിച്ചിട്ടുണ്ട്.

"എല്ലാം കേൾക്കുന്നും അറിയുന്നും ഉണ്ടാകും ഇങ്ങോട്ടൊന്നും പറയാൻ പറ്റാഞ്ഞിട്ടാവും."

കാണികൾ പറയുമ്പോൾ മിണ്ടാതിരുന്നത് എത്ര നന്നായി എന്ന് മനസ്സിൽ ആശ്വസിച്ചിട്ടുണ്ട്.

“ആരാണ് ശരിക്കും മരിച്ചത് സഖാക്കളേ? ഞാനോ അതോ നിങ്ങളോ? സത്യം അറിയാഞ്ഞിട്ടാണോ നിങ്ങൾ കള്ളം ജീവിയ്ക്കുന്നത്. അടിയന്തരാവസ്ഥയുടെ പങ്കുകാരായപ്പോൾ പാർട്ടി താഴെ വച്ച ചെങ്കൊടി രക്തസാക്ഷികൾ നട്ടു നനച്ച ജീവനാണ്. മുഖ്യമന്ത്രി അച്യുതമേനോന് രാജന്റെ മരണത്തിൽ കൈകഴുകാം. എന്നാൽ സഖാവ് അച്യുതമേനോന് ആ കൊലപാതകത്തിൽ നിന്നും കൈ കഴുകി അതിന്റെ ഭാരം പോലീസ് മന്ത്രിയുടെ തലയിലിട്ട് രക്ഷപ്പെടാനാകില്ല. ശ്വാസം നിലയ്ക്കുമ്പോഴല്ല. പറയേണ്ടത് പറയാനാവാതെ പോകുമ്പോഴാണ് മരണം സംഭവിക്കുന്നത്. അന്ധശാസനങ്ങൾ ചോര തിളയ്ക്കുന്ന കുട്ടികളെ കൊന്നു തിന്നു തുടങ്ങിയപ്പോഴല്ല ഞാൻ മിണ്ടാതായിപ്പോയത്.” “പഴയ ചൈനീസ് രാഷ്ട്രീയമൊന്നും പുറത്തെടുക്കാതെ അടങ്ങിയിരുന്നോളണം.” എന്ന് പാർട്ടി പോലീസുകാർ താക്കീത് നൽകിയപ്പോഴുമല്ല. പാളം തെറ്റൽ വേരിലേ സംഭവിച്ച പിഴവാണെന്ന് ഞാൻ തിരിച്ചറിഞ്ഞത് ഞാൻ പാർട്ടിയുടെ മെക്കയായ റഷ്യയിൽ ബാക്കിയായത് എന്താണെന്ന് നേരിൽ കണ്ടപ്പോഴാണ്. എന്തൊരു നുണയാണ് ജീവിച്ചത് എന്നറിഞ്ഞത് ആ കണ്ണാടിയിൽ എന്നെ കണ്ടപ്പോഴാണ്. അത് പറയാൻ എനിക്ക് അന്ന് ധൈര്യമുണ്ടായിരുന്നില്ല. അവസാനം പാർട്ടി ഓഫീസിൽ കയറിയത് സഖാവ് കുഞ്ഞാമനെ കാണാതായ കേസിൽ പാർട്ടി നേരിനൊപ്പം നിൽക്കണം എന്ന് പറയാനായിരുന്നു. അത് കേൾക്കാൻ ആരുമില്ലെന്നറിഞ്ഞപ്പോഴാണ് അവസാനം ഇറങ്ങിപ്പോന്നത്. കാളന്റെ മകനും ഈച്ചരവാര്യരുടെ മകനും ഒരേ ദുരന്തമാണ് ഏറ്റുവാങ്ങിയത്. എങ്കിലും രണ്ട് കുടുംബങ്ങൾക്കും അത് ഒന്നായിരുന്നില്ല. രണ്ടു കേസിലും പാർട്ടിയെയും മുഖ്യമന്ത്രിയെ നേരിട്ട് ബന്ധപ്പെട്ടിട്ടും ഫലമുണ്ടായില്ല. രാജനെ ആർ.ഇ.സിയിൽ നിന്നും കക്കയം ക്യാമ്പിലേക്ക് കൊണ്ടുപോയതിന് സാക്ഷികളുണ്ടായിരുന്നു. എന്നാൽ കുഞ്ഞാമനെ മെഡിക്കൽ കോളേജിൽ നിന്നും എങ്ങോട്ട് കൊണ്ടുപോയി എന്നതിന് ഒരു തെളിവുമില്ല. അത് കണ്ടവരാരുമില്ല. രാജന് വേണ്ടി നടക്കാൻ ഈച്ചരവാരിയരുടെ തളരാത്ത ഇച്ഛാശക്തിയുണ്ടായിരുന്നു. അത് ലോകം കണ്ടു. എന്നാൽ അതുപോലെയായിരുന്നില്ല കുഞ്ഞാമന്റെ കാര്യം. കുഞ്ഞാമന്റെ അച്ഛൻ കാളനെ ആരും കണ്ടില്ല. ആ കാണായ്കയാണ് മരണം. അതിൽ ജാതിയുണ്ട്. ജാതിയിൽ താഴോട്ടു പോകും തോറും വേദനകൾ കാണാക്കാഴ്ചകളാകും. അയ്യങ്കാളിയും നാരായണ ഗുരുവും വാഗ്ഭടാനന്ദനും ചൂണ്ടിക്കാട്ടിയ സത്യമാണത്. എന്നാൽ പാർട്ടി അത് കണ്ടില്ല എന്നു നടിച്ചു. ഇത് ചോദ്യം ചെയ്ത രാത്രിയിലാണ് വീട്ടിലും പോലീസെത്തിയത്. പാർട്ടി ഓഫീസിൽ നിന്നും പോലീസ് സ്റ്റേഷനിലേക്കുള്ള ദൂരം കുറഞ്ഞത് എന്നെ പേടിപ്പിച്ചു.

പണ്ടും അങ്ങിനെയുണ്ടായിട്ടുണ്ട്. മാവോയുടെ ചീനയും നെഹറുവിന്റെ ഇന്ത്യയും തമ്മിൽ യുദ്ധം തുടങ്ങിയപ്പോൾ ചൈനീസ് ചാരനെന്നു മുദ്രകുത്തി ഞാൻ ജയിലിലായിട്ടുണ്ട്. അന്ന് പാർട്ടി പിളർന്നിട്ടില്ല. എന്നാൽ ഞങ്ങളുടെയൊക്കെ ആചാര്യനായിരുന്ന സഖാവ് കെ. ദാമോദരൻ പറഞ്ഞത് പോലെ ആരെയൊക്കെ അറസ്റ്റ് ചെയ്യണം ആരെയൊക്കെ പുറഞ്ഞിരുത്തണം എന്ന കാര്യത്തിൽ പോലീസിന് അന്ന് നല്ല നിശ്ചയമായിരുന്നു. പാർട്ടിക്കാർ രാഷ്ട്രീയം തൊഴിലായി മാറ്റിയപ്പോൾ നഷ്ടമായത് എന്തെന്ന് നാടറിഞ്ഞു.

വിയറ്റ്നാം പ്രസിഡന്റായിരുന്ന ഹോചിമിനെക്കുറിച്ച് പാർട്ടിയിൽ പ്രചാരത്തിലുള്ള ഒരു കഥയുണ്ട്: ഇന്ത്യയിലെത്തിയ ഹോചിമിനെ ക്കാണാൻ അതിരാവിലെതന്നെ തടിച്ചുകൂടിയ രാഷ്ട്രീയക്കാരോട് ഹോചിമിൻ ചോദിച്ചു, 'എന്താണ് തൊഴിൽ?' 'രാഷ്ട്രീയംതന്നെ' എന്ന ഇന്ത്യക്കാരുടെ മറുപടി ഹോചിമിനെ തൃപ്തനാക്കിയില്ല. ജീവിക്കാൻവേ ണ്ടി എന്തുചെയ്യുന്നുവെന്ന ഹോചിമിന്റെ ആവർത്തിച്ചുള്ള ചോദ്യത്തിന് കൃത്യമായ മറുപടിനൽകാൻ അവർക്കു കഴിഞ്ഞതുമില്ല. തിരിച്ച്, തന്നെക്കാണാനെത്തിയ ഇന്ത്യൻ രാഷ്ട്രീയക്കാരോട് ഹോചിമിൻ വിശദീകരിച്ചത് തന്റെ തൊഴിൽ കൃഷിയാണെന്നാണ്. അതിരാവിലെ ഉപജീവനാർഥമുള്ള കൃഷിപ്പണി കഴിഞ്ഞാണ് രാജ്യത്തിന്റെ പ്രസിഡന്റ് സ്ഥാനം ഏല്പിച്ച ചുമതലകൾ നിർവഹിക്കാൻ ഹോചിമിൻ ഓഫീസി ലേക്കു പോയിരുന്നത്. അധികാരം ഇരുമ്പാണിയടിച്ച് നിശബ്ദരാക്കിയ നാവുകൾ പറയുന്ന കഥകൾ കേൾക്കാൻ ആരെങ്കിലും വരുമോ എന്നെ നിക്കറിയില്ല.

ചെയ്തു പോയ തെറ്റുകളിൽ എനിക്ക് എന്നോട് തന്നെ പൊറുക്കാനാ വാത്ത വലിയ തെറ്റുകൾ എന്നും എന്നെ വേട്ടയാടിയിട്ടുണ്ട്. അതിലേറ്റ വും വലുത് കാഞ്ചനമ്മയോടാണ് ഞാൻ കാട്ടിയത്. പാർട്ടി നിശ്ചയിച്ചത് പ്രകാരം ഞാൻ ആദ്യം കല്യാണം കഴിക്കേണ്ടിയിരുന്നത് കാഞ്ചന യെയായിരുന്നു.അന്ന് മാനാരിപ്പാടത്തെ പാർട്ടി സെല്ലിൽ ഏറ്റവും തലയെടുപ്പുള്ള സ്ത്രീ സഖാവായിരുന്നു കാഞ്ചന. വിരലിലെണ്ണാവുന്ന ചിന്തിക്കുന്ന സ്ത്രീകളേ അന്ന് പരസ്യമായി വന്നിരുന്നുള്ളൂ. കാഞ്ചനയാ യിരുന്നു പാർട്ടിയിലെ പെൺതീ. എന്നാൽ പാർട്ടി നിരോധിച്ചപ്പോൾ ഞാൻ ഒളിവിലിരുന്നത് ഒട്ടുമ്പ്രയിൽ സഖാവ് ശേഖരേട്ടന്റെ വീട്ടിലായി രുന്നു. ശാരദയായിരുന്നു അവിടെ എല്ലാം. ഒട്ടുമ്പ്ര അന്ന് തോണിയിൽ മാത്രം എത്താനാവുന്ന ഒരു തുരുത്തായിരുന്നു. ശേഖരേട്ടന്റെ മകൾ മറ്റൊരു ഇഷ്ടമായപ്പോൾ പാർട്ടി അതിലിടപെട്ടു. ഞാനായിരുന്നു തെറ്റുകാരൻ. പാർട്ടി ചട്ടങ്ങൾ ലംഘിച്ച് ബന്ധങ്ങൾ പാടില്ലായിരു ന്നു. കാഞ്ചന അതോടെ പാർട്ടിയിൽ നിന്നും പൊതുജീവിതത്തിൽ

നിന്നും ഒഴിഞ്ഞു മാറി. അതവൾ ഒരിക്കലും പൊറുത്തില്ല. പാർട്ടിയിൽ എത്രയോ വലിയ ഉയരങ്ങളിൽ എത്തേണ്ടിയിരുന്ന ഒരു ഉറ്റ സഖാവിന്റെ കൊലപാതകം തന്നെയായി മാറി ശാരദയുമായുള്ള എന്റെ വിവാഹം. ചെറുപ്പത്തിന്റെ ബോധശൂന്യമായ കുതിപ്പിൽ ഞാൻ എന്നെത്തന്നെ മറന്നിരുന്നു.

മാണിക്യത്തിനതറിയാം. എന്റെ എല്ലാ തെറ്റുകൾക്കും വിചാരണ കൾക്കും മാണിക്യം സാക്ഷിയായിരുന്നു. എല്ലാറ്റിനും. മാണിക്യമ്മ മരിച്ച രാത്രിയിൽ എന്നെ കുറ്റവിചാരണ ചെയ്യാൻ അവൾ മാണിക്യമായും കാഞ്ചനയായും എന്നെ തേടി വന്നു. എന്റെ ജീവിതത്തിലെ ഏറ്റവും അവിശ്വസനീയമായ നേർക്കാഴ്ചയായിരുന്നു അത്. മരിക്കാൻ പുറപ്പെട്ട പുലർച്ച തന്നെയാവണം അത്. എനിക്ക് ദൈവങ്ങളിലോ പ്രേതങ്ങളിലോ ഒരിക്കലും വിശ്വാസമുണ്ടായിരുന്നിട്ടില്ല. മുത്തപ്പന്മാരെ പൂജിച്ചിരുന്നത് അവരുടെ ഓർമ്മകളിലുള്ള വിശ്വാസം കൊണ്ട് മാത്രമാണ്. എന്നാൽ മാണിക്യം ഒരു കടം തീർക്കുകയായിരുന്നു എന്നോട്. കാഞ്ചനയോട് ചെയ്ത ചതിയുടെ കടം. ഞാൻ തല കുനിച്ചു.

കാഞ്ചനയുടെ ശബ്ദം മാണിക്യത്തിലൂടെ വീണ്ടും ഞാൻ കേട്ടു.

“മാണിക്യം മരിച്ചാലും നീ കാണാൻ വരും എന്ന് ഞാൻ കരുതി യിട്ടില്ല. നീയും നിന്റെ പാർട്ടിയും എന്നെ ചതിച്ചു പോയ ശേഷം നിന ക്കെന്റെ മുന്നിൽ വന്നു നിൽക്കാൻ കഴിയുമെന്നും ഞാൻ വിചാരിച്ചിട്ടില്ല. പാർട്ടിയും നീയും ഒക്കെ കണക്കാണ്. എന്ത് പേരിട്ട് വിളിച്ചാലും നിങ്ങൾ ആണുങ്ങൾ ആണുങ്ങളുടെ പാർട്ടിയെ എത്ര നയിച്ചാലും അതിനെത്ര ദൂരം മുന്നോട്ടുപോകാനാവും എന്ന് എനിക്കറിയാം. ചത്താലും നീയൊന്നും പെണ്ണിനെ അറിയില്ല.”

ആ രോഷത്തിൽ എന്റെ നാവിറങ്ങിപ്പോയി. എനിക്ക് മിണ്ടാനായി ല്ല. ഒരൊറ്റ ശ്വാസമായിരുന്നു അവർക്ക്. കാഞ്ചനക്കും മാണിക്യത്തിനും.

മാണിക്യം മരിച്ചപ്പോൾ എനിക്ക് അവരെ കാണാൻ പോകാൻ പറ്റാതിരുന്നതിന്റെ കാരണവും ഞാൻ ചെയ്ത ചതിയുടെ ഓർമ്മയാ യിരുന്നു. പാർട്ടിക്ക് അന്ന് എന്നെ വേണമായിരുന്നു. അതു കൊണ്ട് കാഞ്ചനയുടെ വേദന കണ്ടില്ല എന്ന് നടിച്ചു. ഞാനും. എന്നാൽ മരിച്ചിട്ടും കണ്ണടയാതെ മാണിക്യം എന്നെ തേടി വന്നു നടത്തിയ കുറ്റവിചാരണ എന്നെ തളർത്തി. ആ തെറ്റിന്റെ ഓർമ്മയിൽ നീറിനീറിയാണ് എനിക്ക് മിണ്ടാൻ പറ്റാതായിപ്പോയത്. മനസ്സുകൊണ്ട് തൊടലാണ് ഭാഷ. അതിന് കഴിയാതാകുന്നതോടെ അവസാനിക്കുന്നതാണ് ഒരാളുടെ ജീവിതം. ശിവനല്ല അതിനുമെത്രയോ മുമ്പ് അവന്റെ അച്ഛച്ഛനായ ഞാൻ തന്നെയാണ് ആദ്യം മരിച്ചത്. അവന്റെ ചിത എരിയുന്നതിനും എത്രയോ മുമ്പ് ഞാനെന്റെ ആത്മാവിന്റെ ചിതയൊരുക്കിയിരുന്നു.”

കടൽത്തിരകൾക്ക് അറുതിയില്ല. പറയാൻ ബാക്കി വച്ച കഥകൾക്കും.

ചന്തു സഖാവിന്റെ മൃതശരീരം കൊണ്ടുപോകാനുള്ള ആംബുലൻസ് പൂഴിയിൽ വീട്ടുമുറ്റത്തെത്തിയ ഉയർന്ന നിലവിളികൾ കേട്ട് മഹാഗണി ഇലകൾ പൊഴിച്ചു.

മരണാനന്തരം തന്റെ ശരീരം കോഴിക്കോട്ടെ മെഡിക്കൽ വിദ്യാർത്ഥികളുടെ പഠന ആവശ്യങ്ങൾക്കായി വിട്ടുനൽകാൻ സഖാവ് നേരത്തെ തന്നെ സമ്മതപത്രം എഴുതി ഒപ്പിട്ടു നൽകിയിരുന്നു. പാർട്ടി പതാക പുതപ്പിച്ച് ഒരു കാഴ്ചവസ്തുവായി തന്നെ കിടത്തരുതെന്ന് പാർട്ടിയിലെ ആത്മമിത്രങ്ങളോടും മക്കളോടും നേരത്തെ തന്നെ പറഞ്ഞുറപ്പിച്ചിരുന്നത് കൃത്യമായി പാലിക്കപ്പെട്ടു.

"എത്ര തരം കമ്മ്യൂണിസ്റ്റുകാരുണ്ടെന്ന് ലോകം അറിയണം. അതിലൊരു തരമാണ് ഞാൻ. അതിനി തലവെട്ടിപ്പൊളിച്ച് ഭാവിയിലെ ഡോക്ടർമാർ പഠിക്കട്ടെ. ഞങ്ങളെന്തു കൊണ്ട് ഇങ്ങിനെയായി എന്നവർ മനസ്സിലാക്കട്ടെ.ചെയ്ത കുറ്റങ്ങൾക്ക് അത് മതിയാകില്ല എന്നറിയാം. എങ്കിലും അതൊരു ശിക്ഷയാണ്. എനിക്കും എന്റെ തെറ്റുകളുടെ പങ്കാളികൾക്കും. ആർക്കെങ്കിലും ഉപകാരമുണ്ടാകട്ടെ."

കോട്ടയിൽ ശിവന്റെ ചിതക്ക് തീ കൊളുത്തുമ്പോൾ ഓർമ്മ നഷ്ടപ്പെട്ട് കിടക്കുകയായിരുന്ന അച്ഛച്ഛൻ എഴുന്നേറ്റ് ജനലിലൂടെ ആ കാഴ്ച നോക്കിയത് കണ്ട ഓർമ്മ കുട്ടിയുടെ കണ്ണിൽ ഒന്നു കൂടി തെളിഞ്ഞു. കണ്ണുകളിലപ്പോൾ ഇരുട്ടു നിറഞ്ഞു. അപരിചിത ശബ്ദങ്ങൾ നിലവിളികളായി കാതിൽ വന്നലച്ചു. മരിച്ചവർ നിരനിരയായി മുന്നിൽ നടന്നു. ഒരു മുഖം തിരിഞ്ഞു നിന്ന് കുട്ടിയെ നോക്കി ചിരിച്ചു.

"ശിവൻ."

കാലങ്ങൾക്കപ്പുറം പൂത്ത ഇലഞ്ഞിമരത്തിന്റെ ഓർമ്മയില്ലകളിൽ നിന്നും ഒരു കാറ്റ് ദൂരങ്ങൾ താണ്ടി കുട്ടിയെ ഉണർത്തി. മരിച്ചവന്റെ പുസ്തകത്തിൽ ഒരു മിന്നാമിനുങ്ങ് പാറി വന്നിരുന്നു. പുറത്ത് അപ്പോൾ ചീവീടുകളും നിർത്താതെ കരഞ്ഞു. പല്ലികൾ നിർത്താതെ ചിലച്ചു.

ശിവന്റെ അശരീരി കുട്ടിയുടെ കാതിൽ നിറഞ്ഞു. അച്ഛച്ഛന്റെ ചിത അപ്പോൾ കനലായി മാറിയിരുന്നു.

"കുട്ടീ, പതിനാലാം നിലയിൽ നിന്നും ഒരു ഭാരവുമറിയാതെ പാറി നിലംപതിക്കും മുമ്പ് ഒരു നിമിഷം, ഒരു മിന്നല് പോലെ ഇത് വേണ്ടിയിരുന്നോ എന്ന് മനസ്സ് നിനക്കാതിരുന്നിട്ടില്ല. പറയാൻ കരുതിയത് പറഞ്ഞിരുന്നോ എന്ന് ഓർത്ത്, അമ്മേ എന്ന് വിളിക്കുമ്പോഴേക്കും തീർന്നു. വിത്തുകൾ മണ്ണിൽ വീണ് ചിതറുന്നത് പോലെ ചിതറി."

ആയുസ്സിന്റെ പുസ്തകങ്ങൾ അടച്ച പൂട്ടിയ ഓർമ്മപ്പെട്ടിക്കുള്ളിൽ നിന്നും വേര് പൊട്ടി മുളച്ച് പേരറിയാത്ത വൃക്ഷങ്ങൾ വളർന്നു. കോട്ടയിൽ ഓർമ്മപ്പെടലിന്റെ കാറ്റ് വീശി. അതിലൊരു വൃക്ഷം പറഞ്ഞു തുടങ്ങി.

“കുട്ടീ, മരണമല്ല മറവിയാണ് ദുരന്തം.”

അതാരുടെ ശബ്ദമാണെന്ന് കുട്ടി മറന്നിരുന്നു. മഞ്ഞുമൂടിയ വോൾഗാ നദിയുടെ വഴിയിൽ ഒരു മഹാഗണി തലയുയർത്തിപ്പിടിച്ച നിൽക്കുന്നത് കുട്ടി കണ്ടു.

ഭാഗം രണ്ട്:

ശിവന്റെ പുസ്തകം

കുമ്പസാരം

മഹാഗണി എല്ലാം കാണുന്നു.

മറവിയുടെ അട്ടങ്ങളിൽ പരേതാത്മാക്കൾ കാത്തു വച്ച മുത്തുകൾ ചിതലരിയ്ക്കുന്നു. ആരും തുറക്കാത്ത ഓർമ്മപ്പെട്ടികളിലെ പുസ്തകത്താളുകൾക്കിടയിൽ അവർ കരുതിവച്ച മയിൽപ്പീലികൾ വിരിയുന്നില്ല. കരുതലുകൾക്ക് കാവലായി അവർ നേദിച്ച പച്ചക്കർപ്പൂരത്തിന്റെ ഗന്ധം ശ്വസിച്ച് ഓർമ്മകൾ കാത്ത് കിടക്കുന്നു. മരിച്ചവർ മരിച്ചവരോട് സംസാരിക്കുന്ന രാത്രികളിൽ മരണമൊഴികൾ ഓർമ്മപ്പെട്ടികളിൽ നിന്നും പുറത്ത് ചാടുന്നു.

അച്ഛച്ഛാ ഒരു ദു:സ്വപ്നം പോലെ വിടാതെ പിൻതുടരുന്ന നോട്ടങ്ങളുണ്ടാകും ഓരോ ജീവിതത്തിലും. എനിക്കുമുണ്ട്. മായ്ച്ചിട്ടും മായ്ക്കാനാവാത്ത നോട്ടങ്ങൾ. പ്രിയ സഖാവ് കുഞ്ഞാമന്റെ കണ്ണെടുക്കാത്ത നോട്ടം. മറിയത്തിന്റെ കണ്ണടച്ചുള്ള പിന്മടക്കം. പിന്നെയും ഇരുട്ട് പൊട്ടിച്ച് വരുന്ന ആരുടെതെന്നറിയാത്ത നോട്ടങ്ങൾ, അച്ഛന്റെ, അമ്മയുടെ, ഞാനൊരിക്കലും കണ്ടിട്ടില്ലാത്ത കണ്ണപ്പാപ്പന്റെ, മുത്തപ്പന്റെ, മുത്താച്ചിയുടെ.

വയ്യ. എനിക്കിത് താങ്ങാൻ വയ്യ. ഈ ജനാലയുടെ പുറത്തേക്ക് നോക്കുമ്പോഴൊക്കെ ആ നോട്ടങ്ങൾ എന്നെ പിന്തുടരുന്നു.

"നീയെന്തേ ഇങ്ങിനെ?"

എന്ന് ചോദിക്കുന്ന നോട്ടങ്ങൾ.

എനിക്ക് അനങ്ങാനാകുന്നില്ല അച്ഛച്ഛാ. അച്ഛച്ഛൻ മാത്രമാണ് എന്നെ അങ്ങിനെ നോക്കാത്തത്. പേടി ഓരോരുത്തരെയും

അവരവരല്ലാതാക്കി മാറ്റും എന്ന് അച്ഛച്ഛൻ പറഞ്ഞത് എനിക്ക് ഓർമ്മയുണ്ട്. എന്നെയും അത് ഞാനല്ലാതാക്കി മാറ്റുന്നു. എന്റെ പേടി ഓർമ്മ തന്നെയാണ്.

കോട്ട ഒരു കുമ്പസാരക്കൂടായി മുന്നിൽ നിന്നു. മുറിവുകളുടെ വാതിൽ തുറന്ന് കണ്ണാടിമരത്തിനു മുന്നിൽ ഞാൻ മുട്ടുകുത്തുന്നു.

അച്ഛച്ഛാ, എന്നെങ്കിലും കുഞ്ഞാമന്റെ അച്ഛനെ കാണേണ്ടി വരുമെന്ന പേടിയിൽ ഞാൻ ഇഞ്ചിഞ്ചായി മരിയ്ക്കുകയായിരുന്നു. കുഞ്ഞാമനെത്തേടി അവന്റെ അച്ഛൻ കോളേജ് ഹോസ്റ്റലിൽ പലവട്ടം വന്നപ്പോഴെല്ലാം ഞാനൊരു മാളത്തിലെന്നോണം ഒളിച്ചിരിയ്ക്കുകയാണ് ചെയ്തത്.

ആ അച്ഛനേക്കാൾ വലിയൊരു സത്യമില്ല. കുഞ്ഞാമനോ ഞാനോ എന്നത് പോലീസിന് മുന്നിൽ തർക്കമില്ലാത്ത ഒരു തീരുമാനം മാത്രമായിരുന്നു എന്ന് എനിക്കിപ്പോൾ മനസ്സിലാകുന്നു.എന്നെ വിട്ടു കളയാനെടുത്ത പരിഗണനകൾ - അല്ല മുൻഗണനകൾ കുഞ്ഞാമന് ഒരിക്കലും കിട്ടില്ല. ആദിവാസികൾ എന്നും കോളനിവാസികളായിരുന്നു. മകനെ തേടിയിറങ്ങിയ ഈച്ചരവാരിയരെ എല്ലാവരും ഓർക്കും. ഓർമ്മയുടെ ചരിത്രമാണത്. അടിയന്തരാവസ്ഥയുടെ ഓരോ മുറിവുകളിലും ആ വിരലടയാളമുണ്ട്. എന്നാൽ തീരേ കേൾക്കാതെ പോകുന്നവരുണ്ട്. സഖാവ് കുഞ്ഞാമന്റെ അച്ഛൻ കാളൻ മൂപ്പന്റെ വേദനകൾ പോലെ. കസേരകൾ തേടിപ്പോകാനുള്ള കഴിവൊന്നും അവർക്കില്ല. പുറമ്പോക്കിലെ കോളനികളിൽ പിടിച്ചു നിൽക്കാൻ പോലും ബദ്ധപ്പെടുന്നവരാണവർ. അവർക്ക് ചുറ്റും ആൾക്കൂട്ടങ്ങളുണ്ടാകില്ല. ഉച്ചഭാഷിണികൾ അവർക്ക് കൂട്ടുണ്ടാകില്ല.

ഒരാദിവാസി ഊരിന്റെ ചേറിൽ വളർന്ന കമ്മ്യൂണിസ്റ്റുകാരനായ കാളൻ മൂപ്പന്റെ സ്വപ്നമായിരുന്നു കുഞ്ഞാമൻ. ആ അച്ഛൻ ഒരു നാൾ എന്നെ തേടി വരും എന്ന് ഞാൻ എന്നും ഭയന്നതാണ്. അതൊഴിവാക്കാനാകില്ലെന്നും മനസ്സ് പറഞ്ഞിരുന്നു. എന്നെപ്പോലൊരു കൂട്ടുകാരൻ കുഞ്ഞാമനുണ്ടെന്ന വിവരം ആ അച്ഛനറിയാമായിരുന്നു. അവസാനത്തെ പരീക്ഷാ അവധിക്കാലത്ത് അവനെ തേടി ആ അച്ഛൻ ഹോസ്റ്റലിൽ വന്നപ്പോൾ ഞാൻ മാത്രമാണ് ഒപ്പമുണ്ടായിരുന്നത്. അവസാനത്തെ ഉപദേശങ്ങൾ അവന് വേണ്ടി മാത്രമായിരുന്നില്ല. ഞങ്ങൾക്ക് രണ്ടു പേർക്കും കൂടിയായിരുന്നു.

"ഞങ്ങടെ ഊരിന്റെ സ്വപ്നമാ മോനേ. കാക്കണേ."

മൂന്നാം നിലയിലെ ഹോസ്റ്റൽ മുറിയിലെ ഇരുട്ടിൽ തലപൂഴ്ത്തിക്കിടക്കുമ്പോൾ ജനലിനപ്പുറത്ത് ഒരു പിടിവള്ളിയുമില്ലാതെ ആ അച്ഛൻ വന്നു നിന്ന് എങ്ങിനെ എന്നോട് സംസാരിച്ചു എന്ന് എത്ര ആലോചിച്ചിട്ടും

എനിക്ക് മനസ്സിലായില്ല. കാളൻ മൂപ്പന്റെ കരച്ചിൽ കാതിൽ നിന്നു മായുന്നേയില്ല അച്ഛച്ഛാ.

"മോനേ" എന്ന ആ വിളി കേട്ടതോടെ ഏതോ ഇരുണ്ട മൗനത്തിലേക്ക് എന്റെ നാവിറങ്ങിപ്പോയി. വാക്കുകൾ അകത്തേക്ക് ചുരുണ്ടുകൂടിപ്പോയി.എല്ലാം മറവിയായി. ഓർമ്മ നഷ്ടപ്പെട്ട മൃതദേഹം പോലെയായി ഞാൻ. നാവ് പുറത്തേക്ക് വന്നില്ല. ജനലഴികൾ പിടിച്ച് പുറത്തേക്ക് നോക്കി കണ്ണീരുറ്റി വീഴ്ത്താതെ ആ അച്ഛൻ പറഞ്ഞ വാക്കുകൾ തേട്ടിത്തേട്ടി പിന്തുടരുന്നു. നിർത്താതെ. ഒരിക്കലും ഉറങ്ങാൻ സമ്മതിക്കാതെ.

കുഞ്ഞാമന്റെ അവസാനത്തെ നോട്ടത്തിൽ എന്നപോലെ ആ അച്ഛന്റെ പറച്ചിലിൽ ഉരുകിപ്പോയത് ഞാൻ തന്നെയാണ്. ഉത്തരം കിട്ടാത്ത ആ വാക്കുകളിൽ ഞാൻ ദഹിച്ചില്ലാതാകുന്നു. ഈച്ചരവാരിയർ ലോകത്തോട് ചോദിച്ച അതേ പൊള്ളിയ്ക്കുന്ന വാക്കുകൾ. ആ വാക്കുകൾ പിറകിൽ ഒന്നല്ല, അടിയന്തരാവസ്ഥയുടെ ഇരുട്ടിൽ മക്കളെ നഷ്ടപ്പെട്ട എല്ലാ അച്ഛനമ്മമാരുടെയും വേദനയുണ്ട്. അവർ വരിവരിയായി നിന്നു ലോകത്തോട് ചോദ്യം ചോദിച്ചു കൊണ്ടേയിരിക്കുന്നു. ഉത്തരമില്ലാത്ത ചോദ്യങ്ങൾ

"പകയുണ്ടോ എന്ന ചോദ്യത്തിന് ഇപ്പോഴും എനിക്കുത്തരമില്ല. പക്ഷേ ലോകത്തിനോട് ഒരു ചോദ്യം ഞാനിപ്പോഴും ബാക്കിയാക്കുന്നു. എന്റെ നിഷ്കളങ്കനായ കുഞ്ഞിനെ മരിച്ചിട്ടും നിങ്ങളെന്തിനാണ് മഴയത്ത് നിറുത്തിയിരിക്കുന്നത്. ഞാൻ വാതിലടയ്ക്കുന്നേയില്ല. പെരുമഴ എന്നിലേക്ക് പെയ്തു വീഴട്ടെ. ഒരു കാലത്തും വാതിലുകൾ താഴിടാനാകാത്ത ഒരച്ഛനെ അദൃശ്യനായ എന്റെ മകനെങ്കിലും അറിയട്ടെ."

ഈച്ചരവാര്യരുടെ പോരാട്ടകൾ മുഴക്കമുള്ളതാണ്. അതവസാനിക്കുന്നില്ല. ചരിത്രത്തിലില്ലാത്ത കാളൻ ചേട്ടന്റേയും. പ്രിയപ്പെട്ട പോരാളികളുടെ വേർപാടുകൾക്ക് ശേഷവും ചോര വാർന്നൊലിയ്ക്കുന്ന മുറിവുകളുമായി ജീവിക്കുന്നത് ദുസ്സഹമാണ് അച്ഛച്ഛാ.

പല്ലികൾ ചിലയ്ക്കുന്നത് എനിക്ക് കേൾക്കാം. അവയുടെ പരിഹാസം പൊയ്പ്പോയ കാലത്തിന്റെ നേർത്ത ശബ്ദത്തിലാണ്. ആരെയും കാത്തു നിൽക്കാത്ത സമയത്തിന്റെ കരച്ചിൽ ഓർമ്മിപ്പിക്കുന്നു.

കുഞ്ഞാമൻ ഇനി തിരിച്ചു വരില്ല. ചുട്ടുപഴുത്ത പ്രണയങ്ങളും പുഴുക്കൾ നുരയ്ക്കുന്ന ക്ലാസ്സ് മുറികളും ഉപേക്ഷിച്ച് അവൻ പോയി.

ചിതറിപ്പോയ സൗഹൃദത്തിന്റെ നിഴലുകൾ അവന് അഭയമായില്ല. അധികാരത്തിന്റെ ഭ്രാന്തൻ ദ്രംഷ്ടങ്ങൾ അവനെ തിന്നു തീർത്തു. എല്ലുകൾ പോലും അവർ അവശേഷിപ്പിച്ചില്ല. രക്തരഹിതമായ കണ്ണുകൾ അത് കണ്ടു നിന്നു.

അവൻ കവിതയായും കലാപമായും ജ്വലിക്കുന്ന കണ്ണുകളായും ഞങ്ങൾക്കിടയിൽ ചുറ്റിത്തിരിഞ്ഞവനാണ്. ഭയം ഞങ്ങളുടെ ഹൃദയങ്ങളെ ചൂഴ്ന്ന് ഒരട്ടയെപ്പോലെ ചോര കുടിച്ച് തഴച്ചുവളർന്നപ്പോൾ ആരും ഒന്നും മിണ്ടിയില്ല. ഞാനും മിണ്ടിയില്ല.

കാഴ്ചയിൽ കറുത്തവാവിന്റെ കുഞ്ഞുങ്ങൾ പെറ്റുപെരുകുന്ന ലോകവും മിണ്ടിയില്ല. ആർക്കുമിപ്പോൾ അവനെ അറിയില്ല. രക്തസാക്ഷികളെ ഒറ്റുകൊടുക്കുന്നത് എങ്ങിനെയെന്ന് ഈ നിശബ്ദത പഠിപ്പിക്കുന്നു.

അച്ഛച്ഛാ, അവന്റെ നോട്ടം എന്റെ തലച്ചോറിൽ അള്ളിപ്പിടിച്ചിട്ടുണ്ട്. അത് കഴുകിയിട്ടും കഴുകിയിട്ടും വിട്ടു പോകുന്നേയില്ല. അവന്റെ മരണത്തിന്റെ ആഴമളക്കാൻ അത് എന്നും പുറപ്പെട്ടു പോകുന്നു.

കുറ്റബോധത്തിന്റെ നെടുങ്കൻ അണക്കെട്ടുകൾ കുത്തിയൊലിച്ചു പോകുന്ന ഈ തിളച്ചമൗനത്തിൽ എന്റെ ശ്വാസവും വറ്റുന്നു.

അച്ഛച്ഛാ, ക്ഷമിക്കുക.

എനിയ്ക്കിത് സഹിക്കാൻ പറ്റുന്നില്ല.

ഉറക്കപ്പിച്ച്

"അച്ഛച്ഛാ"

"ശിവാ"

"ഞാനാണ്. ഞാൻ കാരണമാണ്"

"എന്ത് ശിവാ"

"ഞാൻ കാരണമാണ്"

"എന്ത്?"

"എല്ലാം"

"എന്തെല്ലാം?"

"എല്ലാം."

"എല്ലാം!. ഉറങ്ങാൻ നോക്ക്."

"ഉം. ഉറങ്ങാൻ പറ്റുന്നില്ല അച്ഛച്ഛാ."

"വരാത്ത ഉറക്കത്തിന് എന്തെങ്കിലുമൊക്കെ പറയാനുണ്ടാകും. അതാ.."

"വരാത്ത ഉറക്കം പറയുന്നതോ?"

"ആ. വരാത്ത ഉറക്കം പറയുന്നത്. കണക്ക് കൂട്ടല് പിഴയ്ക്കുമ്പോഴാ ഉറക്കം പോവുന്നത്."

"ഏത് കണക്ക്?"

"മനഃക്കണക്ക്. ഒന്നും ഒന്നും രണ്ട് മാത്രമാണെന്ന് ശഠിക്കുമ്പൊഴാ കണക്ക് തെറ്റുന്നത്."

"അച്ഛച്ഛന്റെ കണക്കുകളും തെറ്റിയോ?"

"ഹ ഹ ഹ. അച്ഛച്ഛന്റെയൊക്കെ കാലം കഴിഞ്ഞില്ലേ. ഇനി മോന്റെ കാലമല്ലേ."

"ഇല്ലച്ഛച്ഛാ. കുഞ്ഞാമനെ പോലീസുകാർ പഞ്ചസാരച്ചാക്കിലിട്ട് കത്തിച്ച് എല്ല് പോലും ഭസ്മമാക്കി ഊരക്കുഴിയിലേക്ക് എറിഞ്ഞു എന്നാ കേൾക്കുന്നത്. അവൻ ജീവിച്ചിരുന്നു എന്നതിന്റെ തെളിവു പോലും അവരില്ലാതാക്കി. ഞാൻ വലിയ തെറ്റ് ചെയ്തു അച്ഛച്ഛാ, അവനെ കൊന്നവരെക്കാൾ വലിയ തെറ്റ്. ഒറ്റുകാരേക്കാൾ വലിയ തെറ്റുകാരില്ല."

"കുമ്പസാരം പ്രായശ്ചിത്തമാകില്ല. നഷ്ടപ്പെട്ടത് തിരിച്ചു കിട്ടുകയുമില്ല. ഇനി മുന്നോട്ടു പോകാൻ ഒരേ ഒരു വഴി മരിച്ചവരോട് ഏറ്റു പറയലാണ്. അവർക്കേ പൊറുക്കാനാവൂ. അവർ കേൾക്കും.തെറ്റേറ്റ് പറയുക."

"മരിച്ചവർ കേൾക്കുമോ?"

"കേൾക്കും. അവരോടുള്ള ഏറ്റുപറച്ചിലാകട്ടെ ഇനി. അവരത് അറിഞ്ഞു കൊള്ളും."

"പക്ഷേ പൊറുക്കില്ല."

"പൊറുക്കില്ല.നീ തെറ്റു ചെയ്തെങ്കിൽ അതിനുള്ള ശിക്ഷ നിന്റെ മനസ്സ് ഏറ്റുവാങ്ങട്ടെ. ആ നീറ്റൽ ഇനി ലോകത്തിന്റെ നീറ്റലാവട്ടെ. എഴുത്തൊരു നേർച്ച പോലെയാണ്. മരിച്ചവർക്കുള്ള നേർച്ച. ജീവിച്ചി രിക്കുന്നവരല്ല, മരിച്ചവരാണ് എല്ലാം കാണുന്നത്. അതു കൊണ്ട് ശിവാ, നീ മരിച്ചവരോട് പറയുക. അവർക്ക് വേണ്ടി എഴുതിവയ്ക്കുക. ഞാനെന്നും നിന്റെ അച്ഛമ്മയോട് പറഞ്ഞോ കിടക്കാറ്. ശാരദേ എന്ന എന്റെ വിളി അവൾ കേൾക്കാതിരുന്നിട്ടില്ല."

"എനിക്കറിയില്ല. കണ്ണടയ്ക്കുമ്പോൾ എല്ലാവരും കൂടി അച്ഛച്ഛന് ചിതയൊരുക്കുന്നതാണ് കാണുന്നത്. എല്ലാമറിഞ്ഞിട്ടും അച്ഛച്ഛനെന്താ ഇങ്ങനെ ഒന്നും മിണ്ടാതെ കിടക്കുന്നത്? ചിതയിൽ വച്ചാൽ അച്ഛച്ഛന് പൊള്ളുന്നതോർത്ത് എനിക്കും പൊള്ളുന്നു. അച്ഛച്ഛന് കേൾക്കാമോ."

"കേൾക്കാം. അവർ ചിതയൊരുക്കട്ടെ ശിവാ. എനിക്കിനി ഒരു ചിതയും പൊള്ളില്ല. ഞാനിവിടെക്കിടന്ന് ഒരു സ്വപ്നം കാണുന്നു. അത്രയേ ഉള്ളൂ ഇതൊക്കെ. മോനുറങ്ങിക്കോ."

"ഏത് സ്വപ്നമാ അച്ഛച്ഛൻ കാണുന്നത്?"

"ഓ, അതൊരു പഴയ ചുവന്ന സ്വപ്നം."

"ചുവന്ന സ്വപ്നമോ? ഞാനും കേൾക്കട്ടെ ആ സ്വപ്നം."

"എന്നാൽ മോൻ കണ്ണടച്ചോ. അച്ഛച്ഛൻ പറയാം"

"കണ്ണടച്ചു."

“പണ്ട്. എന്ന് വച്ചാൽ വളരെ പണ്ട് ഞാറ്റുവേലയിൽ മനുഷ്യർ സുഗന്ധം വിളയിച്ച ഒരു നാടുണ്ടായിരുന്നു. എന്നാൽ മണ്ണിൽ പണി യെടുത്ത് അത് വിളയിച്ചവർക്ക് ശബ്ദമില്ലായിരുന്നു. നാട്ടുവാഴികൾ കാണാചരടുകൾ കൊണ്ട് അവരെ കെട്ടിയിട്ടു. ജാതിയുടെ, മതത്തിന്റെ, വേർതിരിവിന്റെ ചരടുകൾ. തൊട്ടുകൂടായ്മയുടെ, തീണ്ടിക്കൂടായ്മയുടെ, പേടികളുടെ ചരടുകൾ. ഒന്നായി നിൽക്കേണ്ട ആ ശബ്ദമില്ലാത്തവർ എന്നും ഈ കാണാച്ചരടുകളെച്ചൊല്ലി തമ്മിൽ തല്ലി, ചോര വീഴത്തി. മനസ്സിൽ വിള്ളലുകളുണ്ടായി. ആ വിള്ളലുകളിലൂടെ ദേശത്തിന്റെ സുഗന്ധം കടത്താൻ പല നാടുകളിൽ നിന്നും വെള്ളക്കാർ വന്നു. കപ്പലുകൾ വന്നു. കപ്പിത്താന്മാർ വന്നു. അവർക്കായി തുറമുഖങ്ങളും കോട്ടകളും വന്നു. നഗരം വന്നു. യുദ്ധം വന്നു. ഓരോ യുദ്ധവും പുതിയ പുതിയ നാട്ടുവാഴികളെയും സൃഷ്ടിച്ചു. എന്നാൽ ഒരു യുദ്ധവും ശബ്ദമില്ലാ ത്തവരുടെ അവസ്ഥക്ക് ഒരു മാറ്റവുമുണ്ടാക്കിയില്ല. അതവരുടെ ജീവിതം കൂടുതൽ ദുരിതപൂരിതമാക്കി. കടലോരത്ത് എപ്പോഴും കടത്തുകാരായ ദേശാടകരുടെ കപ്പലുകൾ നങ്കൂരമിട്ടു കിടന്നു. നഗരങ്ങളിൽ എലികളും വെള്ളക്കാരും മേഞ്ഞു നടന്നു. മഞ്ഞുമൂടിയ കൊട്ടംകാട്ടിൽ കറുത്ത അടിമകൾ വെളുത്ത എല്ലിൻ കൂടുകളെ പ്രസവിച്ചു. ദിക്കുകളും വഴികളും കണ്ണീരും മറച്ച് കോടമഞ്ഞ് കാട്ടിൽ ഒഴുകി നടന്നു. പഴുതുകളില്ലാത്ത ഇരുട്ടിൽ എല്ലാം മൂടിക്കിടന്നു. അടിമകളുടെ അസ്ഥികൾ വേവിച്ചു തിന്നുന്ന രാക്ഷസ രൂപികളായ വേതാളങ്ങൾ ഇരുട്ടിൽ ചിറകടിച്ചു രസിച്ചു. മിന്നാമിനുങ്ങുകൾ പോലും മിന്നാൻ ഭയന്ന് ഇലകൾക്കടിയിൽ ഒളിച്ചു നിന്നു.അങ്ങിനെയൊരു നാൾ ദൂരെ ദൂരെയൊരു ദിക്കിൽ നിന്നും ഒരു ചുവന്ന സ്വപ്നത്തിന്റെ തീ ശബ്ദമില്ലാത്ത അടിമകളെ തേടി വന്നു.ആ തീ അവരുടെ ഹൃദയങ്ങളെ വശീകരിച്ചു.

സ്വപ്നം പറഞ്ഞു:

“നമ്മൾ കൊയ്യുന്ന വയലുകളെല്ലാം നമ്മുടെതാകുന്ന കാലം വരുന്നു.”

നാട്ടുവാഴികളും പൊടുന്നനെ ആ മാറ്റം കണ്ടറിഞ്ഞു. അടിമകളുടെ ഹൃദയങ്ങൾ ഏതോ ഒരു സ്വപ്നം കവർന്നെടുക്കപ്പെട്ടതായി അവർ കണ്ടെത്തി. അത് പിടിച്ചെടുക്കാൻ അവർ പല വഴികളും നോക്കി. പേടിപ്പെടുത്തി നോക്കി, കൂട്ടമായി കെട്ടിയിട്ട് മർദ്ദിച്ചു നോക്കി, കുടി യൊഴിപ്പിച്ചു നോക്കി, സ്ത്രീകളെ കൂട്ടമായി ബലാത്സംഗം ചെയ്തു നോക്കി, കുട്ടികളെ കൊന്നു നോക്കി. ഒന്നിനും ആ ചുവന്ന സ്വപ്നത്തെ അടിയറവ് വപ്പിയ്ക്കാൻ നാട്ടുവാഴികൾക്ക് പറ്റിയില്ല. അങ്ങിനെ ഒരു നാൾ നാട്ടുവാ ഴികൾ പുതിയൊരു മാന്ത്രികവിദ്യ കണ്ടെത്തി :

“പച്ച വീശി ചുമപ്പിക്കാം, ചുമപ്പിനെ പച്ചയും. പച്ച തന്നെ ചുമപ്പ്.”

പകച്ചുപോയി അടിമകൾ. സ്വന്തം സ്വപ്നം മോഷണം പോയത് അവരറിഞ്ഞു. ഒപ്പം നിന്നവർ നാട്ടുവാഴികളുടെ പ്രിയപ്പെട്ട അടിമകളായി മാറിയത് അവർ കണ്ടു.അവർ തിരഞ്ഞെടുക്കപ്പെട്ടവരായിരുന്നു. ചുകന്ന സ്വപ്നത്തിനേറ്റ ആദ്യത്തെ വിള്ളലായിരുന്നു അത്. പിന്നെയത് പെരുകി. പലതായി ചിതറി. ചെങ്കൊടിയുമായി നാട്ടുവാഴികൾ തന്നെ അടിമകളെ നയിക്കാൻ മുന്നിട്ടിറങ്ങി :

"നിങ്ങളെന്നെ കമ്മ്യൂണിസ്റ്റാക്കി."

അവർ ഉറക്കെ പാടി. ഒപ്പം കൂടിയ അടിമകൾ അതേറ്റു പാടി.

ആ യുദ്ധം ഇന്നും തുടരുന്നു. പിന്നിട്ട യുദ്ധങ്ങൾ ബാക്കി വച്ച മുറിവേറ്റ അടിമകൾ അവർക്ക് കിട്ടിയ ഇത്തിരിപ്പോന്ന ഇറച്ചിക്കഷ്ണങ്ങളും വായിലിട്ട് കൊടുത്ത് അവരെയും ഒന്നും മിണ്ടാനാകാതെ നിശബ്ദരാക്കി. ബാക്കിയുള്ളവർ പണിയെടുത്തു കൊണ്ടേയിരുന്നു. ചുവന്നസ്വപ്നം വിങ്ങുന്ന ഹൃദയം പോലെ അവരിൽ വിറച്ചു. തല പൊന്തിയ്ക്കാനാവാതെ അത് നാണം കെട്ട് ചുരുണ്ടുകൂടി. മരിക്കാത്ത നക്ഷത്രങ്ങൾ അവയ്ക്ക് കാവലായി അവർക്ക് ചുറ്റും വട്ടമിട്ടു പറന്നു. അതാരും കണ്ടില്ല.

മോനുറങ്ങിയില്ലേ.നന്നായി.

അങ്ങിനെ വേദനിച്ചാണ് മോനേ നിന്റെ അച്ചച്ചൻ സംസാരം മതിയാക്കിയത്. മരണം കാത്തുള്ള കിടപ്പിലേക്ക് പിന്മാറിയത്. ഗതി കിട്ടാത്ത പ്രേതം പോലെ, നടക്കാത്ത സ്വപ്നത്തിന്റെ ഭാരവും പേറി നടക്കുന്നതിലും ഭാരമേറിയ ജീവിതമില്ല.പിഴച്ചു പോയ കണക്കുകൾ പോലെ."

"എന്തൊരു ഇരുട്ടാണ് അച്ചച്ചാ, ഈ പിഴച്ചു പോയ മനഃക്കണക്കിൽ."

നാകമോഹപ്പക്ഷി

ഓർമ്മപ്പെട്ടികൾക്ക് കാവൽ നിൽക്കുന്നത് മരിച്ചവരാണ്. അവരത് ഉറക്കുന്ന നേരത്ത് അച്ഛച്ഛന്റെ ശബ്ദം ഞാൻ കേൾക്കുന്നുണ്ട്. ഓട്ടുമ്പുറത്തേക്ക് പടർന്ന് പോയ പേരക്ക മരത്തിൽ പിടിച്ച് കയറി മറിയത്തിന്റെ ആകാശം കണ്ടു നിൽക്കുമ്പോൾ അച്ഛച്ഛന്റെ വിളി കേട്ട് വീണത് ആറടി മണ്ണിലേക്കാണ്.

"ഓട്ടുമ്പുറത്ത് എന്തായിരുന്നു പണി ശിവാ?"

"അവിടെയൊരു കിളി വന്നിരുന്നു. അത് കാണാൻ കയറിയതാ?"

"ഏത് കിളി?

"നാകമോഹപ്പക്ഷി"

"എന്നിട്ട് കണ്ടോ?"

"ഇല്ല, കിളി വന്നില്ല."

"കിളി വരട്ടെ. നാല് വയസ്സിന്റെ നട്ടപ്പിരാന്ത് ഇനിയും മാറിയിട്ടില്ല ല്ലേ?. അത് നല്ലതാ. എന്നാൽ അതും കടന്ന് ഇനിയത്ര മുന്നോട്ട് പോകാനുണ്ട് നിനക്ക്."

"എത്ര ദൂരം?"

"എത്രയോ ദൂരം !"

"എന്നിട്ടോ?"

"എന്നിട്ട് ആറടി മണ്ണ് സ്വന്തമാക്കും."

"അതെന്താ ആറടി?"

പുരപ്പുറത്ത് കയറി, ശബ്ദമുണ്ടാക്കി ഉണർത്തിയതിനുള്ള അച്ഛച്ഛന്റെ ആദ്യ സമ്മാനം.

"ഒരാൾക്ക് എത്ര ഭൂമി വേണം?"

പല കടൽ ദൂരങ്ങൾ കടന്നെത്തിയ റഷ്യൻ ചിത്രപുസ്തകത്തിന്റെ മണം മനസ്സിൽ നിറഞ്ഞു. കഥയുടെ വാതിലുകൾ തുറന്നിട്ട് അച്ഛച്ഛൻ പറഞ്ഞു.

"ലോകത്തിന് മുഴുവനും വേണ്ട കഥകൾ പറഞ്ഞു പറഞ്ഞു നടന്ന ടോൾസ്റ്റോയി മുത്തച്ഛന്റെ കഥയാണിത്. റഷ്യയെ മണക്കുന്ന പുസ്തകം. റഷ്യ ! ലെനിന്റെ നാട്. സ്റ്റാലിൻ യുദ്ധം ജയിച്ച നാട്. അവിടെ പണക്കാരില്ലായിരുന്നു. പാവങ്ങളില്ലായിരുന്നു.."

റഷ്യയെക്കുറിച്ച് പറയുമ്പോൾ എന്നും ആയിരം നാവാണ് അച്ഛച്ഛന്. ക്രെംലിൻ കൊട്ടാരം നേരിൽ കണ്ടിട്ടുള്ള പൂഴിയിൽ ദേശത്തെ ആദ്യത്തെ ആൾ. മോസ്കോ അച്ഛച്ഛന് സ്വന്തം ഭൂപ്രദേശമാണ്. പറഞ്ഞു തീരാത്ത കഥകളുടെ നാട്.

"വെറും പത്ത് മിനുട്ട് കൊണ്ട് വായിച്ചു തീർക്കാവുന്ന ഒരു കൊച്ചു കഥയാണിത്. എന്നാൽ വായിച്ചു തീരാത്തത്രയും കാമ്പുള്ള കഥ. എന്നാൽ ഇത്ര കാലം വായിച്ചിട്ടും ഈ കഥ മനസ്സിലാക്കിയ ഒരു ലോകം ഇനിയും ഉണ്ടായിട്ടില്ല. അതാണ് ഈ ലോകം ഇങ്ങിനെ യുദ്ധങ്ങളുടെതായിരിക്കുന്നത്. നമുക്ക് യുദ്ധങ്ങളില്ലാത്ത ലോകമുണ്ടാക്കണ്ടേ ശിവാ? ഇത് ഇന്ന് മാത്രം വായിച്ചാൽ പോര. വീണ്ടും വീണ്ടും വായിക്കണം. ഓരോ ദിവസവും ഓർക്കണം. വലുതായാലും. ഇന്നിത് വായിച്ച് വായിച്ചുറങ്ങുക. ഉണർന്നിരിക്കുമ്പോൾ നമ്മൾ വായിക്കുന്നതിന്റെ രഹസ്യം നമുക്ക് തന്നെ പിടി കിട്ടുക ഉറക്കത്തിലായിരിക്കുമ്പോഴാണ്. നാളെ നിനക്ക് എന്തു മനസ്സിലായി എന്ന് എനിക്ക് പറഞ്ഞു തരണം. പിന്നെയും പിന്നെയും ഇതു വായിച്ച് ഓരോ പുതിയ അർത്ഥം കിട്ടുമ്പോഴും അത് അച്ഛച്ഛനെ അറിയിക്കണം. അച്ഛച്ഛൻ മരിച്ചാലും. നീ എഴുതി വച്ചാൽ മാത്രം മതി. എവിടെയായിരുന്നാലും ഞാനത് കാണും. വന്നു വായിക്കും."

വായിച്ച് വായിച്ച് എപ്പോഴാണ് ഉറങ്ങി പോകുന്നതെന്നറിഞ്ഞില്ല. ദേശാടനപ്പക്ഷികളെപ്പോലെ സ്വപ്നം കാണാൻ പഠിപ്പിക്കുന്ന പുസ്തകങ്ങൾ മുന്നിൽ പറന്നിറങ്ങി. ഉറക്കത്തിലും വായിച്ചു. ആദ്യത്തെ പുസ്തകം ആദ്യത്തെ പ്രണയമാണ്. മറിയം പോലെ പ്രിയങ്കരം.

നടന്നെടുക്കാവുന്നത്ര ഭൂമി സ്വന്തമായി ലഭിക്കും എന്നോർത്ത് പാഹം നടക്കുകയാണ്. വേഗം, കഴിയുന്നത്ര വേഗം. പാടങ്ങൾ, മലകൾ, പുഴകൾ, കടലുകൾ, താഴ്വരകൾ,ചെങ്കുത്തായമായ കയറ്റങ്ങൾ,

ഇറക്കങ്ങൾ, രാത്രികൾ, പകലുകൾ. പല പല അതിർത്തികൾ കടന്ന് വീണ്ടും വീണ്ടും അതിർത്തികൾ, വേഗം മാത്രമാണ് ലക്ഷ്യം. മറ്റൊന്നും താൻ കാണുന്നില്ല. കുടിയ്ക്കാനോ തിന്നാനോ നേരമില്ല. വീട്, നാട് എല്ലാം ആ വേഗത്തിൽ മറവിയിലേക്ക് പോകുന്നു. കുതിപ്പ് മാത്രം, എത്തിച്ചേരാനുള്ള കുതിപ്പ്. ഒരൊറ്റ ലക്ഷ്യം. കീഴടക്കൽ. വേഗത കൊണ്ടുള്ള കയ്യടക്കൽ, പിന്നിൽ കീഴടക്കിയ ദൂരം അളന്ന് അടയാളപ്പെടുത്താനുള്ള സൈനിക സന്നാഹങ്ങൾ പിറകെയുണ്ട് എന്നു മാത്രമറിയാം. ഒടുവിലതാ എത്തിച്ചേരുന്നു. അവിടേക്കുള്ള അന്തിമമായ കുതിപ്പ്, മറ്റൊന്നുമറിയാത്ത കുതിപ്പ് :

"ആറടിമണ്ണ്." ചുറ്റും കൂടി നിൽക്കുന്ന സൈനികർ പറയുന്നു: "പാഹമിന് ആറടിമണ്ണ് മതി."

ഒന്നുമറിയാത്ത നീണ്ട നിശബ്ദതയിലേക്ക് എല്ലാം ആഴ്ന്ന് പോയി. തണുത്ത് മരവിച്ച ഇരുട്ട്. പിന്നെ എപ്പോഴോ അത് പൊട്ടിച്ചുണർത്തി ഒരു കൂട്ടക്കരച്ചിൽ.

"അയ്യോ, അയ്യോ അച്ഛാ."

അച്ഛൻ അങ്ങിനെ കരയുന്നത് അന്നോളം ഞാൻ കേട്ടിട്ടില്ല. ഉള്ളിൽ നിന്നും എന്തോ പൊട്ടിയൊലിച്ചു വരുന്ന ശബ്ദം പോലെ.

ചെങ്കൊടി പുതച്ച് അച്ഛച്ഛൻ വീട്ടുമുറ്റത്തെ ചിതയിൽ ദഹിച്ചില്ലാതാവുന്നതാണ് കാണുന്നത്. മുഖം കത്തിത്തീരും മുമ്പ് തീയിലാളി ഒരു ചോദ്യം ആ വായിൽ നിന്നും പുറത്തു വന്നു.

"ഒരാൾക്ക് എത്ര ഭൂമി വേണം എന്ന് മനസ്സിലായില്ലേ മോനേ."

കാതിലലച്ച കരച്ചിലിൽ കണ്ണ് തുറന്ന് പുറത്തെത്തിയപ്പോൾ വീടു നിറച്ചും പോലീസുകാരാണ്. അച്ഛച്ഛനെ അവർ പിടിച്ചു കൊണ്ടുപോവുകയായിരുന്നു. അമ്മയും പിറകെ നടന്ന് കരയുന്നു.

ഒരു പോലീസുകാരൻ പല്ലിറുമി ആക്രോശിക്കുന്നുണ്ട്.

"രാജ്യദ്രോഹി. നിന്നെക്കൊക്കെ ജയിലിലിലാക്കുകയല്ല, വെടിവച്ചു. കൊല്ലുകയാണ് വേണ്ടത്."

മറ്റാരോ പറയുന്നത് കേട്ടു.

"അതിർത്തിയിൽ യുദ്ധമാണ്. ചൈന ഇന്ത്യയെ ആക്രമിച്ചു."

"സഖാവ് സ്റ്റാലിന് ഇതിലെന്താണ് കാര്യം?"

എനിക്ക് മനസ്സിലായില്ല. മനസ്സിലായതേയില്ല. ഞാൻ ഏത് കാലത്താണ് ജീവിക്കുന്നത്?

മഹാഗണിക്ക് മുകളിൽ കൂട്ടുകൂടിയ നാഗമോഹപ്പക്ഷി പാടി.

"ഞാനിവിടെ ഉണ്ടായിരുന്നല്ലോ, കണ്ടില്ലല്ലോ നിന്നെ."

ഒറ്റുകാരൻ

ഉയരങ്ങളിൽ കാറ്റിന് ആഴം കൂടും. വട്ടം പിടിയ്ക്കുന്ന ചെവികളിൽ അത് ശൂന്യതയുടെ പെരുമ്പറ മുഴക്കം. താഴെക്ക് ആളൊഴിഞ്ഞ നഗരം മരിച്ച വീട് പോലെ തേങ്ങും. വൈദ്യുതകമ്പികളിൽ ചിറക് വിടർത്തി കടവാതിലുകൾ തൂങ്ങിയാടുന്നത് ആകാശം നോക്കി നടക്കാത്തവർ കാണുന്നേയില്ല. ഉറങ്ങാത്ത വീടുകളിൽ നിന്നിറങ്ങി ബോധശൂന്യരായി ഗതികെട്ടലയുന്നവർ മാത്രം എല്ലാമറിയുന്നു.

ഒഴുകിപ്പോകുന്ന ആൾക്കൂട്ടത്തിൽ നിന്നും തിരിഞ്ഞു നിന്ന ഒരു മുഖം മനസ്സിൽ തറച്ചു. അത് സഖാവ് കുഞ്ഞാമന്റെ മുഖമാണ്.

അരങ്ങിൽ കീടങ്ങളുടെ ലോകക്കാഴ്ചകൾ ചുരുളഴിച്ച 'കീടജന്മ'ത്തിന്റെ പ്രഹരശേഷിയിൽ എല്ലാവരും ഒരു നിമിഷം പേടിക്കാതിരുന്നില്ല. എന്നാൽ കോളേജ് പ്രിൻസിപ്പൽ നാടകം മാറ്റാനാവശ്യപ്പെട്ടിട്ടും കുഞ്ഞാമൻ സമ്മതിച്ചില്ല. അവനുറച്ച് നിന്നു. എന്നാൽ അവസാന നിമിഷത്തിലെ എന്റെ പിൻവാങ്ങൽ അവനെ തളർത്തി.

"നാടകത്തിന് ഞാനില്ല" എന്ന് പറഞ്ഞപ്പോൾ കുഞ്ഞാമൻ നോക്കിയ നോട്ടം ഉള്ള് പൊള്ളിച്ചു. അവനൊറ്റക്ക് മുന്നോട്ടു പോകാൻ തന്നെ ഉറച്ചിരുന്നു.. തീരുമാനിച്ചുറച്ചവന്റെ പുറപ്പാടായിരുന്നു അത്. അവൻ മറ്റൊന്നും പറഞ്ഞില്ല. അച്ഛച്ഛന് വേണ്ടി പൊറുത്തു എന്ന് പറയുന്നതാവും ശരി.

"നമ്മൾ കളിക്കാൻ പോകുന്ന നാടകം കണ്ടാൽ പോലീസുകാർ വെറുതെയിരിക്കില്ല. അവർ തേടി വന്നേക്കും. ഞാൻ ചിലപ്പോൾ പിടിക്കപ്പെട്ടേക്കും. പിടിച്ചാലും ഇല്ലെങ്കിലും നീ ഒന്നുമറിഞ്ഞിട്ടില്ല. ഞാൻ പിടിക്കപ്പെട്ടാൽ എന്റെ അച്ഛനെ എങ്ങിനെയെങ്കിലും നീ വിവരമറിയിക്കണം.

വേറെ ആരോടും ഒന്നും പറയാനില്ല."

കുഞ്ഞാമനു മുന്നിൽ ഞാൻ വാക്കുകൾ കിട്ടാതെ ചുരുങ്ങി'. നാണക്കേടു കൊണ്ട് ചൂളി.

"എനിക്ക് പേടിയാണ്. പ്രിൻസിപ്പൽ വിളിച്ച് വരുത്തി ഭീഷണിപ്പെടുത്തിയത് കൊണ്ടല്ല ഞാൻ പിന്മാറിയത്. അച്ഛന്റെ കണ്ണീരിന് മുന്നിലാണ് ഞാൻ തോറ്റു പോയത്."

സ്വന്തം പേടികൾ അച്ഛൻ മറച്ചു വച്ചിരുന്നില്ല.

"ഒരായുഷ്ക്കാലം മുഴുവനും നിന്റെ അച്ഛച്ഛന്റെ രാഷ്ട്രീയം നമ്മുടെ കുടുംബത്തെ ശ്വാസം മുട്ടിച്ചിട്ടുണ്ട്. പോലീസുകാർ പിൻതുടരാത്ത കാലമില്ലായിരുന്നു. കണ്ണപ്പാപ്പനെ കൊന്ന രാഷ്ട്രീയമാണത്. അത് കണ്ട് മനസ്സു മടുത്താണ് മുത്തപ്പൻ വീടുവിട്ടിറങ്ങിയത്. രാമചന്ദ്രപ്പാപ്പൻ നാടുവിട്ടത്. ഇപ്പോഴിതാ നീയും അതു തന്നെ തുടരുന്നു. ഇത് അടിയന്തരാവസ്ഥയാണ്. പോലീസ് പിടിച്ച് അകത്തിട്ടാൽ ആർക്കും നിന്നെ രക്ഷപ്പെടുത്താനാവില്ല."

കുഞ്ഞാമൻ ആശ്വസിപ്പിച്ചു.

"എനിക്ക് മനസ്സിലാകും. പേടിയുള്ളവർ മുന്നിൽ വരരുത്. ഒപ്പം അവരുണ്ട് എന്നാരുമറിയണ്ട. മനസ്സുകൊണ്ട് ഒപ്പമുണ്ട് എന്നറിയുന്നതും ഒരു ശക്തിയാണ്."

ഭയം ഞരമ്പുകളെ തളർത്തി. തോറ്റ മനുഷ്യർ തോല്പിക്കുന്നത് അവരെ മാത്രമല്ല, ഒപ്പമുള്ളവരെയാണ്. സഹായിച്ചവരെയാണ്. കുഞ്ഞാമനെ അവസാനം കണ്ടപ്പോൾ വാക്കുകൾ മുറിഞ്ഞു മുറിഞ്ഞു പോകുന്നതിന്റെ വേദനയും വിമ്മിഷ്ടവുമായിരുന്നു മനസ്സിൽ.

"പേടിച്ച് ചെയ്യേണ്ടതല്ല ഒന്നും. അത് നമ്മെ പരസ്പരം ഒറ്റുകൊടുക്കുന്നവരാക്കും.."

എന്റെ കൈകൾ മരിച്ചവരുടെ കൈകൾ പോലെ വിറങ്ങലിച്ചിരുന്നു. അതും മരണം തന്നെ. കുഞ്ഞാമൻ തൊട്ടപ്പോൾ ഞാൻ പൊള്ളിപ്പോയി, ഒരു മൃതദേഹത്തിന്റെ കൈ പിടിച്ചുകുലുക്കുന്നത് പോലെ അവന് തോന്നിയിരിക്കണം. അവൻ മുറി വിട്ടിറങ്ങിപ്പോയപ്പോൾ അത് അവസാനയാത്രയാകും എന്നൊരിക്കലും ഓർത്തില്ല.

രാത്രിയിൽ പോലീസുകാർ അവനെ ഹോസ്റ്റൽ മുറിയിൽ നിന്നും പിടിച്ചിറക്കിക്കൊണ്ടുപോയി ആരിലും ഒരനക്കവുമുണ്ടായില്ല. ആരും ചോദ്യം ചെയ്തില്ല. ഞാനും. കണ്ണടയാത്ത ജഡങ്ങൾ നിരനിരയായി മുന്നിലേക്ക് കയറി വന്നു.

പുറത്തെ കരിയിലകൾ ചവുട്ടി ശബ്ദമുണ്ടാക്കിക്കൊണ്ട് മറിയവും അവർക്കൊപ്പം ഹോസ്റ്റൽ മുറിയ്ക്കകത്തേക്ക് കടന്നു വന്നു.

“നീ എന്ത് ചതിയനാണ്. കൂട്ടുകാരനെ ഒറ്റുകൊടുത്തവനെ ഞാനെങ്ങിനെ വിശ്വസിക്കും?”

മറിയത്തിന്റെ ശാപം എന്നെ നടുങ്ങി. ദിക്കുകൾ കൂടിക്കുഴഞ്ഞു. ഇലഞ്ഞിപ്പൂക്കൾ മെത്ത വിരിച്ച തണുത്ത മണ്ണിൽ ആകാശം നോക്കി കിടക്കുമ്പോൾ കണ്ട കണ്ണുകളല്ല അത്.

“ആരാ പറഞ്ഞത് നിന്നോടിതൊക്കെ?”

“നീ തന്നെ. നിനക്കെന്താ ഭ്രാന്തു പിടിച്ചോ പറഞ്ഞതൊക്കെ മറക്കാൻ.”

“എപ്പോൾ പറഞ്ഞു?”

“ഇപ്പം. പറഞ്ഞു നാവെടുത്തതല്ലേയുള്ളൂ. എന്നിട്ട്? നിനക്കെന്താ ഭ്രാന്തു പിടിച്ചോ.?”

“ഞാനിതെവിടെയാ?”

“നിന്റെ മുറിയിൽ.”

“മുറിയിലോ.ഞാൻ ഹോസ്റ്റലിലായിരുന്നല്ലോ?”

“നിനക്കെന്നാ പറ്റി ശിവാ? നീയീ ഭ്രാന്തൻകളി മതിയാക്കിയില്ലെങ്കിൽ ഞാനിനി നീയുമായി കൂട്ടില്ല. സ്വന്തം സഖാവിനെ ഒറ്റു കൊടുക്കുന്നവനെ എങ്ങിനെ വിശ്വസിക്കും? ഒറ്റുകാരൻ”

ഏകാന്തതയുടെ വഴുക്കൻ ഗോപുരത്തിൽ എന്നെ തനിച്ചാക്കി മറിയം ഇരുട്ടിലേക്ക് ഊളിയിട്ടു പോയി.

“ഒറ്റുകാരൻ”.

ആ വിളിയിൽ എല്ലാമുണ്ടായിരുന്നു. കൈവിടലുണ്ടായിരുന്നു.

നീണ്ട ഹോസ്റ്റൽ ഇടനാഴിയുടെ അറ്റത്ത് തുറന്നിട്ട ജനാലയിലൂടെ മറിയം പുറത്തേക്ക് ചാടി.

കോട്ടയിലെ അരണ്ട വെളിച്ചത്തിൽ ആരും കാണാത്ത വള്ളിപ്പടർപ്പുകൾക്കുള്ളിൽ ഒളിച്ചിരുന്ന് അനന്തമായ കെട്ടിപ്പുണരുളിൽ മതിമറന്നു നൽകിയ ആദ്യ ചുംബനത്തിൽ വെളിച്ചത്തിലേക്ക് ഉരുകിയലിഞ്ഞു പോയ മറിയം മാഞ്ഞു പോകുന്നു. ആ കണ്ണുകളിൽ തീയെരിയുന്നുണ്ടായിരുന്നു.

കണ്ടില്ലേ, ദൂരെ ജനാലയ്ക്കപ്പുറം ഇലഞ്ഞിമരച്ചുവട്ടിൽ ബാനുവിനൊപ്പം മതിമറന്ന് ചിരിച്ചിരിക്കുന്ന മറിയത്തെ. അവളിങ്ങോട്ട് എന്നെ നോക്കുന്നു പോലുമില്ല. പ്രേമം പ്രേമം എന്ന് നിലവിളിയ്ക്കാൻ മറന്നു

പോയ കണ്ഠത്തിലൂടെ വാക്കുകൾ പുറത്തു വരാൻ ഭയന്നത് അവൾക്ക് മനസ്സിലാവേണ്ടതല്ലേ? അതോ പറയാൻ വൈകിയ കാത്തിരുപ്പുകളുടെ പകലൊടുങ്ങുന്നത് ഇങ്ങിനെയായിരിക്കുമോ?

ബാനുവിന്റെ ചുണ്ടുകളിൽ ചുണ്ടുകൊണ്ട് തൊടുമ്പോൾ മറിയം ഈ തുറന്നിട്ട ജനലിലേക്ക് നോക്കിയതെന്തിനാണ്? പ്രണയത്തിന്റെ കാഴ്ച ബംഗ്ലാവിലേക്ക് ഒരു നോട്ടത്തിന്റെ ചിപ്പി വന്നു വീഴുന്നു.

എത്ര പെട്ടെന്നാണ് എല്ലാറ്റിലും ഇരുൾ വന്നു മൂടുന്നത്. മുറ്റത്തെ കരിയിലകൾ ചവുട്ടി ആരെയുമറിയിക്കാതെ ജനലരികിൽ വരുന്ന മറിയത്തിന്റെ ശബ്ദം ഇപ്പോഴും കാതിലുണ്ട്. യാത്ര പറച്ചിലുകൾ ഒരു വിഭ്രാന്തിയാണ്. പിടി കിട്ടാത്ത ആഴത്തിലേക്കുള്ള കുതിപ്പാണ്. നിലാവറ്റ ആകാശത്ത് തലങ്ങും വിലങ്ങും പറക്കുന്ന കടവാതിലുകൾ ഒപ്പം പറന്നണിചേരലാണ്. മധുരം ഈ മരണം. മരണത്തോടെ ഇല്ലാതാകുന്നത് മരണം തന്നെ എന്നു പറഞ്ഞത് ആരാണ്? അച്ഛച്ഛൻ? ടോൾസ്റ്റോയി? മറിയം?

“അയ്യോ. ചെങ്കൊടി പുതപ്പിച്ച് ചിതയിലെരിയുന്നത് ആരാണ്? അച്ഛച്ഛനോ കുഞ്ഞാമനോ? അതോ ഞാനോ?”

മരം പറയുന്നു.

“ഒറ്റുകാരൻ”

“അച്ഛച്ഛാ”.

തോറ്റപാട്ട്

[മരിച്ചവന്റെ കണ്ണുകൾ]

മുറിയുടെ കാണാമറയത്ത്
ഒന്നും മിണ്ടാതെ
അവനെന്നെ
നോക്കി നിൽക്കുന്നത് ഞാനറിയുന്നുണ്ട്.
ശരീരമില്ലാത്ത ആ കണ്ണുകൾ
എന്നെ ചൂഴ്ന്നെടുക്കുന്നു.
വിടാതെ പിൻതുടരുന്ന
ആ നോട്ടത്തിൽ
ഉള്ളോട്ട് വലിഞ്ഞ വാക്കുകൾ പുറത്തു വരാൻ ഭയക്കുന്നു.
ചുളുങ്ങിപ്പോയ സ്വപ്നങ്ങൾ നിവർത്തിയെടുക്കുന്ന
വേദന കഠിനമാണ്.
അതെനിക്ക് താങ്ങാനാകുന്നില്ല.
തോറ്റവരുടെ
ചരിത്രം ശൂന്യം, നിശബ്ദം.

"നഗരത്തിൽ ഒരു അനീതിയുണ്ടായാൽ അവിടെയൊരു കലാപമുണ്ടാവണം. ഇല്ലെങ്കിൽ സന്ധ്യമയങ്ങും മുമ്പ് ആ നഗരം കത്തിച്ചാമ്പലാവുന്നതാണ് നല്ലത്."

ബ്രെഹ്തിന്റെ കവിത ചുമരിൽ എഴുതി വച്ച് കുഞ്ഞാമൻ പറഞ്ഞത് കാതിലലക്കുന്നു.

"അനീതിക്കെതിരെ കലാപം ചെയ്യുന്നത് ന്യായമാണ്."
അവനെ പോലീസുകാർ പിടിച്ചു കൊണ്ടുപോയി കൊന്നിട്ടും
ഒന്നും സംഭവിച്ചില്ല.
ഒരു കലാപവുമുണ്ടായില്ല.
ഒരു നഗരവും കത്തിച്ചാമ്പലായില്ല.
ഞാനും മിണ്ടിയില്ല.
അനങ്ങിയില്ല.
ഒറ്റുകാരന്റെ മുഖം
നേരിനു നേരെ ഉയരില്ല.
നഗരങ്ങളെല്ലാം
ഒന്നുമറിയാത്ത പോലെ
മുന്നോട്ട് കുതിക്കുന്നു.
തോറ്റവർ ഒരു കണക്കിലുമില്ല.

ഉള്ളിലെ മുറിവുകൾ
കത്തിയണയാനുള്ള തീയാണ്.
ചോര പൊടിയുന്ന നോട്ടത്തിൽ
നീറി ഇല്ലാവുകയാണ്.
പറയാൻ കരുതിയത്
വഴിയിൽ വീണുടഞ്ഞു പോകുമോ എന്ന പേടിയിൽ
ഓരോ വാക്കിന്റെ അടിയിലും അടിഞ്ഞു കൂടുന്നു.
ഉള്ളിലെ മുറിവുകൾ
കത്തിയണയാനുള്ള തീയാണ്.
ചോര പൊടിയുന്ന നോട്ടത്തിൽ
നീറി ഇല്ലാവുകയാണ്.
മരിച്ചവന്റെ കണ്ണുകൾ
എല്ലാം കാണുന്നു.
മാപ്പ്.

[മറവിയുടെ ചെപ്പ്]
പ്രണയത്തിന് ഒരു പേരിടാൻ
ഞാൻ നിന്റെ പേരു വിളിച്ചു.
നീ അത് കേട്ടോ എന്നറിയില്ല.
കേൾക്കാത്തത് പതിരായി.
പക്ഷികൾ ചേക്കേറുന്ന ഒരു വൃക്ഷമായിരുന്നു പ്രണയം.

സ്വപ്നച്ചുംബനങ്ങളിൽ കർണ്ണികാരം വിരിഞ്ഞു.
പക്ഷേ നിനക്കിഷ്ടം ഇലഞ്ഞിയായിരുന്നു.
അതെന്നെ ഭ്രാന്തു പിടിപ്പിച്ചു.
ഇരുണ്ടതറിഞ്ഞില്ല, ഇരുൾ മറയുന്നതുമറിഞ്ഞില്ല.
കയിലുകളുണരുമ്പോൾ വെളിച്ചത്തിന്റെ പ്രളയത്തിൽ
ഞാൻ നിന്നെ നോക്കി. നിന്റെ ജനാലയിൽ നീ വന്നില്ല.
കണ്ണുകളടയ്ക്കാം, സൂര്യനെ മറക്കാം. വരുംവരായ്മകളും
മറക്കാം. മറ്റൊന്നും കാണരുത്, മറ്റൊന്നും കേൾക്കരുത്.
ജന്മങ്ങളുടെ കെട്ടുപാടുകൾ പൊട്ടിയ്ക്കാം, പിന്നെ ഇത്തിരി
മണ്ണുവാരിയിടാം. മറക്കാം.
പ്രണയത്തിന്റെ രാത്രികൾ മറവികൊണ്ട്
മൂടിക്കെട്ടിയിരുന്നു. പാതിരാവിൽ കടവാതിലുകൾ
ജനാലയിൽ മുട്ടി വിളിച്ചപ്പോഴും ഞാനുറങ്ങിയിരുന്നില്ല.
കവിതയുടെ മന:ക്കണക്കിൽ കാടും നഗരങ്ങളും നിന്റെ
ഉടലിൽ പൊട്ടി മുളച്ചു. അറിയാത്ത അറിയാത്ത
വാതിലുകൾ തുറന്നു. അറിയാത്ത പൂക്കളിൽ അറിയാത്ത
ഗന്ധങ്ങൾ തെളിഞ്ഞു.
വിരലുകൾ, നഖങ്ങൾ, വിയർപ്പുമുറ്റിയ കണ്ണുകൾ,
ഉടലിന്റെ ചൂടിൽ ദഹിക്കുന്ന ചുണ്ടുകൾ.
കണ്ണടയുമ്പോൾ ദിക്കുകളുടെ വിഭ്രാന്തിയിൽ ചീവീടുകൾ
കരഞ്ഞു കൊണ്ടേയിരുന്നു. കോട്ടയിലെ വാടാത്ത
ഈർപ്പത്തിൽ എന്നും ഒരു നിലവിളിയുടെ
ഓർമ്മ കുതിർന്നു.
നൂറ്റാണ്ടുകൾ കുത്തിയൊഴുകിപ്പോയ വഴികൾ ഇരുണ്ടു.
പരസ്പരം കൊന്നും പ്രണയിച്ചും
മണ്ണായി മാറിയ പരേതാത്മക്കളുടെ ശബ്ദം കാതിൽ
അലയടിച്ചു.
ദിനാന്ത്യക്കുറിപ്പുകൾ മുദ്രവയ്ക്കാൻ നിദ്രയിൽ
നീ മറവിയുടെ ചെപ്പുവച്ചുനീട്ടി
നീ അപ്രത്യക്ഷയായി.
സ്മൃതികളുടെ ഊഞ്ഞാലിൽ
ഞാനത് കോർത്തു വച്ചു.
മറിയം, നിന്നോടെനിക്ക് പറയണമെന്നുണ്ടായിരുന്നു.
പറയാനായില്ല.
കേൾക്കാൻ

നീ കാത്തു നിന്നതുമില്ല.
മാപ്പ്.

[അടയാത്ത കണ്ണുകൾ]

ചുവന്ന സ്വപ്നം ഒരടയാത്ത
കണ്ണാണ്, കാത്തിരുപ്പിന്റെ കാവൽമാടങ്ങൾ പോലെ
ഒരിക്കലും ഉറങ്ങാത്തത്.
കാല്പാടുകളെ കുരുക്കിയിട്ട ചങ്ങലകൾ
ഇഴ പിരിയ്ക്കും തോറും കൂടുതൽ ചുറ്റിപ്പിണയുന്നു.
ഇരുണ്ട പിണക്കങ്ങളിൽ
കുറുനരികൾ പതിയിരിയ്ക്കുന്നു.
പരേതാത്മക്കളുടെ മണമുള്ള
ഈ മുറിയിൽ എത്ര നാൾ?
ആഴമറിയാത്ത കൊല്ലികളിൽ
ഇനിയെത്ര രാത്രികൾ,
അഭയമില്ലാത്ത എത്ര പകലുകൾ?
എത്രനാൾ കൊത്തിനുറുക്കപ്പെട്ട്?
മാപ്പ്.

[കറുത്ത നിലാവ്]

അഭിനയിച്ച് തോൽക്കുന്ന മുഖത്ത്
ഗോഷ്ടികൾ നിറയുന്നു.
ഇരുട്ടിന്റെ മുന്നറിയിപ്പുകൾ വായിച്ച്
രാപ്പാടികൾ കരയുന്നു.
തീൻമേശയിലെ യുദ്ധക്കളത്തിൽ
ദിനസോറുകളും കുതിരകളും പുഴക്കളും മണ്ണിരകളും
കഴുകന്മാരും കുറുനരികളും സമ്മേളിയ്ക്കുന്നു.
ചുറ്റിപ്പിണഞ്ഞു കിടക്കുന്ന
നീണ്ട ഒറ്റയടിപ്പാതകൾ
എന്നെ കിടപ്പുമുറിയിലേക്ക്
നയിക്കുന്നു.
അടയാത്ത കണ്ണുകളിൽ
ഖേദത്തിന്റെ കറുത്ത നിലാവ്
മായുന്നേയില്ല.
ഒറ്റുകാരന്റെ കവിതകൾ

കാലം കീറിയെറിയുന്നു.
മാപ്പ്.

[ചാരം]

കുഴിച്ചിടുന്നതല്ല, തുണ്ടംതുണ്ടമായി
കീറി കത്തിക്കുന്നതാണ്
മരിച്ച കവിതകൾക്ക് ആനന്ദം.
അവയുടെ ചാരം വേണം
മണ്ണിന് വളമാക്കാൻ.
തോറ്റയുദ്ധങ്ങളുടെ കണക്കെടുപ്പിൽ
കിണറ്റിലേക്ക് അറ്റുവീണ് കാണാതെ
പോയൊരു പാതാക്കരണ്ടിയുണ്ട്.
ചുമരിൽ തൂങ്ങിയാടിയ
ഘടികാരങ്ങളുണ്ട്.
പത്ത് ഘടികാരം പത്ത് സമയം പറഞ്ഞു.
പത്ത് തലകളെപ്പോലെ.
ഓർമ്മയുടെ നെല്ലിപ്പടിയിൽ
പാതാളക്കരണ്ടി കുരുങ്ങിക്കിടന്നു.
കലാശക്കളിക്ക് ശേഷം
വെള്ളിത്തിരയിൽ നിറയുന്ന
പ്രേതശൂന്യതയിൽ
കഥയായും കാറ്റായും
പിന്തുടരുന്ന ഭൂതങ്ങൾ. കുടത്തിലടച്ച്
കടലിൽ തള്ളിയ നോട്ടങ്ങൾ.
ഓരോന്നും ഓരോ ഓർമ്മപ്പെടലാണ്.
പരാജയങ്ങളുടെ
ഓർമ്മപ്പെടൽ.
ഒളിച്ചിരിക്കാൻ പോലും
ഒരിടമില്ലാത്ത
ഉടഞ്ഞ കണ്ണാടിമുറികളിൽ
വീണ്ടും വീണ്ടും മുറികൾ. തുറന്നാലും തുറന്നാലും
തീരാത്ത മുറികൾ.
അറ്റമില്ലാത്തത്രയും
മുഖങ്ങൾ.
ശിഥിലം.
ഛിന്നഭിന്നം.
മാപ്പ്.

"അച്ഛച്ഛാ,

ഓർമ്മകൾ പൊയ്പ്പോവുന്നതിലും വലിയ സങ്കടമില്ല. അച്ഛച്ഛന് ഓർമ്മ പോയിട്ടുണ്ട് എന്ന് എനിക്കിപ്പോഴും വിശ്വാസമില്ല. മുറിയടച്ചിട്ടിരുന്ന് അച്ഛച്ഛനോട് മാത്രമായി ഞാൻ കുമ്പസരിച്ചതെല്ലാം അച്ഛച്ഛൻ കേട്ടിട്ടുണ്ടാകുമെന്നു തന്നെ ഞാൻ ഉറച്ചു വിശ്വസിക്കുന്നു. എങ്കിലും മുറിവിട്ടെഴുൽക്കാത്ത അവസ്ഥയിൽ ഈ കത്ത് അനാഥമായി അച്ഛനോ അമ്മയോ വായിച്ച് സങ്കടപ്പെടുന്നത് ഓർക്കാൻ എനിക്ക് പറ്റുന്നില്ല. അതു കൊണ്ട് ഞാനിത് പോസ്റ്റ് ചെയ്യുന്നില്ല. ഇത് അയയ്ക്കണോ അയയ്ക്കണ്ടേ എന്നെനിക്ക് തീരുമാനിക്കാനായില്ല. എങ്കിലും ഞാനെഴുതുമ്പോൾ അച്ഛച്ഛനിത് അറിഞ്ഞോളും എന്ന ആശ്വാസത്തിന് ഞാനിത് മുത്തപ്പന്റെ ഓർമ്മപ്പെട്ടിയിൽ എഴുതിയിടുന്നു. അച്ഛച്ഛൻ എന്നെ ഏല്പിച്ച ഓർമ്മയുടെ പുസ്തകങ്ങളെല്ലാം ആ ഓർമ്മപ്പെട്ടിയിൽ ഭദ്രമായുണ്ട്. ഞാനത് ഭദ്രമായി വച്ച് പിന്നെ അതെവിടെയെന്ന് കുറേക്കാലം മറന്നേ പോയി. ഞാനതൊന്നും തുറന്നു നോക്കിയിരുന്നില്ല. വായിരിയ്ക്കണം എന്ന് കരുതി വച്ച കരുതൽ ഞാൻ മറന്നതാണ്. മാപ്പ്. എല്ലാം ഇനി കുട്ടിയെ ഏല്പിയ്ക്കാൻ അച്ഛനും അമ്മയ്ക്കും ഞാൻ എഴുതിയിട്ടുണ്ട്. കുട്ടിയ്ക്ക് അതെല്ലാം മനസ്സിലാകും എന്നാണ് എന്റെ പ്രത്യാശ.മുത്തച്ഛന്റെ ഓർമ്മപ്പെട്ടി അട്ടത്തെ പത്തായത്തിൽ എന്റെ പഴയ സാധനങ്ങൾക്കിടയിലാണ് ഞാൻ ഭദ്രമായി മറന്നു വച്ചത്. കുഞ്ഞാമന്റെ വേർപാടിൽ നിന്നൊളിച്ച് മാറാൻ ഹോസ്റ്റൽ വീട്ട് വീട്ടിലടച്ചിരുന്നപ്പോൾ മാത്രമാണ് അത് വീണ്ടും എന്റെ കയ്യിൽ കിട്ടിയത്. അപ്പോഴേക്കും ഒന്നും തലയിൽ കയറാത്ത അവസ്ഥയിൽ ഞാനെത്തിയിരുന്നു. മാപ്പ്, അച്ഛച്ഛാ, ഏല്പിച്ചതൊന്നും പാലിയ്ക്കാതെ പോകുന്നത്. ഞാനില്ലാത്ത ഏതോ കാലത്തിരുന്ന് കുട്ടിയോ കുട്ടിയുടെ മക്കളോ മക്കളുടെ മക്കളോ ആരെങ്കിലും ഈ കത്ത് വായിയ്ക്കുകയാണെങ്കിൽ അച്ഛച്ഛനെ ഇങ്ങിനെ സ്നേഹിച്ചിരുന്ന നിർഭാഗ്യവാനായ ഒരു പേരമകൻ നമ്മുടെ തറവാട്ടിൽ ജീവിച്ചിരുന്നു എന്നറിയട്ടെ. എന്റെ ആത്മാവ്, അങ്ങിനെയൊന്ന് ഉണ്ടെങ്കിലും ഇല്ലെങ്കിലും ആ ഓർമ്മയിൽ നിറയുന്നു.

വിട, അച്ഛച്ഛാ. എന്നോട് പൊറുക്കുക. ഇത്രയേ എനിക്ക് വിധിച്ചിട്ടുള്ളൂ എന്ന് കരുതി പൊറുക്കുക.

സ്നേഹത്തോടെ

സ്വന്തം

ശിവൻ"

മഹാഗണി കണ്ടു.

ബാൽക്കണിയിലേക്ക് മഞ്ഞും ഇരുട്ടും വന്നു നിറഞ്ഞത് കുട്ടി അറിഞ്ഞില്ല. കീറക്കടലാസിൽ വിരാമചിഹ്നമില്ലാതെ പാതി വഴിയിൽ മുറിഞ്ഞു പോയ ശിവന്റെ നിലവിളികൾ കാതിൽ ചൂളം വിളിച്ചു.

മുന്നിൽ ഒഴിച്ചു വച്ച വോഡ്കയിൽ കത്തിത്തീർന്ന സിഗററ്റിന്റെ ചാരം തട്ടി കുട്ടി പറഞ്ഞു.

“മറന്നു പോയിരുന്നു ഏട്ടാ. എല്ലാം. ബോധശൂന്യമായ നീണ്ട യാത്രകളിൽ ആരും എല്ലാം ഓർക്കുന്നില്ല. ഞാനും. പ്രിയപ്പെട്ടവർ മരിച്ചു പോയിട്ടും ബാക്കിയായവർ ജീവിച്ചിരിക്കുന്നു എന്ന ജീവിതത്തിലെ ഏറ്റവും വലിയ മഹാത്ഭുതം ഞാനും അറിയുന്നു. മരണമല്ല മറവിയാണ് ഏറ്റവും വലിയ ദുരന്തം എന്നോർമ്മിപ്പിച്ച മുത്തപ്പാ പൊറുക്കുക. ആ ദുരന്തം ഞാനും ഇപ്പോൾ തിരിച്ചറിയുന്നു. മാപ്പ്”

ഭാഗം മൂന്ന്:

മുത്തപ്പന്റെ പുസ്തകം

രുദ്രാണി

തുറക്കാൻ ഭയന്ന് കടലിൽ തള്ളിയ പണ്ടോറയുടെ പെട്ടികൾ. ഒന്നല്ല എണ്ണിയാൽ തീരാത്തത്ര. പൊളിയ്ക്കപ്പെട്ട അട്ടങ്ങളിൽ നിന്നും കുടിയൊഴിയ്ക്കപ്പെട്ട് തെരുവോരങ്ങളിലെ "വീട് പൊളിച്ച് കല്ല്, മരം, ഓട് എന്നിവ വില്പനക്ക്" എന്ന് കരി കൊണ്ടും ചോക്ക് കൊണ്ടും എഴുതിയ ചുണ്ടുപലകകൾ നാട്ടിയ പണ്ടകശാലകൾ. പൊളിയ്ക്കാൻ കാത്ത് കെട്ടിക്കിടക്കുന്ന ഇടിഞ്ഞു പൊളിഞ്ഞ അട്ടങ്ങൾ, പത്തായപ്പുരകൾ, ചിതലുകൾ തിന്നുതീർത്ത ഓർമ്മപ്പെട്ടികൾ.

"ഓർമ്മകൾ മണ്ണിന് വളമാകേണ്ടതാണ്. എന്നിൽ നിന്നും ആരും ഒന്നും പഠിക്കേണ്ടതില്ല. എത്ര ദൂരം നടന്നാണ് നമ്മൾ ഇവിടെ എത്തിയതെന്ന ഓർമ്മ പ്രധാനമാണ്."

ചോരമണം മാറാത്ത ഓർമ്മകൾ മറവിയിലേക്ക് തളം കെട്ടി. പച്ചക്കർപ്പൂരത്തിന്റെ ഗന്ധവും പേറി ഒട്ടിപ്പിടിച്ച് നിന്ന താളുകൾ പതുക്കെ ദ്രവിച്ചു. കാടും കാട്ടാറും വറ്റിയ കടലാസിൽ ചിതലുകൾ പതുക്കെ അരിച്ചു നടന്നു. അടയാളം വച്ചിരുന്ന മയിൽപ്പീലികളിൽ വാലില്ലാപ്പുഴക്കൾ കുട്ടുകൂട്ടി.

തീവണ്ടി ഭൂഗർഭ പാത കടന്നപ്പോൾ ആകാശത്ത് മേഘങ്ങളിലേക്ക് അപ്രത്യക്ഷമാകുന്ന വാൽനക്ഷത്രങ്ങൾ ഉറങ്ങുന്നവർ കണ്ടില്ല. മരിയ്ക്കാത്ത നക്ഷത്രങ്ങൾ കാർമേഘങ്ങളിൽ നിന്നും പുറത്തേക്ക് വന്ന് മിന്നിത്തെളിഞ്ഞു. അശരീരികൾ മേഘപാതകൾ താണ്ടി കാതോർത്തിരുന്ന മനസ്സുകളിലേക്ക് കിനിഞ്ഞിറങ്ങി.

"മരണമല്ല, മറവിയാണ് ഏറ്റവും വലിയ ദുരന്തം."

രുദ്രാണി പറയുമായിരുന്നു.

എന്റെ മറവികളിലേക്ക് കൈവിട്ടുപോയവൾ. നിൽക്കുന്ന തറയുടെ ചൂട് മറന്നുള്ള എല്ലാ പുറപ്പെട്ട് പോകലും എത്തിച്ചേരുന്നത് ശൂന്യതയിലേക്കാണ്.

മഹാഗണിയുടെ തണലിൽ ആശാന്റെ "വീണപൂവ്" ഓർക്കുകയായിരുന്നു ഞാൻ. സ്വപ്നം കാണുന്ന ജീവിതമല്ല എത്തിച്ചേരുന്ന യാഥാർത്ഥ്യം. കൊഴിഞ്ഞു വീഴുന്ന ഇലഞ്ഞിപ്പൂക്കൾ മനസ്സ് അസ്വസ്ഥമാക്കിയപ്പോൾ ആരോ വിളിക്കുന്നുണ്ടോ എന്നു വെറുതെ തോന്നി. ചെന്നു നോക്കിയപ്പോൾ മുറിയിലെ ചാരുകസേരയിൽ ആകാശം നോക്കി അനക്കമറ്റ് കിടക്കുകയാണ് രുദ്രാണി. വിളിച്ചപ്പോൾ മിണ്ടിയില്ല.

കണ്ണുകൾ അടഞ്ഞിരുന്നില്ല.

വായിച്ചു കൊണ്ടിരുന്ന 'ചിന്താവിഷ്ടയായ സീത' മുറുക്കെപ്പിടിച്ചിരുന്നു.

കിടക്കയിലേക്ക് എടുത്തു കിടത്തുമ്പോൾ ദേഹത്തെ ചൂടണഞ്ഞിരുന്നില്ല. എല്ലാ ശബ്ദവും പെട്ടെന്ന് നിലച്ചു. കണ്ണുകളിൽ ഇരുളടഞ്ഞു. കരയാനുള്ള കഴിവുകേടിൽ ശരീരം തളർന്നു.

അവസാനമായി അവളുടെ ശബ്ദം കേട്ടിട്ട് എത്രയോ ദിവസങ്ങളായിരുന്നു. എന്തു ചോദിച്ചാലും ഒന്നും പറയില്ല. അനന്തമായി ആലോചിച്ചു കൊണ്ടേയിരുന്നു. അപൂർവ്വമായി പഴയ നോട്ടുപുസ്തകങ്ങൾ ചികഞ്ഞ് എഴുതിയതെല്ലാമോ വെട്ടിത്തിരുത്തിക്കൊണ്ടേയിരുന്നു.

വൈകുന്നേരം ഗാന്ധിജിയെ വെടിവച്ചു കൊന്ന നടുക്കുന്ന വാർത്ത വന്നു. രുദ്രാണിയുടെ നിശ്ചലശരീരത്തിലേക്ക് നോക്കിയിരിക്കുമ്പോൾ മനസ്സ് മന്ത്രിച്ചു.

"ഞാൻ തന്നെ ഉത്തരവാദി."

നാഥുറാം വിനായക് ഗോഡ്സേ മുറിച്ചിട്ടത് രാജ്യത്തിന്റെ ആത്മാവിനെത്തന്നെയായിരുന്നു. ഞാൻ എന്റെയും.

ചുറ്റും ആരൊക്കെയോ വന്നു പോയി. ചെയ്ത കുറ്റങ്ങളെല്ലാം ഉള്ളിൽ നിരനിരയായി നിരന്നു നിന്നു.

"ചന്തുവിന് വരാനാവില്ല ല്ലേ"

കാത്തുകിടന്ന് മുഷിഞ്ഞ രുദ്രാണി കണ്ണു തുറന്നു ചോദിച്ചു.

ഒളിവിൽ കഴിയുകയായിരുന്ന ചന്തുവിന് ചിത കൊളുത്തുന്ന നേരം വരെയും എത്താനായില്ല. അവൻ വരാനിടയുണ്ടെന്ന് പ്രതീക്ഷിച്ച് വീടിന് ചുറ്റും പോലീസുകാർ കാത്തു നിന്നു.

"സഖാവ് അമ്മയെ വന്ന് കണ്ടു പോകും. ചുറ്റും പോലീസുകാരുള്ളത് കൊണ്ട് തീ കൊളുത്താൻ വരാനാവില്ല".

പേരറിയാത്ത ഒരു പാർട്ടി സഖാവ് രഹസ്യമായി ചെവിയിൽ വന്ന റിയിച്ചതോടെ ആ കാത്തുനില്പും അവസാനിച്ചു.

ചിത കൊളുത്തുമ്പോൾ കൈവിറച്ചില്ല. മണ്ണിൽ നിന്നു വന്നാൽ മണ്ണി ലേക്ക് മടങ്ങണം. അതാണ് നീതി. കനലണയും വരെ ചിതക്കൊപ്പം കോട്ടയിൽ തന്നെയിരുന്നു. എല്ലാ യാത്രകളുടെയും അവസാനം ഈ കനൽ കെട്ടടങ്ങുന്നത് വരെ മാത്രം. കോട്ടയിലെ മണ്ണിൽ രുദ്രാണി ചാരമായി അലിഞ്ഞു. മൂന്നിന് നേരം പുലരും മുമ്പ് അസ്ഥികളൊഴുക്കാൻ വരയ്ക്കൽ കടലിലിലിറങ്ങിയപ്പോൾ തിരകൾക്കിടയിൽ നിന്നും ഒരു കൈവന്ന് വന്ന് കയ്യിൽപിടിച്ചു.

“ഞാനുണ്ടച്ഛാ കൂടെ.”

മറ്റൊരു തിരക്കൊപ്പം ആ ശബ്ദം നീന്തി മറഞ്ഞു. കടൽ രുദ്രാണി യെപ്പോലെ നിശബ്ദയായി.

ഞാനൊരു സ്കൂളിലേ പഠിച്ചിട്ടുള്ളൂ. രുദ്രാണി എന്ന സ്കൂളിൽ. ബ്രിട്ടീഷ് സൈന്യത്തിൽ മേജർ സുബേദാർ ആയി വിരമിച്ച പൂഴിയിൽ രാരിച്ച ന്റെയും മനയ്ക്കൽ കാർത്ത്യായനിയുടെയും മകനെ ബ്രിട്ടന്റെ നുകത്തിൽ നിന്നും മോചിപ്പിച്ചത് അവളാണ്. സ്വാതന്ത്ര്യത്തിന്റെ വെളിച്ചവുമായി പൂഴിയിലേക്ക് വന്നവൾ. എന്റെ മുറപ്പെണ്ണ്.

രണ്ടച്ഛന്മാർക്ക് പിറന്നവളാണ് രുദ്രാണി. അമ്മയുടെ ഇരട്ട സഹോ ദരങ്ങളായ പെരവമ്മാന്റെയും പെരച്ചമ്മാവന്റെയും ഏക മകൾ. കനോലി കനാലിന്റെ കരയിലായിരുന്നു അവരുടെ വീട്. കാരപ്പമ്പ് തത്വപ്രകാശികയിൽ അധ്യാപികയായ മനയ്ക്കൽ കാളിയമ്മയെയാണ് അമ്മാവന്മാർ കല്യാണം കഴിച്ചത്. കാളിയമ്മയുടെ മനയ്ക്കൽ തറവാട്ടു വീട്ടിൽ ആണുങ്ങളാരും ഇല്ലാതെ വന്നപ്പോൾ രണ്ടമ്മാവന്മാരും കല്യാണത്തോടെ തിരുവണ്ണൂരിലെ സ്വന്തം തറവാട് വിട്ട് അങ്ങോട്ട് കുടിയേറുകയാണുണ്ടായത്. വാഗ്ഭടാനന്ദൻ തത്വപ്രകാശിക സ്കൂൾ സ്ഥാപിച്ച് അധികമായിരുന്നില്ല. വാഗ്ഭടാനന്ദ ഗുരുദേവരുടെ ശിക്ഷണ ത്തിൽ പഠിച്ചു വളർന്ന രുദ്രാണിക്ക് തത്വപ്രകാശികയിൽ വലിയൊരു ശിഷ്യ സമ്പത്തുണ്ടായിരുന്നു.

വരയ്ക്കൽ കടപ്പുറത്തിനടുത്ത് ബ്രിട്ടീഷ് സർക്കാർ പതിച്ചു കൊടുത്ത ആ കാട്ടുപ്രദേശത്തായിരുന്നു കണ്ണൂരിലെ ധർമ്മടം വിട്ട് അച്ഛൻ പൂഴിയിൽ തറവാട് പണിതത്. ആ സ്ഥലം തന്നെ പിന്നീട് പൂഴിയിൽ എന്നറിയപ്പെട്ടു. അവിടെ നിന്നും വെസ്റ്റ്ഹില്ലും ഈസ്റ്റ്ഹില്ലും കടന്നാൽ രുദ്രാണിയുടെ വീട്ടിലെത്തും. അമ്മയോടൊപ്പമുള്ള ആ യാത്രകളാണ് എന്നെ വാഗ്ഭടാനന്ദനിലേക്കെത്തിച്ചത്.

“ഉണരുവിനഖിലേശ്വരനെ
സ്മരിപ്പിൻ.
ക്ഷണമെഴുന്നേൽപ്പിൻ
അനീതിയോടെതിർപ്പിൻ”

ആ ആഹ്വാനം കേട്ട് ഒരു ബ്രിട്ടീഷ് പട്ടാള ഉദ്യോഗസ്ഥന്റെ മകന് മനസ്സുകൊണ്ട് ഓടിയെത്താവുന്ന ദൂരത്തിന് പരിധിയുണ്ടായിരുന്നു. എന്നാൽ രുദ്രാണി എന്നെ പിടിച്ചുയർത്തി.

മനുഷ്യർക്ക് മനുഷ്യരായി വഴി നടക്കാനാവാത്ത ജാതിപ്പിശാചുക്കൾ നാട്ടുവാണിരുന്ന കാലമായിരുന്നു അത്. അത് ഓർക്കുക എന്നത് തന്നെ ഒരു വേദനയാണ്. അതൊരാളുടെ മാത്രം നീറ്റലല്ല, പലരുടെയുമാണ്.

തീയജാതിയുടെ തന്നെ പരിണാമത്തിലെ പല കൈവഴികൾ ഇടകലരുന്ന ഓർമ്മയാണ് പൂഴിയിൽ വീടിന്റേതും. അതിന്റെ വേരു ചികയൽ നുറുങ്ങിപ്പോയ കണ്ണാടി കൂട്ടിയൊട്ടിക്കുന്നത് പോലെ ബുദ്ധിമുട്ടേറിയ പണിയാണ്.

പത്തൊമ്പതാം നൂറ്റാണ്ടിലെ കോഴിക്കോട്ടെ തീയരുടെ ജീവിതത്തിന്റെ നേരനുഭവങ്ങൾക്ക് പല മുഖങ്ങളുണ്ട്. ഓർക്കുമ്പോൾ ചിതറിപ്പോയ പല കഷ്ണങ്ങളും വിട്ടു പോകും. തൊട്ടുടുത്തുണ്ടാകും. എന്നാൽ കാണാമറയത്തായിരിക്കും. അങ്ങിനെ വിട്ടുപോയവരുടെ ഓർമ്മകൾ കൂടി ചേർത്ത് മാത്രമേ അത് പൂർണ്ണമാക്കാൻ കഴിയൂ.

പണ്ട് കാലത്ത് കുടുംബങ്ങൾ പല കാരണത്താലും ജീവിച്ചു കൊണ്ടിരുന്ന പ്രദേശം വിട്ട് മറ്റിടങ്ങളിലേക്ക് കുടിയേറി താമസിച്ചിരുന്നതായി കാണാം. കൃഷി, കച്ചവടം, ഉദ്യോഗം, രോഗം, വിവാഹം തുടങ്ങി പല ആവശ്യങ്ങൾക്കുമായി പുതിയ മേച്ചിൽപ്പുറങ്ങൾ തേടാനുള്ള ഇച്ഛ മനുഷ്യരിൽ പണ്ടു മുതൽക്കേ ഉണ്ട്. സ്വന്തം മണ്ണ് തേടിയുള്ള കുടിയേറ്റങ്ങളും യുദ്ധവും മലബാർ കലാപവും വെള്ളപ്പൊക്കങ്ങളുമൊക്കെ പലതരം പലായനങ്ങൾക്ക് വഴിയൊരുക്കിയിട്ടുണ്ട്.

കണ്ണൂരിൽ നിന്നും ബ്രിട്ടീഷ് സൈന്യം വഴി കോഴിക്കോട്ടേക്ക് കുടിയേറി വന്നതാണ് അച്ഛൻ. കണ്ണൂരും കോഴിക്കോട്ടുമായി ഇപ്പോൾ വലിയ അംഗസംഖ്യയുള്ള വിഭാഗമാണെങ്കിലും പൂഴിയിൽ തറവാടിനെക്കുറിച്ചും പൂർവ്വികന്മാരെ സംബന്ധിച്ചും കൃത്യമായ വിവരങ്ങൾ അറിയുന്ന വളരെ ചുരുക്കം പേരേ ഇപ്പോൾ ജീവിച്ചിരുപ്പുള്ളൂ. രണ്ടോ മൂന്നോ പേർ. ഇവർക്കും തന്നെയും പല വിവരങ്ങളും ഓർമ്മയില്ലാതെയാണിരിക്കുന്നത്. ഇവരുടെയൊക്കെ അഭാവകാലത്ത് തറവാടിന്റെ ചരിത്രം ഒരിക്കലും അറ്റം കാണാനാത്ത ഒന്നായായിരിക്കും പറഞ്ഞു കേൾക്കുക. തുടക്കവും ഒടുക്കവും കൂട്ടിയിണക്കാനാവാതെ കേൾക്കുന്നവർ കുഴയും.

എല്ലാ തറവാട്ടുകളുടെയും കഥയാണിത്. മരിച്ചു കഴിയുന്നതോടെ എല്ലാവരും മറവിയുടെ കഥകളായി മാറുന്നത് തടയാൻ ആർക്കും കഴിയില്ല. ഈ കുതിപ്പിൽ വീഴും മുമ്പ് ഓർമ്മകളുടെ കൂടമാറ്റം നടത്തുക യെന്നതാണ് ആത്മവിദ്യ.

മറഞ്ഞു നിൽക്കുന്ന ജാതിപ്പിശാചിനെ കിളച്ചെടുക്കുക എന്നത് ദുഷ്കരമാണ്. അത് പല രൂപത്തിലും പല വേഷത്തിലും ജീവിതത്തിൽ പറ്റിക്കിടക്കും.

കുട്ടികൾക്കറിയില്ല അവർക്ക് ഇപ്പോൾ കൈവന്നിരിക്കുന്ന ഈ ലോകം ഏതെങ്കിലും ഒരെളുപ്പ വഴിയിലൂടെ ഓടിയെത്തിയ ഇടമല്ല എന്ന്. തീയർക്ക് വഴിനടക്കാൻ പോലുമാകാത്ത ഒരു കാലം ഇവി ടെയുണ്ടായിരുന്നു. അതത്ര വിദൂരത്തൊന്നുമല്ല. ഞങ്ങളുടെ കുട്ടിക്കാല മായിരുന്നു അത്.

അച്ഛനമ്മമാരിട്ട "ആണ്ടി" എന്ന പേര് എനിക്കെന്നും ഒരു അപമാനമായി തോന്നിയിരുന്നു. അച്ഛച്ഛന്റെ പേരാണ് എനിക്കിട്ടത്. അതിലെന്തോ ജാതിയുടെ ചാപ്പ കുത്തൽ ഞാനെന്നും അനുഭവിച്ചു.

"എങ്കിൽ എന്തിനാ ഭാരം ചുമക്കണം. നമുക്ക് പുതിയ പേരിടാം. ഞാനിനി ഭാസ്കരൻ എന്ന് വിളിക്കാം. ഇനി ആണ്ടി എന്ന് വേണ്ട."

കടപ്പുറത്തെ പൂഴിയിലെഴുതുന്നത് മായ്ക്കുന്നത്ര ലാഘവത്തോടെ രുദ്രാണി എന്റെ പേര് തിരുത്തി.

"ഇത്രയേ ഉള്ളൂ. മനസ്സുകൊണ്ട് സ്വാതന്ത്ര്യം കൈവരിക്കാനാണ് ആദ്യം പഠിക്കേണ്ടത്. നമ്മളൊരു വെള്ളക്കാരുടെ അടിമകളല്ല."

അവൾ പഠിപ്പിച്ചു.

"എല്ലാ വെള്ളക്കാരെയും മനസ്സിൽ നിന്നും ഇറക്കിവച്ചേക്ക്. ജാതി ഭൂതങ്ങളെ നമുക്ക് കുപ്പിയിലടച്ച് അറബിക്കടലിലൊഴുക്കാം."

ഭാരങ്ങൾ ഇറക്കി വച്ച് ഞാൻ ലോകത്തേക്കിറങ്ങി. ഞാൻ ഭാസ്ക രനായി.

ജാതി

'അയിത്ത' ജാതിക്കാരോട് സവർണ്ണർ അനുവർത്തിച്ച വന്നിരുന്ന ശല്യതകൾ നിരവധിയായിരുന്നു. മാവേലി നാടൊക്കെ പാട്ടിലേ ഉണ്ടായിരുന്നുള്ളൂ. മനുഷ്യരെ മനുഷ്യരായി കാണാതെ സ്വഭാവഹത്യ ചെയ്യുന്ന ദുരാചാരങ്ങൾ നാട് വാണു.

'കേരളം ഒരു ഭ്രാന്താലയം' എന്ന് സ്വാമി വിവേകാനന്ദനെക്കൊണ്ട് വിളിപ്പിച്ച ദുരാചാരകോട്ടകൾ പൊളിച്ചെടുക്കാൻ എത്രയോ സമരങ്ങൾ വേണ്ടി വന്നിട്ടുണ്ട്. അയ്യങ്കാളിയും ശ്രീനാരായണ ഗുരുവും ഡോ. പല്പവും കുമാരനാശാനും ഈ മാറ്റത്തിന്റെ മാർഗ്ഗദർശികളായിരുന്നു. അതാണ് വാഗ്ഭടാനന്ദനിൽ എത്തിയത്.

രാജ്യത്ത് നിലനിന്നിരുന്ന പല ആചാരങ്ങളും പേടിപ്പെടുത്തുന്നതും മനുഷ്യർ മനുഷ്യരോട് കാട്ടുന്ന കൊടിയ നീചത്വത്തിനും തെളിവായിരുന്നു. ബ്രാഹ്മണ സ്ത്രീകൾക്ക് മാത്രമേ പതിവ്രതാ ധർമ്മം (ഏക പതീവ്രതം) പാടുണ്ടായിരുന്നുള്ളൂ. അതനുസരിച്ച് ബ്രാഹ്മണ യുവതികൾ ഋതു ആവുന്നതിന് മുമ്പ് വേളി (വിവാഹം) കഴിക്കണം. ഋതുമതിയായ ശേഷം വേളി കഴിക്കുക നിഷിദ്ധമായിരുന്നു. അതിനാൽ 10, 11 വയസ്സിനുള്ളിൽ വേളി കഴിക്കുക പതിവായിരുന്നു. പിഞ്ചു പ്രായത്തിൽ വേളി കഴിച്ച വരൻ മരിച്ചാൽ ഭർത്താവിന്റെ ശവശരീരം ദഹിക്കുമ്പോൾ ഭാര്യ (ഈ പിഞ്ചു കുട്ടി) എരിയുന്ന ആ ചിതയിൽ സ്വയം ചാടി കൂടെ ദഹിക്കണം. എങ്കിലേ സ്ത്രീയ്ക്ക് മോക്ഷമുള്ളൂ എന്നാണ് ആചാരം. ഇങ്ങിനെയാകുന്നു പാതിവ്രതാ ധർമ്മത്തിന്റെ പര്യവസാനം. ഇതിന് വല്ല സ്ത്രീകളും വിസമ്മതം കാണിച്ചിരുന്നാൽ ബലം പ്രയോഗിച്ചും അവരുടെ കൈകാലുകൾ ബന്ധിച്ചു എരിയുന്ന ചിതയിൽ തള്ളുക എന്നതാണ്

പതിവ്. ഇതിന് ഒടന്തടിചാട്ടം എന്നായിരുന്നു പറഞ്ഞിരുന്നത്. ഈ നീചകൃത്യം ഉത്തരേന്ത്യയിലായിരുന്നു സാധാരണമായിരുന്നത്. ഇത്തരം ആചാരങ്ങൾ നിയമങ്ങൾ തന്നെയായിരുന്ന കാലത്താണ് ബ്രിട്ടീഷ് ഭരണം ഇന്ത്യയിലെത്തുന്നത്.

രാജാറാം മോഹന്റായിയുടെ നേതൃത്വത്തിൽ നടന്ന പ്രക്ഷോഭങ്ങൾ സതി അവസാനിപ്പിക്കുന്ന നിയമത്തിന് വഴിയൊരുക്കിയെങ്കിലും ഗോപ്യമായി ഒടന്തടിചാട്ടം ചെയ്തു വന്നിരുന്നവർ പിന്നെയും അത് തുടർന്നു. ഒടുവിൽ ഒടന്തടിചാട്ടം അസാധ്യമാണെന്നു വന്നതോടെ ഭർത്താവ് മരിച്ചാൽ ഭാര്യയെ തലമുണ്ഡനം ചെയ്ത്, തലയിലും മുഖത്തും പുള്ളി കുത്തി മുഖം വികൃതമാക്കി ആയുഷ്കാലം മുഴുവനും വിധവയായിരുന്ന് മരിയ്ക്കാൻ നടതള്ളിപ്പോന്നു. ഈ നിയമം പിഞ്ചു യുവതികൾ പോലും ആചരിക്കണമായിരുന്നു.

ബ്രാഹ്മണ സ്ത്രീകൾക്കു പുനർവിവാഹം അനുവദിച്ചിരുന്നില്ല. പക്ഷേ പുരുഷന്മാർക്ക് എത്ര വേണമെങ്കിലും ആവാമായിരുന്നു. ഇതും പുരുഷന്മാർക്ക് വേണ്ടി പുരുഷന്മാരാൽ ഉണ്ടാക്കിയ നിയമമായിരുന്നു എന്ന് പറയേണ്ടതില്ല.

നരബലിയായിരുന്നു നിലനിന്നിരുന്ന മറ്റൊരു ദുരാചാരം. ഈ മഹാപാതകം ബ്രാഹ്മണരുടെ ഇടയിലല്ല നടപ്പുണ്ടായിരുന്നത്. ഇതര ഹിന്ദുക്കളായിരുന്നു ഇതാചരിച്ചു വന്നിരുന്നത്.

ബാലന്മാരുടെ കഴുത്തറുത്ത് ആ രക്തം കൊണ്ട് കാളിയുടെ ബിംബത്തിൽ അഭിഷേകം ചെയ്യുന്നതാണ് നരബലി. ഇങ്ങിനെ ചെയ്തിരുന്നാൽ സർവ്വവിധ അഭീഷ്ടങ്ങളും സാധിക്കുമെന്നാണ് ആചാരം അനുഷ്ഠിക്കുന്നവർ വിശ്വസിച്ചു പോന്നത്. പിതാവ് സ്വന്തം പുത്രനെ കഴുത്തറുത്ത് ബലി കഴിച്ചതായും വിവരമുണ്ട്. ഉത്തരേന്ത്യയിലായിരുന്നു ഇത് പ്രബലമായി നടന്നിരുന്നത്. തിരു കൊച്ചിയിലും അപൂർവ്വമായി നടന്നിരുന്നു എന്ന് കേട്ടിട്ടുണ്ടിട്ടുണ്ട്.. പക്ഷേ മലബാറുകാർ ഈ നീചകൃത്യത്തിൽ ഏർപ്പെടുന്നതിൽ നിന്ന് മിക്കവാറും ഒഴിവായിരുന്നു.

ബ്രിട്ടീഷുകാരിൽ നിന്നും ഇന്ത്യക്ക് സ്വാതന്ത്ര്യം കിട്ടുന്നത് വരെയും അയിത്ത ജാതിക്കാർക്ക് - തീയ്യ ജാതിക്കും, തീയ്യരിൽ താണവരാണെന്നും ആചാരാധികാരം നിശ്ചയിച്ചു വന്നിരുന്ന ജനവിഭാഗത്തിനും "ഹിന്ദു" ദേവന്മാരുടെയോ ദേവിമാരുടെയോ പേരുകൾ ഇടാനോ അഥവാ അവരെ അങ്ങിനെ വിളിക്കാനോ പാടുണ്ടായിരുന്നില്ല. ഇതായിരുന്നു സവർണ്ണരുടെ നിശ്ചയം. കേരളത്തിലെ സവർണ്ണരിൽ നായർ, മേനോൻ, നമ്പിയാർ, അടിയോടി, കുറുപ്പ്, പണിക്കർ, കിടാവ് മുതലായവർ സവർണ്ണർ സ്ഥാനം സ്വയം സ്വീകരിച്ചിരിക്കുകയായിരുന്നു. പക്ഷേ

നമ്പൂതിരിമാർ അത് വകവച്ച് കൊടുത്തിരുന്നില്ല. മുകളിൽ വിവരിച്ചതായ വർഗ്ഗക്കാർ ആചാര നിയമപ്രകാരം ശൂദ്രന്മാരിൽ പെട്ടവരാകുന്നു എന്ന് അവർ നിശ്ചയിച്ചതിനാലാണിത്.

ശൂദ്രനെ തൊട്ടാൽ നമ്പൂരി അശുദ്ധമായി. ഉടനെ കുളിച്ച് അശുദ്ധം നീക്കണം. നായർ സ്ത്രീകൾ നമ്പൂതിരിയുടെ ഭാര്യാ പദം സ്വീകരിക്കുന്നുണ്ടെങ്കിലും അതിൽ ജനിച്ച കുഞ്ഞിന് നമ്പൂതിരിയുടെ മടിയിൽ ഇരിക്കാൻ പാടില്ല. അച്ഛാ എന്ന് വിളിക്കാൻ അർഹതയില്ല.

നമ്മുടെ പൂർവ്വികരുടെ പേരുകൾ തന്നെ ഇവിടെ നിലനിന്ന പ്രാകൃതമായ ജാതി ബോധത്തിന്റെ തെളിവാണ്. താണ ജാതി പുരുഷന്മാർ കൊറമ്പൻ, ചെക്കിണി, ഒണക്കൻ, പറങ്ങോടൻ എന്നിങ്ങിനെയായിരുന്നു. സ്ത്രീ വിഭാഗം : കാക്കി, പച്ചില, കൊറമ്പി എന്നിങ്ങനെയും. നായന്മാർക്കും ദേവന്മാരുടെ പേരുകൾ ഇടാനും വിളിക്കാനും പാടില്ലാത്ത പ്രദേശങ്ങൾ കേരളത്തിൽ ഉണ്ടായിരുന്നു. ഈ വിലക്ക് നമ്പൂതിരിമാരുടെതായിരുന്നു. നമ്പൂതിരി ഇല്ലങ്ങൾക്ക് സമീപവാസികളായിരുന്ന നായന്മാർ പണ്ടു തന്നെ ദേവന്മാരുടെ പേരുകൾ ഇടാറും വിളിക്കാറുമില്ല. കാരണം നായന്മാർ സ്ത്രീകളടക്കം നമ്പൂരി ഇല്ലകളിലും പരിസരങ്ങളിലും ജോലി ചെയ്ത് ജീവിതം കഴിക്കുന്നവരായിരിക്കും. അതിനാൽ നായന്മാർക്കും പ്രത്യേക പേരുകൾ ഉണ്ടായിരുന്നു. പുരുഷവിഭാഗം: ചാപ്പുണ്ണി, കണ്ടർ, എരേച്ചൻ, പങ്കുണ്ണി ഇങ്ങിനെ തുടരുന്നു.

സ്ത്രീ വിഭാഗം : ചെറാത, ചിരുതേയി, ഇട്ടിത്തേയി ഇങ്ങിനെ തുടരുന്നു.

നമ്പൂരി വിളിക്കുമ്പോൾ നായർ എന്ന വാല് ഉപയോഗിക്കാറില്ല. നമ്പൂരി സവർണ്ണൻ ആയതിലാണത്. നായന്മാർക്ക് ഇടുന്നതിനും വിളിക്കുന്നതിനുള്ള പേരുകൾ തീയ്യർ മുതലായവർക്ക് ഇടാനോ വിളിക്കാനോ അനുവദിച്ചിരുന്നില്ല.

ജാതിക്കുശ്ശിമ്പ് ആളുകൾ താമസിക്കുന്ന ഭവനങ്ങൾക്കും ബാധകമായിരുന്നു. അതായത് നമ്പൂരി താമസിക്കുന്നതിന് മന എന്നും ഇല്ലം എന്നും നായന്മാർ താമസിക്കുന്നതിന് വീട് എന്നും തീയ്യൻ താമസിക്കുന്നതിന് പുര എന്നും മാപ്പളതാമസിക്കുന്നതിന് കുടി എന്നും പാണർ മുതലായവർ താമസിക്കുന്നതിന് മാടം എന്നും മറ്റുള്ളവർ താമസിക്കുന്നതിന് ചാള എന്നുമായിരുന്നു നിശ്ചയിച്ചിരുന്നത്.

നമ്പൂരി താമസിക്കുന്ന മന, ഇല്ലം എന്നിവ തമ്മിൽ സ്വല്പം വ്യത്യാസമുണ്ട്. മന എന്നത് ധനാഢ്യനായ നമ്പൂരി താമസിക്കുന്നതും ഇല്ലം എന്നത് ചെറുകിട ധനവാനായ നമ്പൂരി താമസിച്ചിരുന്നതുമായിരുന്നു. (ആഴ്വാഞ്ചേരി മന, പൂവുള്ളി മന മുതലായ മനകൾ). പക്ഷേ എല്ലാ നമ്പൂരിമാരും ഒരേ ഇനത്തിൽപ്പെട്ട ആഢ്യ ബ്രാഹ്മണർ തന്നെയാകുന്നു. അതിനു വ്യത്യാസമില്ല.

നമ്പൂരി ഇല്ലങ്ങൾ ഇല്ലാത്ത പ്രദേശത്തെ നായന്മാർ ദേവന്മാരുടെ പേരുകൾ ഉപയോഗിച്ച വന്നിരുന്നു. കൃഷ്ണൻ നായർ, ഗോവിന്ദൻ നായർ, നാരായണൻ നായർ, ഉണ്ണിരാമൻ നായർ ഇങ്ങിനെ. എന്നാൽ ഇവർ വല്ല ആവശ്യാർത്ഥവുമായി നമ്പൂരിയുടെ ഇല്ലത്ത് വന്നിരുന്നാൽ കൃഷ്ണൻ നായരെ കിണ്ണാ എന്നും ഗോവിന്ദൻ നായരെ കോന്താ എന്നും നാരായണൻ നായരെ നാണാ എന്നും ഉണ്ണിരാമൻ നായരെ ഉണ്ണാമാ എന്നും ആയിരുന്നു നമ്പൂരി വിളിച്ച വന്നിരുന്നത്.

പഴയ കാലത്തെ നിരവധി അനാചാരങ്ങളും ദുരാചാരങ്ങളും കാലത്തിന്റെ ഒഴുക്കിൽപ്പെട്ട് തകിടം മറിഞ്ഞു വരികയാണ് എന്നത് വലിയ ആശ്വാസം തന്നെ. അക്കാലത്തെ ദുരവസ്ഥകൾ മിക്കതും ഇപ്പോൾ പലരും പറഞ്ഞാൽ പോലും അറിയാത്തതും ഇപ്പോഴത്തെ ചെറുപ്പക്കാർക്ക് വിശ്വസിക്കാൻ പോലും പ്രയാസം തോന്നുന്നതുമാണ്. എന്നാൽ അത്തരം പരദ്രോഹങ്ങൾ കേരളത്തിൽ മഹാഭൂരിപക്ഷം അവർണ്ണരും നിത്യദു:ഖത്തോടെ അനുഭവിച്ച വന്നിരുന്നതും അനുഷ്ഠിയ്ക്കാൻ നിർബന്ധിതരുമായിരുന്നു.

സവർണ്ണർ അവരുടെ ആവശ്യത്തിനായി അവർണ്ണരെ രണ്ടാം തരവും മൂന്നാം തരവുമായ ഭ്രഷ്ടന്മാരാക്കി ആചരിച്ചും ആചരിപ്പിച്ചും വന്നു. മാത്രമല്ല, അയിത്തം നിമിത്തം മനുഷ്യന് മനുഷ്യനെ അടുത്തുകൂടാ എന്ന് നിശ്ചയിച്ച ഒരു മഹാപാതകം തന്നെ അവർ സൃഷ്ടിച്ചു.

കുമാരനാശാൻ പാടി:

"നരനു നരനശുദ്ധ വസ്തുപോലും
ധരയിൽ നടപ്പതു തീണ്ടലാണു പോലും
നരകമിവിടമാണ് ഹന്ത, കഷ്ടം!
ഹര! ഹര ഇങ്ങിനെ വല്ലനാട്ടുമുണ്ടോ!"

തീയ്യർക്കും മറ്റ് അയിത്ത ജാതിക്കാർക്കും പൊതുവഴിയിലൂടെ യഥേഷ്ടം സഞ്ചരിക്കുവാൻ സാധിച്ചിരുന്നില്ല. വഴിയിൽ വച്ച് നായർ അയിത്തക്കാരനെ കണ്ടിരുന്നാൽ

"ഹാ" എന്ന് ഉച്ചത്തിൽ ശബ്ദമുണ്ടാക്കും. ഇതിന്റെ അർത്ഥം നായർ ശുദ്ധം മാറിയിട്ടില്ല, അയിത്തക്കാർ അകന്നു പോകണം അല്ലെങ്കിൽ തെറ്റി നിൽക്കണം : ഇതായിരുന്നു നിയമം. ഇങ്ങിനെ തെറ്റി നിന്നു കൊടുക്കുക കാരണത്താൽ അവർണ്ണന് നിശ്ചയിച്ച ദിക്കിൽ സമയത്തിന് എത്തിച്ചേരുവാൻ സാധിച്ചിരുന്നില്ല.

ഒരു തീയ്യൻ അറിയാതെ, അബദ്ധത്തിൽ പതിനാലു വാര അടുത്തു പോയാൽ നായർ അശുദ്ധമായി.ഇങ്ങിനെ അടുത്തു പോയിരുന്നാൽ ചിലപ്പോൾ നല്ല അടിയും കിട്ടും. ഇതിന്റെ പ്രതിവിധിക്കായി നായർ

ഇരുപത്തെട്ട് പ്രാവശ്യം വെള്ളത്തിൽ മുങ്ങണം. എങ്കിലേ ശുദ്ധി വരികയുള്ളൂ. അതിനാൽ ഒരു തീയൻ പൊതുവഴിയിൽ നിന്നോ അല്ലാത്ത സ്ഥലത്ത് നിന്നോ സവർണ്ണർക്ക് ഇത്ര വാര അകലെ നിന്നു കൊട്ടുക്കണം. പുലയൻ അതിലും കൂടുതലും പറയന് അതിലും കൂടുതലും നായാടിക്കുണ്ടന് നോക്കിയാൽ കാണാത്ത ദൂരത്തിലും നിൽക്കണം. പുറത്തിറങ്ങി നടക്കാനുള്ള ശല്യം കാരണം നായാടിക്കുടന്മാർ സാധാരണയായി വെളിയിൽ ഇറങ്ങി സഞ്ചരിക്കാറില്ല. മലമുകളിലും കാടുകളിലുമാണ് അവരുടെ വിഹാര സ്ഥലവും വാസവും. വല്ലപ്പോഴെങ്കിലും വല്ല ആഹാര സാധനങ്ങളും വാങ്ങാനായി വെളിയിൽ വരുമ്പോൾ നായാടി വരുന്നു എന്ന് പറഞ്ഞ് വലിയ ശബ്ദത്തോടെയാണ് വരിക പതിവ്. സാധനം വല്ലതും വാങ്ങാനായി മാപ്പിളമാരുടെ പീടികയിലാണ് വരിക. അതും രാത്രിയിൽ. പീടികയിൽ നിന്നു സാധനങ്ങൾ വാങ്ങുന്നതിനിടയിലും നായാടി ഉണ്ടെന്ന് മാപ്പിളമാർ വിളിച്ചു പറഞ്ഞു കൊണ്ടേയിരിക്കണം. അങ്ങിനെ വേണമെന്നാണ് നിശ്ചയം. നിയമം.

അയിത്തമായാൽ കണ്ണുകൾ പൊട്ടിപ്പോകുമെന്നാണ് പറഞ്ഞിരുന്നത്. സവർണ്ണ അമ്മമാർ തങ്ങളുടെ സന്താനങ്ങളെ പിഞ്ചു പ്രായത്തിലെ ഇങ്ങിനെ ഉപദേശിച്ചു വരിക പതിവായിരുന്നു.

"ചെറുപ്പകാലങ്ങളിലുള്ള ശീലം
മറക്കുമോ മാനുഷനുള്ള കാലം"

എന്ന ചൊല്ല് നടപ്പിലാക്കാൻ ആചാരങ്ങൾ കുട്ടിക്കാലത്തെ പിടിച്ചു മുറുക്കി.

തീയ്യർക്ക് പുലയനെ അയിത്തം. പുലയന് പറയനെ അയിത്തം. പറയന് നായാടിക്കുണ്ടനെ അയിത്തം. വിചിത്രമായിരുന്ന ഒരു കാലഘട്ടമായിരുന്നു അത്. ശരിക്കും വിവേകാനന്ദൻ വിശേഷിപ്പിച്ച ഭ്രാന്താലയത്തേക്കാൾ ഭയാനകം.

മലബാറിൽ ഒരു കാലത്ത് സ്കൂളുകളും കോളേജുകളും ഉണ്ടായിരുന്നില്ല. ഒന്നോ രണ്ടോ നഗര പ്രദേശത്ത് അഞ്ചോ ആറോ തരം വരെ മാത്രം പഠിപ്പുണ്ടായിരുന്നുള്ളൂ. അവയിൽ തന്നെ ഇംഗ്ലീഷ് പഠനം ഉണ്ടായിരുന്നില്ല. പ്രാദേശിക ഭാഷയും മലയാള കണക്കുകളും മാത്രമേ ഉണ്ടായിരുന്നുള്ളൂ.

പണ്ട് ക്രിസ്ത്യൻ മിഷനറികളായിരുന്നു സ്കൂൾ സ്ഥാപിച്ചിരുന്നത്. പക്ഷേ സ്കൂളുകളുടെ സ്ഥാനത്ത് എഴുത്തുപള്ളി അഥവാ പള്ളിക്കൂടം ആയിരുന്നു. അതും വിരളമായിരുന്നു. അതു തന്നെ സവർണ്ണർ അവരുടെ കുട്ടികളെ പഠിപ്പിക്കാൻ അവരുടെ ചിലവിന്മേൽ ഉണ്ടാക്കിച്ച് പഠിപ്പിക്കുവാൻ കുടുപ്പൊട്ടന്മാരെ നിശ്ചയിക്കുകയായിരുന്നു പതിവ്. കുടുപ്പൊട്ടന്മാർ

എന്നായിരുന്നു പഠിപ്പിക്കുന്നവരെപ്പറ്റി പറഞ്ഞു വന്നിരുന്നത്. അവർ പഠിപ്പിക്കുന്ന കാര്യത്തിൽ വലിയ സമർത്ഥന്മാരായതിനാലാണ് കടു പ്പൊട്ടന്മാർ എന്ന പേര് സിദ്ധിച്ചത്.

എഴുത്തച്ഛൻ വർഗ്ഗത്തിൽ പെട്ടവരായിരുന്നു കടുപ്പൊട്ടന്മാർ. ഈ കൂട്ടർ അക്കാലത്ത് വള്ളുവനാട് താലൂക്കിലായിരുന്നു ഭൂരിപക്ഷവും നിവസിച്ചിരുന്നത്. കുട്ടികളെ വിദ്യാഭ്യാസം ചെയ്യിക്കുകയായിരുന്നു അവരുടെ പതിവ്. മലബാറിൽ മാത്രമല്ല കേരളം മുഴുവനും അവർ ഈ തൊഴില് ചെയ്തു പോന്നു.

മലബാറിൽ അക്കാലത്ത് രണ്ടു തരം എഴുത്ത് പള്ളികൾ ഉണ്ടായി രുന്നു. ഒന്ന് നായർ കുട്ടികൾക്കും മറ്റൊന്ന് തിയ്യ കുട്ടികൾക്കും. പക്ഷേ തിയ്യർക്ക് എഴുത്തുപള്ളി തുടങ്ങണമെങ്കിൽ നായന്മാരുടെ അനുവാദം വേണം. തീയ്യ കുട്ടികൾക്ക് പഠിക്കുന്ന കാര്യത്തിൽ തടസ്സം ഇനിയുമു ണ്ട്. അതിൽ പഠിക്കണമെങ്കിൽ നായരുടെ വാക്കാലോ ചില ദിക്കിൽ രേഖാമൂലമോ അനുവാദം വേണം. എങ്കിലേ എഴുത്തച്ഛൻ പഠിപ്പിക്കൂ. ഇങ്ങിനെ വേണമെന്നാണ് നിശ്ചയം.

തടസ്സം തീർന്നില്ല. ഏതെല്ലാം തീയ്യന്റെ കുട്ടികളെയാണ് പഠിപ്പിക്കേ ണ്ടതെന്ന് സവർണ്ണൻ തീർച്ചയാക്കേണ്ടതായിരുന്നു. തീയ്യ കുട്ടികളെ എല്ലാവരെയും പരക്കെ പഠിപ്പിക്കുവാൻ അവർ അനുവദിച്ചിരുന്നില്ല. ഇത്തരം തടസ്സങ്ങൾ നിമിത്തം അക്കാലത്ത് തീയ്യർ ബഹുഭൂരിപക്ഷവും പഠിക്കുവാൻ ആഗ്രഹിച്ചിരുന്നില്ല. പഠിച്ചിരുന്നുമില്ല. എഴുത്തുപ്പള്ളിയിൽ എഴുതിയിരുന്നത് കടലാസിലായിരുന്നില്ല. കരിമ്പന ഓലയിലായിരുന്നു (എഴുത്തോല). അതിൽ എഴുതുവാൻ എഴുത്താണി, നാരായം എന്നി വയുണ്ടായിരുന്നു. അൻപത്തൊന്ന് അക്ഷരങ്ങൾ പഠിയുന്നത് വരെ പൂഴിയിലാണ് എഴുതുക. ഇതിന് നിലത്തെഴുത്ത് എന്നാണ് പറയുക. നിലത്തെഴുത്ത് പഠിക്കുന്നത് വരെ ഓരോ കുട്ടിയും നാളികേരത്തിന്റെ ചിരട്ട ഉണ്ടാക്കി അതിൽ മണൽ കൊണ്ടു വരണം. വൈകുന്നേരം എഴുത്ത് നിറുത്തുമ്പോൾ മണൽ തൊണ്ടിൽ തന്നെ തിരികെ നിറയ്ക്കണം. നിലത്തെഴുത്ത് വശമായാൽ പിന്നീട് കൂട്ടി വായന. മൂന്നും നാലും അക്ഷ രങ്ങൾ കൂട്ടി വായിക്കുക. പഠിക്കുന്നതനുസരിച്ച് ഓലയിൽ പകർത്തി എഴുതണം. ഇതിന് വരയ്ക്കുക എന്നായിരുന്നു പറഞ്ഞിരുന്നത്. കൂട്ടി വായന വശമായതിനു ശേഷം ഇഷ്ടത്തിനനുസരിച്ച് രൂപം, കാവ്യം, ശ്രീരാമോദന്തം, കണക്ക് മുതലായവ പഠിക്കാം.

കോഴിക്കോട്ടെ സാമൂതിരി സ്കൂളിലും കോളേജിലും അയിത്തജാ തിക്കാർക്ക് പ്രവേശനം ഉണ്ടായിരുന്നില്ല. സാമൂതിരി കോളേജിൽ ഇംഗ്ലീഷ് ലക്ച്ചർ ആയിരുന്ന ഗണപതി റാവു അയിത്ത ജാതിക്കാർ ക്ക് കോളേജിൽ പ്രവേശനം അനുവദിക്കാത്ത കാരണത്താലാണ്

തൽസ്ഥാനം ഒഴിഞ്ഞ് ചാലപ്പുറത്ത് ഗണപത് സ്കൂൾ സ്ഥാപിച്ചത്. ഇവിടെ പഠിക്കുവാൻ എല്ലാ ജാതിക്കാരെയും അനുവദിച്ചു. ആ കാലഘട്ടത്തിൽ തന്നെ നഗരപ്രദേശത്ത് കൃസ്ത്യൻ മിഷനറി വക സ്കൂളുകളും കോളേജുകളും സ്ഥാപിച്ചു. ഇവിടെയും എല്ലാ ജാതിക്കാർക്കും സ്വതന്ത്രമായി പഠിക്കുവാൻ അനുവാദമുണ്ടായിരുന്നു.

1858 ലാണ് ബ്രിട്ടൻ ഇന്ത്യയിൽ നേരിട്ട് ഭരണം ആരംഭിച്ചതെങ്കിലും കേരളത്തിൽ മാത്രമല്ല ഭാരതത്തിൽ മുഴുവനും ഭരണയന്ത്രം തിരിച്ചിരുന്നത് സവർണ്ണരായിരുന്നു. പഴയ ആചാരങ്ങളെല്ലാം അവർ നിയമം മൂലം അയിത്ത ജാതിക്കാരുടെ മേൽ അടിച്ചേല്പിക്കുകയാണുണ്ടായത്. ദീർഘദർശിയും മഹാകവിയുമായ കുമാരനാശാൻ കേരളത്തിലെ ഉച്ചനീചത്വം കണ്ടും കേട്ടും അനുഭവിച്ചും പൊറുതിമുട്ടി എഴുതിയ പാതയിലൂടെ മനുഷ്യ സമൂഹം പലായനം ചെയ്യുകയാണിപ്പോൾ.

ആശാൻ പാടി :

"മാറ്റുവിൻ ചട്ടങ്ങളെ സ്വയ,മല്ലെങ്കിൽ
മാറ്റുമതുകളീ നിങ്ങളെത്താൻ".

സവർണ്ണജാതിക്കാർ പിടിമുറുക്കിയിരുന്നത് കൊണ്ടു തന്നെ അവർണ്ണർക്ക് ഒരിക്കലും ഭരണത്തിൽ പങ്കാളിത്തം അനുവദിച്ചിരുന്നില്ല. നാട്ടുരാജാക്കന്മാരുടെ ഭരണം ഉൾപ്പെടെ ഭാരതത്തിൽ ഒട്ടുക്കും ഇതു തന്നെയായിരുന്നു അനുഭവം. സവർണ്ണരെപ്പോലെ ഈ മണ്ണിന്റെ മക്കളായ അവർണ്ണർക്ക് അതിന് അർഹതയില്ലെന്നായിരുന്നു സവർണ്ണരുടെ മനോഭാവം. അതു കൊണ്ട് തന്നെ അയിത്തജാതിക്കാർക്ക് സർക്കാർ ഉദ്യോഗം ലഭിക്കുക സാധ്യമല്ലായിരുന്നു. മദിരാശിയിൽ പോയി പഠിച്ചു വന്നിട്ടും ഡോ. പല്പുവിന് ഡോക്ടറായി പണിയെടുക്കാൻ തിരുവിതാംകൂർ വിട്ടു പോകേണ്ടി വരുന്ന സാഹചര്യം അങ്ങിനെ ഉണ്ടായിത്തീർന്നതാണ്.

കോഴിക്കോട്ട് മുൻസിപ്പാലിറ്റി ഭരണം ആരംഭിച്ച് പതിറ്റാണ്ടുകളോളം അയിത്തജാതിക്കാർക്ക് ഓഫീസിൽ ഉദ്യോഗ പ്രവേശനം ഉണ്ടായിരുന്നില്ല. തീയ്യർ മുതലായ അയിത്തജാതിക്കാർ മുൻസിപ്പാലിറ്റിയിൽ ബഹുഭൂരിപക്ഷം ഉണ്ടായിരുന്ന ഒരു ജനവിഭാഗമായിരുന്നുവെങ്കിലും അവരുടെ നേരെ ജാതിക്കോമരങ്ങൾ കണ്ണടയ്ക്കുകയാണുണ്ടായത്.

സവർണ്ണ രാജാക്കന്മാരുടെയും അവരുടെ കിങ്കരന്മാരുടെയും പരദ്രോഹം നിമിത്തം കേരളത്തിലെ അവർണ്ണരുടെ ജീവിതം തന്നെ അസാധ്യമായ കാലത്താണ് ജീവശ്വാസം മുട്ടിയ ജനതയിൽ നിരവധി പേർ മുസൽമാൻ, കൃസ്ത്യാനി മതങ്ങളിലേക്ക് ഓടി പോകാനുള്ള പരിതസ്ഥിതി ഇവിടെ ഉണ്ടായത്. 1921 ൽ മലബാർ കലാപത്തിലേക്ക്

നയിച്ച സംഘർഷങ്ങളിൽ ജാതി പല വേഷങ്ങളിൽ പണിയെടുത്തിട്ടുള്ളതായി കാണാം. വിശ്വാസം വിഷമായി പരിണമിച്ചാൽ പിന്നെ മനുഷ്യർ എന്തും ചെയ്യും. ജാതിയിൽ അതാണ് ചരിത്രം കണ്ടത്. അത് സമൂഹത്തെ വിഷലിപ്തമാക്കി. കൊലകൾ അത് സാധ്യമാക്കി. അതിന്റെ കറ കഴുകിക്കളയുകയെന്നത് ഒരു കഠിനയാത്രയാണ്.

“നിലപാടുകൾ കൈവിട്ടാൽ പിന്നെയെല്ലാം ഭൂതങ്ങൾ ഗ്രസിക്കും.”

രുദ്രാണി പറയുമായിരുന്നു.

യുദ്ധങ്ങൾ

പുറത്തെ യുദ്ധങ്ങളേക്കാൾ അകത്തെ യുദ്ധങ്ങൾ ചരിത്രം തിരുത്തിയെഴുതുകയായിരുന്നു. ഒന്നാം ലോകമഹായുദ്ധം പൊട്ടിപ്പുറപ്പെട്ടതോടെ ദേശീയ പ്രസ്ഥാനത്തിനാകെ ഒരു മരവിപ്പ് വന്നുമൂടി. യുദ്ധത്തിൽ ആർക്കൊപ്പം നിൽക്കുമെന്നതിനെച്ചൊല്ലി ദേശീയ പ്രസ്ഥാനത്തിനകത്തും തർക്കങ്ങളുണ്ടായിരുന്നു.

യുദ്ധമവസാനിക്കും മുമ്പ് തന്നെ 1917 ൽ റഷ്യയിൽ നടന്ന കമ്മ്യൂണിസ്റ്റ് വിപ്ലവം ലോകത്തെങ്ങുമുള്ള ദേശീയ സ്വാതന്ത്ര്യ പ്രസ്ഥാനങ്ങൾക്ക് വീണ്ടും ഊർജ്ജം പകർന്നു. ലോകത്തിലാദ്യമായി കമ്മ്യൂണിസ്റ്റ് പാർട്ടി അധികാരത്തിൽ വന്നത് എല്ലാ സാമ്രാജ്യത്വങ്ങളെയും എന്ന പോലെ ബ്രിട്ടനെയും ഒന്നുലച്ചു. ലോകം മുഴുക്കെ അതിന് ചലനങ്ങളുണ്ടായി. കൊടിയ ചൂഷണത്തിന്റെ സൂര്യനസ്തമിക്കാത്ത സാമ്രാജ്യങ്ങൾ ദുർബലമാകാൻ തുടങ്ങി. കമ്മ്യൂണിസ്റ്റ് വിപ്ലവത്തെപ്പോലെ ഒരു സാമൂഹ്യമാറ്റം ഭൂമുഖത്ത് വേറെ ഒരിടത്തുമുണ്ടായിട്ടില്ല. ഇതേ കാലഘട്ടത്തിൽ തന്നെയാണ് ഇന്ത്യയിലും കമ്മ്യൂണിസം പൊട്ടി മുളച്ചത്. എന്നാൽ ഇവിടെ കമ്മ്യൂണിസ്റ്റ് പാർട്ടികളുടെ പ്രധാന പരിമിതി അതിന്റെ അന്നത്തെ നേതാക്കളൊക്കെ സവർണ്ണരായിരുന്നു എന്നതായിരുന്നു.

1918ൽ ലോകയുദ്ധത്തിന് തിരശ്ശീല വീഴുമ്പോഴേക്കും ലോകം വലിയൊരു മാറ്റത്തിന് തയ്യാറെടുക്കുകയായിരുന്നു. കോളനി രാജ്യങ്ങളിൽ സ്വാതന്ത്ര്യത്തിനായി പൊരുതുന്ന ജനകീയ പ്രസ്ഥാനങ്ങൾ തഴച്ചു വളർന്നു. അവയെ ഒരു പാഠം പഠിപ്പിക്കുകയെന്ന ആസൂത്രിത ലക്ഷ്യമിട്ടായിരുന്നു

പഞ്ചാബിലെ ജാലിയൻ വാലാബാഗിൽ ബ്രിട്ടീഷ് സൈന്യം നടത്തിയ കൂട്ടക്കൊല. നൂറു കണക്കിന് സാധാരണക്കാർക്ക് ജീവൻ നഷ്ടമായി. രാജ്യം ഒന്നടങ്കം ബ്രിട്ടീഷ് ഭരണത്തിന്റെ നിഷ്ഠൂരതകൾക്കെതിരെ ഞെട്ടിയുണർന്നിരുന്നു. ആ കൂട്ടക്കൊല ലോക ചരിത്രത്തിൽ തന്നെ ബ്രിട്ടീഷ് പട്ടാളത്തിന്റെ കണ്ണിൽ ചോരയില്ലാത്ത നടപടിക്ക് തെളിവായിരുന്നു. രാജ്യവ്യാപകമായി തന്നെ പൊടുന്നനെ പൊട്ടിമുളച്ച നിസ്സഹകരണ പ്രസ്ഥാനം അതിനോടുള്ള നേരിട്ടുള്ള പ്രതികരണമായിരുന്നു.

"നാം സർക്കാറിനോട് എത്രത്തോളം സഹകരിക്കുകയും അവരെ പിൻതാങ്ങുകയും ചെയ്യുന്നുവോ അത്രത്തോളം നാം അവരുടെ കുറ്റങ്ങളിൽ പങ്കാളികളായിത്തീരുന്നു."

രാഷ്ട്രീയം ഗാന്ധിജിലൂടെ ആവേശിക്കുകയായിരുന്നു. അങ്ങിനെ കണ്ണു തുറപ്പിച്ച നേതാവ് മറ്റൊന്നില്ല. നിസ്സഹകരണത്തിന്റെ വഴിയിലൂടെ സ്വാതന്ത്ര്യത്തിന്റെ വഴി വെട്ടിത്തുറക്കുകയായിരുന്നു ഗാന്ധിജി.

തൊട്ടുപിറകെ വന്ന വെള്ളപ്പൊക്കമാണ് എന്റെ ജീവിതമാകെ തന്നെ മാറ്റി മറിച്ചത്. കനോലി കനാൽ പുഴയായി നിറഞ്ഞൊഴുകി. കാരപ്പമ്പിലെ അമ്മാവന്മാരുടെ വീട് വെള്ളത്തിൽ മുങ്ങി. രണ്ടമ്മാവന്മാരും അമ്മായിയും ആ വെള്ളപ്പാച്ചിലിൽ ഒലിച്ചുപോയി. രുദ്രാണിയെ വാഗ്ഭടാനന്ദ ഗുരുദേവരുടെ ശിഷ്യന്മാർ ഒരു തോണിയിൽ പൂഴിയിൽ വീട്ടിലെത്തിക്കുകയായിരുന്നു. എല്ലാം നഷ്ടപ്പെട്ട ഒരു ജീവച്ഛവമായ രുദ്രാണിയെ അമ്മ നെഞ്ചത്ത് കിടത്തി ചൂട് പകർന്നു.

കടലോരത്തായിരുന്നെങ്കിലും വരയ്ക്കലെ കുറച്ചുയർന്ന പ്രദേശത്തായത് കൊണ്ട് പൂഴിയിൽ പ്രദേശത്തെ വീട് വെള്ളത്തിൽ മുങ്ങിപ്പോകാതെ ഒറ്റപ്പെട്ട ഒരു തുരുത്തായി നിന്നു. കണ്ണെത്താത്ത ദൂരത്തോളം വെള്ളം മാത്രം. ദൂരെ അറബിക്കടലിരമ്പുന്നത് കാണാം. കേൾക്കാം. ആർക്കും പുറത്തിറങ്ങാനേ വയ്യ. വെള്ളപ്പൊക്കത്തിന്റെ തുടക്കത്തിൽ തന്നെ സൈന്യത്തിന്റെ സഹായം അച്ഛന് കിട്ടിയത് കാരണം എല്ലാവർക്കും പട്ടിണി കൂടാതെ കഴിയാനായി. കടൽ എപ്പോൾ വേണമെങ്കിലും ആ തുരുത്ത് വിഴുങ്ങും എന്നു തോന്നിപ്പിച്ച ദിവസങ്ങളായിരുന്നു ഓരോന്നും. വീടിന്റെ താഴത്തെ നിലയിൽ വരെ വെള്ളം കയറി. എല്ലാവരുടെയും ജീവിതം മുകളിലത്തെ ഒറ്റമുറിയിലായി. അടുപ്പുകൂട്ടുന്നതും കിടക്കുന്നതും എല്ലാം അവിടെത്തന്നെ. വിദ്യുച്ഛക്തി പൂർണ്ണമായും നിലച്ചിരുന്നു. രാത്രിയായാൽ ഇരുട്ട് മാത്രം. ലോകാവസാനമായി എന്നുറപ്പിച്ചു കഴിഞ്ഞു കൂടുകയായിരുന്നു എല്ലാവരും. മഴയും വെള്ളവുമല്ലാതെ എവിടെയും ഒന്നും കാണാനില്ല. കടലിരമ്പമല്ലാതെ ഒന്നും കേൾക്കാനില്ല. മരണം ഉറപ്പാക്കി എല്ലാവരും കൈകോർത്തു പിടിച്ചു.

ലോകം അവസാനിക്കുന്നത് പ്രളയങ്ങളിലാണ് എന്ന് കുട്ടിക്കാലത്ത് കേട്ട കഥകൾ ഓർത്തു വിറച്ചു. സമയമറിയാനാത്ത പേമാരിയിൽ എല്ലാം വിറങ്ങലിച്ചു നിന്നു. നിലാവറ്റ ഒരു രാത്രിയിൽ വീടിയൊകെ പിടിച്ചുകുലുക്കിയ ഒരു ഇടിമിന്നലിൽ രുദ്രാണി ഒരു കഥ പോലെ എന്റെ കൈകൾ മുറുകെ പിടിച്ചു. അവളുടെ ശ്വാസം എന്റെ ശ്വാസത്തിൽ തട്ടി അകത്തും മിന്നലുകൾ വിരിഞ്ഞു.

കടലിരമ്പം കേൾക്കാതെയായി. മഴയറിയാതെയായി. മരണമറിയാതെയായി. മുറപ്പെണ്ണിന്റെ കണ്ണിൽ ഞാനെന്നെ മറന്നു. മഴ ചോർന്നതും വെള്ളമിറങ്ങിയതും പിന്നെ ഞാനറിഞ്ഞതേയില്ല.

"ആണ്ടിക്ക് രുദ്രാണി മതി."

വെള്ളമിറങ്ങിയപ്പോൾ അമ്മ പറഞ്ഞു. മറ്റാരും ശരി വയ്ക്കാനില്ലായിരുന്നു.

നിസ്സഹകരണത്തിന്റെ സന്ദേശവുമായി കേരളത്തിന്റെ മണ്ണിലെത്തിയ ഗാന്ധിജി കോഴിക്കോട്ട് മരിച്ചു കിടന്ന കടപ്പുറത്ത് ഓരോ മണൽത്തരികളെയും ജീവൻവെപ്പിച്ചു. ഗാന്ധിജിയെ കാണുകയെന്നത് സ്വാതന്ത്ര്യത്തെ കാണുന്നത് പോലെയായിരുന്നു. ആ വാക്കുകൾ ഹൃദയങ്ങളിലേക്ക് പടർന്നു.

"ലോകമെങ്ങുമുള്ള വേദഗ്രന്ഥങ്ങൾ നമ്മെ പഠിപ്പിക്കുന്നത് നീതിയും അനീതിയും തമ്മിൽ യാതൊരു ഒത്തുതീർപ്പുമില്ല എന്നാണ്. നീതിമാനായ മനുഷ്യൻ നീതികെട്ട മനുഷ്യനോട് സഹകരിക്കുന്നത് പാപമാണ്. പൊതുജനാഭിപ്രായത്തിന് വഴങ്ങിക്കൊടുക്കുന്നതിന് സർക്കാറിനെ പ്രേരിപ്പിക്കുകയാണ് നമ്മുടെ ലക്ഷ്യമെങ്കിൽ നാം നിസ്സഹകരണത്തിന്റെ മഹത്തായ മാർഗ്ഗം കൈക്കൊള്ളുക തന്നെ വേണം."

നിസ്സഹകരണത്തിന്റെ ഊർജ്ജം മനസ്സിലേറ്റിയാണ് മടങ്ങിയത്. ദേശീയ പ്രസ്ഥാനവും കോൺഗ്രസ്സും ഖിലാഫത്തും ശ്രീനാരായണ ധർമ്മ പരിപാലന യോഗവും നിസ്സഹരണ പ്രസ്ഥാനവും എല്ലാം കൂടിക്കുഴഞ്ഞ് സ്വാതന്ത്ര്യ സമരം പച്ചപിടിച്ചു വന്ന കാലമായിരുന്നു അത്.

നിസ്സഹകരണ പ്രസ്ഥാനം പടർന്നു പിടിച്ചതോടെ ബ്രിട്ടന് എതിരെ മലബാറിൽ സ്വാഭാവികമായും കർഷകരുടെ രോഷവും കത്തിപ്പടർന്നു. മലബാറിലെ ജന്മിമാരും നാട്ടുരാജാക്കന്മാരും മിക്കവാറും സവർണ്ണ ഹിന്ദുക്കളായിരുന്നത് കൊണ്ട് തന്നെ അവർക്കെതിരെ നടന്ന സമരങ്ങൾക്ക് ഹിന്ദു - മുസ്ലീം ലഹളയുടെ സ്വഭാവം പലയിടങ്ങളിലുമുണ്ടായി. 1921 ആയതോടെ ബ്രിട്ടീഷ് മലബാറിലാകെ ജന്മിത്വത്തിനും ബ്രിട്ടീഷുകാർക്കുമെതിരായ കലാപമായി അത് വളർന്നു. മലബാർ കലാപമെന്ന്

ഒരു കൂട്ടരും മാപ്പിള ലഹളയെന്ന് സവർണ്ണരും അതിനെ വിളിച്ചു. മലബാറിലെ ജീവിതം അത് ദുസ്സഹമാക്കി.

കോഴിക്കോട്ട് സ്വാതന്ത്ര്യ സമര സേനാനികളായ കെ.പി.കേശവമേനോന്റെയും കെ. മാധവൻ നായരുടെയും ഒക്കെ നേതൃത്വത്തിൽ ഗാന്ധിജിയുടെയും കോൺഗ്രസ്സിന്റെയും ആശയാദർശങ്ങൾ പ്രചരിപ്പിക്കുവാൻ ലക്ഷ്യമിട്ട് ഒരു പത്രം തുടങ്ങാൻ ശ്രമം തുടങ്ങിയിരുന്നു. അവർ വീടുവീടാന്തരം കയറിയിറങ്ങി പത്രത്തിനായി ഓഹരി വിൽക്കാനിറങ്ങിയിരുന്നു. പൂഴിയിൽ വീട്ടിലും അവരെത്തി. അഞ്ചു രൂപയുടെ രണ്ട് ഓഹരികൾ വാങ്ങി വയ്ക്കുമ്പോൾ അത് ദേശീയ പ്രസ്ഥാനത്തിന് കരുത്തു പകരുകയാണ് എന്ന തികഞ്ഞ ബോധ്യം വാങ്ങുന്നവർക്കെല്ലാമുണ്ടായിരുന്നു. മാതൃഭൂമി പുറത്തിറങ്ങിയത് സ്വാതന്ത്ര്യം മനസ്സിലേറ്റിയവർക്കെല്ലാം അഭിമാനത്തിന്റെ നിമിഷമായിരുന്നു.

ഗാന്ധിജിയുടെയും ശ്രീനാരായണ ഗുരുവിന്റെ അനുഗ്രഹാശ്ശിസ്സുകളോടെ വൈക്കം സത്യാഗ്രഹം കേരളത്തെ പിടിച്ചുകുലുക്കി. 603 ദിവസം ആ സമര നീണ്ടുനിന്നു. സമരകാലത്താണ് രുദ്രാണി ചന്തുവിനെ പ്രസവിക്കുന്നത്. ഒരു മെയ് ദിനത്തിന്. ഞാനപ്പോൾ വൈക്കത്തായിരുന്നു. വൈകിയാണ് വിവരമറിഞ്ഞത്. സമരഭൂമിയിലേക്ക് കോഴിക്കോട്ട് നിന്നും അടുത്ത സംഘം എത്തിയപ്പോൾ മടങ്ങാനുമായത്. ഗർഭകാലത്ത് രുദ്രാണി ഭ്രാന്തു പിടിച്ചത് പോലെ സംസാരിക്കുമായിരുന്നു. അകാരണമായ ഭയങ്ങൾ അവളെ വേട്ടയാട്ടി.

"എന്റെ കുട്ടി പിച്ചവയ്ക്കുന്നത് മനുഷ്യരെപ്പോലെ എല്ലാവർക്കും ഒരു പോലെ വഴി നടക്കാൻ കഴിയുന്ന മണ്ണിലാവണം.''

അതായിരുന്നു രുദ്രാണിയുടെ സ്വപ്നം.എന്നാൽ എന്റെ നീണ്ട യാത്രകൾ അവളെ ഭയപ്പെടുത്തി. ഗർഭകാലത്തെ ഒറ്റപ്പെട്ട ജീവിതം അവളുടെ മനസ്സ് അസ്വസ്ഥമാക്കിരുന്നു. മറ്റാരോടെങ്കിലും സംസാരിക്കുന്നത് അവൾ പതുക്കെ നിർത്തി. എപ്പോഴും മരിച്ചു പോയ കാളിയമ്മയോട് സംസാരിച്ചുകൊണ്ടേയിരുന്നു. എന്താണ് അവൾക്ക് സംഭവിക്കുന്നത് എന്ന് മനസ്സിലായതേയില്ല. പുറത്തിറങ്ങാൻ അവൾ ഭയന്നു.

"കാളിയമ്മ പറഞ്ഞിട്ടുണ്ട് സൂക്ഷിക്കണംന്ന്. പുറത്ത് മുഴുവനും പിശാചുക്കളാണ്. ചന്തുവിനെ പിശാചുക്കൾ പിടികൂടാതെ നോക്കണം. പുറത്തിറങ്ങിയാൽ അവരെന്റെ മോനെ പിടിച്ചു കൊണ്ടു പോകും."

മകന് ചന്തു എന്ന് പേരിട്ടത് രുദ്രാണി തന്നെയായിരുന്നു. പിറക്കും മുമ്പേ കണ്ടു വച്ച പേരായിരുന്നു അത്.

"മോനാണെങ്കിൽ ചന്തു. മോളാന്നെങ്കിൽ കാളിമായ"

മോൻ പിറന്നപ്പോൾ അവൾ തന്നെ ചെവിയിൽ പേരു വിളിച്ചു ചൊല്ലി. ചന്തുവിന്റെ കാര്യങ്ങൾ മറ്റാരെയും ഏല്പിക്കാതെ തന്നെത്തന്നെ ചെയ്തു. അതിൽ അവൾ എല്ലാം മറന്നു.

പല തരം ചികിത്സകൾ നോക്കിയെങ്കിലും ഒന്നും ഫലവത്തായില്ല. എപ്പോഴും എന്തെങ്കിലും ചിന്തിച്ചിരിക്കും. രാത്രിയിൽ ഉറക്കമുണ്ടാവുകയേ ഇല്ല. ഗുരുവിന്റെ നോട്ടുപുസ്തകങ്ങളും കുമാരനാശാന്റെ കവിതകളുമാണ് എപ്പോഴും വായിച്ചിരിക്കുക. പല കാലങ്ങളിലെ പഴയ ഡയറികൾ ശേഖരിച്ചു വയ്ക്കുന്ന ശീലം അവൾക്കുണ്ടായിരുന്നു. ചില നേരങ്ങളിൽ അതിൽ ഓരോന്ന് എഴുതി വയ്ക്കുന്നത് കാണുമായിരുന്നു. എന്നാൽ അതാരും വായിച്ചു നോക്കുന്നത് ഇഷ്ടമില്ലായിരുന്നു. എല്ലാം സ്വന്തം സാധനങ്ങൾ സൂക്ഷിച്ചു വയ്ക്കുന്ന മരയലമാരിക്കകത്ത് വച്ച് പൂട്ടിയിട്ടും. അതിന്റെ താക്കോൽ ഉറക്കത്തിലും അരയിൽ ചിരുകി വച്ചു. കോട്ടയിലെ മരങ്ങൾക്കിടയിൽ ഒരു മരം പോലെ അവൾ ജീവിച്ചു.

“മരമെല്ലാം കാണുമെന്ന് കാളിയമ്മ പറഞ്ഞിട്ടുണ്ട്.”

കാളിയമ്മയായിരുന്നു അവളുടെ ദൈവം. അയിത്ത ജാതിയിൽ ജനിച്ചു എന്ന കാരണത്താൽ മാത്രം ആർക്കും സ്വതന്ത്രമായി സഞ്ചരിയ്ക്കാൻ കഴിയാത്ത കാലത്ത് സ്വാതന്ത്ര്യത്തിന്റെ പാഠങ്ങൾ രുദ്രാണി പഠിച്ചത് കാളിയമ്മയിൽ നിന്നായിരുന്നു.

ഇന്ത്യയിലൊട്ടുക്കും മാറ്റൊലി സൃഷ്ടിച്ച വൈക്കം സത്യാഗ്രഹം മലബാറിലും വലിയ ചലനങ്ങളുണ്ടാക്കി. ക്ഷേത്രപരിസരത്തെ റോഡിലൂടെ സഞ്ചരിക്കുമ്പോൾ ശ്രീനാരായണഗുരുവിനെ സവർണ്ണർ റിക്ഷയിൽ നിന്നും ഇറക്കിവിടുകയും അധിക്ഷേപിക്കുകയും ചെയ്തത് അയിത്തങ്ങൾക്ക് എതിരായ രോഷമുണർത്തി. ഈഴവ തീയ സമുദായങ്ങളുടെ പ്രതികാരാഗ്നി സവർണ്ണ മേധാവിത്വത്തിനെതിരെ ആളികത്തി. അത് മനുഷ്യസഹജം മാത്രമായിരുന്നു. ആട്ടും തുപ്പും ചവിട്ടും കൊടുത്ത് തീണ്ടപ്പാടകലെ നിർത്തിയ ഒരു ജനവിഭാഗത്തിനെ മനുഷ്യരായി കാണാൻ കഴിവില്ലാത്ത സവർണ്ണരുടെ മനുഷ്യപ്പറ്റില്ലാത്ത മാനദണ്ഡങ്ങൾ മാറേണ്ടതുണ്ടായിരുന്നു. കാളിയമ്മയും മനസ്സ് കൊണ്ട് ഈ മാറ്റത്തിൽ പങ്കാളിയായിരുന്നു.

ബ്രിട്ടീഷ് ഭരണത്തിന് കീഴിൽ മദിരാശിയിലായിരുന്നു കോഴിക്കോട്. പാലക്കാട്, വള്ളുവനാട്, പൊന്നാനി, ഏറനാട്, കോഴിക്കോട്, കുറുമ്പ്രനാട്, ചിറക്കൽ, കോട്ടയം, വയനാട് ഇങ്ങിനെ ഒമ്പത് താലൂക്കുകൾ കൂടിയ മലബാർ മദിരാശി സംസ്ഥാനത്തിലെ ഒരു ജില്ലയായിരുന്നു. ഭാഷാകേരളം പിറന്നിട്ടില്ല. ഒരു വിദൂര സ്വപ്നമായിരുന്നു.

മലബാറിലെ മാപ്പിളമാർ മിക്കവാറും തന്നെ അയിത്ത ജാതിക്കാർ മതപരിവർത്തനം ചെയ്തവരാണെങ്കിലും ഏറനാട്ടിലെ പോലെയുള്ള വളർച്ച വേറെ എവിടെയും കാണുകയില്ല. അയിത്ത ജാതിക്കാരെ ആട്ടിയോടിച്ച് മുസൽമാനാകാൻ ഇടവരുത്തിയ സാഹചര്യം മനസ്സിൽ കിടക്കുന്ന കാരണത്താലാവാം അവർക്ക് സവർണ്ണരുമായി ഇടപഴ കുമ്പോൾ മാത്രമല്ല അവർണ്ണരായി ഇടപഴകുമ്പോഴും ഒരു ശത്രുതാ മനോഭാവം ഉണ്ടായിരുന്നു.

തീയ സ്ത്രീകൾക്കും മറ്റ് അവർണ്ണ സ്ത്രീകൾക്കും ഉടുവസ്ത്രം കാലിന്റെ മുട്ടു മറച്ച് ധരിക്കുവാൻ പാടുണ്ടായിരുന്നില്ല. ഒരു അവർണ്ണ യുവതി അങ്ങിനെ ചെയ്യാറില്ല. ഒരു പക്ഷേ വസ്ത്രം കാലിന്റെ മുട്ടിന്റെ താഴെ ഉടുത്തു കണ്ടാൽ അതിനുള്ള ശിക്ഷയായി ആ യുവതി ഉടുത്തിരുന്ന വസ്ത്രം അഴിച്ചുമാറ്റി നഗ്നയാക്കിയോ അർദ്ധനഗ്നയാക്കിയോ വിടും. അവർക്ക് അങ്ങിനെ ചെയ്യുവാൻ സ്വയാധികാരം ഉണ്ടായിരുന്നു. അതിനെപ്പറ്റി ആർക്കും ചോദ്യമില്ലായിരുന്നു. 1921 ൽ മാപ്പിളലഹള കഴിഞ്ഞതിൽ പിന്നെയാണ് തീയ സ്ത്രീകൾക്കും മറ്റും ഉടുവസ്ത്രം കാൽമുട്ടിനു താഴെ ഉടുക്കാൻ കഴിഞ്ഞത്.

കോഴിക്കോട്ട് തളിക്ഷേത്ര നിരത്തിൽക്കൂടി അയിത്ത ജാതിക്കാർക്ക് വഴി പോവാൻ പാടുണ്ടായിരുന്നില്ല. പക്ഷേ തളിയിലെ സവർണ്ണരുടെ പറമ്പിൽ നിന്നും നാളികേരം പറിക്കുവാൻ തീയന് നിരത്തിൽക്കൂടി പോവാമായിരുന്നു.

പ്രാദേശിക ആചാരങ്ങൾ പഴയ ചട്ടമനുസരിച്ച് നടത്തുവാൻ ബ്രിട്ടിഷ് ഭരണം സവർണ്ണരെ ഏല്പിക്കുകയാണുണ്ടായത്. ഇത് വിക്ടോറിയാ ചക്രവർത്തിനിയുടെ സംഭാവനയാണെന്നാണ് സങ്കല്പം. മതപരമായും ആചാരപരവുമായ കാര്യങ്ങളിൽ ഗവർമ്മേണ്ട് ഇടപെടാൻ പാടില്ലെ ന്ന് നിയമം ഉണ്ടെന്ന് പറഞ്ഞ് സവർണ്ണർ പറയുന്നതൊക്കെ ഇവിടെ ആചാരവും നിയമവുമായി മാറി.

കോഴിക്കോട് അന്നത്തെ മലബാർ ജില്ലയുടെ ആസ്ഥാനമായിരുന്ന തിനാൽ നിരവധി ജനങ്ങൾ പല ആവശ്യാർത്ഥവുമായി വന്നും പോലും താമസിച്ചും ഇരുന്നു. 1920 കാലത്ത് പട്ടർ, ചെട്ടി, മുസൽമാൻ ഒഴികെ എല്ലാ ജാതിയിലും പെട്ട ഹിന്ദു സ്ത്രീകളും ദേഹത്ത് ജാക്കറ്റ് ധരിക്കുകയോ മാറ് മറയ്ക്കുകയോ ചെയ്തിരുന്നില്ല. അതായിരുന്നു ആചാരം. ആചാരം എന്ന് പറഞ്ഞു കേട്ടാൽ വീർപ്പ് മുട്ടി, പിന്നീട് ഇരുവശവും നോക്കാതെ അതിന്റെ തൊങ്ങലും പിടിച്ച കുരുടന്മാരെ പോലെ നടക്കുകയായി മനുഷ്യർ. പക്ഷേ ചിലർ വെളിയിൽ പോകുമ്പോൾ ഒരു മുണ്ടുകൊണ്ട് പുതയ്ക്കും. അത്ര മാത്രം.

ആ കാലഘട്ടത്തിൽ ഇംഗ്ലീഷ് വിദ്യാഭ്യാസം സിദ്ധിച്ച കണ്ണൂര് നഗര പ്രദേശത്തെ തിയ്യരുടെ ഇടയിൽ നിന്നാണ് സ്ത്രീകൾ ജാക്കറ്റും സാരിയും ധരിക്കുന്ന പരിഷ്ക്കാരം കോഴിക്കോട്ടേക്കെത്തിയത്. മലബാർ ആസ്ഥാനമായതിനാൽ കണ്ണൂർ തീയർ ഉയർന്ന ഉദ്യോഗങ്ങളിൽ കോഴിക്കോട്ട് നിയമിതരായിരുന്നു. അവർ കുടുംബസമേതമാണ് എത്തിയിരുന്നത്. വലിയ മാറ്റത്തിനാണ് അത് വഴി തുടക്കമായത്.

സാമൂതിരിയുടെ കാലത്ത് മാനാഞ്ചിറക്കടുത്തുള്ള ഹജ്ജൂർ കച്ചേരി മുതൽ കോമൺവെൽത്ത് കമ്പനിയും മറ്റും നിൽക്കുന്ന സ്ഥലങ്ങളിൽ സാമൂതിരി കോവിലകം ആയിരുന്നു.

മാന വിക്രമൻ രാജയാണ് മാനാഞ്ചിറ ഉണ്ടാക്കിച്ചത് എന്നാണ് കഥ. മാനാഞ്ചിറ എന്ന പേര് വന്നത് മാന ഉണ്ടാക്കിച്ച ചിറ എന്ന നിലക്കാകാം. ഇപ്പോഴത്തെ കോട്ടപ്പറമ്പ് സാമൂതിരിയുടെ കോട്ട നിന്നിരുന്ന സ്ഥലവും പാളയം പട്ടാളവും കതിരലായവും ഒക്കെ സ്ഥിതി ചെയ്തിരുന്ന സ്ഥലവും. കിഴക്കേപ്പാളയം, പടിഞ്ഞാറെപ്പാളയം, മേലേപ്പാളയം എന്ന് പറഞ്ഞു പോന്നു.

ഒരു തലമുറക്ക് മുമ്പ് വിദ്യാഭ്യാസത്തിനുള്ള അവകാശം ജന്മനാട്ടിൽ തീയർക്കുണ്ടായിരുന്നില്ല. അതിനവർക്ക് പുറത്തേക്ക് പോകണമായിരുന്നു. തൊട്ടുകൂടായ്മയും തീണ്ടിക്കൂടായ്മയും ഒക്കെ മഹാഭൂരിക്ഷത്തെയും മനുഷ്യരല്ലാതാക്കി മാറ്റിയിരുന്നു.

ഇതെന്തൊരു നീതിയാണ്? എന്ന ചിന്ത മനുഷ്യരുടെ സ്വാതന്ത്ര്യ ദാഹത്തെ കുറച്ചൊന്നുമല്ല കത്തിയാളിച്ചത്. സ്വാതന്ത്ര്യ സമരവും ഗാന്ധിജിയും എന്റെ തലമുറയുടെയും ആവേശമായിരുന്നു. എന്നാൽ അന്നത്തെ കോൺഗ്രസ്സിൽ ജാതിബോധം ശക്തമായിരുന്നു. അതു കൊണ്ട് കോൺഗ്രസ്സിനേക്കാളേറെ ശ്രീനാരായണ ധർമ്മ പരിപാലന യോഗമായിരുന്നു കോഴിക്കോട്ടെ തീയന്മാർക്ക് കൂടുതൽ സ്വീകാര്യമായത്. അയിത്ത ജാതിക്കാരെ കോൺഗ്രസ്സിൽ അംഗമായി പോലും ചേർത്തിരുന്നില്ല.സവർണ്ണരോട് സമമായി അവർണ്ണർക്ക് ഒന്നും തന്നെ പാടുണ്ടായിരുന്നില്ല. ഹരിജനങ്ങളെ കോൺഗ്രസ്സിൽ ചേർക്കണമെന്ന ഗാന്ധിജിയുടെ കാഴ്ചപ്പാട് അനുസരിക്കപ്പെട്ടിരുന്നില്ല. തീയരും മറ്റും കൂട്ടമായി കമ്മ്യൂണിസത്തിലേക്ക് ആകൃഷ്ടരാകാൻ തുടങ്ങിയത് അങ്ങിനെയാണ്. സവർണ്ണരുടെ പരദ്രോഹം മുസൽമാൻ, കൃസ്ത്യാനി തുടങ്ങിയ മതങ്ങളിലേക്ക് അയിത്ത ജാതിക്കാരെ ഓടിച്ചത് പോലെ കമ്മ്യൂണിസത്തിലേക്കും ഓടിച്ചു.

കാലത്തിന്റെ ശക്തിയേറിയ അടിയൊഴുക്ക് കാരണത്താലും കമ്മ്യൂണിസത്തിന്റെ നിരന്തരമായ മുന്നേറ്റത്തിലുമാണ് അവർണ്ണരെ തളച്ചിട്ടിരുന്ന അയിത്തച്ചങ്ങല സവർണ്ണരുടെ വരുതിയിൽ നിന്നും

പൊട്ടി ഛിന്നഭിന്നമായത്. അയ്യങ്കാളിയും ശ്രീനാരായണഗുരുവാണ് മഹാഭൂരിപക്ഷം വരുന്ന അവർണ്ണർക്കും വഴികാട്ടിയായി ഈ വലിയ മാറ്റത്തിന് മാർഗ്ഗദീപം തെളിച്ചത്. ഈഴവശ്ശിവ പ്രതിഷ്ഠയും കണ്ണാടി പ്രതിഷ്ഠയുമൊക്കെ പ്രതീകങ്ങൾ കൊണ്ടുള്ള വലിയ തിരുത്തുകളായിരുന്നു. എന്നാൽ രുദ്രാണി എനിക്ക് മുന്നിൽ വാഗ്ഭടാനന്ദന്റെ വേറിട്ടൊരു വഴി തുറന്നിട്ടു. ജാതി സൃഷ്ടിച്ച വിവേചനങ്ങൾക്ക് പുറമെ തൊഴിൽ നിഷേധത്തിനെതിരെയും അത് ശബ്ദമുയർത്തിയിരുന്നു. മനുഷ്യർ കേവലമായ ആത്മീയത കൊണ്ട് മാത്രമല്ല ജീവിക്കുന്നതെന്ന് ഗുരുക്കൾ വ്യക്തമാക്കി. റഷ്യൻ വിപ്ലവം ലോകത്തെ പിടിച്ചുകുലുക്കിയ അതേ കാലത്താണ് വാഗ്ഭടാനന്ദൻ ആത്മവിദ്യാ സംഘത്തിനും രൂപം നൽകിയത്. അത് ജാതിക്കപ്പുറം കടന്ന് സ്വതന്ത്രമായി പണിയെടുക്കാനുള്ള തൊഴിലാളിയുടെ ഇച്ഛയെ നിർമ്മിച്ചു.

1925 ൽ വടകരയിലെ ഊരാളുങ്കലിൽ വാഗ്ഭടാനന്ദൻ പ്രസിഡണ്ടായി രൂപം കൊണ്ട ഐക്യനാണയ സംഘം സംഘടിത തൊഴിലാളി പ്രസ്ഥാനത്തിന്റെ ഒരു മുന്നോടിയായിരുന്നു. തൊഴിലിടത്തെ ജാതിമുക്തമാക്കാൻ വിത്തു വിതച്ച ആത്മവിദ്യയായിരുന്നു അത്.

ആത്മീയതയെ ജാതിവിമുക്തവും മതവിമുക്തവുമാക്കുക മാത്രമല്ല പണിയെടുക്കാനുള്ള അവകാശത്തെയും ഊട്ടിയുറപ്പിക്കുകയായിരുന്നു വാഗ്ഭടാനന്ദൻ. ബിംബാരാധനയുടെ കാര്യത്തിൽ ശ്രീനാരായണ ഗുരുദേവനേക്കാൾ വിപ്ലവകരവും ഒത്തുതീർപ്പില്ലാത്തതുമായ നിലപാടുകൾ കൈക്കൊണ്ടത് കൊണ്ട് തന്നെ അതിന്റെ സ്വീകാര്യത എന്നും ഒരു വെല്ലുവിളിയായിരുന്നു. കാവി പുതിയ അധികാരമാകുന്നു എന്നു കണ്ട് അതുപേക്ഷിച്ച് സാധാരണ വെളുത്ത ഉടുപ്പിലേക്ക് മാറ്റാനുള്ള വിപ്ലവധീരത വാഗ്ഭടാനന്ദൻ കാട്ടി.

“എത്ര കാലമായി ഓരോ ക്ഷേത്രത്തിലെയും വിഗ്രഹങ്ങളെ കുളിപ്പിക്കുകയും മാല ചാർത്തുകയും അവയ്ക്ക് നൈവേദ്യം നൽകുകയും ചെയ്യാൻ തുടങ്ങിയിട്ട്? ഇന്നേ വരെ ബിംബങ്ങൾക്ക് വല്ല വികാരങ്ങളുമുണ്ടായിട്ടുണ്ടോ? അല്ലയോ വിഗ്രഹമേ, അഭിഷേകം കൊണ്ട് സുഖമുണ്ടോ? നൈവേദ്യം കൊണ്ട് വിശപ്പടക്കുന്നുണ്ടോ? ദീപത്തിന് പ്രകാശമുണ്ടോ? വാദ്യത്തിന് ശ്രവണസുഖമുണ്ടോ? എന്നൊക്കെ ചോദിച്ചു നോക്കു. ഉത്തരം കിട്ടുമോ? ഇവിടെ ഇരിക്കുന്ന ഓരോരുത്തരോടും അവരുടെ ശരീരാരാധനയെപ്പറ്റിയുള്ള ഗുണദോഷങ്ങൾ ചോദിക്കൂ? ഉടനെ സമാധാനം കിട്ടുകയില്ലേ? എന്തുകൊണ്ട്? ശരീരം ചേതനമാണ്. അതു കൊണ്ട് ശരീരാരാധന സാർത്ഥകമാണ്. ശരീരം ചേതനമാണ്. ബിംബാരാധന നിരർത്ഥകവുമാണ്.”

ഉടഞ്ഞ വിഗ്രഹങ്ങൾ ഒന്നടങ്കം വാഗ്ഭടാനന്ദനെതിരെ തിരിയാൻ കാരണമായ നിലപാടായിരുന്നു അത്. വിഗ്രഹങ്ങൾ മനുഷ്യർക്ക് മേലുള്ള മതത്തിന്റെ അധികാരചിഹ്നമാണ്. അത് ഹൃദയങ്ങളെ പിളർത്തും.

ശ്രീനാരായണ ഗുരുവും ഒടുവിൽ പതിവ് വിഗ്രഹങ്ങളിൽ നിന്നും മാറി ചിന്തിച്ചിരുന്നു. അതൊരു കണ്ണാടി പ്രതിഷ്ഠയായിരുന്നു. വിഗ്രഹങ്ങളെ ഉടയ്ക്കുന്ന ഒരു സന്ദേശം അതിൽ മുദ്രവച്ചിട്ടുണ്ട്. കളവങ്കോടത്ത് ഒരു ക്ഷേത്ര പ്രതിഷ്ഠക്കെത്തിയപ്പോൾ അവിടെ വിഗ്രഹങ്ങൾ അന്ധവിശ്വാസമാണെന്നും അല്ലെന്നുമുള്ള ഒരു സംവാദം കേൾക്കാനിടയായതാണ് ഗുരുവിനെക്കൊണ്ട് മാറ്റി ചിന്തിക്കാനിടയാക്കിയത്. അതാണ് കണ്ണാടി എന്ന വലിയ തിരുത്തിലേക്ക് ഗുരു ലോകത്തെ വഴികാട്ടാൻ ഇടയാക്കിയത്. തന്നെത്തന്നെ അറിയാത്ത എല്ലാ പ്രവൃത്തികൾക്കും ഇരുട്ടിൽ തപ്പാതെ വയ്യ എന്ന് ഗുരു അതിലൂടെ ഓർമ്മിപ്പിച്ചു. കണ്ണാടി ഉള്ളിലേക്കുള്ള വാതിലാണ്. പൂഴിയിൽ വീടിനോട് ചേർന്ന കോട്ടയിലെ മഹാഗണിയുടെ പൊത്തിൽ നിശബ്ദമായി ഒരു കണ്ണാടി കൊണ്ടു ചെന്നു വയ്ക്കാൻ എന്നെ പ്രേരിപ്പിച്ചത് ഗുരുവിന്റെ ആ തിരുത്തൽ കർമ്മമാണ്. 1927 ജൂൺ 14 നായിരുന്നു ആ മഹൽ കർമ്മം. ബിംബാരാധനയുടെ അപ്രസക്തിയെക്കുറിച്ചുള്ള വാഗ്ഭടാനന്ദന്റെ ദർശനത്തിന് ഗുരു നൽകിയ അംഗീകാരമായാണ് ഞാനതിനെ കാണുന്നത്. ശ്രീനാരായണ ഗുരു കണ്ണാടി പ്രതിഷ്ഠക്ക് ശേഷം കഷ്ടിച്ച് ഒരു വർഷവും മൂന്നു മാസവും കൂടിയേ ജീവിച്ചിരുന്നുള്ളൂ. താൻ കെട്ടിപ്പടുത്ത ശ്രീനാരായണ ധർമ്മ പരിപാലന യോഗം തെന്നിപ്പോകുന്നതായി ഗുരു തിരിച്ചറിഞ്ഞിരുന്നു. എന്നാൽ ഒരു തിരുത്ത് അപ്പോഴേക്കും അസാധ്യമായിരുന്നു. 1916 ൽ തന്നെ യോഗവുമായുള്ള സംഘടനാ ബന്ധം ഗുരു വിച്ഛേദിച്ചിരുന്നു. ഡോ. പല്പുവിന് ഗുരു എഴുതിയ കത്ത് ഒരായുഷ്ക്കാലത്തിന്റെ വേദനകൾ സമാഹരിക്കുന്നതാണ്.

"എന്റെ ഡോക്ടർ അവർകൾക്ക്

യോഗത്തിന്റെ നിശ്ചയങ്ങൾ എല്ലാം നാം അറിയാതെ പാസ്സാക്കുന്നത് കൊണ്ടും യോഗത്തിന്റെ ആനുകൂല്യം ഒന്നും നമ്മെ സംബന്ധിച്ച കാര്യത്തിൽ ഇല്ലാത്തത് കൊണ്ടും യോഗത്തിന്റെ ജാത്യഭിമാനം വർദ്ധിച്ച വരുന്നതു കൊണ്ടും മുൻപേ തന്നെ മനസ്സിൽ നിന്നും വിട്ടിരുന്നത് പോലെ ഇപ്പോൾ വാക്കിൽ നിന്നും പ്രവൃത്തിയിൽ നിന്നും യോഗത്തെ വിട്ടിരിക്കുന്നു.

എന്ന് നാരായണ ഗുരു"

ഗുരു അതേ കാലത്ത് തന്നെ പുറപ്പെടുവിച്ച നമുക്ക് ജാതിയില്ല എന്ന വിളംബരവും ലോകം ശ്രദ്ധിച്ചു.

“നാം ജാതിഭേതം വിട്ടിട്ട് ഇപ്പോൾ ഏതാനും സംവത്സരം കഴിഞ്ഞിരിക്കുന്നു. എന്നിട്ടും ചില പ്രത്യേക വർഗ്ഗക്കാർ നമ്മെ അവരുടെ വർഗ്ഗത്തിൽ പെട്ടതായി വിചാരിച്ച് പ്രവർത്തിച്ചു വരുന്നതായും അത് ഹേതുവാൽ നമ്മുടെ വാസ്തവത്തിന് വിരുദ്ധമായ ധാരണക്ക്

ഇടവന്നിട്ടുണ്ടെന്നും അറിയുന്നു. നാം ഒരു പ്രത്യേക ജാതിയിലോ മതത്തിലോ ഉൾപ്പെടുന്നില്ല. വിശേഷിച്ചും നമ്മുടെ ശിഷ്യവർഗ്ഗത്തിൽ നിന്നും മേൽ പ്രകാരമുള്ളരെ മാത്രമേ നമ്മുടെ പിൻഗാമിയായി വരത്തക്കവിധം ആലുവാ അദ്വൈതാശ്രമത്തിൽ ശിഷ്യ സംഘത്തിൽ ചേർത്തിട്ടുള്ളൂ എന്നും മേലും ചേർക്കുകയുള്ളൂ എന്നും വ്യവസ്ഥപ്പെടുത്തിയിരിക്കുന്നതുമാകുന്നു. ഈ വസ്തുത പൊതു ജനങ്ങളുടെ അറിവിലേക്കായി പ്രസിദ്ധം ചെയ്തിരിക്കുന്നു.

- ശ്രീ നാരായണഗുരു, പ്രബുദ്ധകേരളം”

ശ്രീ നാരായണ ഗുരു പോരാട്ടം പലവിധം തുടർന്നു. 1928 സപ്തംബർ 20 ന് വിട പറയുന്നത് വരെയും അതു തുടർന്നു. പിന്നീട് ദുരാചാരങ്ങൾക്ക് എതിരായ ആ യുദ്ധം വാഗ്ഭടാനന്ദൻ തുടർന്നു. 1939 ഒക്ടോബർ 29 വരെ.

ഗുരുവിന്റെ വിടവാങ്ങൽ ഒരു വൻ മരത്തിന്റെ കടപുഴകലായിരുന്നു.

“കർമ്മങ്ങളിൽ ചിലവയ്ക്ക് മേന്മയും ചിലവയ്ക്ക് താഴ്മയും കല്പിച്ചു പോരുന്നത് അനല്പമായ അപരാധമാണ്. കർമ്മങ്ങളിൽ ഔത്കൃഷ്ടവും നൈകൃഷ്ടവും ഉണ്ടെന്നു ഭാവിക്കുന്നതു കൊണ്ടത്രെ ഒരു വശത്ത് അഹങ്കാരവും മറുവശത്ത് സ്വാഭിമാനരാഹിത്യവും ജീവിക്കുന്നത്”

വാഗ്ഭടാനന്ദൻ ഓർമ്മപ്പെടുത്തിയിരുന്നു. എന്നാൽ സമൂഹം അതോർത്തില്ല.

രണ്ടാം ലോകമഹായുദ്ധം തുടങ്ങി അപ്പോഴേക്കും രണ്ടു മാസമാവുകയായിരുന്നു. ലോകം അതിൽ വിറങ്ങലിച്ചു നിന്നു.

“പിശാചുക്കൾ ലോകം വിഴുങ്ങും. ചന്തുവിനെ രക്ഷിക്കണം.”

ചന്തു എപ്പോൾ പുറത്തേക്ക് പോകുന്നതും രുദ്രാണിക്ക് ഭയമായിരുന്നു. അവൻ തിരിച്ചു വരുന്നത് വരെ ഒരു പ്രാർത്ഥന പോലെ ഒറ്റക്കിരുന്ന് പിറുപിറുക്കും. ചന്തുവിനെ അത് ഭയപ്പെടുത്തി. അവനെപ്പോഴും വീടിന് പുറത്തായി. ചന്തു പുറത്തേക്ക് പോകുന്നത് രുദ്രാണിയെ ഭ്രാന്തിയാക്കി. ഒറ്റക്ക് സംസാരിക്കുന്നത് മുറിച്ചുകടന്ന് അവളോട് സംസാരിക്കുന്നത് തന്നെ അസാധ്യമായി. വളരുന്ന മൗനത്തിന്റെ ഒരു പുറ്റായി വീട്ടിന്നകത്ത് അവൾ സ്വയം ബന്ധനസ്ഥയായി.

ചികത്സകളെല്ലാം വിഫലമായിരുന്നു. എന്റെ സാമൂഹ്യ ജീവിതവും ആ ചിത്തഭ്രമത്തിൽ അവസാനിച്ചു. രുദ്രാണിയെ നോക്കുന്നത്

മാത്രമായി ജീവിതം. രണ്ടു പേരും പരസ്പരം മിണ്ടാത്ത വൃക്ഷങ്ങളായി ആ കോട്ടയിൽ ജീവിച്ചു. ചന്തു അപ്പോഴേക്കും കമ്മ്യൂണിസ്റ്റ് പാർട്ടിയുടെ മുഴുവൻ സമയ പ്രവർത്തകനായി ഒളിവിൽ പോയിരുന്നു. അവനെ ശ്രദ്ധിയ്ക്കാൻ ഞങ്ങൾ രണ്ട് പേർക്കും കഴിഞ്ഞിരുന്നില്ല. മൗനങ്ങളുടെ യുദ്ധഭൂമിയിൽ നിന്നും അവൻ തടവു ചാടി രക്ഷപ്പെട്ടതാകാനും മതി. അവന്റെ പരിണാമങ്ങൾ എന്തെന്ന് ഞങ്ങളറിഞ്ഞതേയില്ല. അറിയിക്കണമെന്ന് അവന് തോന്നിയതുമില്ല.

പുറത്ത് കൂട്ടക്കൊലകളുടെ നാളുകളായിരുന്നു ലോകത്തിന്. ഹിറ്റ്ലർ, മുസോളിനി, ഫ്രാങ്കോ ലോകത്തെ നിശബ്ദരാക്കിയ പലതരം സ്വേച്ഛാധിപത്യങ്ങൾ. എല്ലാം ഒരേ ഭാഷയിൽ സംസാരിച്ചു. രണ്ടാംലോക മഹായുദ്ധം ആ സ്വേച്ഛാധിപത്യങ്ങളുടെ പരിണാമമായയായി നാശം വിതച്ചു. പിറകെ ജനലക്ഷങ്ങളെ കൂട്ടഉന്മൂലത്തിന് വിധേയരാക്കായ രണ്ടാണവദുരന്തങ്ങൾ ലോകത്തെ നടുക്കി. 1945 ഓഗസ്റ്റ് ആറിന് ഹിരോഷിമയിലും ഓഗസ്റ്റ് 9 ന് നാഗസാക്കിയിലും. ആ യുദ്ധങ്ങൾ ഇന്ത്യയുടെ പിറവിക്ക് നിമിത്തമായി. മുറിവേറ്റ് രക്തം വാർണാലിച്ച പിറവി.

1921 ന്റെ പ്രേതങ്ങൾ

വിഭജനങ്ങൾ ഏല്പിച്ച മുറിവ് ഉണങ്ങിയതേയില്ലായിരുന്നു. അത് പല വേഷങ്ങളിൽ നീറിക്കൊണ്ടേയിരുന്നു. ഓരോ ദശാസന്ധികളിലും അതിൽ നിന്നും രക്തം വാർന്നൊഴുകി.

മതപരമായ വിഭജനങ്ങളിൽ മുറിവേറ്റ് കിടന്ന കേരളത്തിന് പൂർണ്ണ സ്വരാജ് സത്യപ്രതിജ്ഞ പുതിയ ഉണർവ്വേകി. 1930 ജനുവരി 26 ഒരാവേശമായിരുന്നു. ആ ദിവസത്തെ വരവേൽക്കാൻ "അണ്ണാരക്കണ്ണനും തന്നാലായത് "എന്ന ബോധം ഓരോരുത്തരിലും ആവേശിച്ചിരുന്നു. ഞാനും ഒരണ്ണാനായി വീട്ടുവിട്ടിറങ്ങി. തൊട്ടുപിറകെ ഗാന്ധിജിയുടെ ഉപ്പുസത്യാഗ്രഹത്തിനുള്ള ആഹ്വാനമായി. അറസ്റ്റും ജയിൽവാസവും മർദ്ദനങ്ങളും പതിവായി. സ്വാതന്ത്ര്യ സമരത്തിന്റെ തീച്ചൂളയിൽ ലോകം കീഴ്മേൽ മറിയുകയായിരുന്നു.സ്വാതന്ത്ര്യം കൈയ്യെത്തിപ്പിടിക്കുന്ന ദൂരത്തെത്തി എന്ന തോന്നൽ ഓരോരുത്തരിലും ശക്തമായിരുന്നു.

1939 സംപ്തംബർ ഒന്നിന് രണ്ടാം ലോകയുദ്ധം പൊട്ടിപ്പുറപ്പെട്ടതോടെ ദേശീയ പ്രസ്ഥാനം രാജ്യത്തിന്റെ സ്വാതന്ത്ര്യത്തിനായുള്ള സമരത്തിന് കച്ചമുറുക്കി. 1942 ൽ ഗാന്ധിജി ക്വിറ്റ് ഇന്ത്യാ സമരം പ്രഖ്യാപിച്ചു. കോളനി രാജ്യങ്ങൾക്ക് സ്വാതന്ത്ര്യം നൽകണമെന്ന് ഉപാധി വച്ച് ഫാസിസത്തിന് എതിരായ യുദ്ധത്തിൽ റഷ്യ ബ്രിട്ടനടങ്ങുന്ന സഖ്യശക്തികൾക്കൊപ്പം ചേർന്നതോടെ കമ്മ്യൂണിസ്റ്റ് പാർട്ടി ക്വിറ്റ് ഇന്ത്യാ സമരത്തിൽ നിന്നും വിട്ടു നിന്നു. പാർട്ടിയെ അത് ജനങ്ങളിൽ നിന്നും ഒറ്റപ്പെടുത്തി.

1945 ൽ സ്റ്റാലിന്റെ നേതൃത്വത്തിലുള്ള കമ്മ്യൂണിസ്റ്റ് റഷ്യയുടെ വിജയം ഒരു വഴിത്തിരിവായിരുന്നു. ബ്രിട്ടീഷ് സാമ്രാജ്യത്തിന്റെ നില അത് പരുങ്ങലിലാക്കി. യുദ്ധകാല ധാരണയനുസരിച്ച് ഇന്ത്യയടക്കമുള്ള

കോളനികൾക്ക് സ്വാതന്ത്ര്യം നൽകാൻ അവർ നിർബന്ധിതരായിരുന്നു. പഴയത് പോലെ വിദൂരദിക്കിലിരുന്ന് ഇന്ത്യയെ പോലൊരു വിശാലമായ ഒരു ഉപഭൂഖണ്ഡത്തെ അടക്കി ഭരിക്കുകയെന്നതും അസാധ്യമായിരുന്നു. എന്നാൽ കോളനികളിൽ നിന്നും പിൻവാങ്ങാനുള്ള തീരുമാനത്തിനൊപ്പം ഇന്ത്യാ ഉപഭൂഖണ്ഡത്തെ വെട്ടിമുറിക്കാനുള്ള കുടിലതന്ത്രം അതിന്റെ പണിപ്പുരയിലായിരുന്നു.

ഹിരോഷിമയിലെയും നാഗസാക്കിയിലെയും ആണവ ദുരന്തത്തിന്റെ മുറിവുണങ്ങും മുമ്പ് കൽക്കത്ത ബ്രിട്ടീഷുകാർ ചോരക്കളമാക്കി. വിഭജനത്തിന്റെ മുറിവ് ആഴമേറിയതാക്കി കൽക്കത്ത കൂട്ടക്കൊല. 1946 ആഗസ്റ്റ് 16 രാജ്യ ചരിത്രത്തിൽ തന്നെ മറക്കാനാകാത്ത ഒരു ദു:സ്വപ്നമായി മാറി. സ്വാതന്ത്ര്യ സമരത്തിന്റെ ഉണർച്ചയിൽ ജാതിയുടെ മുറിപ്പാടുകൾ കരിച്ചുകളയാൻ രാജ്യം ബദ്ധപ്പെട്ടിരിക്കുമ്പോഴാണ് അതിലും മാരകമായ വിപത്തായി ഹിന്ദു - മുസ്ലീം മതപരമായ വിഭജനം പടർന്നു പിടിച്ചത്. കൽക്കത്ത കൂട്ടക്കൊല വിതച്ച വിഷവിത്തുകൾ രാജ്യം സ്വാതന്ത്ര്യത്തിലേക്ക് നീങ്ങുന്ന നേരത്ത് നാട്ടിലുടനീളം മഹാമാരിയായി പൊട്ടി മുളച്ചു. 1905 ലെ ബംഗാൾ വിഭജനത്തിൽ തന്നെ ഭാവിയുടെ വിഭജനത്തിന് ബ്രിട്ടൻ വിത്ത് വിതച്ചിരുന്നു.

ചരിത്രത്തിൽ ഏറ്റവും കൂടുതൽ ജീവനപഹരിച്ച മതവൈരത്തിന്റെ അഴിഞ്ഞാട്ടവും പാലായനങ്ങളുമാണ് ഇന്ത്യാ അതിർത്തിയിൽ ലോകം കണ്ടത്. വിഭജനത്തിന്റെ മുറിവുകൾ പേറുന്നതായിരുന്നു സ്വാതന്ത്ര്യം. അതിർത്തിയിലാകെ കൂട്ടക്കൊലകളാണെന്ന വിവരം സ്വാതന്ത്ര്യത്തിന്റെ നിറം കെടുത്തി. ഗാന്ധിജി ആ കൊടിയേറ്റത്തിൽ പങ്കെടുക്കാൻ വിസമ്മതിച്ചു. ദില്ലിയിൽ പതാക ഉയരുമ്പോൾ ഗാന്ധിജി കൽക്കത്തയിലെ മുറിവുകളിലൂടെ നടക്കുകയായിരുന്നു.

മതത്തിന്റെ പേരിൽ വെട്ടിമുറിക്കപ്പെട്ട പഞ്ചാബും ബംഗാളും മാത്രമല്ല കേരളവും അതിന്റെ പ്രത്യാഘാതങ്ങൾ അനുഭവിച്ചു. 1921 ന്റെ പ്രേതങ്ങൾ സമൂഹത്തിൽ വിഭജനത്തിന്റെ ശവക്കല്ലറകൾ പൊളിച്ച് വീണ്ടും തിരിച്ചു വന്നു. ഭൂതാവിഷ്ടർ വെറുതെയിരുന്നില്ല. അവർ വിഷം ചീറ്റി.

ലോകത്തെ മാറ്റുവാൻ ലക്ഷ്യമിട്ടിറങ്ങിയ സാമൂഹിക ജീവിതം പരാജയപ്പെട്ടു എന്ന് മനസ്സിലാക്കി പൂഴിയിൽ വീട്ടിലേക്ക് തന്നെ ഞാൻ പൂർണ്ണമായും പിന്മാറുന്നത് ആദ്യസ്വാതന്ത്ര്യ തലേന്നാളായിരുന്നു. അർദ്ധരാത്രിയുടെ ആഘോഷങ്ങൾ എനിക്ക് കാണാൻ വയ്യായിരുന്നു. അതിർത്തി കൂട്ടക്കൊലകളുടെതായിരുന്നു. പാലായനങ്ങൾ പടർന്നു പിടിച്ചു. മതപരമായി പിളർന്ന ഒരു രാജ്യമായിരുന്നില്ല ഞങ്ങളുടെ ലോകം സ്വപ്നം കണ്ടത്. അത് മോഷ്ടിക്കപ്പെട്ടു എന്ന തിരിച്ചറിവ് വേദനാജനകമായിരുന്നു.

മനുഷ്യരുടെ ഇടയിൽ മരണത്തെപ്പറ്റി മിക്കവാറും എല്ലാ ദിവസവും നാം കേൾക്കുന്നുണ്ട്. ചിലപ്പോൾ മരണം കാണുന്നുണ്ട്. എന്നിട്ടും മരണം നമ്മെയും കാത്തു നിൽക്കുന്നുണ്ടെന്ന പരമാർത്ഥം നാം ഓർക്കുന്നില്ല. ഇതിലും വലിയ മറ്റൊരു അത്ഭുതം മറ്റൊന്നില്ല. മരണത്തെ സദാ ഓർത്തിരിക്കുകയെന്നത് സാധ്യമാണോ എന്ന ചോദ്യം തന്നെ ഉത്തരമില്ലാതെ അവശേഷിക്കുന്നു. ഒരാൾ ആയുഷ്കാലം മുഴുവനും മരണത്തെയും ഓർത്തിരുന്നിട്ട് ഇഹത്തിലും പരത്തിലും വല്ല പ്രയോജനവുമുണ്ടോ?

പണ്ട് ഭാരതത്തിൽ ഒരു ശിശു ജനിച്ചാൽ ഉറ്റവർ കൂടിയിരുന്ന് കരയുന്ന ജനവിഭാഗം ഉണ്ടായിരുന്നു. ഈ ജനിച്ചതായ ശിശു മരിച്ചു പോകുമല്ലോ അത് എപ്പോഴായിരിക്കുമെന്ന് ആർക്കും തീർച്ചയില്ലല്ലോ എന്നും ഓർത്തായിരുന്നു അവർ കൂടിയിരുന്ന് കരഞ്ഞിരുന്നത്. മരിച്ചാൽ കരയുകയുമില്ല. കാരണം മരണം സ്വാഭാവികമാണെന്ന് അവർക്ക് അറിയാമായിരുന്നു.

ജനനം എന്നത് മരണത്തെയും കൂടി കുറിക്കുന്ന ഒരു സംഭവമാണെന്നും ഈ പരമാർത്ഥം മരിച്ചു പോയവർക്കും ഇനി മരിക്കാൻ ഇരിക്കുന്നവർക്കും നല്ലത് പോലെ അറിയാവുന്നതും ആകുന്നു. സ്ഥിതി ഇങ്ങിനെ ആയിരിക്കെ മരണത്തെ ഓർത്തിരുന്ന് ക്ലേശിച്ചിട്ട് ഫലമുണ്ടോ? എപ്പോൾ ജനിച്ചുവോ കൂടെത്തന്നെ മരണവും പിറക്കുന്നു. ജീവൻ എപ്രകാരം ദേഹത്തിൽ സ്ഥിതി ചെയ്യുന്നുവോ അപ്രകാരം മരണവും സ്ഥിതി ചെയ്യുന്നു.

രുദ്രാണിയുടെ മരണത്തോടെ മറ്റൊന്നിലും എനിക്ക് ആശയില്ലാതിയിരുന്നു. ദാമ്പത്യകാലം നീളും തോറും ജീവിയ്ക്കുക എന്നാൽ ഒരാൾ മറ്റൊരാൾക്ക് ഒരു ശീലം തന്നെയായി മാറും. ആ ശീലത്തിൽ നിന്നും അവൾ ആദ്യം പോയി എന്നു മാത്രം. പിന്നെയെനിക്ക് ഒന്നും ചെയ്തു തീർക്കാനില്ലായിരുന്നു. ബാക്കിയുള്ളത് ഒരു കാത്തിരിപ്പ് മാത്രം. അതെപ്പോഴവസാനിപ്പിക്കാനാകുമെന്ന് ആർക്കും പറയാനാകില്ല. ഞാനും കാത്തിരിക്കുന്നു.

സമയത്തിന്റെ മരണപ്പാച്ചിലിൽ.

ഞാൻ ഓർക്കാൻ വിട്ടു പോയവർ ഞാൻ ഓർക്കാൻ ആഗ്രഹിക്കാത്തവരാണ്. അവരെനിക്ക് മാപ്പു നൽകട്ടെ.

മരിക്കുക എന്നത് ജനിച്ചു മുതിർന്നാൽ ഈ ലോകത്തിൽ നിറവേറ്റാനുള്ള ബാധ്യതയാണ്. മരിച്ചവർ മരിക്കുകയല്ല ഉണ്ടായത് മരണമില്ലാത്ത ഒരോർമ്മക്കുറിപ്പായി എന്നോടൊപ്പം ജീവിക്കുകയാണ് ഉണ്ടായത്. ഞാനും നാളെ ആരുടെയോ ഒരു ഓർമ്മക്കുറിപ്പാകും. അത് അറ്റം മുറിഞ്ഞ് മായുന്നതോടെ എല്ലാം അവസാനിക്കും.

ഞങ്ങളൊക്കെ ഇവിടെ ഉണ്ടായിരുന്നു എന്നതിന്റെ ഒരോർമ്മയും അവശേഷിപ്പിക്കാതെ കാലം കടന്നു പോകും. ഭൂമിയിലെ ജീവിതം വരാനിരിക്കുന്നവരുടെയും പിറക്കാനിരിക്കുന്നവരുടെയുമാണ്. മറവികൾ മായ്ക്കാൻ തന്നാവുന്നതും ചെയ്യുക എന്നത്രേ വിട പറയുന്നവർക്ക് ഇവിടെ ചെയ്യാനുള്ളൂ.

സ്വന്തം ഓർമകളെ നിരന്തരം വെട്ടിച്ചുരുക്കി രുദ്രാണി ബാക്കിയാക്കിയ വരികൾ അവളെനിക്ക് കൈമാറിയ ഒസ്യത്തായി ഞാൻ ഹൃദയത്തോട് ചേർത്തു വയ്ക്കുന്നു. അതെന്നെ ദഹിപ്പിയ്ക്കുന്നു. ചന്തുവിനോട് അവന്റെ അമ്മയെക്കുറിച്ച് സംസാരിക്കാനുള്ള ഒരു സമയം വന്നു ചേരും എന്ന് ഞാൻ കരുതുന്നില്ല. അവൻ അവന്റെ വഴിയേ പോകുന്നു. അതിന്റെ ശരിതെറ്റുകൾ അവൻ കണ്ടെത്തട്ടെ. ഇനി ഈ ലോകം അറിയേണ്ടതില്ല എന്നു ഞാൻ കരുതുന്നതെല്ലാം കോട്ടയിലെ അവൾ ദഹിച്ച മണ്ണിൽ തന്നെ അടക്കം ചെയ്തു. അതെല്ലാം ഞങ്ങളോടെ അവസാനിക്കട്ടെ. അവളുടെ ഓർമ്മകൾ പറയുന്നത് എന്റെ ഹൃദയശൂന്യതയുടെ കഥയാണ്. എന്റെ ആത്മീയത ഒരു പാതി ഒളിച്ചോട്ടമായിരുന്നു എന്ന് ഞാൻ തിരിച്ചറിയുന്നു.

ചന്തുവിനുള്ള രുദ്രാണിയുടെ പുസ്തകം ഞാനിവിടെ ബാക്കി വയ്ക്കുന്നു.

ഭാഗം നാല്:

രുദ്രാണിയുടെ പുസ്തകം

ഓർമ്മജീവി

മഹാഗണി കണ്ടു.

ഒരു പൂവിനും എത്രയെങ്കിലും കാലം അതിന്റെ ഞെട്ടിൽ പിടിച്ചു നിൽക്കാനാവില്ല. കൊഴിഞ്ഞ ഇലകൾ മണ്ണിന് വളമാകുന്നു. മണ്ണിന്നടിയിലെ സഞ്ചാരങ്ങൾ വേരുകൾക്ക് മാത്രമറിയാം.

"രുദ്രാണിയൊരു ഓർമ്മജീവിയാണ്."

അമ്മ പറയുമായിരുന്നു.

അതെന്താണെന്ന് എനിക്കന്ന് മനസ്സിലായിരുന്നില്ല. എങ്കിലും പതുക്കെ ഉള്ളിൽ ഞാനാ പേരിൽ വളർന്നു : "ഓർമ്മജീവി".

അമ്മയാണ് എനിക്ക് രുദ്രാണി എന്നും പേരിട്ടതും.

"അങ്ങിനെ ആർക്കെങ്കിലും വിളിച്ചു മയക്കാൻ പറ്റുന്ന ഒരു പേര് വേണ്ട. ഒന്നിലുമങ്ങിനെ മയങ്ങിപ്പോകരുത്"

അമ്മയെ ഞാൻ കാളിയമ്മ എന്നാണ് വിളിക്കാറ്. നാട്ടുകാർ കളിയാക്കി ഭദ്രകാളീ എന്ന് വിളിക്കും. അതിൽ അമ്മയ്ക്ക് പരിഭവമില്ലായിരുന്നു.

"ഞാൻ ഭദ്രകാളി തന്നെയാണ്. അല്ലാത്യൊന്നും ഇവിടെ ജീവിയ്ക്കാൻ പറ്റില്ല."

ആരോടും അമ്മ തറുതല പറയും.

കല്ലായിൽ മരക്കച്ചവടമായിരുന്നു എന്റെ അച്ഛന്മാർക്ക്. ഏതെല്ലാമോ കാടുകളിൽ മരങ്ങൾ തേടിയുള്ള യാത്രകൾ മാത്രമായിരുന്നു അവരുടെ ജീവിതം. വല്ലപ്പോഴുമാണ് വീട്ടിൽ വരുന്നത്.

“നിലമ്പൂർക്കാട്ടിൽ പെരച്ചനും പെരവനും വേറെ ബന്ധങ്ങളുണ്ട് “

കല്ലായിൽ നിന്നും ഏഷണി കൂട്ടാനായി മാത്രം നടന്ന് കാരപ്പറമ്പി ലെത്തുന്ന പെണ്ണുങ്ങളെ കാളിയമ്മ ആട്ടി വിടും.

“രുദ്രാണിയുടെ തന്തയാരാണെന്നത് ഞാൻ തീരുമാനിച്ചതാ. ജീവി യ്ക്കാൻ ഒരാൺതുണ വേണമെന്നൊന്നും എനിക്കില്ല.’’

ആരാണ് എന്റെ ശരിക്കുമുള്ള അച്ഛൻ എന്ന് കാളിയമ്മക്കേ അറിയൂ. ഞാനതൊരിക്കലും അറിയാൻ ആഗ്രഹിച്ചിട്ടേയില്ല. ഓണത്തിനും വിഷുവിനും കൈനീട്ടവും സമ്മാനങ്ങളുമായി വിരുന്ന് വരുന്ന അച്ഛന്മാ രേക്കാൾ അമ്മയായിരുന്നു എന്റെ സത്യം. പതിനാലാമത്തെ വയസ്സിൽ എന്നെ പ്രസവിച്ചിട്ടുണ്ട് കാളിയമ്മ.

ഒരു പുഴ പോലെ നിറഞ്ഞൊഴുകുന്ന കനോലി കനാലിലൂടെ കടന്നുപോകുന്ന തോണിക്കാരായിരുന്ന അമ്മയുടെ കൂട്ടുകാർ. അവരെ എണ്ണിയാൽ തീരില്ല. അവരിലാരുമാകാം എന്റെ അച്ഛൻ എന്നും ഞാൻ ആലോചിച്ചിട്ടുണ്ട്. തോണിക്കാർ പല ദൂര ദിക്കിൽ നിന്നും അമ്മയ്ക്ക് എത്തിച്ച്ച കൊടുക്കാത്ത സാധനങ്ങളില്ല.

“കാളിയമ്മക്കുള്ള നേർച്ചകളാണ്.”

തോണിക്കാർ പറയും.

അവർക്ക് പലതരം പലഹാരങ്ങളുണ്ടാക്കി വിറ്റാണ് അമ്മ ജീവിക്കാ നുള്ള വകയുണ്ടാക്കിയിരുന്നത്.

“സ്വന്തം കാലില് നിക്കണം “

കാളിയമ്മ പറയും.

കനോലി കനാലിന്റെ കരയിലൂടെ കളിയമ്മയ്ക്കൊപ്പം നടന്നു പോവുന്നത് എന്നും എനിക്കിഷ്ടമായിരുന്നു. ആരുടെയും കണ്ണിൽ പെടാതെ വേണം അന്നൊക്കെ നടക്കാൻ. ഇല്ലെങ്കിൽ ജാതിപ്പിശാച് പിടിയ്ക്കും. പെണ്ണിന് വഴി നടക്കൽ ഇരട്ടഅദ്ധ്വാനമായിരുന്ന കാലമായി രുന്നു അത്. അമ്മക്ക് ഒരു പിശാചിനെയും പേടിയില്ലായിരുന്നു.

“കാളിയമ്മക്ക് ഭ്രാന്താണ്. വെട്ടുകത്തിയുമായാ നടപ്പ്. സൂക്ഷിയ്ക്കണം.”

അവർ വരുന്നത് കണ്ടാലേ ജാതിപ്പിശാചുക്കൾ ഓടിയൊളിക്കുമാ യിരുന്നു. കാരപ്പറമ്പിൽ ആദ്യം മേൽമുണ്ട് ധരിച്ച് പുറത്തിറങ്ങിയത് കാളിയമ്മയായിരുന്നു. അത് പറിച്ചു മാറ്റാൻ ഒരുമ്പെട്ട ഒരു തെമ്മാടിയെ അമ്മ കൊടുവാൾ വീശി വെട്ടിയിട്ടുണ്ട്. പിന്നെ ആരും അടുത്തിട്ടില്ല.

“അവറ്റകളങ്ങിനെ മുല കണ്ട് രസിയ്ക്കണ്ട.”

വാഗ്ഭടാനന്ദൻ കാരപ്പറമ്പിൽ അയൽപ്പക്കത്ത് വന്ന കാലം മുതൽക്ക് തന്നെ കാളിയമ്മ ഗുരുവിന് ശിഷ്യപ്പെട്ടിരുന്നു. ഗുരുവിന്റെ

കരുത്തരായ ശിഷ്യന്മാർ ചോദിക്കാനുണ്ടാകും എന്നറിയാവുന്നത് കൊണ്ട് മേൽജാതിക്കാർ അമ്മയോടടുക്കാൻ ധൈര്യപ്പെട്ടില്ല. അമ്മ എന്തിനും ഗുരുവിനൊപ്പം നിന്നു.

"വാക്ക് വാളായിരിക്കണം "

ഗുരു പകർന്ന സത്യം കാളിയമ്മ അത് ശിഷ്യഗണങ്ങൾക്ക് പകർന്നു നൽകി. തത്വപ്രകാശികയിൽ ചേർന്നു പഠിക്കാനും പിന്നെ അവിടെത്തന്നെ കുട്ടികളെ പഠിപ്പിക്കാനും എനിക്ക് വഴികാട്ടിയായത് അമ്മയാണ്. ദുരാചാരങ്ങളുടെ കണ്ണാടിമതിലുകൾ ഉടയ്ക്കുന്ന വാളുകളായിരുന്നു തത്വപ്രകാശിക കൊളുത്തിയ വെളിച്ചങ്ങൾ.

"മരം പോലെ വളരണം. അറ്റം കാണാനാവാതെ ചുറ്റിപ്പിണഞ്ഞു കിടക്കുന്ന വേരുകൾ ഓരോ മരവും കൊണ്ടു നടക്കുന്നുണ്ട്. ആഴമാണ് ബലം."

കാളിയമ്മയാണ് ഞാൻ കണ്ട ആദ്യത്തെ തത്വചിന്തക. എന്തിനും അവർ തന്റേതായ വ്യാഖ്യാനം നൽകി. ഗുരുവിനോട് നേരിട്ട് തർക്കിച്ചു. ഒത്തുതീർപ്പില്ലാതെ സംവദിച്ചു. കാളിയമ്മയുടെ ഭ്രാന്തുകൾ ഗുരുവും വകവച്ചു കൊടുത്തു.

"സ്ത്രീക്ക് മനുഷ്യരായി സമൂഹത്തിൽ ഇടം കിട്ടും വരെ കാളിയമ്മമാർ ഉണ്ടായിക്കൊണ്ടേയിരിക്കും."

ഗുരു പറഞ്ഞു.

"കാളിയമ്മക്ക് ഭ്രാന്താണ്. ഭ്രാന്ത് പകരും "

അട്ടത്ത് ഇരതേടാൻ മത്സരിക്കുന്ന എലികളും ചുറകളും പരസ്പരം സംസാരിക്കുന്നത് ഞാൻ കേട്ടിട്ടുണ്ട്.

കാളിയമ്മയുടെ ഭ്രാന്ത് പകർന്നത് ഞാനും എന്റെ ഹൃദയത്തിൽ സൂക്ഷിച്ചു. അതായിരുന്നു എന്റെ പടച്ചട്ട.

"രുദ്രാണിക്ക് ഭ്രാന്താണ് ".

ചുറകൾ പറയുന്നത് ഞാൻ കേട്ടിട്ടുണ്ട്.

ഇപ്പോൾ എന്റെ കിടപ്പുമുറിയുടെ നാലു ചുമരുകൾക്കുള്ളിലേക്ക് പിൻവാങ്ങി എലികൾ കരണ്ടു തിന്ന കാലത്തിലൂടെ നടക്കുമ്പോൾ അവ അറുത്തിട്ട ഓർമ്മകളെല്ലാം എവിടെപ്പോയി മറഞ്ഞു എന്നു മനസ്സിലാകുന്നില്ല. ഓർമ്മയറ്റു പോകുമ്പോൾ തീരുന്നതാണ് എല്ലാം.

ഒരു വെള്ളപ്പൊക്കം വന്ന് എല്ലാം വിഴുങ്ങിയപ്പോഴും എലികളും ചുറകളും ബാക്കിയായി. ഉറങ്ങിയാൽ ചുറകൾ ഓർമ്മകൾ കാർന്നുതിന്നും. ചുറകളെ പേടിച്ച് എനിക്കിപ്പോൾ ഉറക്കമേയില്ല. ഞാനുറങ്ങിയിട്ട് എത്ര വർഷങ്ങൾ പിന്നിട്ടു എന്നു പോലും ഓർമ്മയില്ല. എലി കടിച്ച

ഉണങ്ങാത്ത മുറിവുകൾ നീറിക്കൊണ്ടേയിരിയ്ക്കും.

വിവാഹം എനിക്ക് മറവിയായിരുന്നു. ദാമ്പത്യം അതിന്റെ മുറിപ്പാടും. ലോകം നന്നാക്കാൻ പ്രസംഗിച്ച് നടക്കുന്ന ആണ്ടിയേട്ടൻ അതറിഞ്ഞതേയില്ല. പുറത്തൊരാളും വീട്ടിൽ മറ്റൊരാളും ആയിരിക്കുന്നത് ആണുങ്ങൾക്ക് വലിയ ബുദ്ധിമുട്ടില്ലാത്ത കാര്യമാണ്. എന്നാൽ എനിക്കത് ബുദ്ധിമുട്ടാണ്. അട്ടത്തെ ഉത്തരങ്ങളിൽ പറ്റിക്കിടക്കുന്ന പല്ലികൾ മനസ്സ് മനസ്സിലാക്കി ചിലയ്ക്കുന്നത് അതാണ്.

വെള്ളപ്പൊക്കത്തത്തിൽ ഞാൻ ഗർഭിണിയായ വിവരം ആണ്ടിയേട്ടൻ അറിഞ്ഞിട്ടേയില്ല. പല്ലികൾക്ക് മാത്രമേ അതറിയൂ. പുറത്ത് യുദ്ധം നടക്കുകയായിരുന്നത് കൊണ്ടാണ് പത്ത് മാസം പിന്നിട്ടിട്ടും ഞാനവളെ പ്രസവിക്കാതിരുന്നത്.

വെള്ളപ്പൊക്കത്തിൽ ഞാൻ ഗർഭിണിയായി എന്നു പറഞ്ഞാൽ ആരും വിശ്വസിക്കില്ല. എന്നാൽ അതായിരുന്നു ശരി. മനുഷ്യ സ്ത്രീ ഒരു മീൻ കുഞ്ഞിനെ പ്രസവിക്കുമോ എന്ന് കുറകൾ എന്നോട് ചോദിച്ചിരുന്നു. ഞാൻ മറുപടി കൊടുത്തില്ല. കുറകളോട് വിശദീകരിക്കേണ്ട ഒരു കാര്യവും എനിക്കില്ലായിരുന്നു. പന്ത്രണ്ടാമത്തെ മാസം ഞാനവളെ ആരുമറിയാതെ പ്രസവിച്ചു. കടൽവെള്ളം നിറച്ച ഒരു നീല സ്ഫടിക ഭരണിയിട്ടു ഞാനവളെ വളർത്തി. നീന്താൻ ചിറകുമുളച്ച ശേഷം ആരും കാണാതെ ഞാനവളെ കടലിലേക്ക് തന്നെ തുറന്നു വിട്ടു. അവൾ പേടിയില്ലാതെ നീന്തുന്നത് കാണുന്നത് തന്നെ ഒരു സന്തോഷമായിരുന്നു. തിരകളെ വകവയ്ക്കാതെ നീന്തുന്ന അവൾക്ക് ഞാൻ മീനം എന്നു പേരിട്ടു. പന്ത്രണ്ടാമത്തെ മാസം.എന്റെ മത്സ്യാവതാരം. അതാണ് എന്റെ ശരിയ്ക്കുള്ള കുട്ടി. ചന്തു ഞാനറിയാതെ ഉണ്ടായതാണ്. ആണ്ടിയേട്ടൻ ഭാസ്കരൻ എന്ന മറയിൽ പിറന്നപ്പോൾ ഉണ്ടായതാണ് ചന്തു. അവൻ ഞാൻ വളർത്തിയ കുട്ടിയല്ല.

ജന്മങ്ങൾ വരുന്നതും പോകുന്നതും ഒക്കെ ആർക്കും ഒരു നിയന്ത്രണമില്ലാത്ത ഏതോ കാലത്തിന്റെ ഒരു കുത്തൊഴുക്കാണ്. അതിന്റെ അറ്റങ്ങൾ ആർക്കുമറിയാനാകില്ല. ശ്രമിച്ചിട്ട് കാര്യവുമില്ല. ഒരു ജന്മത്തിന്റെ മാത്രം നിയന്ത്രണത്തിലല്ല ഒന്നും.

വാക്കുകളും ജന്മങ്ങളാണ്.

നൂൽപ്പാലത്തിലൂടെയുള്ള നടത്തമായിരുന്നു ഓരോ വാക്കും. ഒന്നു കൈവിട്ടാൽ താഴെ വീണ് പൊട്ടിപ്പോകും.

ആരു പിടിച്ചു വച്ചാലും സമയം നമ്മുടെ പിടിയിൽ നിൽക്കില്ല എന്നെനിക്കറിയാം. ആരൊക്കെ ഉണ്ടായാലും ഇല്ലെങ്കിലുമൊക്കെ

ഏറ്റവുമവസാനം എല്ലാവരും തനിച്ചാകും. ആരൊക്കെ മാഞ്ഞുപോയി. ഞാനും അത് പോലെ മാഞ്ഞു പോകും.അത്രമാത്രം.

ഒരു പെണ്ണിന് ഈ ഒറ്റപ്പെടൽ അത്ര പുതിയതൊന്നുമല്ല. കാളിയമ്മയിൽ ഞാനത് ഗതി കിട്ടാതെ വളരുന്നത് കണ്ടിട്ടുണ്ട്. അമ്മ എന്തിനെന്നറിയാതെ ഉഴറി നടക്കുമായിരുന്നു. ഒറ്റപ്പെടാൻ പഠിച്ചാണ് ഓരോ പെൺകുട്ടിയും വളരുന്നത്. പിറന്ന വീട്ടിലും കല്യാണം കഴിച്ച് കൊണ്ടു പോകുന്ന വീട്ടിലും അവൾക്ക് വേരുപിടിച്ചു വളരാൻ ബുദ്ധിമുട്ടാണ്. പറച്ചു നടലാണത്. പിന്നെ സമയമുണ്ടാകില്ല ഒന്നിനും. സ്വന്തമായി ഒരിടമുണ്ടാവുകയെന്നത് സ്ത്രീയ്ക്ക് വലിയ പാടാണ്. എപ്പോഴും വേറെയേതോ സ്ഥലത്ത് എത്തിപ്പെട്ട് ജീവിക്കേണ്ടി വരുന്നു എന്ന വിചാരം എനിക്കെപ്പോഴും ഉണ്ടായിട്ടുരുന്നു. ഒരിയ്ക്കലും ഒരു വീട് എവിടെയും ഉണ്ടായിട്ടേയില്ല.

ഞാൻ ശരിയ്ക്കും മരിച്ചിട്ടിപ്പോൾ എത്ര വർഷങ്ങളായി എന്ന് ഓർക്കാനാകുന്നേയില്ല. അതിന് ശേഷം എത്രയോ ജനനങ്ങളും മരണങ്ങളുമുണ്ടായി. എത്രയോ വീടുകൾ പുതുതായി ഉയർന്നു, എത്രയോ ഇല്ലാതായി. വിട്ടു പോയവരെ നികത്താനാകില്ല. അതപൂർണ്ണമാരിക്കും. കാണാതായിപ്പോയ കണ്ണികൾ അത്രയധികമാണ്. പൂർണ്ണത അസാധ്യമാണ്.

കാളിയമ്മ പറയുമായിരുന്നു.

“ആരും ദൈവമല്ല, ദൈവമാകാൻ കഴിയുകയുമില്ല. പണിതീരാത്ത ജീവിയാണ് മനുഷ്യർ. ആ പണിക്കുറവ് ഏന്തിലുമുണ്ടാകും. തന്നെത്തന്നെ മറച്ചുവയ്ക്കാനാണ് ഒരാൾക്ക് തന്റെ ജീവിത കാലത്ത് ഏറ്റവും കൂടുതൽ പണിപ്പെടേണ്ടി വരുന്നത്.മറവി ഒരനുഗ്രഹവുന്നത് അതുകൊണ്ടാണ്.”

ചില മറവികൾ ബന്ധങ്ങളുടെ തായ് വേര് തന്നെ മായ്ച്ചുകളയും. ഓർമ്മയിൽ പിടിച്ചു നിർത്തിയില്ലെങ്കിൽ എല്ലാം അത് തേച്ച് മായ്ച്ച് കളയും.

ഞങ്ങളുടെ പറമ്പിനപ്പുറം വലിയ പാടമായിരുന്നു. അതിരില്ലാത്ത പാടം. അതിന്റെ നടുവിലൂടെ നേരിയ ഒരു വരമ്പുണ്ട്. മഴക്കാലമായാൽ പാടം മുഴുവനും വെള്ളം നിറയും. അപ്പോൾ കണ്ണെത്താത്ത ദൂരത്തോളം വെള്ളം മാത്രമാകും. കുളവും നിറഞ്ഞ് മൂടിപ്പോകും. വീട് കുറച്ച് ഉയരത്തിലായതിനാൽ അകത്തേക്ക് മാത്രം വെള്ളം കയറില്ല. നിർത്താതെ കോരിച്ചൊരിയുന്ന മഴയത്ത് വെള്ളം പൊങ്ങി വീടു മുങ്ങിപ്പോകുമോ എന്ന പേടിയോടെ കണ്ണടച്ചു കിടന്ന രാത്രികൾ നിരവധിയാണ്.

കാളിയമ്മ പറയുന്ന കഥകൾ മാത്രമായിരുന്നു ആശ്വാസം.

“പണ്ടൊരിക്കൽ ഒരിടത്ത് ഒറ്റക്ക് ജീവിയ്ക്കുന്ന ഒരു പെണ്ണുണ്ടായിരുന്നു.” എന്നു തുടങ്ങുന്ന ഓരോ കഥ പറയുമ്പോഴും കാളിയമ്മ മുടിയഴിച്ചിട്ട് ആടും.

"ഒരു പെണ്ണിനും ഒരാൺതുണ വേണമെന്നേയില്ല. ഒറ്റക്ക് നിൽക്കാൻ പറ്റണം. പറ്റും."

ഉറക്കത്തിൽ കാളിയമ്മ ചെവിയിൽ പറഞ്ഞതാണ് ഒറ്റക്കായിരിക്കാൻ പഠിപ്പിച്ച പാഠങ്ങളായിത്.

ശങ്കു എന്നൊരാൾ ആദ്യം കാളിയമ്മയെ വിവാഹം കഴിച്ചിരുന്നു. എന്നാൽ കൂടെക്കിടക്കാൻ അയാൾക്ക് പേടിയായിരുന്നു.

"ശക്തിയുള്ള പെണ്ണുങ്ങളെ പേടിയാണ് ആണുങ്ങൾക്ക്. പെണ്ണിന്റെ ഉണർച്ച കണ്ടാൽ അവരുടെ ചുക്ക് ചുരുണ്ടു പോകും"

ഒരു ദിവസം കാളിയമ്മയുടെ ആഭരണങ്ങളെല്ലാം എടുത്ത് അയാൾ അപ്രത്യക്ഷനായി. കാളിയമ്മ സ്വന്തം വീട്ടിലേക്ക് തന്നെ മടങ്ങിപ്പോരുകയും ചെയ്തു. കുറെക്കാലം കഴിഞ്ഞപ്പോൾ ശങ്കു നാട്ടിൽ തിരിച്ചെത്തി വിളിക്കാൻ വന്നെങ്കിലും കൂടെ പോകാൻ കാളിയമ്മ അയാളെ ആട്ടിവിട്ടു.

"പോയി പറ്റുന്ന പണി ചെയ്യ്. എനിക്ക് ഞാൻ മതി.''

ചോദിക്കാൻ വന്നവരോടൊക്കെ കാളിയമ്മ നയം വ്യക്തമാക്കി.

"എന്റെ കാര്യം നോക്കാൻ ഒരുണക്കകളും വേണ്ട "

ഇരട്ടസഹോദരങ്ങളായ പെരവറെയും പെരച്ചനെയും അതിൽ പിന്നീടാണ് കാളിയമ്മ കണ്ടു പിടിക്കുന്നത്. കനോലി കനാലിലൂടെ നിലമ്പൂർക്കാട്ടിലെ മരവുമായി എത്തിയവരായിരുന്നു അവർ.

കാളിയമ്മയ്ക്ക് നാരായണിയമ്മ എന്നൊരു കൂട്ടുകാരിയുണ്ടായിരുന്നു. സ്വന്തം വീട് വിട്ട് ഓരോരോ വീടുകളിൽ കിടപ്പിലായവരെ ശുശ്രൂഷിക്കാൻ പോകുന്ന ജോലിയായിരുന്നു അവർക്ക്.ഒടുവിൽ ശങ്കു രോഗബാധിതനായി കിടപ്പിലായപ്പോൾ നാരായണിയമ്മയായിരുന്നു ശുശ്രൂഷിച്ചത്. താൻ ചെയ്ത തെറ്റുകളിൽ പശ്ചാത്തപിച്ച് ഒരിക്കലെങ്കിലും കാളിയമ്മയെ നേരിൽ കണ്ട് മാപ്പ പറയാൻ അദ്ദേഹം നാരായണിയമ്മയോട് അവസാനത്തെ ആഗ്രഹം ഉണർത്തിച്ചിരുന്നു.അമ്മയത് കേട്ടതായി ഭാവിച്ചില്ല. കുറേ നേരം ചിരിച്ചതല്ലാതെ ഒരു മറുപടിയും കൊടുത്തതുമില്ല.

"ശങ്കുവിന് മാപ്പില്ല ".

ആ മനുഷ്യനോട് പൊറുക്കാൻ കാളിയമ്മ തയ്യാറായിരുന്നില്ല.

"പെണ്ണുങ്ങൾ കരഞ്ഞു വളരരുത്. മനസ്സൊറപ്പ് വേണം. ദുഃഖമൊക്കെ വരും പോകും. ഒക്കെ പെയ്ത് തീർക്കണം."

ഉള്ളിലിരുന്ന കാളിയമ്മ പറയുന്നത് എനിക്കിപ്പോഴും കേൾക്കാം.

ആഗ്രഹങ്ങൾ കുറച്ച് കുറച്ച് കൊണ്ടുവന്ന് മറ്റൊരാഗ്രഹവും ഇല്ലാത്ത ഒരാളായി മാറുന്ന ഭാരമില്ലാത്ത ഒരവസ്ഥയിലേക്കെത്താൻ ഞാൻ

ആഗ്രഹിച്ചു. കോട്ടയിൽ കാറ്റ് വീശുമ്പോൾ സങ്കടങ്ങളോ ഖേദങ്ങളോ ഇല്ലാതെ ഓർമ്മകൾ കണ്മുന്നിൽ തെളിയും. നിറങ്ങളും ശബ്ദങ്ങളുണ്ടാകില്ല. വേദനകളുമില്ല.

എല്ലാം കാണുന്ന ഒരു ശ്വാസമോ ഒരു കണ്ണോ മാത്രമാണ് ഞാൻ. അതും നിലച്ചാൽ തീർന്നു എല്ലാം. ശൂന്യം മനോഹരം.ഞാൻ വെള്ളത്തിലേക്ക് മടങ്ങും. അവിടെ എന്റെ മകൾ മീനം എന്നെ കാത്തിരുപ്പുണ്ടാകും. കാളിയമ്മയും.

ജലജീവിതം

വെള്ളം ഒരളവാണ്. അളക്കാനാവാത്ത ജീവിതങ്ങളുടെ അളവ്. വെള്ളത്തിൽ ഇല്ലാതായിപ്പോയവർ ബാക്കിയായവരുടെ മനസ്സിൽ അലിയാത്തൊരു കല്ല് പോലെ കട്ടപിടിച്ച് കിടക്കും. പോകില്ല.

കണ്ണടച്ച് തുറക്കുന്ന ഒരു നിമിഷം മതി വെള്ളത്തിന് എല്ലാം ഇല്ലാതാക്കാൻ. ഒലിച്ചുപോകാത്ത കല്ല് കിണറ്റിന്നടിയിൽ തന്നെ കിടക്കും.

കാളിയമ്മയും അച്ഛന്മാരും ഒലിച്ചുപോയ വെള്ളത്തിൽ ഒരു കല്ലായി ഞാൻ പിന്നെയും ജീവിച്ചു. ആരും തിരിച്ചു വന്നില്ല. മൂന്നാം നാൾ ആരും ഉയിർത്തെഴുന്നേറ്റില്ല. പൊക്കിൾക്കൊടിയിൽ ഒരു വേദന മാത്രം മായാതെ നിന്നു.

കനോലി കനാലിലെ കുത്തിയൊഴുക്കിലൂടെ കല്ലായിപ്പുഴയിലെത്തി അവരെല്ലാവരും എന്റെ കടലിൽ മീനത്തിന്റെ അടുത്ത് എത്തിച്ചേർന്നിരിക്കും. ഉത്തരം കിട്ടാത്ത ചോദ്യങ്ങളിലേക്ക് അവർ എന്നെന്നേക്കുമായി അപ്രത്യക്ഷരായി. ഞാൻ മാത്രം എങ്ങിനെ ബാക്കിയായി എന്ന് എനിക്ക് തന്നെ മനസ്സിലായില്ല. തോരാമഴയിൽ വെള്ളം പൊന്തിവന്നപ്പോൾ കാളിയമ്മയെന്നെ അട്ടത്തേക്ക് കയറ്റി വിട്ടത് ഓർമ്മയുണ്ട്.

മഴയിൽ വിരുന്നുവന്ന അച്ഛന്മാർ പാടത്തായിരുന്നു. അവരെ വിളിക്കാൻ പാടത്തേക്കോടുകയായിരുന്നു കാളിയമ്മ. അപ്പോഴേക്കും ഒരു പുഴ തന്നെ അകത്തേക്ക് ഇരച്ചു വന്നു. കാളിയമ്മ അതിൽ ഒഴുകിപ്പോകുന്നത് ഞാൻ കണ്ടു. ഭയം തൊണ്ടയിൽ കുരുങ്ങി കരച്ചിൽ പോലും പുറത്തേക്ക് വന്നില്ല. അമ്മയോടൊപ്പം ആ വെള്ളത്തിലേക്ക് ചാടി എന്തുകൊണ്ട് ഞാനിറങ്ങിപ്പോയില്ല എന്ന കുറ്റബോധം പിന്നീടൊരിക്കലും എന്നെ വിട്ടുപോയതേയില്ല.

അട്ടത്തെ ക്കറകൾ മാത്രം എല്ലാം കണ്ടു. എത്ര ദിവസം അങ്ങിനെ കഴിഞ്ഞു എന്നോർമ്മയില്ല. നോക്കെത്താത്ത ദൂരം മുഴുവനും വെള്ളം മാത്രമായിരുന്നു. തളർന്നു വീണപ്പോൾ ഇരുട്ടിൽ പതിയിരിക്കുകയായിരുന്ന ക്കറകൾ ശരീരത്തിലൂടെ ഇഴഞ്ഞു നടന്നു. അവയെന്നെ തിന്നു തീർക്കും എന്നുറപ്പിച്ച് കണ്ണടച്ച് കിടന്നു. പിന്നെയെപ്പോഴോ രണ്ടു കൈകൾ വന്ന് ക്കറകളെ തട്ടിമാറ്റി എടുത്ത് പൊന്തിച്ചു.

മരണജലത്തിൽ നിന്നും എന്നെ ജീവിതത്തിന്റെ കരക്ക് തിരിച്ചെത്തിച്ചത് വാഗ്ഭടാനന്ദ ഗുരുവിന്റെ രണ്ട് ശിഷ്യന്മാരായിരുന്നു. ഗുരു തന്നെയാണ് അവരോട് കാളിയമ്മയുടെ വീട്ടിൽ ജീവനുണ്ടോ എന്ന് പരിശോധിക്കാൻ തോണിയിൽ അയച്ചത്. ആ ഓർമ്മയുടെ കരുതലാണ് എന്റെ ജീവൻ.

"വെള്ളം കയറാത്ത എവിടെയെങ്കിലും ജീവനുണ്ടോ എന്ന് ചികയാൻ മറക്കരുത് എന്ന് ഗുരു പറഞ്ഞു."

രക്ഷകരായി വന്നവർ പറഞ്ഞു.

എനിക്കൊന്നും തീരാനില്ലായിരുന്നു. മരണത്തിന്റെ കടലിന് പിടികൊടുക്കാതിരുന്നവർ കുറ്റബോധത്തിന്റെ കൊല്ലികളിൽ ഉഴലുന്നു. അവസാനത്തിന്റെ മുനമ്പിലെ കാഴ്ച പോലെയല്ല കൊല്ലികളിൽ നിന്നുള്ള കാഴ്ച. ഇവിടുന്ന് നോക്കുമ്പോൾ എത്രയോ ദൂരങ്ങൾ കാണില്ല. എന്നാൽ അകലങ്ങൾ കേൾക്കാം. കരകയറാൻ തീരുമാനിച്ച നിമിഷം എന്നെ വേട്ടയാടി. ഞാൻ ജീവിക്കുന്നത് തന്നെ എന്നെ സ്നേഹിച്ചവരെ വെള്ളത്തിന് കൊടുത്താണെന്ന തോന്നലിൽ ഞാൻ ഉരുകി. കുറ്റബോധത്തേക്കാൾ വലിയ ദൂരദർശിനിയില്ല. ശ്വാസം മുട്ടി മരിച്ച പ്രിയപ്പെട്ടവരെയോർത്തുള്ള ശ്വാസം മുട്ടലിന് അറുതിയുമില്ല.

ആ ശ്വാസം മുട്ടലിന്റെ ശിശുവാണ് ചന്തു. പ്രസവവേദന അമ്മമാർ മറക്കുന്നത് കുട്ടിയെ അവരുടെ ശരീരത്തിന്റെ തുടർച്ചയായി അറിയുമ്പോഴാണ്. വേദന എന്തായാലും വേദന തന്നെ. അത് ഏതൊരു സ്ത്രീയും ഒറ്റക്ക് സഹിക്കുന്ന ഒന്നാണ്. മറ്റാരും അത് പങ്കു വയ്ക്കുന്നില്ല. എങ്കിലും ആ വേദനകൾ വഴി പതുക്കെ ഞാനും ഒരമ്മയായി മാറുകയായിരുന്നു.

ഗുരു വിടപടഞ്ഞത് ഈ വേദനയിൽ ഞാനറിഞ്ഞതേയില്ല. വേദനയുടെ വെളിപാടുകൾ എന്നെ മറ്റൊരാളാക്കി. മനസ്സിലെ മഹായുദ്ധങ്ങൾ അത് കെട്ടഴിച്ചുവിട്ടു. ലോകത്തും യുദ്ധമായിരുന്നു. പിന്മാറ്റം മാത്രമായിരുന്ന എനിക്ക് മുന്നിൽ കാണാനായ ഏകപരിഹാരം. കാളിയമ്മ ഒലിച്ചുപോയതോടെ തന്നെ സമ്പൂർണ്ണ ശൂന്യതയിൽ ഉഴലലായിരുന്നു ജീവിതം. മീനവും ആണ്ടിയും ചന്തുവും എല്ലാം അതിനിടയിലെ ചില മിന്നായങ്ങൾ മാത്രം.

കുറ്റങ്ങളുടെ പങ്കാളിത്തം ചുമക്കാതിരിക്കാൻ പിന്മാറ്റമല്ലാതെ വഴിയില്ലാത്ത സാഹചര്യം ഓരോ ജീവിതത്തിലുമുണ്ടാകും. എല്ലാ ബന്ധങ്ങളിൽ നിന്നും ആഗ്രഹങ്ങളിൽ നിന്നും കെട്ടുപാടുകളിലും നിന്നും എല്ലാം പിൻ വാങ്ങുക. വീട്ടിൽ അതുണ്ടാക്കുന്ന ബുദ്ധിമുട്ടുകൾ എനിക്ക് കാണാമായിരുന്നു. ആണ്ടിയെ ഭാസ്കരനാക്കിയ എന്റെ ദാമ്പത്യം നിശബ്ദതയുടെതായി. ഭാസ്കരന് ഭാസ്കരന്റെ വഴിയുണ്ടായിരുന്നു. പിന്നെ ഞാനാരെയും കാത്തിരുന്നില്ല. ആരെന്ത് വിചാരിച്ചാലും പറഞ്ഞാലും പതുക്കെപ്പതുക്കെ ഒന്നും എനിക്ക് പ്രശ്നമല്ലാതായി മാറി.

ഞാനെന്റെ ചിന്തകളിലേക്ക് മാത്രമായി പിൻവാങ്ങി. ഉപേക്ഷിക്കപ്പെട്ട പഴയ ഡയറികളെ നോട്ട്പുസ്തകങ്ങളാക്കി. ഞാനൊരിക്കലും ജീവിച്ചിരുന്നില്ല എന്നെനിക്ക് മനസ്സിലായി. എന്നും എപ്പോഴും ഓട്ടമായിരുന്നു. ആരൊക്കെയോ ആയിരിക്കാൻ വേണ്ടിയുള്ള നിലയ്ക്കാത്ത ഓട്ടം. ഞാനത് മതിയാക്കി.

അടുക്കളയിലെ തീയിൽ നിന്നായിരുന്നു ഒടുവിൽ പിൻവാങ്ങിയത്. അതായിരുന്നു എത്രയോ കാലം എന്റെ ലോകം. ഉപ്പോ കടുകോ മുളകോ ഞാൻ വച്ചിരുന്ന സ്ഥലത്ത് നിന്നും ഇത്തിരി മാറിപ്പോയാൽ പോലും ഞാൻ അസ്വസ്ഥയാകുമായിരുന്നു. അത്രയും അതെന്റെ ശരീരത്തിന്റെ ഭാഗമായി മാറിയിരുന്നു. പിന്നെ അടുക്കള എന്നത് ഞാൻ ജീവിതത്തിൽ നിന്നേ മുറിച്ച് മാറ്റി. ആരെങ്കിലും വന്നു വിളിച്ചാൽ പോകും. തിന്നും. തിന്ന പാത്രം കഴുകി വയ്ക്കും. തിന്നുന്നതിൽ ഉപ്പ് കുറഞ്ഞാലും കൂടിയാലും എനിക്ക് പ്രശ്നമില്ല. എനിക്ക് രുചികളില്ലായിരുന്നു. ആവശ്യങ്ങളില്ലായിരുന്നു. എത്തിപ്പെട്ട ഇടത്ത് നിന്ന് തന്നെ ഒരിക്കലും കാണാത്ത ഹിമാലയത്തിലേക്കുള്ള നടന്നു കയറലായിരുന്നു അത്.

വാനപ്രസ്ഥം.

ഇനി ഒന്നും നടന്നില്ലെങ്കിലും ഒന്നുമില്ലെന്ന് മനസ്സിലാകുമ്പോഴേക്കും ഓരോരുത്തരും എത്രയോ വൈകിപ്പോകും. ഒന്നുമില്ലെങ്കിലും ഒന്നുമില്ല എന്ന് കരുതി വേണം ഭൂമിയിലൂടെ നടക്കാൻ. പുറം തിരിഞ്ഞു നോക്കാതെ തന്നെ നടക്കുമ്പോൾ തെളിഞ്ഞു കാണാം പിന്നിട്ട വഴികൾ.

സ്വന്തം വീട് എന്നത് പുറത്തെവിടെയോ അല്ല. അത് നാം തന്നെയാണ്. ജനിച്ച വീട് ഇന്നോർമ്മ മാത്രമാണ്. ആ സ്ഥലം ആരുടെതോ ആണിപ്പോൾ. വീടൊക്കെ എന്നോ പൊളിച്ചു പോയി. സ്ഥലവും മാറിപ്പോയി. ഞങ്ങളൊക്കെ ഒരു കാലത്ത് അവിടെ ഉണ്ടായിരുന്നു എന്നതിന്റെ ഒരു തെളിവും ഇന്നവിടെയില്ല. വെള്ളമിറങ്ങിയപ്പോൾ എല്ലായിടത്തും പുതിയ മനുഷ്യർ, പുതിയ വഴികൾ, പുതിയ വീടുകൾ. അത്രയേ ഉള്ളൂ. അങ്ങിനെയാണ് കാലം മാറുന്നത്.

ഓരോരുത്തരും വരുന്നു, പോകുന്നു. അതിനിടയിൽ കുറേ അനുഭവങ്ങൾ. കുറേ ഓർമ്മകൾ. പിന്നെ അതും മായുന്നു.

പുലർച്ചകളിൽ കാളിയമ്മയോടൊപ്പം കടലിൽ കുളിക്കാൻ പോകുന്നത് ഓർമ്മയുണ്ട്. തിരകൾക്കിടയിൽ അമ്മ ഒരു ശവം പോലെ മലർന്ന് കിടന്ന് ഒഴുകുന്നത് ഒരു കാഴ്ചയായിരുന്നു. അങ്ങിനെ മലർന്നു കിടന്നു നീന്താൻ അമ്മ പഠിപ്പിച്ചില്ല.

"അതു വേണ്ട. ഇത്തിരി പിഴച്ചാൽ പിന്നെ കടലിൽ നിന്നും പൊന്ത നാവില്ല. അത് നീ വലുതാകുമ്പോൾ സ്വയം പഠിച്ചോളും".

വെള്ളത്തിൽ മലർന്നു കിടന്നു നീന്താൻ ഞാൻ പഠിച്ചതേയില്ല. അതിലും ദുഷ്കരമായ വെള്ളങ്ങളിൽ മലർന്നും കമിഴ്ന്നും കിടന്ന് നീന്തി. അമ്മ പറഞ്ഞു തന്ന പാഠങ്ങളൊക്കെ വലിയ കരുതലുകളായിരുന്നു.

"ഒറ്റക്ക് നീന്തണം"

കാളിയമ്മ പറയും.

ഒറ്റക്ക് നിൽക്കാൻ എന്നെ പഠിപ്പിച്ചത് അതാണ്.

ആണ്ടിയേട്ടനെ ചന്തുവും വേറെയേതോ ആണ്ടിയേട്ടന്റെ ലോകത്താ യിരുന്നു. സ്വന്തം വീട് ഏതാണ് എന്ന അനിശ്ചിതത്വം ഓരോ പെണ്ണി ന്റെയും ഉള്ളിലുമുണ്ട്. അവൾക്ക് വേരുപിടിയ്ക്കാൻ ഒരിടം കിട്ടുകയെന്നത് ഈ പൂഴിയിൽ വളരെ ബുദ്ധിമുട്ട് പിടിച്ച പണിയാണ്. പൂഴയിലെഴുതുന്ന ആത്മകഥകൾ തിരകൾക്ക് മായ്ക്കാനുള്ളതാണ്. കെട്ടുപാടുകൾ നിറ ഞ്ഞതാണ് ജീവിതം. കെട്ടുപാടുകൾ നിലനിൽക്കുമ്പോൾ ആത്മകഥ എഴുതുകയെന്നത് സ്വയം വലിച്ചുമുറുക്കലാണ്. അത് വിട്ടുവിക്കണം.

ചാരുകസേര മുറ്റത്ത് കൊണ്ടിട്ട് ആശാന്റെ ചിന്താവിഷ്ടയായ സീത ഞാൻ വായിയ്ക്കാൻ തുറന്നത് എനിക്കോർമ്മയുണ്ട്. ഭൂമി പിളർന്ന് വെള്ളം പൊന്തിപ്പൊന്തിവരുന്ന നേരത്ത് അതിൽ മുങ്ങി മരിയ്ക്കും എന്നുറപ്പിച്ച് അട്ടത്ത് പറ്റിപ്പിടിച്ച കിടന്നപ്പോൾ കണ്ട അതേ കാഴ്ചയിലേക്ക് തന്നെ ഞാൻ തിരിച്ചെത്തി.

കണ്ണെത്താത്ത ദൂരത്തോളം പരന്നു കിടക്കുന്ന വെള്ളത്തിൽ നീന്തി ഒരു വിധമാണ് വീട്ടിലേക്കുള്ള തീവണ്ടി പിടിക്കാൻ റെയിൽവേ സ്റ്റേഷ നിൽ എത്തുന്നത്. അപ്പോഴേക്കും സമയം തെറ്റി. പോകേണ്ട വണ്ടി എപ്പോഴേ പൊയ്ക്കഴിഞ്ഞിരിക്കുന്നു. റെയിൽവെ ട്രാക്കുകളിലേക്കും വെള്ളം കയറുന്നുണ്ട്. ആളൊഴിഞ്ഞ സ്റ്റേഷനിൽ ഒരു ഗുഡ്സ് വണ്ടി മാത്രം നിർത്തിയിട്ടിരിക്കുന്നു. ഇനി പോകാൻ വേറെ വഴിയില്ലെന്ന് പറഞ്ഞ് സ്റ്റേഷൻ മാസ്റ്റർ എന്നെ ഒരു ഗുഡ്സ് മുറി തുറന്ന് അതിൽ കയറ്റി. മൃഗങ്ങളെ കയറ്റുന്ന ബോഗിയായിരുന്നു അത്. അറവ് കാളകളും പശുക്കളുമായിരുന്നു നിറച്ചും. പുറത്തേക്ക് ജനലുകളില്ലായിരുന്നു.

വാതിലുകളടച്ചതോടെ ഒന്നും കാണാനില്ലാതായി. പുറത്ത് മഴയും കാറ്റും ആഞ്ഞുവീശുന്ന ശബ്ദം കേൾക്കാം. പുറത്തേക്കൊന്നും കാണാനാനാവാത്ത തുരങ്കത്തിലൂടെ കുതിച്ചു പായുകയായിരുന്നു തീവണ്ടി. എനിക്ക് ഇറങ്ങേണ്ടിടത്ത് നിർത്താതെ കടന്നു പോയേക്കുമോ എന്ന പേടി കൂടിക്കൂടി വന്നു. ഇരുട്ടിൽ മറ്റു പല മൃഗങ്ങളുടെ ശബ്ദങ്ങൾ കേട്ടു തുടങ്ങിയപ്പോൾ. മൃഗങ്ങളുടെ കൂട്ടിലകപ്പെട്ടത് പോലെ ഞാൻ നാലുപാടും ഓടി രക്ഷപ്പെടാൻ ശ്രമിച്ചു. എന്നാൽ പുറത്തേക്ക് ഒരു വഴിയും കാണുന്നില്ല, എവിടെയും ഇരുട്ട് മാത്രം. കുറേ ഓടിത്തളർന്നപ്പോൾ കുഴഞ്ഞു വീഴുന്നമെന്ന് തോന്നി. മൃഗങ്ങളെ സ്വന്തം ശരീരം കൊണ്ട് തടഞ്ഞ് കാളിയമ്മ എന്നെ മടിയിൽ താങ്ങിക്കിടത്തിയത് ഓർമ്മയുണ്ട്. അമ്മയെ പുറത്ത് നിന്നും മൃഗങ്ങൾ കടിച്ചുകീറി തിന്നു തീർക്കുന്നത് കണ്ടു കണ്ടു നിൽക്കുകയല്ലാതെ എനിക്ക് അനങ്ങാനായില്ല. കരയാനുമായില്ല. നാവിറങ്ങിപ്പോയിരുന്നു. തീവണ്ടി കുതിച്ചു പായുന്നത് തിരമാലകൾ ആഞ്ഞടിക്കുന്ന കടലിലിന് മുകളിലെ വളഞ്ഞുപുളഞ്ഞു കൊണ്ട് കടന്നു പോകുന്ന പാലത്തിന്മേലൂടെയാണെന്നത് ഞാൻ കാണുന്നുണ്ട്. അമ്മയെ മൃഗങ്ങളിൽ നിന്ന് രക്ഷപ്പെടുത്താൻ ഒരു ചെറുവിരൽ പോലും അനക്കാനായില്ലല്ലോ എന്ന നീറ്റൽ ഹൃദയത്തിൽ കനം വച്ചു. പാലം കടലിലേക്ക് അവസാനിക്കുന്നത് എനിക്ക് കാണാം. തീവണ്ടി എല്ലാ നിയന്ത്രണങ്ങളും വിട്ട് കടലിലേക്ക് ആഴ്ന്നിറങ്ങുകയാണ്. എങ്ങും വെള്ളം മാത്രം.വർണ്ണ മത്സ്യങ്ങൾ നീന്തി നടക്കുന്നുണ്ട്. ഞാനെന്താണ് തിരഞ്ഞത് എന്നെനിക്ക് മനസ്സിലായി. ദൂരെ കടൽവെളിച്ചത്തിന്റെ ഒരു ചുമന്ന പൊട്ട് പോലെ എന്റെ കടൽ മകൾ മീനം ഒരു നിമിഷം കണ്ണിൽ മിന്നി. കയ്യെത്തിപ്പിടിയ്ക്കാൻ വെമ്പി.പെട്ടെന്ന് ആരോ വന്ന് എന്നെ എടുത്തു പൊന്തിച്ചു. പുസ്തകം എന്റെ കയ്യിൽ നിന്നും വിടുവിച്ചു. അകത്ത് കിടക്കയിൽ കൊണ്ടു ചെന്ന് കിടത്തി. അത് ആണ്ടിയോ ഭാസ്കരനോ ചന്തുവോ. സ്വപ്നമോ മുന്നറിയിപ്പോ.മനസ്സിലാകുന്നില്ല.

മീനം കടലിൽ ഉണ്ടെന്ന് ഞാൻ പലവട്ടം പറഞ്ഞു. എന്നാൽ ആരുമത് കേൾക്കുന്നില്ല. പകരം ഞാൻ തുറന്നു പിടിച്ചിരുന്ന കണ്ണുകൾ ആരോ പതുക്കെ അടച്ചു. മിക്കവാറും ഇരുട്ടായി പിന്നെ. എങ്കിലും അടയാതെ കിടന്ന ഒരു കൺപീലിയിലൂടെ ഞാൻ കണ്ടു.

പ്രിയപ്പെട്ടവരുടെ മരണം കഴിഞ്ഞിട്ടും മനുഷ്യർ പിന്നെയും ജീവിക്കുന്നു എന്ന അത്ഭുതം. മറവി എന്ന അത്ഭുതം.

ഭാഗം അഞ്ച്:

മറവിയുടെ പുസ്തകം

വോൾഗ

വോൾഗ പുറമെ ശാന്തമായൊഴുകി.

സൂര്യനിലേക്ക് പടവുകെട്ടിയ ആകാശഗോപുരങ്ങൾ കുഴിയാനകളുടെ പിന്മാറ്റത്തിൽ പൊടിഞ്ഞു വീണു. ഇരുമ്പുമറകളും വൻമതിലുകളും നിലം പൊത്തി. ഉടഞ്ഞ വിഗ്രഹങ്ങളുടെ ശ്മശാനങ്ങളിൽ അപമാനിതരായ സ്മാരകശിലകൾ കഥ കേൾക്കാനെത്തുന്ന സഞ്ചാരികളെ കാത്തു കിടന്നു.

"പടവ് കഴിഞ്ഞാൽ പിന്നെ നല്ല ആഴമുണ്ടാകും. അങ്ങോട്ടിറങ്ങേണ്ട. ഞാൻ കൈ പിടിയ്ക്കണോ?"

വോൾഗ വിളിച്ചു ചോദിച്ചു.

സ്മരണകൾ വിറങ്ങലിച്ചൊഴുകുന്ന നേവാ നദിയിൽ കാലുകുത്തിയപ്പോൾ നൂറ്റാണ്ടുകളുടെ തണുപ്പ് കുട്ടിയുടെ ശരീരത്തിലേക്ക് ഇരച്ചു കയറി. നീണ്ട മഞ്ഞുകാലം കഴിഞ്ഞ് നദി ഉണർന്ന് വരുന്നതേയുണ്ടായിരുന്നുള്ളൂ. പൊള്ളുന്ന തണുപ്പിൽ കാലൊരു വട്ടം പിൻവലിച്ചു. പടവുകളിൽ കാത്തു നിന്ന ഒരു കൂട്ടം പ്രാവുകൾ അതു കണ്ട് പതുക്കെ മുരണ്ടു. വൈകിയുണരുന്ന സെന്റ് പീറ്റേഴ്സ് നഗരത്തിൽ പുലർകാല സഞ്ചാരികൾ മാത്രം മൂടിപ്പുതച്ച് നടന്നു പോകുന്നുണ്ടായിരുന്നു.

"വേണ്ട."

"നീന്താനറിയാമോ?"

"അറിയാം."

"ഞാൻ കൂട്ടിക്കൊണ്ട് വന്ന് നദിയിൽ വീഴ്ത്തിയെന്ന് പേരുദോഷം കേൾപ്പിക്കരുത്"

“ഹേയ്, ഇല്ല.”

വിന്റർപാലസിനു മുകളിൽ കോടമഞ്ഞ് ഒഴുകി നടക്കുന്നത് അവിടെ നിന്നാൽ കാണാം. തണുപ്പിനെ വകവയ്ക്കാതെ മിടിച്ചുകൊണ്ടിളകുന്ന നദിയിലേക്കിറങ്ങിയപ്പോൾ അച്ഛച്ഛൻ കണ്ണിൽ നിറഞ്ഞു. കുട്ടി കണ്ണടച്ച് പ്രാർത്ഥിച്ചു.

“അച്ഛച്ഛാ, മാപ്പ്. ഞാൻ തൽക്കാലങ്ങളുടെ കൂട്ടമറവികളിൽ കുതിച്ചു പായുകയായിരുന്നു. പറഞ്ഞ വാക്ക് ഇതാ പാലിക്കുന്നു.”

അച്ഛച്ഛന്റെ ചിതാഭസ്മം സൂക്ഷിച്ച തിളങ്ങുന്ന പിച്ചളച്ചെപ്പിന്റെ അടപ്പ് തുറന്ന് കുട്ടി രണ്ടു കൈകളും നേവാ നദിയുടെ ആഴത്തിലേക്ക് താഴ്ത്തി. ഒരു തണൽ മേഘം താഴ്ന്നു പറന്ന് ശ്വാസത്തിൽ വന്ന് തൊട്ടു. ലോകമഹായുദ്ധങ്ങളുടെ രണ്ടധ്യായങ്ങളിൽ പേരറിയാതൊഴുകിപ്പോയ വരുടെ കണ്ണീർക്കനവിൽ ചിതാസ്മരണ അലിഞ്ഞു. പരേതാത്മാക്കളുടെ കണ്ണീര് പേറുന്ന ആ തണുപ്പിൽ കുട്ടി എല്ലാം മറന്നു നിന്നു. കോട്ടയിലെ ഇലഞ്ഞിമരത്തിൽ തട്ടി വീശുന്ന കാറ്റിന്റെ ഗന്ധം കുട്ടിയുടെ ശ്വാസ ത്തിൽ നിറഞ്ഞു.

“നാല്പത് വർഷം?”

വോൾഗ ചോദിച്ചു.

“അതെ, കൃത്യം നാല്പത് വർഷം”

“ഹോ, എന്തൊരു പ്രാർത്ഥന? ഇങ്ങിനെയാണോ നിങ്ങളുടെ നാട്ടിലെ കമ്മ്യൂണിസ്റ്റുകാർ?”

“ഹ ഹ ഹ, ഇങ്ങിനെയുമാണ്. ദൈവങ്ങളിലില്ലെങ്കിലും പിതൃക്കളിൽ ഞങ്ങൾക്കു വിശ്വാസമുണ്ട്. അവർ ഞങ്ങളുടെ മരിയ്ക്കാത്ത നക്ഷത്രങ്ങ ളാണ്. നിങ്ങളും അതുകൊണ്ടല്ലേ മണ്ണിലടക്കാതെ ലെനിനെ ഇപ്പോഴും ക്രെംലിനിൽ സൂക്ഷിച്ചിരിക്കുന്നത്?”

“ഉം. ഒരർത്ഥത്തിൽ ശരിയാണ്. ലെനിനെ കൈവിടാൻ റഷ്യക്കാ വില്ല. ലെനിനെ മാത്രമല്ല ഐവാനെയും.”

“ഹോ ! രണ്ടു പേരും പോലെയാണോ നിങ്ങൾക്ക്?”

“ഒരു പോലെയല്ല. എന്നാൽ രണ്ടല്ല. അതിലൊരു തുടർച്ചയുണ്ട്. അതുകൊണ്ടാണ് സ്റ്റാലിനേക്കാൾ അധികാരം കയ്യാളുന്ന വ്ലാദമിർ പുട്ടിന് ലെനിനെ അടക്കം ചെയ്യാൻ ഇനിയും ഉത്തരവിടാനാകാത്തത്. പുറത്ത് നിന്നൊരാൾക്ക് അത് മനസ്സിലാവാൻ പ്രയാസമായിരിക്കും.”

“ഓഹോ, അത് കൊള്ളാം, അതു കൊണ്ടാണോ വോൾഗ മകന് ഐവാൻ എന്ന് പേരിട്ടത്?”

“ഏയ്, ആ ഐവാൻ ‘ഐവാൻ ദ ടെറിബിൾ’ അല്ല. അത് ദസ്തയേവ്സ്കിയുടെ ഐവാനാണ്. കരമസോവുകളിൽ രണ്ടാമൻ. എന്റെ ഇഷ്ട കഥാപാത്രം.”

“എന്റെയും”

“ഹ ഹ ഹ, ഐവാനെ നിങ്ങൾക്കെങ്ങിനെ മനസ്സിലാകും?”

“അതെന്താ?”

“ഏയ് ഐവാൻ അടിമുടി റഷ്യനാണ്. നിങ്ങൾക്ക് ഐവാനെ മനസ്സിലായതായി നടിയ്ക്കാനേ പറ്റൂ. മതി, കയറി വാ. ഇനിയും വെള്ളത്തിൽ നിന്നാൽ കാല് മരിച്ചു പോകും.”

റഷ്യൻ കമ്മ്യൂണിസ്റ്റ് പാർട്ടിയുടെ അന്താരാഷ്ട്ര വിഭാഗം കുട്ടിയുടെ റഷ്യൻ പഠനപര്യടനത്തിന് വഴികാട്ടികളായി ചുമതലപ്പെടുത്തിയത് ഐവാനെയും അമ്മ വോൾഗയെയുമായിരുന്നു. ഒരേ വീട്ടിലെ രണ്ട് തലമുറകളുടെ രണ്ട് വ്യത്യസ്ത സ്വരങ്ങൾ. പാർട്ടിയുടെ ഓൺലൈൻ എഡിഷന്റെ ഇംഗ്ലീഷ് വിഭാഗത്തിലാണ് ഐവാന്റെ ജോലി. വോൾഗ മോസ്കോയിലും സെന്റ് പീറ്റേഴ്സ്ബർഗിലും ടൂറിസ്റ്റ് ഗൈഡായി പണിയെടുക്കുന്നു.

ഒരു വർഷം നീണ്ട കത്തിടപാടുകൾക്ക് ശേഷമാണ് “സോവിയറ്റ് പതനത്തിന്റെ കാൽനൂറ്റാണ്ടിന് ശേഷമുള്ള റഷ്യൻ കമ്മ്യൂണിസ്റ്റ് പാർട്ടിയുടെ അതിജീവനം” എന്ന വിഷയത്തിൽ ഒരു പുസ്തകമെഴുതാനുള്ള കുട്ടിയുടെ അപേക്ഷക്ക് റഷ്യൻ കമ്മ്യൂണിസ്റ്റ് പാർട്ടി അനുമതി നൽകിയത്.

മോസ്കോ വിമാനത്താവളത്തിലെ മണിക്കൂറുകൾ നീണ്ട സുരക്ഷാ പരിശോധനക്കായി കാത്തു നിൽക്കുമ്പോൾ തന്നെ കൂട്ടിക്കൊണ്ടുപോകാൻ പാർട്ടി ചുമതലപ്പെടുത്തിയ ഐവാൻ വിളിച്ചു.

“പുറത്തുണ്ട്.”

ശ്വാസം നേരെ വീണത് അപ്പോഴാണ്. വിമാനത്താളത്തിൽ ഒന്ന് ചിരിയ്ക്കാൻ പോലും ഭയക്കുന്ന മുഖങ്ങൾ മാത്രം കണ്ട് കുട്ടി ഭയന്നിരുന്നു. എന്തിനാണീ ആൾക്കാരെല്ലാം ഇങ്ങോട്ട് വരുന്നത് എന്ന അസ്വീകാര്യ ഭാവത്തോടെയാണ് എല്ലാവരും നോക്കുന്നത്. ഒരു ഭയപ്പാടിന്റെ അന്തരീക്ഷം ചുറ്റും തങ്ങി നിൽക്കുന്നത് പോലെ. യൂറോപ്പിൽ നിന്നുള്ള വെള്ളക്കാർക്കും കറുത്തവർക്കും ക്യൂ വേറെത്തന്നെയായിരുന്നു. കാത്തു നിൽപ്പിനെ അത് ശ്വാസം മുട്ടിച്ചു.

അച്ഛച്ഛന്റെ ചിതാഭസ്മം സൂക്ഷിച്ച പിച്ചളച്ചെപ്പ് സ്കാനർക്കണ്ണ് കണ്ടു പിടിയ്ക്കുമോ എന്ന ഭയം കുട്ടിയെ അകാരണമായി മുൾമുനയിൽ നിർത്തി.

ആ പിച്ചളച്ചെപ്പിന് പ്രവേശനാനുമതി കിട്ടിയില്ലെങ്കിലോ എന്ന് കരുതി കുറച്ച് ചിതാഭസ്മം മരുന്ന് പോലെ ഒരു കടലാസു പൊതിയിലാക്കിയും ബാഗിൽ സൂക്ഷിച്ചിരുന്നു. എന്നാൽ റഷ്യൻ സ്കാനറുകൾ സംശയിച്ചില്ല.

വിമാനത്താവളത്തിന് പുറത്ത് കുട്ടി എന്നെഴുതിയ പ്ലക്കാർഡും പിടിച്ച് ഐവാൻ കാത്തു നിന്നിരുന്നു.

"സ്വാഗതം"

"ഹാവൂ, ഒടുവിൽ ഒരു ചിരിക്കുന്ന റഷ്യക്കാരനെ കണ്ടു."

"ഹ ഹ ഹ, എന്തു പറ്റി?."

"എയർപോർട്ടിൽ വന്നിറങ്ങിയപ്പോൾ തന്നെ പേടിച്ചു പോയി. റഷ്യക്കാരൊക്കെ ചിരിക്കാൻ മറന്നവരോ എന്ന്."

"ഏയ്, ചിരിക്കാൻ മറക്കുന്നതല്ല. വിട്ടുമാറാത്ത തണുപ്പിൽ ചിരി മരവിച്ചു പോകുന്നതാ. ക്ഷമിച്ചേക്ക്."

"മോസ്കോ ഞങ്ങളുടെയും ആത്മാവിന്റെ നാടായിരുന്നു."

"ഹോ. എത്രയോ പേരുടെ.പക്ഷേ ആ മോസ്കോ ഇന്നില്ല"

മോസ്കോ എന്നാൽ കുട്ടിക്ക് അച്ഛച്ഛനാണ്. നാല്പത് വർഷം പൂർത്തീകരിക്കാത്ത ഒരാഗ്രഹവുമായി ഒപ്പം സഞ്ചരിച്ച ചിതാഭസ്മത്തിന്റെ ഓർമ്മ കുട്ടിയെ മൗനിയായി.

ഇസ്മയിലോവയിലെ ഹോട്ടൽ മുറിയിലേക്കുള്ള യാത്രയിലുടനീളം ക്രെംലിന്റെ മാറുന്ന മുഖങ്ങൾ വർണ്ണിച്ചു കൊണ്ടേയിരുന്നു ഐവാൻ. കുട്ടി പാതിയേ കേൾക്കുന്നുണ്ടായിരുന്നുള്ളൂ. വിറങ്ങലിച്ചു നിൽക്കുന്ന മോസ്കോ നഗരവും ഏതോ നിലക്ക് കുട്ടിയെ പേടിപ്പിച്ചു. വായിച്ച കഥകളും കണ്ട സിനിമകളും കൺമുന്നിൽ വളർന്നു.

1980 ലെ മോസ്കോ ഒളിമ്പിക്സിനെത്തിയ കളിക്കാർക്കുള്ള താമസ സ്ഥലമായിരുന്ന ഗാമ ഡെൽറ്റ ഹോട്ടൽ കോംപ്ലക്സ്. 30 നിലകളിലായി 2000 മുറികളുള്ള അതിന്റെ പതിനെട്ടാം നിലയിൽ ജനലിലൂടെ ചൂണ്ടി ഐവാൻ പറഞ്ഞു.

"അതാണ് കാർഡ് ബോർഡ് ക്രെംലിൻ. ക്രെംലിൻ കൊട്ടാരത്തിന്റെ ഒരു പകർപ്പാണത്. നല്ലൊരു "ഫ്ലീ" മാർക്കറ്റുമുണ്ടവിടെ. അവിടെയൊന്ന് കറങ്ങി വരുമ്പോഴേക്കും ഞാനൊന്ന് വീട്ടിൽ പോയി വരാം. വൈകുന്നേരം നമുക്ക് പാർട്ടി ഓഫീസിലെ സഖാക്കളെ കാണാൻ പോവാം."

സോവിയറ്റ് പതനത്തിന്റെ സ്മാരകശിലകളെല്ലാം വില്പനക്കായി കാത്തുവച്ചിട്ടുണ്ട് കാർഡ് ബോർഡ് ക്രെംലിനിൽ. ഏതാണ് തനത് ഏതാണ് പകർപ്പ് എന്നൊന്നും മനസ്സിലാക്കാൻ പറ്റില്ല. അച്ഛച്ഛന്റെ

ഓർമ്മക്ക് ലെനിന്റെയും സ്റ്റാലിന്റെയും ഓരോ കൊച്ചു പ്രതിമകളും രണ്ടാം ലോകയുദ്ധത്തിൽ പങ്കെടുത്ത സൈനികരുടെ സ്മാരക മെഡലും തൊപ്പിയും കൂട്ടി വാങ്ങി. തുടക്കവും ഒടുക്കവും മനസ്സിലാകാനാവാത്ത ചന്ത കറങ്ങിയാൽ തീരില്ല. സോവിയറ്റ് ചരിത്രം മുഴുവനും വില്പനക്ക് വച്ച ഒരു കൊച്ചു നഗരം തന്നെയായിരുന്നു അത്. നടന്നു നടന്ന് സ്വയം നഷ്ട പ്പെട്ടേക്കുമോ എന്ന് തോന്നിച്ചിടത്ത് നിന്നും വന്ന വഴിയേ തിരിച്ചു നടന്ന് ഹോട്ടൽ മുറയിൽ തന്നെ തിരിച്ചെത്തി. ലോകം ഒഴുകുന്ന ആൾക്കൂട്ട ത്തിന്റെ അരങ്ങായിരുന്നു ഹോട്ടൽ കോംപ്ലക്സ്. സഞ്ചാരിക്കൂട്ടങ്ങൾ വരുന്നു പോകുന്നു. ആരും ആരെയും ശ്രദ്ധിക്കുന്നില്ല. ഓരോരുത്തരെയും പിന്തുടരുന്ന ക്യാമറക്കണ്ണുകൾ തൂണിലും തുരുമ്പിലുമുണ്ട്. എവിടെയോ ഇരുന്ന് എല്ലാം ആരോ കാണുന്നു എന്നാണ് സങ്കല്പം.

മോസ്കോ സ്വപ്നമോ യാഥാർത്ഥ്യമോ എന്ന് തിരിച്ചറിയാൻ പോലും ബുദ്ധിമുട്ടുള്ള ഒന്നായിരുന്നു. അന്നുവരെ കേട്ടും വായിച്ചും പരിചയിച്ചറി ഞ്ഞ റഷ്യയേയായിരുന്നില്ല കൺമുന്നിൽ കണ്ടത്. ഏഴ് പതിറ്റാണ്ടിന്റെ സ്മാരകശിലകൾക്ക് പറയാനുണ്ടായിരുന്നത് അതുവരെ കേൾക്കാത്ത കഥകളായിരുന്നു.

"പുറത്തിരുന്ന് റഷ്യ ഇതാണ് അതാണ് എന്നൊക്കെ കരുതുന്നവ രോട് ഞങ്ങൾക്ക് പറയാനുള്ളതും അതു തന്നെ. സോവിയറ്റ് പതന ത്തിന് ലളിതമായ കാരണങ്ങളില്ല. അതൊരു സ്റ്റാലിന്റെയോ ഗോർ ബച്ചേവിന്റെയോ പിഴവിന്റെ സന്തതിയല്ല. ഡ്രാക്കുളകൾ ഉണ്ടായത് ഒരു സുപ്രഭാതത്തിലല്ല. അതൊരു സംവിധാനത്തിന്റെ നിലനില്പിന്റെ തന്നെ ചട്ടുകമായിരുന്നു."

"ഡ്രാക്കുളകൾ."?

"അതെ, ഡ്രാക്കുളകൾ"

"ആരെയാ സഖാവ് ഉദ്ദേശിക്കുന്നത്?"

"ഹ ഹ ഹ," സഖാവ് ഡ്രാക്കുള "കണ്ടോ?, മാർക്ക് ബോഡ്സാറിന്റെ സിനിമ?"

"ഓ. അതൊരു പഴയ ഗോവ ഫിലീം ഫെസ്റ്റിവലിൽ വലിയ ചർച്ച യായ സിനിമയായിരുന്നു."

"റഷ്യയിലിരുന്ന് ഇപ്പോഴും റഷ്യയെക്കുറിച്ച് ചർച്ച ചെയ്യുന്നതിനേ ക്കാൾ എളുപ്പം ഹംഗറിയെക്കുറിച്ച് ചർച്ച ചെയ്യുന്നതാണ്"

"ഡ്രാക്കുളകൾ പുറത്തായിരുന്നില്ല, അകത്തായിരുന്നു എന്ന് ഐസൻസ്റ്റീൻ പണ്ടേ കാട്ടിത്തന്നിരുന്നില്ലേ? എന്നിട്ടും നിങ്ങളത് കണ്ടില്ലേ?."

"കാണാത്തതല്ല. ഞങ്ങൾക്കിത് ജീവിതമാണ്, സിദ്ധാന്തങ്ങളല്ല. ശീതയുദ്ധങ്ങളിലേക്ക് റഷ്യ നടന്നത് ദുരന്തങ്ങളിലൂടെയാണ്.യുദ്ധങ്ങളായാലും പട്ടിണിമരണങ്ങളായാലും മഹാമാരികളായാലും. എന്നിട്ടും റഷ്യക്കിപ്പോഴും സ്റ്റാലിനേക്കാൾ വലിയ ഒരു നേതാവില്ല. അത് വിശദീകരിക്കുക എളുപ്പമല്ല."

"ഇത്രയും ദുരന്തങ്ങളിലൂടെ നടന്നിട്ടും പിന്നെയും എന്തുകൊണ്ടാണ് അതേ വഴി തന്നെ നിങ്ങൾ തിരഞ്ഞെടുക്കുന്നത്? പുടിൻ നിങ്ങളുടെ രക്ഷകനാണോ?"

"പുടിൻ രക്ഷകനല്ല. എന്നാൽ റഷ്യ കണ്ടെത്തിയ അധികാരത്തിന്റെ ചേരുവയാണ്, ഐവാന്റെയും സ്റ്റാലിന്റെയും കൂട്ട്. 61 ൽ മറവ് ചെയ്ത സ്റ്റാലിൻ ഇപ്പോഴും ജീവിച്ചിരിക്കുന്നു."

"ലോകത്തെ പിടിച്ചുകുലുക്കിയ നിങ്ങളുടെ രാജ്യം ഒരു അമേരിക്കൻ ആക്രമണത്തിലല്ല പൊടിഞ്ഞു വീണത്. അത് ഞങ്ങൾ തൽസമയം കണ്ടതാണ്. ഓരോ നിമിഷവും. എന്തൊരു ദുരന്തമായിരുന്നു അത്."

"ദുരന്തമല്ല, ദുരന്തം ഒഴിവാക്കലായിരുന്നു അത് എന്ന് ഇപ്പോൾ ഞങ്ങൾ തിരിച്ചറിയുന്നു. ഞാൻ ജനിച്ച വർഷമാണത്. ഞാൻ പിറന്നത് സോവിയറ്റ് റഷ്യയിലല്ല. പുതിയ റഷ്യയിലാണ്. പഴയ റഷ്യ അമ്മയുടെ നേരനുഭവമാണത്. അമ്മ അതിപ്പോഴും പറഞ്ഞു തീർന്നിട്ടില്ല. അതമ്മയോട് തന്നെ ചോദിക്കാം. സോവിയറ്റ് യൂണിയനെ നിലനിർത്താനുള്ള അവസാന അട്ടിമറിയുടെ രക്തസാക്ഷിയാണ് എന്റെ അച്ഛൻ. ഞാൻ അച്ഛനെ കണ്ടിട്ടില്ല. മൂന്ന് ദിവസം മാത്രം നീണ്ടു നിന്ന 1991 ഓഗസ്റ്റിലെ ആ അവസാന വിപ്ലവത്തിലാണ് അച്ഛൻ വെടിയേറ്റ് മരിയ്ക്കുന്നത്. അച്ഛനന്ന് സോവിയറ്റ് ജനറലായിരുന്നു. അമ്മ ക്രെംലിനിൽ കൊട്ടാരത്തിലെ കെ.ജി.ബി. ഉദ്യോഗസ്ഥയും. അവസാന സോവിയറ്റ് വൈസ് പ്രസിഡണ്ടായിരുന്ന ഗെന്നഡി യെനായേവിന്റെ നേതൃത്വത്തിലായിരുന്നു ആ അട്ടിമറി ശ്രമം. യെനായേവിന്റെ വിശ്വസ്തനായിരുന്നു അച്ഛൻ. എന്നാൽ റഷ്യ അപ്പോൾ മാനസീകമായി ആ അട്ടിമറിക്കൊപ്പമായിരുന്നില്ല. അധികാരത്തിൽ ആരാണോ വരുന്നത് അവരെ അനുസരിക്കുന്ന പാരമ്പര്യം റഷ്യക്കുണ്ട്. അത് വിട്ടുണരുന്നത് അപൂർവ്വമാണ്. യെനായേവ് അധികാരം നിലനിർത്താൻ ശ്രമിച്ചിരുന്നെങ്കിൽ അതൊരു കൂട്ടക്കൊലയിലോ മറ്റൊരു അഭ്യന്തര യുദ്ധത്തിലോ മാത്രമേ അവസാനിക്കുമായിരുന്നുള്ളൂ. ഒരാണവദുരന്തം പോലും ഉണ്ടായേക്കാമായിരുന്നു. ആരും അതാഗ്രഹിച്ചില്ല. ആ ശ്രമവും കീഴടങ്ങലും പുതിയ സംവിധാനത്തിന്റെ ഉയിർത്തെഴുന്നേല്പും എല്ലാം കെ.ജി.ബി.യുടെ ആസൂത്രണങ്ങളായിരുന്നു. പാർട്ടിക്ക് കാണാനാവാതെ പോയത് ജനവികാരം മാറി എന്നതായിരുന്നു. അത് അടിമുടി ഭരണകൂടത്തിന്

എതിരായിരുന്നു. അത് മനസ്സിലാക്കിയാണ് പിന്നീട് കെ.ജി.ബി. നീങ്ങിയത്.എല്ലാ വശത്തും അവരുണ്ടായിരുന്നു. ഭരണപക്ഷവും പ്രതിപക്ഷവും അവർ തന്നെ. മഹാദുരന്തമൊഴിവാക്കാൻ ഒരു പിരിച്ചുവിടൽ അനിവാര്യമായിരുന്നു. രക്തച്ചൊരിച്ചിൽ ഏറ്റവും കുറച്ചു മാത്രം നടന്ന ഇങ്ങിനെയൊരു അട്ടിമറി സമാനതകളില്ലാത്തതാണ്. അടിമുടി റഷ്യൻ എന്നു പറയാം. പുടിൻ ആ രക്തരഹിത അട്ടിമറിയുടെ സൃഷ്ടിയാണ്."

"ഇത്ര പെട്ടെന്ന് എങ്ങിനെയാണ് എല്ലാം പുടിന് കയ്യടക്കാനായതെന്ന് പുറത്ത് നിന്ന് നോക്കുമ്പോൾ ഒരത്ഭുതമാണ്. എന്ത് തിരഞ്ഞെടുപ്പാണ് റഷ്യയുടെത്?"

"അത്ഭുതം കെ.ജി.ബി. എന്ന പാർട്ടി അധികാരത്തിന്റെ സൃഷ്ടിയാണ്. അത് പിന്നീട് പാർട്ടിയേക്കാൾ വളർന്നു. ഒരു വലിയ രക്തച്ചൊരിൽ ഒഴിവാക്കാൻ സോവിയറ്റ് യൂണിയന്റെ പിരിച്ചുവിടൽ അനിവാര്യമാണ് എന്നത് കെ.ജി.ബി.യുടെ തീരുമാനമായിരുന്നു. ഗോർബച്ചേവും യെൽറ്റ്സിനും യെനായേവും പുടിനുമൊക്കെ ഈ ചരടുവലിയുടെ സന്തതികൾ മാത്രം. സ്റ്റാലിന് ശേഷം റഷ്യയിലെ എല്ലാ സംവിധാനങ്ങളിലും പാർട്ടിയുടെ ചാര അധികാരമായ കെ.ജി.ബി. പിടിമുറുക്കിയിരുന്നു. അത് പെരിസ്ട്രോയിക്ക വരെ ശക്തമായി തുടർന്നു. അധികാരത്തിന്റെ ഉരുക്ക് മുഷ്ടി കൊണ്ട് ഐവാനും സ്റ്റാലിനും രണ്ട് രീതികളിൽ തുന്നിച്ചേർന്ന റഷ്യൻ സാമ്രാജ്യത്തെ പഴയത് പോലെ തീറ്റിപ്പോറ്റാനാവില്ലെന്ന തിരിച്ചറിവായിരുന്ന അത്. പെരിസ്ട്രോയിക്കയും ഗ്ലാസ്സ്നോസ്തും പുറത്തെ ലോകം എങ്ങിനെയാണ് കണ്ടത് എന്നെനിക്കറിയില്ല. കെ.ജി.ബി.സൃഷ്ടിയായ പുടിൻ പാർട്ടിയ്ക്കകത്തും പുറത്തും വലവീശി നേടിയതാണ് ഈ അധികാരം. പഴയ സ്റ്റാലിൻ മാതൃക തന്നെ പിന്തുടർന്നതാണ് പുടിനെ അതിന് പ്രാപ്തനാക്കി. അത് കൈയ്യൊഴിഞ്ഞ ഗോർബച്ചേവ് പുറത്താവുകയും ചെയ്തു."

"സ്റ്റാലിൻ യുഗം ഇപ്പോഴും അവസാനിച്ചില്ലെന്നാണോ?"

"ഇല്ല. അതൊരു യുഗമല്ല, ഒരു അധികാരരീതിയാണത്. അല്ലായിരുന്നെങ്കിൽ സ്റ്റാലിന്റെ മരണത്തോടെ അത് സ്വാഭാവികമായും നിലംപൊത്തുമായിരുന്നു, 1953 ൽ തന്നെ. അങ്ങിനെ അവസാനിക്കുന്ന ഒരു സംവിധാനമല്ല പാർട്ടിയുടെ അധികാര രീതി. ഇരുപതാം സോവിയറ്റ് പാർട്ടി കോൺഗ്രസ്സ് വഴി ലോകമെങ്ങും തിരുത്തൽവാദ പ്രസ്ഥാനത്തിന് തുടക്കമിട്ട ക്രൂഷ്ച്ചേവ് തന്നെയാണ് 1956 ൽ ഹംഗറിയിലെ വസന്തത്തെ അടിച്ചമർത്താൻ പട്ടാളത്തെ അയച്ചത്. ആ പട്ടാള ഇടപെടലിനെ തുടർന്ന് സ്റ്റാലിനിസ്റ്റ് അധികാര മാതൃകയാണ് ഹംഗറിയിൽ സ്ഥാപിക്കപ്പെട്ടത്. എഴുപതുകളിൽ ക്രൂഷ്ചേവ് പോയി ബ്രഷ്നേവ് വന്നിട്ടും രീതികൾ മാറിയില്ല.ശീതയുദ്ധം പുതിയ വേഷത്തിൽ തുടർന്നു.

പാർട്ടിയെ എങ്ങിനെ തീരുമാനങ്ങളിലേക്ക് നയിക്കാം എന്ന കെ.ജി. ബി. രീതി കൃത്യമായി ഉപയോഗിക്കാനറിയുന്ന മറ്റൊരാൾ ഉയർന്നു വന്നില്ല എന്നതാണ് പുടിന് ഒരു പകരക്കാരൻ ഇക്കാലമത്രയായിട്ടും അസാധ്യമായത്."

"അധികാരം നിർമ്മിക്കുന്ന ആ കസേരകൾക്ക് എന്നും ആനന്ദമാകും, ല്ലേ?"

"അതെ.ഏത് വ്യവസ്ഥയെയും സ്വാംശീകരിക്കാൻ അധികാരത്തിന്റെ ചോര കുടിച്ച് വളരുന്ന ഡ്രാക്കുകളകൾക്ക് അസാധാരണമായ ശേഷിയുണ്ട്."

"സോവിയറ്റ് കാലത്ത് നിങ്ങൾക്ക് ഇതൊന്നും പറയാനാവില്ലായിരുന്നു. ഇപ്പോഴോ?"

"വലിയ വ്യത്യാസം വന്നു എന്ന് പറയാനാവില്ല. ട്രോട്സ്കി മുതൽ ഉണ്ടായ വിമത ശബ്ദങ്ങളെല്ലാം ശത്രുവിന്റെ ശബ്ദങ്ങളാണ് എന്ന് മുദ്ര കുത്താൻ പാർട്ടിക്കായിട്ടുണ്ട്. ലോകം ഒരു പരിധി വരെ അത് വിശ്വസിക്കുകയും ചെയ്തു. കാഴ്ചയിൽ കാലത്തിന്റെ മുന്നറിയിപ്പുകൾ കരുതിവച്ച ഐസൻസ്റ്റീനെയും താർക്കോവ്സ്കിയെയും പോലുള്ള മഹാന്മാരായ സംവിധായകർക്കും റഷ്യക്കകത്തെ ജീവിതം ശ്വാസം മുട്ടിക്കുന്നതായിരുന്നു. ഐസൻസ്റ്റീൻ റഷ്യ വിട്ടു പോയില്ല. മെക്സിക്കോവരെ പോയിതിരിച്ചു വന്നു. റഷ്യ വിട്ടുപോയ താർക്കോവ്സ്കിക്ക് പിന്നെ തിരിച്ചുവരാനുമായില്ല. ഇരുമ്പുമറയ്ക്കകത്ത് എന്താണ് നടന്നതെന്തായിരുന്നു എന്ന് ലോകത്തോട് വിളിച്ചു പറയാൻ ഇപ്പോൾ ഞങ്ങളുടെ ചിന്തകരും കലയും ധൈര്യം കാട്ടുന്നുണ്ട്. എന്നാൽ വർത്തമാനത്തിലേക്കെത്തുമ്പോൾ കലയും രാഷ്ട്രീയവും വഴിമുട്ടി നിൽക്കുകയാണ്. കാരണം ശത്രു പുറത്തല്ല, അത് അകത്ത് തന്നെയാണ്."

"ലോകത്തെങ്ങും അങ്ങിനെയല്ലേ? വർത്തമാനത്തിലേക്കെത്തുക എന്നത് പോലെ ബുദ്ധിമുട്ട് പിടിച്ച പണിയില്ല. അധികാരത്തേക്കാൾ മാരകമായ ലഹരിയെന്താണ്?"

"അതെ. അധികാരം പോലെ കയ്യൊഴിയാൻ ബുദ്ധിമുട്ടുള്ളതൊന്നുമില്ല. ജോസഫ് സ്റ്റാലിൻ 29 വർഷമാണ് റഷ്യയെ അടക്കി ഭരിച്ചത്. ബ്രഷ്നേവ് 18 വർഷം. ചൈനയിൽ മാവോ 24 വർഷവും ഉത്തര കൊറിയയിൽ കിം ഇൽ സുങ്ങ് 46 വർഷവും റുമാനിയയിൽ സിസെസ്കു 21 വർഷവും ക്യൂബയിൽ ഫിദെൽ കാസ്ട്രോ 32 വർഷവും വാണു. പുടിൻ ഇപ്പോഴത്തെ നിലയിൽ എല്ലാവരെയും കവച്ചുവയ്ക്കും. 1976 മുതൽ 79 വരെയുള്ള വെറും മൂന്നു വർഷത്തെ കമ്മ്യൂണിസ്റ്റ് ഭരണകാലത്തിനിടയിൽ 20 ലക്ഷം പേരെയാണ് കമ്പോഡിയയിലെ പോൾ പോട്ട്

മരണത്തിലേക്ക് നയിച്ചത്. മാവോയുടെ സാംസ്കാരിക വിപ്ലവം 20 ദശലക്ഷം പേരെ ഭൂമുഖത്ത് നിന്നും ഉന്മൂലനം ചെയ്തു. എന്നാൽ സ്റ്റാലിന്റെ കാലത്തെ കൂട്ടമരണങ്ങൾ ഇനിയും എണ്ണിത്തീർന്നിട്ടില്ല. 1991 ൽ അത് തുടങ്ങിയിട്ടേയുള്ളൂ. “ഐവാൻ ദ ടെറിബിൾ” കണ്ടിട്ടില്ലേ? ഐസൻസ്റ്റീൻ ആ സിനിമയിലൂടെ കാട്ടിത്തന്നത് ഭൂതകാലമല്ല എന്ന് മനസ്സിലാക്കാനുള്ള ബുദ്ധി അന്നത്തെ സ്റ്റാലിന്റെ ഉപദേശകർക്കുണ്ടായിരുന്നു. മോസ്കോയെ പട്ടിണി കൂടാതെ നിലനിർത്താൻ 1932-33 കാലത്ത് ഉക്രൈനിൽ പട്ടിണി കൊണ്ട് മനുഷ്യർ മനുഷ്യരെ തിന്ന നിർബന്ധിത ക്ഷാമത്തിൽ മാത്രം മരിച്ച് വീണത് ദശലക്ഷങ്ങൾ വരും. കസാക്കിസ്ഥാനിലും മരിച്ച് വീണു ദശലക്ഷങ്ങൾ. 1921- 1953 കാലത്തെ ഉന്മൂലനങ്ങളും ഗുലാഗുകളിൽ ഇല്ലാതായവരും ദശലക്ഷകളുടെ കഥ പറയാനുണ്ട്. കുഴിമാടങ്ങൾ ഞങ്ങൾ ഇനിയും കണ്ടെത്തിത്തീർന്നിട്ടില്ല. അപ്രത്യക്ഷരായ മനുഷ്യരുടെ ചോര കൊണ്ട് എഴുതിയ കഥയാണ് ഞങ്ങളുടെ ചുവന്ന സാമ്രാജ്യം. ശരിയാണ് അതിന് ഹിറ്റ്ലറെ തോല്പിച്ച് ലോകത്തെ രക്ഷിച്ച പുരാവൃത്തവും പറയാനുണ്ട്. അധികാര പ്രമത്തതയാൽ സ്വന്തം സഖാക്കളാൽ തന്നെ കൂട്ടക്കുരുതികൾക്ക് ഇരയായവരുടെ വേദനകൾ അതിന്റെ പേരിൽ മായ്ക്കപ്പെട്ടു. എല്ലാം അധികാരത്തിന്റെ നോട്ടത്തിന് വിധേയമായ, ചിന്ത പോലും കുറ്റകൃത്യമാകുന്ന അതേ കാലത്തിന്റെ പിന്തുടർച്ചയാണ് സോവിയറ്റ് പതനത്തിന് ശേഷവും റഷ്യ പിൻതുടരുന്നത്. അധികാരത്തിന്റെ രക്തരക്ഷസ്സുകൾ മറ്റെവിടെയോ ആയിരുന്നില്ല, അത് ഞങ്ങൾക്കിടയിൽ തന്നെയായിരുന്നു.”

സംസാരിച്ചു തുടങ്ങിയാൽ ഐവാനും വോൾഗയും രണ്ട് ലോകമാണ്. ഓർമ്മകളുടെ ഒരു കുത്തിയൊഴുക്കാണ് രണ്ടും പേർക്കും.

“മോസ്കോ അല്ല സെന്റ് പീറ്റേഴ്സ്ബർഗ്. അതിപ്പോഴും ഗൊഗോളിന്റെയും ദസ്തയേവ്സ്കിയുടെയും പ്രിയ നഗരമാണ്.”

വോൾഗ പറഞ്ഞു.

200 കിലോമീറ്റർ വേഗത്തിലോടുക്കുന്ന മോസ്കോ - സെന്റ് പീറ്റേഴ്സ് ബർഗ്ഗ് ബുള്ളറ്റ് ട്രെയിനിന്റെ ജനാലക്കാഴ്ചകൾ കുട്ടിക്ക് മുന്നിൽ തുറന്നിട്ടത് സോവിയറ്റ് പതനത്തിന്റെ ബാക്കിപത്രമായിരുന്നു. ഉപേക്ഷിക്കപ്പെട്ട ഗ്രാമങ്ങൾ, ചെറുനഗരങ്ങൾ, ഫാക്ടറികൾ, കൃഷിയിടങ്ങൾ, കളിസ്ഥലങ്ങൾ. മഹാപാലായനങ്ങളുടെ അടയാളങ്ങൾ കാഴ്ചയിൽ നിറഞ്ഞു.

“ഗൊഗോളിന്റെ നാട്ടിലേക്ക് സ്വാഗതം”

വോൾഗ സ്റ്റേഷനിൽ കാത്ത് നില്പുണ്ടായിരുന്നു.

"ഹോ. വോൾഗാ നദി !"

"അതെ, എല്ലാ നദികളുടെ മാതാവ്. ഐവാന്റെയും"

വോൾഗ ഉറക്കെ ചിരിച്ചു.

ഹോട്ടൽ നെവ്സ്കി ഗ്രാന്റിൽ ചെക്ക് ഇൻ ചെയ്തു ഉടൻ തന്നെ കുട്ടി നഗരം ചുറ്റിക്കാണാൻ വോൾഗയോടൊപ്പം പുറത്തിറങ്ങി. വോൾഗ പറഞ്ഞത് ശരിയായിരുന്നു. മോസ്കോ അല്ല സെന്റ് പീറ്റേഴ്സ് ബർഗ്ഗ്. മോസ്കോ മരിച്ചവരുടെ നഗരമാണെങ്കിൽ സെന്റ് പീറ്റേഴ്സ് ബർഗ് സ്വപ്നങ്ങൾ അവസാനിക്കാത്തവരുടെ നഗരമാണ്. ഗൊഗോളിന്റെ സുന്ദരികളും സുന്ദരന്മാരും ഉറങ്ങാത്ത നഗരം.ദസ്തയേവ്സ്കി വെളുത്ത രാത്രികളും അധോതലക്കുറിപ്പുകളും എഴുതിയ നഗരം. ലോകത്തെ പിടിച്ചു കുലുക്കിയ പത്ത് വിഖ്യാത ദിവസങ്ങളുടെ നഗരം.

വിന്റർപാലസിന്റെ ഭീമാകാരമായ വാതിലിനു മുന്നിൽ കുട്ടി കണ്ണു മിഴിച്ചു നിന്നു.

"പേടിച്ചോ?"

"ഏയ് അല്ല. ലോകത്തെ പിടിച്ചുകുലുക്കിയ വിപ്ലവത്തിന്റെ ഈ കൊട്ടാരമാണോ കമ്മ്യൂണിസ്റ്റുകാരിൽ ഭൂതബാധയായി കയറിയത്?."

"അതെ. അധികാരം തന്നെയാണ് ആ ഭൂതബാധ. ഞാനത് തൊട്ടടുത്ത് നിന്നും കണ്ടിട്ടുണ്ട്. ക്രെംലിൻ കൊട്ടാരത്തിൽ. ലോകം ആരാധിച്ച ഗോർബച്ചേവായിരുന്നു അന്നവിടെ സാർ ചക്രവർത്തി. അതിന്റെ നീണ്ട ഇടനാഴികളിൽ മരിച്ചു പോയ ചക്രവർത്തിമാരുടെ ഭൂതങ്ങൾ ജീവിച്ചിരിക്കുന്നവരുടെ ശരീരത്തിലേക്ക് കുടിയേറാൻ ഊഴം കാത്ത് കിടപ്പുണ്ടായിരുന്നു."

"വോൾഗ വിശ്വാസിയാണോ?"

"ഏയ്, അല്ല. എന്നാൽ ഭൂതങ്ങൾ ഉണ്ട് എന്ന് വിശ്വാസമുണ്ട്. ദസ്തയേവ്സ്കിയുടെ "ഭൂതാവിഷ്ടർ" മരിച്ചവരല്ല. ജീവിച്ചിരിക്കുന്നവർ തന്നെയാണ്."

"രക്തരക്ഷസ്സുകളെക്കുറിച്ച് ഐവാനുമായി ഇന്നലെ കുറേ സംസാരിച്ചിരുന്നു. ഇതിനിടയിൽ ഈ കമ്മ്യൂണിസ്റ്റുകാരെല്ലാം എങ്ങോട്ട് പോയി?"

"ഒരു കൂട്ടം ഗുലാഗുകളിലേക്കും മറ്റൊരു കൂട്ടം നിശബ്ദതലേക്കും മാഞ്ഞു. അതിജീവനത്തിന് കൊടുക്കേണ്ടി വരുന്ന വിലയാണ് ആ നിശബ്ദത. ലെനിന്റെ കാലത്ത് തന്നെയാണ് ഗുലാഗുകൾ ഉണ്ടായത്. 1919 ൽ. പിന്നെ ലെനിൻ വധശ്രമത്തിന്റെ പേരിൽ പാർട്ടിയിലെ

ശത്രുക്കളെയെല്ലാം സ്റ്റാലിൻ ഗുലാഗുകളിലേക്കയച്ചു. ട്രോട്സ്കി റഷ്യയിൽ നിന്നു രക്ഷപ്പെട്ടു എന്നു മാത്രം. എന്നാൽ പാർട്ടിയുടെ വിധിയിൽ നിന്നും രക്ഷപ്പെടാൻ പാർട്ടി അനുവദിച്ചിട്ടില്ല."

"അതൊക്കെ തെറ്റായിരുന്നു എന്നറിഞ്ഞിട്ടും ഇപ്പോഴും നിങ്ങൾ ലെനിനെയും സ്റ്റാലിനെയും ഒക്കെ വിഗ്രഹമായിത്തന്നെ കൊണ്ടു നടക്കുന്നുണ്ടല്ലോ !"

"ഉണ്ട്. നിന്ദിതരും പീഡിതരുമായ ജനതകൾക്ക് പിടിവള്ളിയായി വിഗ്രഹങ്ങൾ വേണ്ടി വരും. ഭക്തർക്ക് യേശു ക്രിസ്തു എന്ന പോലെ തന്നെ. രാഷ്ട്രീയ പ്രസ്ഥാനങ്ങൾ ആ പിന്നോക്കാവസ്ഥയെ മറികട ന്നിട്ടില്ല. നിങ്ങളുടെ ഇന്ത്യയിലും രാമൻ രാഷ്ട്രീയ വിഗ്രഹമല്ല. ഞാനും കണ്ടിട്ടുണ്ട് ബാബ്റി മസ്ജിദിന്റെ പതനകഥ."

"അതെ.സോവിയറ്റ് പതനത്തിന് തൊട്ടുപിറകെയാണ് ഇന്ത്യയിൽ ആ ദുരന്തം അരങ്ങേറിയത്. രാഷ്ട്രീയരാമൻ ആ ആരോഹണത്തിന്റെ ചട്ടുകമാവുകയായിരുന്നു."

"മറവിയും, ല്ലേ?"

"അതെ. ദുരധികാരങ്ങൾ നമ്മുടെ ഓർമ്മക്കേട് മതമാക്കും. മതം മാത്രമല്ല മനുഷ്യരെ മയക്കുന്ന കറുപ്പ്, അധികാരം അതിലും മാരകമായ കറുപ്പല്ലേ.?"

"അതെ. റഷ്യയിൽ ശീതയുദ്ധകാലത്ത് ഗുലാഗുകളിലേക്ക് പോകാൻ ഭയന്ന് നിശബ്ദതയിലേക്ക് രക്ഷപ്പെട്ടവർ അടക്കം പറഞ്ഞിരുന്ന ഒരു കഥയുണ്ട്. അതിൽ ഞങ്ങളുടെ കണ്ണീരും കിനാവുമുണ്ട്. ക്രെംലിൻ കൊട്ടാരത്തിലെ അധികാര ലഹരിയുടെ ഏകാന്തരാത്രികളിലൊന്നിൽ വോഡ്ക്കയുടെ കെട്ടു വിട്ട് പാതി ബോധത്തിലേക്കുണർന്ന പ്രസിഡണ്ട് ബ്രഷ്നേവിന് പെട്ടെന്ന് വിദൂരമായ റഷ്യൻ കുഗ്രാമത്തിൽ വിപ്ലവകാ ലത്ത് എപ്പോഴോ താൻ ഉപേക്ഷിച്ചു പോന്ന അമ്മയെ ഓർമ്മ വന്നു. തന്റെ മഹാപ്രതാപം കണ്ടിട്ടില്ലാത്ത അമ്മയെ അതൊക്കെ കാണിച്ചു കൊടുക്കാൻ പ്രസിഡണ്ടിന് അപ്പോൾ ആഗ്രഹമുണ്ടായി. ഉടൻ തന്നെ സർവ്വ സൈനിക സന്നാഹങ്ങളുമായി അദ്ദേഹം ജന്മഗ്രാമലേക്ക് പുറ പ്പെട്ടു. യുദ്ധസമാനവും വർണ്ണശബളവുമായ ആ യാത്ര കണ്ട് വഴി നീളെ നഗരങ്ങളും ഗ്രാമങ്ങളും അമ്പരന്നു നിന്നു. അധികാര സോപാനത്തിലേ റിയ മകൻ വർഷങ്ങൾക്ക് ശേഷം തിരിച്ചെത്തിയത് കണ്ട് വൃദ്ധയായ അമ്മ സന്തോഷിച്ചു. അമ്മയേയും കൊണ്ട് ക്രെംലിനേക്ക് മടങ്ങിയ ബ്രഷ്നേവ് അമ്മക്ക് കാട്ടിക്കൊടുത്തു : ലോകത്തെ പലവട്ടം ചുട്ടെ രിക്കാൻ ശേഷിയുള്ള ആണവായുധങ്ങളുടെ ബട്ടൺ സൂക്ഷിച്ച കറുത്ത പെട്ടി, എന്താക്രമണത്തിനും തന്റെ ഒരു ഉത്തരവിനായി തയ്യാറായി

നിൽക്കുന്ന സൈനിക നിരകളുടെ വിന്യാസം, വെടികൊള്ളാത്ത ആഡംബര കാറുകൾ. അകമ്പടിയായോടുന്ന പീരങ്കികൾ, സുരക്ഷാ വിമാനങ്ങൾ. സാർചക്രവർത്തിമാർ റഷ്യയെ അടക്കി വാണ ക്രെംലിൻ കൊട്ടാരം, സിംഹാസനം. ലോകപ്രശസ്ത ചിത്രകാരന്മാരുടെയും ശില്പികളുടെയും കലാരൂപങ്ങൾ, ഓച്ഛാനിച്ച് നിൽക്കുന്ന നീണ്ട പരിചാരക വൃന്ദം. സുഖഭോഗങ്ങളുടെ ആ പറുദീസ മുഴുവനും മുന്നിൽ തുറന്നിട്ട് അഭിമാനപൂർവ്വം ബ്രഷ്നേവ് അമ്മയുടെ പ്രതികരണത്തിന് കാത്തുനിന്നു. വൃദ്ധ മാതാവ് എല്ലാം നോക്കിക്കണ്ട് മകനോട് പറഞ്ഞു:

“എല്ലാം നന്നായിട്ടുണ്ട് മോനേ. പക്ഷേ ആ കമ്മ്യൂണിസ്റ്റുകാരെങ്ങാനും തിരിച്ച് വന്നാൽ നിന്റെ ഗതിയെന്താകും?

ബ്രഷ്നേവ് ഇതിന് അമ്മയോട് പറഞ്ഞ മറുപടി കഥയിലില്ല. ചരിത്രത്തിലില്ല. എന്നാൽ സൂര്യസ്തമിക്കാത്തതെന്നു കരുതപ്പെട്ട സിംഹാസനങ്ങളിൽ അള്ളിപ്പിടിച്ചിരുന്നവർക്ക് പിൽക്കാലത്ത് എന്ത് സംഭവിച്ചു എന്നതിന്റെ ചരിത്രം നമുക്ക് മുന്നിലുണ്ട്.”

“വാസ്തവം. ശീതയുദ്ധകാലത്തെ ബ്രഷ്നേവ് കമ്മ്യൂണിസം ഇന്ത്യയിലും അതിന്റേതായ ആഘാതങ്ങൾക്ക് വഴിയൊരുക്കിയിട്ടുണ്ട്. അടിയന്തരാവസ്ഥയിൽ സി.പി.ഐ. കോൺഗ്രസ്സിനൊപ്പം ഞങ്ങളുടെ കൊച്ചു കേരളത്തിൽ അധികാരത്തിലിരുന്നു. അധികാരത്തിന്റെ ന്യായീകരണങ്ങൾ എവിടെയും ഒരു പോലെയാണ് എന്നതാണ് ഞങ്ങളുടെയും അനുഭവം”.

“അത് യാദൃശ്ചികമല്ല. ശീതയുദ്ധം അതിന്റേതായ ആഘാതങ്ങൾ ലോകത്തെ മിക്കവാറും എല്ലാ കമ്മ്യൂണിസ്റ്റ് പാർട്ടികളിലും വിതച്ചിട്ടുണ്ട്.”കമ്മ്യൂണിസം എന്ന ഭൂതം” അതിന്റെ തന്നെ മക്കളെ കൊന്നു തിന്നു തുടങ്ങിയതിന്റെ ചരിത്രമാണ് ഇപ്പോൾ കുഴിച്ചെടുക്കപ്പെട്ട് തുടങ്ങിയത്. ഇവിടെ മാത്രമല്ല. പോളണ്ടിൽ, ഹംഗറിയിൽ, റുമേനിയയിൽ, അൽബേനിയയിൽ, പഴയ ഈസ്റ്റ് ജർമ്മനിയിൽ, പണ്ട് ഒറ്റ രാജ്യമായിരുന്ന ചെക്കോസ്ലാവാക്യയിൽ, യുഗോസ്ലാവിയയിൽ. അതിനെയൊക്കെ കമ്മ്യൂണിസ്റ്റ് വിരുദ്ധമെന്നു മുദ്രകുത്തി മുന്നോട്ടുപോകാനാകില്ല. മാർത്താ മെസാറോസിന്റെ സിനിമകൾ ഇന്നെല്ലാവർക്കും പാഠപുസ്തകമാണ്. കമ്മ്യൂണിസം എന്ന സ്വപ്നത്തിൽ വിശ്വസിച്ച് ജീവിച്ച ജനതകൾക്ക് അതെന്താണ് തിരിച്ചു കൊടുത്തത് എന്നതിന്റെ കണക്കെടുക്കപ്പെട്ട് കൊണ്ടിരിക്കുന്നതേയുള്ളു. ഏഴ് പതിറ്റാണ്ട് കാലത്തെ നിശബ്ദതയുടെ കഥകളാണ് ഇപ്പോൾ പല രീതികളിൽ പറയപ്പെട്ടുകൊണ്ടിരിക്കുന്നത്. ലേബർ ക്യാമ്പുകളിലും ചിത്തരോഗാസ്പത്രികളിലും കോൺസന്റേഷൻ ക്യാമ്പുകളിലും അടക്കി നിർത്തപ്പെട്ട കാലത്തിന്റെ വിമ്മിഷ്ടങ്ങളും പൊട്ടിത്തെറികളും രോഷപ്രകടനങ്ങളും കരച്ചിലുകളും

ഒക്കെ അതിലുണ്ട്. അത് സഹിഷ്ണുതയോടെ ലോകം കണ്ടേ തീരൂ. ഭൂതകാലത്തിന്റെ വിചാരണ ഒഴിവാക്കാനാവില്ല. അത് നേരിട്ടേ തീരൂ. അതൊരു വലിയ സ്വപ്നത്തിന്റെ പതനം പറയുന്നു. കുഴിമാടങ്ങളിൽ നിന്നുള്ള എഴുന്നേറ്റ് നിൽക്കലാണത്."

നേവാനദിക്ക് കുറുകെയുള്ള പാടുന്ന പാലങ്ങൾ ആകാശത്തേക്കുയർന്നപ്പോൾ കാതടപ്പിക്കുന്ന സംഗീതത്തിൽ വോൾഗ പിന്നീട് പറഞ്ഞതൊന്നും കുട്ടി കേട്ടില്ല. വെറുതെ തലയാട്ടുക മാത്രം ചെയ്തു. അത് മനസ്സിലായപ്പോൾ വോൾഗ സംസാരം നിർത്തി. ആവരമടങ്ങിയപ്പോൾ ഉറക്കെ ചിലച്ചു.

"ഈ ശബ്ദഘോഷത്തിലെ സംസാരം പോലെയാണ് ഇപ്പോൾ കാര്യങ്ങൾ. പറഞ്ഞതൊന്നുമല്ല ആരും കേൾക്കുന്നത്."

നിശബ്ദമായ നേവാ നദിയിലേക്ക് നോക്കിയപ്പോൾ വോൾഗയുടെ മ്ലാനമായ മുഖമല്ലാതെ കുട്ടി മറ്റൊന്നും കണ്ടില്ല. മിന്നാമിനുങ്ങുകളുടെ കൂട്ടം പോലെ കാത്തു നിന്ന കപ്പലുകൾ നദി മുറിച്ചു കടന്നു പോയി.

ലെനിൻ

"അച്ഛച്ഛനെപ്പഴും പറയും ലെനിൻ മരിച്ചിട്ടില്ലെന്ന്."

വെളുത്തരാത്രികളിൽ സെന്റ് പീറ്റേഴ്സ്ബർഗിൽ കണ്ട ഗൊഗോൾവശ്യത മോസ്കോയിൽ കുട്ടിക്ക് കാണാനായില്ല. ഒന്ന് കാതോർത്താൽ നഗരത്തിന്റെ നിശബ്ദതയിൽ മരിച്ചവരുടെ നിലവിളികളുണ്ട്.

റെഡ്സ്ക്വയറിൽ പക്ഷികൾ പോലും പാടാൻ ഭയക്കുന്നത് പോലെ കുട്ടിക്ക് തോന്നി. ലെനിൻ മുസോളിയത്തിനരികിൽ എത്തിയപ്പോൾ അച്ഛച്ഛൻ കുട്ടിയിൽ ഉണർന്നു. ദൂരങ്ങൾക്കപ്പുറത്തിരുന്ന ഒരായുഷ്ക്കാലം നെഞ്ചിലേറ്റിയ വിഗ്രഹം കാണാൻ പോകുന്നതിന്റെ നെഞ്ചിടിപ്പ്.

"അതെ, ലെനിൻ മരിച്ചിട്ടില്ല. റഷ്യയിലും എന്റെ മനസ്സിലും മരിക്കാതെ ശേഷിച്ചിട്ടുണ്ട്. കണ്ണടച്ചാൽ എനിക്ക് ഇപ്പോഴും കാണാം. ഞാനകത്തേക്ക് വരുന്നില്ല. നിങ്ങൾ രണ്ടു പേരും പോയി വരൂ. ഞാൻ പുറത്തെ യുദ്ധസ്മാരകത്തിന്റെ പടവിലുണ്ടാകും. കുറച്ചു നേരം മരിച്ചവരോടൊപ്പമിരിക്കട്ടെ."

വോൾഗ പിന്മാറി.

മുസോളിയം കാവൽക്കാരും ലെനിൻ മരിച്ചിട്ടില്ലെന്ന് വിശ്വസിക്കുന്നത് പോലെ തോന്നി അവരുടെ മുഖം കണ്ടപ്പോൾ. യുട്യൂബിൽ ലെനിൻ മുസോളിയത്തിൽ ലെനിന്റെ മൃതശരീരം കാത്ത് സൂക്ഷിക്കുന്നതിന്റെ രഹസ്യങ്ങൾ തുറന്നു കാട്ടുന്ന വീഡിയോകൾ എത്രയോ തവണ കണ്ടതാണ്. എന്നിട്ടും മുസോളിയത്തിനകത്ത് കടന്ന് ലെനിന്റെ ചമഞ്ഞു കിടക്കുന്ന മൃതദേഹ സ്മരണികക്ക് മുന്നിൽ നിന്നപ്പോൾ ഹൃദയമിടിപ്പിന്

വേഗം കൂടി. ലോകത്തെ കീഴ്മേൽ മറിച്ച ആ തലച്ചോറ് മരിച്ച് കിടക്കു മ്പോഴും കണക്ക് കൂട്ടിക്കൊണ്ടിരിക്കുന്നു. സോവിയറ്റ് കാലത്ത് ആ കാഴ്ച കണ്ട അച്ഛച്ഛന്റെ കണ്ണുകൾ കണ്ണുകൾ അറിഞ്ഞു. അറിയാതെ കണ്ണു നിറഞ്ഞു. ഏഴു പതിറ്റാണ്ടിന്റെ വെളിച്ചം മനസ്സിൽ മിന്നി മറഞ്ഞു.

അധികം നേരം നോക്കി നിൽക്കാൻ സുരക്ഷാ ഭടന്മാർ സമ്മതിച്ചില്ല. മുസോളിയത്തിന് പുറത്ത് കടന്നപ്പോഴാണ് സ്റ്റാലിനെ അടക്കം ചെയ്തി ടത്തെ സ്മാരക പ്രതിമ ശ്രദ്ധിക്കുന്നത്. പതനത്തിലും ശിരസ്സ് താഴ്ത്താത്ത നിന്ന ആ നില്പ് അച്ഛച്ഛനെ ഓർമ്മിപ്പിച്ചു.

യന്ത്രത്തോക്കുകളുമായി കാവൽ നിൽക്കുന്ന സുരക്ഷാ ഭടന്മാരെ വകവയ്ക്കാതെ ഏതോ നാട്ടിൽ നിന്നെത്തിയ ഒരു വൃദ്ധ ദമ്പതിമാർ അവിടെ ഒരു ചെങ്കൊടിയും വീശി ചുറ്റി നടക്കുന്നുണ്ടായിരുന്നു.

"എന്തൊരു ആരാധന. അച്ഛച്ഛന്റെയും ദൈവമായിരുന്നു ലെനിൻ. ഞങ്ങളുടെ നാട്ടിലെ ലക്ഷക്കണക്കിന് സാധാരണ കമ്മ്യൂണിസ്റ്റുകാരുടെ ആരാധ്യപുരുഷൻ. സ്റ്റാലിനെ തള്ളിപ്പറയുന്നവർ പോലും ലെനിനെ തൊടാൻ സമ്മതിക്കില്ല. ഐവാൻ ഒരു ലെനിൻ ആരാധകനാണോ?"

മടക്കത്തിൽ കുട്ടി ഐവാന്റെ ഉത്തരം തേടി.

"ഞാനല്ല. പക്ഷേ അമ്മ ഇപ്പോഴും ലെനിന്റെ ആരാധികയാണ്. അതെച്ചൊല്ലി ഞങ്ങളിപ്പോഴും ഏറ്റുമുട്ടാറുണ്ട്. ലെനിൻ റഷ്യയെ നിർമ്മിച്ചു എന്നത് സോവിയറ്റ് പാർട്ടിയുണ്ടാക്കിയ ഒരു മിത്താണ് എന്നാണ് എന്റെ പക്ഷം. സ്റ്റാലിനാണ് ആ മിത്ത് വളർത്തിയെടുത്തത്. അവസാനത്തെ നിശബ്ദ വർഷങ്ങളിലെ ലെനിന്റെ നിശബ്ദത ഇപ്പോഴും നികത്തപ്പെടാത്ത ഒരു ദുരൂഹതയാണ്. സ്റ്റാലിന്റെ ജൈത്രയാത്രയിൽ ലെനിൻ മാത്രമല്ല ചരിത്രവും നിശബ്ദമായി. ട്രോട്സ്കി മുതൽ റഷ്യൻ വിപ്ലവം സൃഷ്ടിച്ച നേതാക്കളെല്ലാം ഈ നിശബ്ദതയിൽ കാലയവനി കക്കുള്ളിൽ മറഞ്ഞു. ആ ആധി ലെനിൻ അനുഭവിച്ചിരുന്നു എന്നോർ മ്മപ്പെടുത്തുന്നതാണ് സോവിയറ്റ് പതനത്തിന് ശേഷം കമ്മ്യൂണിസ്റ്റ് പാർട്ടി ആർകേവിൽ നിന്നും പുറത്തു വന്ന ചിത്രങ്ങൾ. ആർകേവിന്റെ ചുമതലയുണ്ടായിരുന്ന സോവിയറ്റ് ജനറൽ ദിമിത്രി വോൾക്കഗോണോവാ ണത് പുറത്തു കൊണ്ടുവന്നത്. ലെനിന്റെ അവസാന ചിത്രമായി കരുത പ്പെടുന്ന ചിത്രത്തിൽ ലെനിനൊപ്പം സഹോദരി അന്നയും ഡോക്ടറെയും കാണാം. ലെനിന്റെ ആരോഗ്യം അതിൽ നിന്നും വ്യക്തമാണ്.1918 ലെ വധശ്രമത്തിൽ പരിക്കേറ്റത് മുതൽ പിന്നെ ലെനിൻ പൊതു രംഗത്ത് നിന്നും മിക്കവാറും ഇല്ലാതായി. വിപ്ലവത്തെ രക്ഷിക്കാൻ ഗുലാഗുകൾ ഉണ്ടായ കാലമാണത്. പാർട്ടിയിലെ തന്റെ ശത്രുക്കളെ മുഴുവനും വർഗ്ഗശ ത്രു എന്ന് മുദ്രകുത്തി ഇല്ലാതാക്കാൻ സ്റ്റാലിന് അതൊരു അവസരമായി.

ലെനിൻ നേരത്തെ നിരോധിച്ചിരുന്ന സോഷ്യലിസ്റ്റ് റെവല്യൂഷണറി പാർട്ടി നേതാവ് ഫാന്യ കപ്ലാൻ എന്ന തീവ്ര കമ്മ്യൂണിസ്റ്റ് വിപ്ലവകാരിയാണ് ലെനിനെ വെടിവച്ചത് എന്നാണ് പാർട്ടി ചരിത്രം. കുറ്റം ഒറ്റക്ക് ഏറ്റെടുത്ത ഫാന്യയെ ഒരാഴ്ചക്കുള്ളിൽ തന്നെ വെടിവച്ചു കൊന്നു.

1917 ലെ വിപ്ലവത്തെ തുടർന്നുണ്ടായ അഭ്യന്തര യുദ്ധത്തിൽ ഉഴലുകയായിരുന്ന രാജ്യം എന്നോർക്കണം. അഭ്യന്തര യുദ്ധത്തിൽ ടോട്സ്കിക്കായിരുന്നു പാർട്ടിയിൽ മുൻതൂക്കം. എന്നാൽ ലെനിനെ മുൻനിർത്തി പാർട്ടി യന്ത്രം തന്റെ നിയന്ത്രണത്തിലാക്കാൻ സ്റ്റാലിന് കഴിഞ്ഞു. അവസാനം ലെനിന് എന്താണ് സംഭവിച്ചത് എന്ന് ലോകത്തിനിപ്പോഴും അറിയില്ല. 1924 ജനുവരി 21 വരെ നീണ്ട നിശബ്ദതയായിരുന്നു അത്. സ്റ്റാലിന്റെ ഉദയവും ട്രോട്സ്കിയുടെ തിരോധാനവും ആ നിശബ്ദതയിൽ അരങ്ങേറി. അതിലിപ്പോഴും റഷ്യക്കാർ ചേരിതിരിഞ്ഞ് യുദ്ധം ചെയ്യാറുണ്ട്. ചില വർഷങ്ങളും തീയതികളും ഓർക്കുകയെന്നത് ഈ ചരിത്രം മനസ്സിലാക്കാൻ അനിവാര്യമാണ് : 1917 ഫിബ്രവരി വിപ്ലവം കഴിഞ്ഞ് 1917 ഏപ്രിൽ 16 നാണ് 1905 ലെ പരാജയപ്പെട്ട വിപ്ലവ ശ്രമത്തെ തുടർന്നുള്ള നീണ്ട പ്രവാസം കഴിഞ്ഞ് ലെനിൻ റഷ്യയിൽ തിരിച്ചെത്തുന്നത്. 1917 ഒക്ടോബർ വിപ്ലവം അരങ്ങേറി. 1918 ഓഗസ്റ്റിൽ വധശ്രമത്തിൽ പരിക്കേൽക്കുന്നുണ്ട്. 1922 വരെ അഭ്യന്തര യുദ്ധം നീണ്ടു. ഇതിനിടയിൽ ലെനിന് എപ്പോഴാണ് റഷ്യയെ കെട്ടിപ്പടുക്കാൻ സമയുണ്ടായത് എന്ന ചോദ്യം റഷ്യ എന്നും രഹസ്യമായി ചർച്ച ചെയ്തിട്ടുണ്ട്.1895 ൽ സൈബീരിയയിലേക്ക് നാടുകടത്തപ്പെട്ട ലെനിൻ 1990 ൽ യൂറോപ്പിലേക്ക് കടന്നിരുന്നു. തിരിച്ചു വരുന്നത് 1905 ലെ വിപ്ലവ സമയത്ത്. അത് പരാജയപ്പെട്ടപ്പോൾ വീണ്ടും യൂറോപ്പിലേക്ക്. ഫലത്തിൽ 1885 മുതൽ 1917 വരെയുള്ള കാലയളവിൽ ലെനിൻ റഷ്യയിലുണ്ടായിരുന്നത് 1905 ലെ വിപ്ലവ ശ്രമത്തിന് ശേഷം കഴിച്ച് വെറും രണ്ടു വർഷം മാത്രമാണ്. അപ്പോൾ പിന്നെ സോവിയറ്റ് യൂണിയൻ അടക്കി വാണ ജോസഫ് സ്റ്റാലിൻ തന്നെ ലെനിൻ."

"വോൾഗയും ഇക്കാര്യങ്ങൾ ഇങ്ങിനെത്തന്നെയാണോ കാണുന്നത്?"

"അതമ്മ തന്നെ പറയട്ടെ. അമ്മക്ക് സ്റ്റാലിനെ കുറ്റപ്പെടുത്താൻ മതിയായ കാരണമുണ്ട്. ഉക്രൈനിൽ നിന്നാണ് അമ്മയുടെ അമ്മ മോസ്കോയിലേക്ക് കുടിയേറുന്നത് 1932 ലെ പട്ടിണി മരണങ്ങളുടെ കാലത്താണ്. ആ മഹാമാരിയിൽ കൂട്ടക്കുരുതിക്ക് ഇരയായവരിൽ അമ്മയുടെയും അച്ഛന്റെയും ബന്ധുക്കൾ മുഴുവനും ഉൾപ്പെടും.അച്ഛനും. സോവിയറ്റ് സൈന്യത്തിന്റെ ഡോക്ടരായത് കൊണ്ട് മാത്രമാണ് അമ്മയുടെ അമ്മക്ക് ഉക്രൈനിൽ നിന്നും രക്ഷപ്പെടാനായത്. അവരെ

സൈന്യത്തിന് ആവശ്യമുണ്ടായിരുന്നു. അമ്മമ്മ പിന്നീട് ആത്മഹത്യ ചെയ്യുകയാണുണ്ടായത്. അമ്മ വളർന്നത് പാർട്ടിയുടെ അനാഥമന്ദിരങ്ങളിലാണ്. രണ്ട് ലോകയുദ്ധങ്ങളിലായി ലക്ഷക്കണക്കിനോ കോടിക്കണക്കിനോ അനാഥക്കുട്ടികളുണ്ടായിരുന്ന രാജ്യമാണ് റഷ്യ. എന്നാൽ പാർട്ടി എല്ലാവരെയും നല്ലപോലെ നോക്കി. പഠിപ്പിച്ച് വലുതാക്കി. ഭക്ഷണവും വസ്ത്രവും തൊഴിലും ജീവിതവും നൽകി. 1954 ൽ കെ.ജി.ബി. എന്ന സംവിധാനത്തിന്റെ നട്ടെല്ലായി മാറിയത് ഇവരാണ്. നിരവധി രാജ്യങ്ങളിൽ മാത്രമല്ല പാർട്ടിക്കകത്തും പുറത്തും എന്താവശ്യത്തിനും ഉപയോഗിക്കാൻ പാകത്തിലുള്ള വിദഗ്ദ്ധ സൈനിക വിഭാഗം അവരിൽ നിന്നും പാർട്ടി രൂപപ്പെടുത്തിയെടുത്തു. ട്രോട്സ്കി മെക്സിക്കോയിലല്ല ലോകത്തിലേത് കാണാമാളത്തിൽ പോയൊളിച്ചാലും തിരഞ്ഞുപിടിച്ച് കൊല്ലാൻ ശേഷിയുള്ള രഹസ്യ സൈനിക വിഭാഗം പണ്ടേ പാർട്ടിക്കുണ്ടായിരുന്നു. പല പേരുകളിൽ കെ.ജി.ബി.യുടെ മുൻഗാമികളെ പാർട്ടി വളർത്തി. അമ്മ കെ.ജി.ബി കാലത്ത് നിന്നും പുറത്ത് കടക്കുന്നത് സോവിയറ്റ് പതനത്തിന് ശേഷം മാത്രമാണ്."

മഹായുദ്ധങ്ങളുടെ ഓർമ്മകടന്ന് തിരിച്ചെത്തിയപ്പോഴും മുസോളിയത്തിന് തൊട്ടരികിലുള്ള റെഡ് സ്ക്വയറിലെ യുദ്ധസ്മാരകത്തിനരികിൽ വോൾഗ തനിച്ചിരിക്കുകയായിരുന്നു.

"എന്തുണ്ട് മരിച്ചവരുടെ ലോകത്ത് വിശേഷം?"

"ഹോ. കുഴിമാടങ്ങളിൽ വർഗ്ഗവ്യത്യാസമില്ലെന്ന് പറയാൻ പറഞ്ഞു."

വോൾഗ ഉള്ള് തുറന്നൊഴുകി.

"സ്റ്റാലിനാണ് ലെനിന്റെ സ്രഷ്ടാവ് എന്നു പറയുന്നു ഐവാൻ. വോൾഗ എന്തു പറയുന്നു?"

"ഹ ഹ ഹ, ഏയ്. അതൊക്കെ യുദ്ധങ്ങളുടെ നൂറ്റാണ്ടിൽ റഷ്യ അനുഭവിച്ചത് എന്തെന്നറിയാത്ത പിൽക്കാലത്ത് ജനിച്ച ഇരുതലയന്മാരുടെ മാത്രം അഭിപ്രായങ്ങളാണ്. അവർക്ക് എന്തും പറയാം. ഒരേ സമയം അവർ രണ്ട് തലകളുമായാണ് ജീവിക്കുന്നത്. ഒരു തല വർത്തമാനത്തിൽ മാത്രവും മറ്റൊന്ന് ഭാവിയിലും. അവർക്ക് ചരിത്രപരമായ ബാദ്ധ്യതകളില്ല. അതിന്റെ വേദനകളും. ഭൂതശൂന്യമായ ഇരുതലകളും ആവശ്യാനുസരണം എടുത്തുപയോഗിക്കുന്ന വെറും ഉപയോഗമാത്രവാദികൾ മാത്രമാണവർ. എനിക്കേതായാലും അങ്ങിനെയൊരു അഭിപ്രായം ഇല്ല. ഇരുതലയന്മാരുടെ. ഹ ഹ ഹ."

"ഇരുതലയന്മാർ, ല്ലേ??"

"അതെ, ഇരുതലയന്മാർ. അവർക്ക് രണ്ടും വേണം. ചരിത്രത്തിന്റെ നേട്ടങ്ങളും വേണം, അതിനെ തള്ളിപ്പറയുകയും വേണം."

"നിങ്ങളുടെ തലമുറയോ?"

"ഞങ്ങൾക്ക് പാർട്ടിയായിരുന്നു എല്ലാം. മറ്റൊരു ദൈവമില്ല എന്ന് ഞങ്ങൾക്കറിയാം. അപ്പോൾ പിന്നെ മനുഷ്യർക്ക് ഒരാശയത്തിന് പിറകിൽ ഒന്നിച്ച നിൽക്കാനും അതിജീവിക്കാനും ചില വിഗ്രഹങ്ങളും ചിഹ്നങ്ങളും പതാകയും ഒക്കെ ആവശ്യമായിരുന്നു. പട്ടാള യൂണിഫോം പോലെ. അതില്ലെങ്കിൽ ശത്രുവിനെ തോല്പിക്കൽ നടക്കില്ലായിരുന്നു. അതാണ് വിപ്ലവം നിലനിർത്താൻ ലെനിനും സ്റ്റാലിനും ചെയ്തത്. ഒന്നാം ലോകത്തിൽ ലെനിൻ സന്ധികളുണ്ടാക്കിയതും ഇല്ലാതാക്കിയതുമൊക്കെ വിപ്ലവത്തെ ചോരയിൽ മുക്കിക്കൊല്ലുന്നത് തടയാനായിരുന്നു. രണ്ടാം ലോകത്തിൽ റഷ്യ പങ്കാളിയായത് കോളനികളുടെ മോചനം എന്ന ഉപാധിവച്ചായിരുന്നു. എന്തിന് ബ്രിട്ടന്റെ കോളനി എന്ന നിലയിൽ നിന്നും നിങ്ങളുടെ രാജ്യം മോചിതമായത് പോലും സ്റ്റാലിന്റെ ആ ഇടപെടലായിരുന്നു. അതൊക്കെ ലെനിൻ എന്നുദ്ദേശിച്ചോ അത് നടപ്പിൽ വരുത്തുകയായിരുന്നു സ്റ്റാലിൻ. അല്ലാതെ സ്റ്റാലിന്റെ മാത്രം മികവായിരുന്നില്ല. അവസാന കാലത്ത് സ്റ്റാലിന്റെ തടവറയിലായിരുന്നു ലെനിൻ എന്നത് ഒരു സാമ്രാജ്യത്വ കെട്ടുകഥ മാത്രമാണ്. ലെനിൻ സോവിയറ്റ് യൂണിയന്റെ രാഷ്ട്രത്തലവനായത് വിപ്ലവത്തിന്റെ ആസൂത്രണത്തിലും നടത്തിപ്പിലും നിർണ്ണായകമായ വേളകളിലെ ദിശാബോധമുണ്ടാക്കുന്നതിൽ നേതൃത്വപരമായ പങ്ക് ഉണ്ടായിരുന്നത് കൊണ്ട് മാത്രമാണ്.. പുസ്തകപ്പുഴുവായ ഒരു സൈദ്ധാന്തികനായിരുന്നില്ല ലെനിൻ. തികഞ്ഞ പ്രായോഗിക ബുദ്ധിയുള്ള ധിഷണാശാലിയായിരുന്നു. അവസാന നാളുകളിൽ ഇന്ന് ലോകം കാണുന്ന ചിത്രങ്ങൾ പോലെ ക്ഷീണിച്ചിരിക്കാം. എന്നാൽ 1917 ൽ വിപ്ലവത്തിന്റെ അരങ്ങേറ്റം മുതൽ 1924 ൽ മരണം വരെ ഓരോ ദിവസവും ലെനിന്റെ നേതൃത്വത്തിൽ ചതുരംഗക്കളത്തിൽ എന്ന പോലെ യുദ്ധം ചെയ്ത് തന്നെ സൃഷ്ടിച്ചെടുത്തതാണ് സോവിയറ്റ് രാഷ്ട്രം. അത് ഇന്നത്തെ മാനദണ്ഡങ്ങൾ വച്ച് നിങ്ങൾക്ക് അളക്കാനാവില്ല. തീരുമാനങ്ങൾ കൊണ്ടുള്ള ഒരു ചൂതാട്ടം തന്നെ ലെനിൻ അക്കാലത്ത് നടത്തിയിട്ടുണ്ട്. അത് ചരിത്രത്തിൽ ആദ്യമായി ഒരു സോവിയറ്റ് രാഷ്ട്രം കെട്ടിപ്പടുക്കുക എന്ന ലക്ഷ്യത്തെ മുൻനിർത്തിയായിരുന്നു. കാൾ മാർക്സ് ഒരു സ്വപ്നജീവിയായിരുന്നു. എന്നാൽ ലെനിൻ ആ സ്വപ്നത്തെ ഭൂമിയിൽ ഉറപ്പിച്ച് നിർത്തി. അതിന് മുൻപരിചയമോ മുൻ മാതൃകയോ ചരിത്രത്തിലില്ല. ഒരു ലോകമഹായുദ്ധത്തിന്റെ മധ്യത്തിൽ നടന്ന ഒരു പ്രസവമാണത്. അവിടെ സ്റ്റാലിനും ടോട്സ്കിയും മാത്രമല്ല ഉണ്ടായിരുന്നത്. ചരിത്രത്തിന് വളമായി മാറിയ, ചരിത്രത്തിൽ പേരില്ലാത്ത ലക്ഷക്കണക്കിന് രക്തസാക്ഷികളുടെ ചോരയും സ്വപ്നവും അതിലുണ്ട്.

ഇതിൽ ലെനിന് അധികാരം നിഷ്ഠൂരമായി പ്രയോഗിക്കേണ്ടി വന്നിട്ടുണ്ട് എന്നത് വാസ്തവമാണ്. സാർ ചക്രവർത്തിമാരുടെ കുടുംബത്തെ ഒന്നടങ്കം ഉന്മൂലനം ചെയ്തത് മുതൽ വിപ്ലവത്തിന്റെ ശത്രുക്കളായ മുഴുവൻ പ്രതിവിപ്ലവകാരികളെയും അമർച്ച ചെയ്തത് തന്നെയാണ് ലെനിൻ രാഷ്ട്രം കെട്ടിപ്പടുന്നത്. അത് സ്റ്റാലിന്റെയോ ടോട്സ്കിയുടെയോ ബുദ്ധിയല്ല. അതിനേക്കാളേറെ ലെനിന് അക്കാലത്ത് കൂട്ടായത് "അയേൺ ഫെലിക്സ്" എന്ന് സോവിയറ്റ് ചരിത്രം ഓർക്കുന്ന ഫെലിക്സ് ഷെർൻസ്കിയാണ്. അദ്ദേഹമാണ് കെ.ജി.ബി.യുടെ യഥാർത്ഥ മുൻഗാമിയായ "ചെക്ക" എന്ന രഹസ്യ രാഷ്ട്രീയ പോലീസ് സംവിധാനത്തിന് രൂപം കൊടുക്കുന്നത്. 1917 ഡിസംബർ 20ന് ലെനിന്റെ ഉത്തരവനുസരിച്ചാണ് ചെക്ക രൂപം കൊള്ളുന്നത്. അയേൺ ഫെലിക്സിന്റെ നേതൃത്വത്തിൽ സാമ്രാജ്യത്വ ശക്തികളുടെ വെളുത്ത ഭീകരതക്കെതിരെ ചുമന്ന ഭീകരത നടപ്പിലാക്കിയത് ചെക്കയാണ്. അഭ്യന്തര യുദ്ധം അവസാനിക്കും വരെ അതാണ് വിപ്ലവത്തെ പിടിച്ചു നിർത്തിയത്. അതിൽ ലെനിന്റെ വലംകൈ അയേൺ ഫെലിക്സായിരുന്നു. തൂക്കിക്കൊല അവസാനിപ്പിക്കണം എന്ന ആശയം വിപ്ലവാനന്തരം ഉയർന്നു വന്നപ്പോൾ അത് തടഞ്ഞത് ലെനിൻ തന്നെയാണ്. കാരണം വിപ്ലവത്തിന്റെ ശത്രുക്കളെ ഉന്മൂലനം ചെയ്തില്ലെങ്കിൽ സോവിയറ്റ് ഭരണത്തെ അവർ അട്ടിമറിക്കുമായിരുന്നു. ഒരു ചുമന്ന സ്വപ്നത്തെ പിറവിയിലേ ഉന്മൂലനം ചെയ്യുന്നതിൽ നിന്നും സംരക്ഷിച്ചു നിർത്തുകയായിരുന്നു ലെനിൻ. ലെനിന്റെ മൃതശരീരം കേടുകൂടാതെ സൂക്ഷിക്കാനുള്ള പദ്ധതിയും പിന്നീട് അയേൺ ഫെലിക്സിന്റെ നേതൃത്വത്തിലാണ് നടന്നത്. പുറത്ത് നിന്നും റഷ്യയെ കാണുന്നവർക്കാണ് സാർ ചക്രവർത്തി കുടുംബത്തെ ഒറ്റ ഉത്തരവിലൂടെ കൂട്ട ഉന്മൂലനം ചെയ്തത് ഒരു ജനാധിപത്യവിരുദ്ധമോ മനുഷ്യത്വ വിരുദ്ധമോ ആയി തോന്നുന്നത്. എന്നാൽ സാധാരണക്കാരായ റഷ്യക്കാർക്കാർക്കും അങ്ങിനെയൊരു ചിന്ത ഒരിക്കലുമുണ്ടായിട്ടില്ല. നൂറ്റാണ്ടുകളായുള്ള നിഷ്ഠൂരമായ ഭരണത്തിലൂടെ മുഴുവൻ ജനതയുടെയും സ്വപ്നവും സമ്പാദ്യവും സ്വാതന്ത്ര്യവും ഊറ്റിക്കുടിച്ച് വളർന്ന സാമ്രാജ്യമാണത്. റഷ്യയിലെ കൊട്ടാരങ്ങൾ അതിന്റെ സാക്ഷ്യങ്ങളാണ്. ലക്ഷങ്ങളാണ് സാർ ചക്രവർത്തിമാരുടെ ഭരണകാലത്ത് കൂട്ടമായി ഉന്മൂലനം ചെയ്യപ്പെട്ടത്.അവർ മാലാഖമായിരുന്നില്ല, അവരായിരുന്നു ശരിയായ ഡ്രാക്കുളകൾ. എന്നാൽ സാമ്രാജ്യം അവരെ മാലാഖമാരാക്കുകയും ലെനിനെപ്പോലുള്ള കമ്മ്യൂണിസ്റ്റ് വിപ്ലവകാരികളെ ഡ്രാക്കുളകളാക്കി അവതരിപ്പിക്കുകയും ചെയ്യുന്നത് കൃത്യമായ പ്രത്യയശാസ്ത്ര യുദ്ധമാണ്. അതിനെക്കുറിച്ച് പാർട്ടിക്ക് ഇന്ന് നല്ല ധാരണയുണ്ട്. ലെനിന് ശേഷം സ്റ്റാലിനിൽ അമിതാധികാര പ്രവണതകൾ ഉണ്ടായി

എന്നത് ശരിയാണ്. അമ്മയ്ക്ക് അച്ഛനെ ഉക്രൈനിൽ ഉപേക്ഷിച്ച് മോസ്കോയിലേക്ക് പോരേണ്ടി വന്നത് പാർട്ടി തീരുമാനമായിരുന്നു. വേറെ വഴിയില്ലായിരുന്നു അമ്മക്ക് മുന്നിൽ. അച്ഛന്റെ കുഴിമാടം ഇനിയും കണ്ടു കിട്ടിയിട്ടില്ല. ഉക്രൈൻ ഇന്ന് വേറൊരു രാഷ്ട്രമായി. അച്ഛനെ വിട്ടു കളഞ്ഞതിന്റെ കുറ്റബോധത്തിൽ ഭ്രാന്തു പിടിച്ചാണ് അമ്മ ആത്മഹത്യ ചെയ്തത്. അങ്ങിനെ ഒരു കണക്കിലും പെടാത്ത ദശലക്ഷക്കണക്കിന് ദുരന്തങ്ങളാണ് പാർട്ടി നേരിട്ട അപഭ്രംശത്തിൽ ഉണ്ടായിട്ടുള്ളത്. ആരും അതിന്ന് മൂടിവയ്ക്കുന്നില്ല. അച്ഛന്റെയും അമ്മയുടെയും കുടുംബത്തിലെ മുഴുവൻ പേരെയും ഇല്ലാതാക്കിയതിന്റെ വേദന ഞാനും അതനുഭവിച്ചിട്ടുണ്ട്. ജന്മനാട്ടിലേക്ക് ഒരു തിരിച്ചു പോക്ക് പിന്നെ ഒരു കാലത്തും എനിക്ക് സാധ്യമായിരുന്നില്ല. അതാണെന്നെ എന്നെന്നേക്കും അനാഥയാക്കിയത്. ഉക്രൈനിലെ “മഹത്തായ ക്ഷാമം” എന്തായിരുന്നു എന്ന് അതനുഭവിച്ചവർക്കേ അറിയൂ. സ്റ്റാലിൻ അതിന് ഒറ്റക്ക് കാരണക്കാരനാണ് എന്ന് ഞാൻ പറയില്ല. അതായിരുന്നു അന്നത്തെ പാർട്ടി. പാർട്ടിയുടെ അന്നത്തെ നിശബ്ദതയും ആ ദുരന്തത്തിന് കാരണമായിട്ടുണ്ട്. മോസ്കോയെ തീറ്റിപ്പോറ്റാൻ ഉക്രൈൻ പട്ടിണി കിടക്കുകയായിരുന്നു. ആ കൂട്ടമരണത്തിൽ എന്റെ നാടും ഇല്ലാതായി. റഷ്യയും ഉക്രൈനും അതിനിപ്പോഴും വില കൊടുക്കുന്നു. ഇന്നും തീരാത്ത യുദ്ധ സ്പർദ്ധയുടെ വേരുകൾ മുപ്പതുകളിലെ ഈ കൂട്ടമരണത്തിലുണ്ട്. മനസ്സ് കൊണ്ട് എന്റെ തലമുറ അതൊരിക്കലും പൊറുത്തിരുന്നില്ല. നിർണ്ണായക നിമിഷങ്ങളിൽ ഉക്രൈൻ റഷ്യനല്ല. കമ്മ്യൂണിസ്റ്റ് പാർട്ടികളുടെ അകങ്ങൾ ഒരു കാലത്തും അധികാര കിടമത്സരത്തിൽ നിന്നും മുക്തമല്ല എന്ന് ചരിത്രം നമുക്ക് കാട്ടിത്തരുന്നുണ്ട്. അത് പാർട്ടിയുടെയോ ദർശനത്തിന്റെയോ പരിമിതിയല്ല. മനുഷ്യന്റെ പരിമിതിയാണ്. മനുഷ്യർ ഒരപൂർണ്ണ ജീവിയാണ്. മഹാനായ മാവോയുടെ ചൈനയിൽ നാംസ്കാരിക വിപ്ലവം കൊന്നൊടുക്കിയത് സ്റ്റാലിന്റെ കാലത്തേക്കാൾ അധികം പേരെയാണ് എന്നത് മറക്കരുത്. ആ പാഠങ്ങൾ ഉൾക്കൊണ്ടേ ഇനി ആർക്കും മുന്നോട്ടുപോകാനാവൂ. മുപ്പതുകളിൽ സമാനമായ പ്രതിഭാസം ഇറ്റലിയിലും ജർമ്മനിയിലും സ്പെയിനിലും ലോകം കണ്ടിട്ടുണ്ട്.”

“അപ്പോൾ ക്രൂഷ്ചേവ് പറഞ്ഞിടത്തേക്കാണോ പാർട്ടി ഇപ്പോൾ എത്തുന്നത്?”

“അല്ല, ക്രൂഷ്ചേവും മറ്റൊരു സ്റ്റാലിനായിരുന്നു. വേറൊരു വേഷത്തിൽ അഭിനയിച്ചു എന്ന് മാത്രം. ഗോർബച്ചേവിലാണത് മാറിത്തുടങ്ങിയത്. അതു കൊണ്ട് തന്നെ പാർട്ടിക്ക് അധികാരം കൈവിട്ടു പോവുകയും ചെയ്തു.”

"ഭൂതാവിഷ്ടമായ തലമുറ എന്നു പറഞ്ഞത് എന്താണ്? ഐവാന്റെ തലമുറയാണോ അത്? ദസ്തയേവ്സ്കി ഭൂതാവിഷ്ടരെ വിശദീകരിച്ചത് ആത്മാവില്ലാത്ത ബോധശൂന്യരായ അക്കാലത്തെ വിപ്ലകാരികാരികളെ പരിഹസിക്കാനായിരുന്നില്ലേ? എല്ലാം പരമശൂന്യതയിലേക്ക് കൊണ്ടുചെന്നെത്തിക്കുന്ന ലക്ഷ്യബോധമില്ലാത്ത ആ ഭൂതാവിഷ്ടരുടെ കാര്യമാണോ പറയുന്നത്?"

"അതെ. ദസ്തയേവ്സ്കി "ഭൂതാവിഷ്ടരി" ൽ പറയുന്ന തലമുറയുടെ ബോധശൂന്യത ഐവാന്റെ തലമുറ പൊതുവിൽ പങ്കുവയ്ക്കുന്നുണ്ട്. അവരിൽ വലിയൊരു വിഭാഗം ഭൂതകാല ബാധ്യതകളില്ലാതെ കമ്മ്യൂണിസ്റ്റ് പാർട്ടിക്കൊപ്പം നിൽക്കാൻ തയ്യാറാകുന്നുണ്ട്. എന്നാലത് ചരിത്രത്തെ തിരിച്ചു പിടിക്കാൻ പര്യാപ്തമല്ല. മഹാ ഭൂരിപക്ഷം പുടിന് ഒപ്പമാണ്. അവർ എല്ലാം പൊളിച്ചടുക്കിയാണ് മുന്നേറുന്നത്. അതാണ് പുതിയ യൗവനം. റഷ്യയുടെ അടിവേര് തന്നെ അവർ ചിലപ്പോൾ പിഴുതെടുക്കും. അല്ലെങ്കിൽ ഭൂതബാധിതരായ പന്നികളെപ്പോലെ അധികാരത്തിന്റെ ഇടനാഴികളിൽ ചത്തൊടുങ്ങും."

"പന്നികളെപ്പോലെ !"

"അതെ, പന്നികളെപ്പോലെ."

ഓർമ്മകൾ കൊണ്ട് മുറിവേറ്റ വോൾഗ നിശബ്ദയായി.

ഉടഞ്ഞ വിഗ്രഹങ്ങൾക്ക് മുകളിൽ ചേക്കേറിയ കാക്കകൾ പിറുപിറുത്തു.

"ഭൂതാവിഷ്ടർ"

മുസോളിയത്തിൽ നിന്നെഴുന്നേറ്റ് നൂറ്റാണ്ടിന്റെ ഭാരം നിറഞ്ഞ ശവപ്പെട്ടിയും വഹിച്ച് ലെനിൻ വിന്റർപാലസ് ലക്ഷ്യമിട്ട് മഞ്ഞിലൂടെ നടന്നു നീങ്ങി.

ലെനിൻ പിറുപിറുത്തു.

"പന്നികൾ"

മറിയം

പോക്കുവെയിലിൽ റെഡ്സ്ക്വയർ രക്തസാക്ഷികളുടെ സ്മരണയിൽ ചുമന്നു. പേരില്ലാത്ത ഏതോ നമ്പറിൽ നിന്നും കുട്ടിയുടെ മൊബൈലിലേക്ക് പലവട്ടം വിളികൾ കേട്ട് പ്രാവുകൾ തലപൊന്തിച്ച് നോക്കി. പേരില്ലാത്തത് കൊണ്ട് തന്നെ കുട്ടി ഫോണെടുത്തില്ല. റിങ്ങുകൾ നിലയ്ക്കാതെ വന്നപ്പോൾ വോൾഗ ചിന്തയിൽ നിന്നുണർന്നു.

“വല്ല അത്യാവശ്യത്തിനായിരിക്കും വിളിക്കുന്നത്. എന്താ ഫോണെടുക്കുന്നില്ലേ?”

“പേരില്ലാത്ത ആരോ ആണ്.”

“ഹ ഹ ഹ, അതിന് ലോകത്തെല്ലാവരുടെയും പേരുള്ള ഫോണാണോ അത്.?”

“അല്ല.”

പിന്നെയും റിങ്ങടിച്ചപ്പോൾ കുട്ടി ഫോണെടുത്തു. വിദൂരഭൂതകാലത്ത് കേട്ടുമറന്ന ശബ്ദത്തിന്റെ ഛായ കാതിൽ നിറഞ്ഞു.

“എന്താടാ പട്ടീ ഫോണെടുക്കാത്തത്”

“ആരാ? ഞാൻ നാട്ടിലില്ല, പുറത്താ.”

“ഉം. നീയെന്നാ പുറത്തല്ലാതിരുന്നത്?”

“ഉം. ആരാ? വേഗം പറയൂ.”

“ഓ, ശബ്ദം പോലും മറന്നു ല്ലേ? നന്നായി.”

“ഉം. ആരാ?”

“മറിയം എന്ന് പറയും. അറിയുമോ?”

“മറിയം !”

“അതെ, മറിയം.”

തലച്ചോറിലേക്ക് ഇരച്ചു കയറി വന്ന തീവണ്ടിയിൽ നിന്നും കുട്ടി അപ്പോൾ നാല്പത് വർഷം താഴേക്ക് വീണു.

തീവണ്ടി ഒരു ഇരുണ്ട തുരങ്കത്തിലൂടെ കടന്നു പോവുകയാണ്. കടവാതിലുകൾ കൂട്ടമായി ചിറകടിച്ച് കോട്ടയിലെ മഹാഗണിയുടെ കൊമ്പുകളിൽ തലകീഴായി തൂങ്ങിക്കിടന്ന് ആടാൻ തുടങ്ങി. കാക്കകൾ നിർത്താതെ ശബ്ദമുണ്ടാക്കി കരഞ്ഞു.

മറിയം വീണ്ടും വിളിച്ചു.

“നീയെന്തൊരു പേടിക്കൊടലനാണ് കുട്ടീ. നീ പോയി എന്നോട് സംസാരിക്കാൻ പാകത്തിൽ ധൈര്യം കിട്ടുന്ന നല്ല റഷ്യൻ വോഡ്ക അവിടെ കിട്ടുമോന്ന് നോക്കീട്ട് വാ. ഞാൻ കുറച്ച് കഴിഞ്ഞു വിളിയ്ക്കാം.”

മറിയം ഉള്ളിൽ കത്തി.

റഷ്യൻ സ്റ്റാന്റേഡ് ഗോൾഡ് വോഡ്ക്കയിൽ കുട്ടി ഹൃദയം താഴ്ത്തി. മറിയം വിതച്ച കൊടുങ്കാറ്റിൽ കുട്ടി ഉലഞ്ഞു

“എന്തു പറ്റി? എന്താ പ്രശ്നം.?”

വോൾഗ തട്ടിയുണർത്തി.

“ഏയ്. നാട്ടിൽ നിന്നൊരു പഴയ കൂട്ടുകാരിയാണ്. കാലങ്ങൾക്കപ്പുറത്ത് നിന്ന് വിളിയ്ക്കുന്നു. ഒരത്ഭുതം.”

“ഹോ, അത് കൊള്ളാം. അത്ഭുതങ്ങൾക്ക് നാം പിടികൊടുക്കുക തന്നെ വേണം.”

മറിയം വീണ്ടും വിളിച്ചു.

“കുട്ടീ, നീ റെഡിയായോ?.”

“ഓ. നീ എവിടുന്നാ?”

“ഞാനെവിടുന്നോ ആവട്ടെ. ആട്ടെ, നിനക്കെന്താ മോസ്കോയിൽ പണി?”

“ഞാൻ അച്ഛച്ഛന്റെ ഒരവസാന ആഗ്രഹം നിറവേറ്റാൻ വന്നതാ, ചിതാഭസ്മം വോൾഗയിലൊഴുക്കാൻ. പിന്നെ ഒരു പുസ്തകമെഴുതാനുള്ള പണിയുമുണ്ട്.”

“ഓഹോ, സഖാവ് മരിച്ചിട്ട് പത്തുനാല്പത് വർഷം കഴിഞ്ഞില്ലേ. കൊള്ളാം. എന്തു നല്ല പേരക്കുട്ടി. നിനക്കങ്ങിനത്തെ വികാരമൊക്കെയുണ്ടോടാ?”

“ആ, അതുകൊണ്ടാണല്ലോ വന്നത്. അതുപോട്ടെ, നീയെവിടുന്നാ ഇപ്പം? ഒളിച്ചോടി പോയിട്ട് പത്ത് നാല്പത് വർഷം കഴിഞ്ഞല്ലോ. എവിടുന്ന കിട്ടി എന്റെ നമ്പർ?”

“ഹോ! നാല്പത് വർഷം! കണക്കൊക്കെ നന്നായി ഓർത്ത് വച്ചിട്ടുല്ലോ. നിന്റെ നമ്പറിങ്ങനെ എഴുതി ഒട്ടിച്ച് വച്ചിരിക്കുകയല്ലേ നാട്ടിലെ ചുമരുകളിലൊക്കെ. “വീടു പൊളിച്ച് കല്ല് മരം ഓട്” എന്നിവ വില്പനക്ക് എന്ന്..

“ഓ. നീയപ്പൊ നാട്ടിലെത്തിയോ?”

“ആ. ഇറങ്ങിപ്പോന്നാലും വിടില്ല ശവങ്ങൾ. നിന്റെ അനിയൻ ചെക്കൻ ഉണ്ടല്ലോ എന്റെ പഴയ കെട്ട്യോൻ, ബാനുപ്രകാശ്, അവന്റെയൊരു ഒടുക്കത്തെ ആഗ്രഹം. അധികകാലം ജീവിക്കില്ലെന്ന് പറഞ്ഞുള്ള ഒരു ഇമോഷണൽ ബ്ലാക്ക് മെയിലിങ്. അവസാനമായി ഒന്ന് കാണണംന്ന്. മോളുടെ നമ്പർ തപ്പിപ്പിടിച്ചെടുത്ത് അവളെ ആദ്യം നാട്ടിലെത്തിച്ചു.പിന്നെ ഒരച്ഛനും മോളും കളി. ഫെയ്സ്ബുക്കിന്റെ ഓരോരോ കെണികൾ. അച്ഛന്റെ അവസാനത്തെ ആഗ്രഹം നിറവേറ്റിത്തരാൻ മോളുടെ അഭ്യർത്ഥന. വന്നു. കണ്ടു. നാളെ മടങ്ങും. അവന്റെ ശവമടക്കൊന്നും എനിക്ക് കാണണ്ട. വിളിച്ചത് അതിനൊന്നുമല്ല. അവൻ ചാവുന്നതിൽ എനിക്ക് സങ്കടവുമില്ല. എന്നോ ചാവേണ്ടതായിരുന്നു. മരിക്കാൻ നേരത്ത് അവനൊരു ബാധ്യത കൂടി അടിച്ചേല്പിച്ചിരിക്കയാണെന്നെ. അവനൊരു ആത്മകഥ എഴുതി വച്ചിട്ടുണ്ട് പോലും. ഫൂ. ആത്മാവില്ലാത്തവന്റെ ആത്മകഥയൊന്നും എനിക്കേറ്റെടുക്കാൻ വയ്യ. അവന്റെ വ്യഭിചാര കഥകൾ വായിച്ച് ഞാനെന്തിന് മനസ്സ് പുണ്ണാക്കണം. ഒരാത്മാവില്ലാതിരുന്നവരും ആത്മകഥകൾ എഴുതിയുണ്ടാക്കുന്ന കാലമാണിത്. പിന്നെ അന്ന നിർബന്ധിച്ചു മരിക്കാൻ പോകുന്ന ഒരാളുടെ അവസാനത്തെ ആഗ്രഹമല്ലേ വാങ്ങി വച്ചേക്ക് എന്ന്. അങ്ങിനെ അത് വാങ്ങി വച്ചു എന്നു മാത്രം. ബാനുവിന്റേതായി ഒന്നും എനിക്ക് അറിയേണ്ട. അതവൻ എന്നെ ഏല്പിക്കുമ്പോൾ എന്റെ ഹൃദയം മിടിച്ചതു പോലുമില്ല. അത്രയും ഞാനവനെ വിട്ടിരുന്നു എന്നെനിക്കപ്പോൾ മനസ്സിലായി. പിന്നെ അത്ര ദൂരം വന്നതും കണ്ടതും എല്ലാം അന്നക്ക് വേണ്ടി മാത്രം. അത് അന്നയെത്തന്നെ ഏല്പിച്ചിട്ടുണ്ട്. നീ തിരിച്ചെത്തിയാൽ അത് കൊണ്ടുപോയി ചുടുകയോ കുഴിച്ചിടുകയോ എന്താന്ന് വച്ചാ ചെയ്യ്. ഭാരങ്ങൾ. നീയൊക്കെ എന്തു ചെയ്യുകയായിരുന്നു ഇതുവരെ? കൺമുന്നിലെ മനുഷ്യരെയറിയാത്ത നീയൊക്കെ എന്ത് തരം മൃഗമാണെടാ നായേ. നിന്നെ നായ എന്ന് വിളിക്കുന്നത് നായ്ക്കൾക്ക് പോലും അപമാനമാണ്. അതുകൊണ്ട് നീയും നിന്റെ ശിവനും നിന്റെ ബാനു പ്രകാശും ഒക്കെ പോയി തുലയുക. ആത്മാവ്

വിറ്റ് ലോകം മുഴുവനും നേടിയിട്ടും എന്ത് കാര്യം? നിന്റെയൊരു റഷ്യൻ പ്രേമം ! അച്ഛച്ഛൻ, ലെനിൻ. ആ കാഞ്ചമ്മയെ പിന്നെ എപ്പോഴെങ്കിലും നീ ഓർത്തിട്ടുണ്ടോ നായേ നീ? നിന്റെ സെന്റിമെന്റ്സൊക്കെ ഒരു തട്ടിപ്പാണെന്ന് അറിയാൻ അത് മാത്രം ഒന്നോർത്താൽ പോരേ? നിന്റെ അമ്മമ്മയുടെ ഇരട്ടയായിരുന്നല്ലോ അവര്. എന്തൊക്കെ കഥകളാ നീ വന്ന് പറഞ്ഞത്. എന്നിട്ട് അപ്പം വിട്ടേച്ച് പോന്നില്ലേ അവരെ. അവരെ മാത്രമോ എല്ലാവരെയും. എന്താ നീ ഒന്നും മിണ്ടാത്തത്. നിന്റെ നാവിറങ്ങിപ്പോയോ?"

കുട്ടി നിന്ന നില്പിൽ ഉരുകി. വോഡ്ക രണ്ടാമത്തെ കുപ്പിയിലേക്ക് കടന്നിട്ടും ചൂട് ശമിച്ചില്ല. തീ പിടിച്ച പച്ചമരം പോലെ ഉള്ള് പുകഞ്ഞു.

"ഇല്ല, നീ വച്ചോ മറിയം. നീയെന്താണ് ഉദ്ദേശിക്കുന്നതെന്ന് എനിക്കറിയില്ല. നിന്നോട് തർക്കിയ്ക്കാൻ ഞാനില്ല."

"നീയില്ലേ ! ഹ ഹ ഹ. അങ്ങിനെ ഫോൺ വച്ച് പോകാൻ നീ നിന്റെ നായ്ക്കളെ വേറെ വളർത്തണം. എന്നെ കിട്ടില്ല. എനിക്ക് പറയാനുള്ളത് പറഞ്ഞിട്ടേ ഞാൻ നിർത്തൂ. ഇത് കേട്ടിട്ടേ നിനക്ക് അവസാനമുള്ളൂ. ഇത് നിന്റെ ജീവിതം മാത്രമല്ല ഇത് എന്റെയും ജീവിതമാണ്. നിങ്ങൾ മൂന്ന് സഹോദരന്മാരും കൂടി നശിപ്പിച്ച് കളഞ്ഞത് എന്റെ കൗമാരമാ. അവിടന്നായിരുന്നു എന്റെ ഒളിച്ചോട്ടം. അതിൽ ബാനു പിന്നെയും എന്റെ പത്തുകൊല്ലം നശിപ്പിച്ചു. നായ്ക്കളാണ് നിങ്ങളൊക്കെ. ആണുങ്ങൾ. എല്ലുറപ്പില്ലാത്ത ജാതികൾ. ഒരുത്തൻ ആദ്യ പോയി ചാടിച്ചത്തു. ആ കുറ്റബോധത്തിന്റെ പേരും പറഞ്ഞ് പിന്നെ നീയെന്നെ ചതിച്ചു. പിന്നെ ബാനു. അവനൊരു നായയെപ്പോലെ എന്റെ കൂടെ പറ്റിക്കൂടി എന്നു മാത്രം. അവനെയും കൊണ്ട് ഞാൻ ആംസ്റ്റർഡാമിലേക്ക് ഒളിച്ചോടിയത് എന്നെ പോറ്റി വലുതാക്കിയ അപ്പച്ഛനെയും അമ്മച്ചിയെയും വയസ്സുകാലത്ത് ഒറ്റക്കിട്ടായിരുന്നു. അതിന്റെ ശാപവും ഞാൻ തന്നെ പേറി. അത്ര പെട്ടെന്നാണ് അവനവന്റെ ഇരട്ട മുഖം പുറത്തെടുത്തത്. ഒരു പണിയും ചെയ്യാത്ത വൃത്തികെട്ട ഒരു സ്വപ്നജീവി മാത്രമായിരുന്നു ബാനു. എഴുത്തുകാരനാകാൻ ആഗ്രഹിച്ച് അതിന് അനുഭവങ്ങളുണ്ടാക്കാൻ ഊരുതെണ്ടിയ ഒരു നായ. അതിന് വേണ്ടി ഒരു തരിമ്പുപോലും മാനസീകമായിപ്പോലും അദ്ധ്വാനിക്കാൻ തയ്യാറല്ലാത്തവൻ. ഒളിച്ചോട്ടത്തിന്റെ ഹണിമൂൺ കഴിഞ്ഞപ്പോൾ അവനവന്റെ കുറുക്കുവഴികൾ തേടി. ആംസ്റ്റർഡാമിന്റെ സ്വാതന്ത്ര്യം അവൻ ഊറ്റിക്കുടിച്ചു. ഞാനദ്ധ്വാനിച്ചുണ്ടാക്കുന്ന പണവുമായി റെഡ് ലൈറ്റ് ഡിസ്ട്രിക്കിൽ പെറ്റു കിടക്കുകയായിരുന്നു അവൻ. ലൈവ് ഷോകളിൽ പെണ്ണുങ്ങളെ കയറിപ്പിടിച്ചതിന് പല തവണ തല്ലു കിട്ടി. അകത്തായി. അവനെ ജാമ്യത്തിലിറക്കലും കേസ് തീർക്കാൻ കണ്ട പിമ്പുകളോടും ഗുണ്ടകളോടും കെട്ടി മറയലായി

എന്റെ പണി. ഒടുവിൽ കാൻസർ വന്ന് ആസ്പത്രിയിലായിട്ടും അടങ്ങിയില്ല. അവിടുന്നും ഇറങ്ങി അതേ പണി തുടർന്നു. അതൊരു തിരിച്ചറിവായിരുന്നു. ക്ഷമയുടെ നെല്ലിപ്പടി ഞാൻ കണ്ടു. ഒരു പന്തീരാണ്ട് ഓടക്കുഴലിലിട്ടാലും നായയുടെ വാല് നേരെയാകില്ല. അങ്ങിനെയാണ് എന്റെ ജീവിതത്തിൽ നിന്നും ഞാനവനെ എന്നെന്നേക്കുമായി ഇറക്കി വിട്ടത്. നഷ്ടപരിഹാരവും കൊടുത്ത് അവനെ നാട്ടിലേക്ക് വിമാനം കയറ്റി വിടുകയായിരുന്നു. നാട്ടിലെത്തിയ അവൻ നിന്നോട് പറഞ്ഞിട്ടുണ്ടാവുക എന്നതാണ് എന്ന് എനിക്കറിയില്ല. എനിക്കത് അറിയുകയും വേണ്ട. അത്ര നല്ല കഥകളല്ല അവൻ പറഞ്ഞു നടന്നത് എന്ന് അന്ന പറഞ്ഞു. ഏതായാലും ആംസ്റ്റർഡാമിലെ എന്റെ പത്തു വർഷത്തെ മുഴുവൻ അദ്ധ്വാനവും തീറെഴുതിയാണ് ബാനുവിനെ ഞാൻ മൊഴിചൊല്ലിയത്. അവനെ കെട്ടിയ കുറ്റത്തിന് നാട്ടിലെ സ്വത്തിൽ ഒരു തരി അപ്പച്ചനും അമ്മച്ചിയും എനിക്ക് തന്നിരുന്നില്ല. ഞാനത് ആഗ്രഹിച്ചിട്ടുമില്ല. എല്ലാം പള്ളിക്ക് ദാനം ചെയ്ത് കോട്ടയത്തെ ഒരു വൃദ്ധസദനത്തിൽ കിടന്ന് അവർ മരിച്ച വിവരം പോലും എന്നെ ആരും അറിയിച്ചിരുന്നില്ല. നീയും. അറിയിക്കണം എന്ന് കരുതിയ ആരും എനിക്ക് നാട്ടിലുണ്ടായിരുന്നില്ല എന്ന് മനസ്സിലായി. ബാനുവിനോടൊപ്പം ഒളിച്ചോടിപ്പോയ കുറ്റത്തിന് എന്നോട് സംസാരിക്കാൻ പള്ളിക്കാരാരും തയ്യാറല്ലായിരുന്നില്ല. അപ്പച്ചനും അമ്മച്ചിയും ഒരിക്കലും എന്നോട് പൊറുത്തതുമില്ല. ഞാൻ മരിച്ചതായി കണക്കാക്കുന്നു ഇനി തിരിച്ചു വരണ്ട എന്ന് അറുത്തുമുറിച്ചു രണ്ടു പേരും പറഞ്ഞിരുന്നു. അവർ മരിക്കുന്ന സമയത്ത് ബാനുവിനോടൊപ്പം ഞാൻ ആംസ്റ്റർഡാമിലുണ്ടെന്ന് നിനക്കറിയാമായിരുന്നല്ലോ ല്ലേ? ബാനുവിന് നിന്നോട് ബന്ധമുണ്ടായിരുന്നില്ലോ. അനിയനെ സാഹിത്യകാരനാക്കാൻ വലിയ ഉപദേശങ്ങൾ നൽകുന്ന ആളായിരുന്നല്ലോ. എന്നിട്ടും അവരുടെ മരണം അറിക്കണം എന്ന് നിനക്കും തോന്നിയില്ല. എന്റെ കൂടെ നാട് വിട്ടതിന് നിന്റെ കുടുംബവും എന്നോട് പൊറുത്തിരുന്നില്ലെന്ന് ബാനു പറഞ്ഞിരുന്നു. അതു കൊണ്ട് തന്നെ ഓരോ തവണ നാട്ടിലേക്ക് പോകുമ്പോഴും എന്നെയും മകളെയും ഒപ്പം കൂട്ടാതിരിക്കാൻ അവൻ ശ്രദ്ധിച്ചിരുന്നു. നാട് കാണാൻ മകൾക്ക് ആഗ്രഹമുണ്ടായിരുന്നു. എന്നാലത് കേൾക്കാൻ പോലും ബാനു തയ്യാറല്ലായിരുന്നു. ഒരു മകളുണ്ടായത് എങ്ങിനെ എന്ന് എനിക്ക് തന്നെ അറിയില്ല. ഒരു പെണ്ണിനെ തൃപ്തിപ്പെടുത്താനുള്ള ഒരു കഴിവും ശരിക്കും ആ നായക്കില്ലായിരുന്നു. പത്തു വർഷം എന്റെ ജീവിതത്തിൽ പറ്റിക്കൂടി ഒന്നും ചെയ്യാതെ ഞാനെന്റെ ചോര നീരാക്കിയ സമ്പാദ്യം മുഴുവനും നിർലജ്ജം ഊറ്റിക്കുടിച്ച ഒരു ഇത്തിൾക്കണ്ണിയായിരുന്നു അവൻ. ആ പത്തുവർഷവും സെക്സ് എന്തെന്ന് പോലും ശരിക്കും ഞാനറിഞ്ഞിട്ടില്ല.

ആ തെണ്ടിയാകട്ടെ ലൈവ് ഷോകളിൽ സെക്സ് കണ്ട് നടക്കുകയായിരുന്നു. കാഴ്ചക്കപ്പുറം അവനൊന്നും ചെയ്യാൻ പറ്റില്ലെന്ന് എനിക്കറിയാമായിരുന്നത് കൊണ്ട് ഞാനൊരു എയിഡ്സ് രോഗിയായില്ല എന്ന് മാത്രം. അത്രക്കും നട്ടെല്ലില്ലാത്ത ജാതിയായിരുന്നു അവൻ. അവനെ ഒഴിവാക്കാനെടുത്ത തീരുമാനമാണ് ഞാനെന്റെ ജീവിതത്തിൽ ചെയ്ത ഏറ്റവും വലിയ കാര്യം. അതിന് ശേഷമാണ് ഞാൻ സ്വന്തം ജീവിതം ജീവിച്ച് തുടങ്ങിയത് തന്നെ. നീയെന്റെ സ്റ്റുഡിയോ കണ്ടിട്ടില്ലല്ലോ. ഞാനെങ്ങനെ ജീവിച്ചു എന്ന് പോലും നീ എപ്പോഴെങ്കിലും ഓർത്തിട്ടുണ്ടോ. നന്നായി. അത് കൊണ്ട് ഒറ്റക്ക് നിൽക്കാനായി. ആംസ്റ്റർഡാമിലെ എന്റെ സ്റ്റുഡിയോവിലെ ചിത്രങ്ങളിൽ മാത്രമേ ഇപ്പോൾ നമ്മുടെ പഴയ കോട്ട ഇപ്പോൾ നിലനിൽക്കുന്നുള്ളൂ. ഞാനാ ചിത്രങ്ങൾ മാത്രമേ വിൽക്കാതെ വച്ചിട്ടുള്ളൂ. ചാവുന്നതിന് മുമ്പ് അതൊക്കെ എപ്പഴെങ്കിലും കാണണമെന്ന് തോന്നുന്നുവെങ്കിൽ ആംസ്റ്റർഡാമിലേക്ക് വാ. ഞാനുണ്ടാവും അവിടെ. കോട്ട നിന്നിരുന്ന സ്ഥലത്ത് ഞാനൊന്ന് പോയി നോക്കിയിരുന്നു. ഹൃദയം നുറുങ്ങിപ്പോയി. ആ മഹാഗണി മരം മാത്രമേ അവിടെ ബാക്കി നിൽക്കുന്നുള്ളൂ. ആ പ്രദേശം മുഴുവനും വെട്ടി നിരത്തിയിട്ടുണ്ട്. അതിന്റെ പൊത്തിൽ നിന്റെ മുത്തപ്പൻ പ്രതിഷ്ഠിച്ച കണ്ണാടി കളഞ്ഞോ അതിപ്പോഴും അവിടെത്തന്നെയുണ്ടോ എന്നൊന്നും നോക്കാൻ പോലും കഴിഞ്ഞില്ല. വലിയ മറ കെട്ടി അവിടെയിപ്പോൾ കാവൽക്കാർ നിൽക്കുന്നുണ്ട്. അങ്ങോട്ട് കടത്തി വിട്ടത് പോലുമില്ല. ഏതോ സ്വപ്നനഗരി അവിടെ വരാൻ പോവുകയാണെന്ന് പറഞ്ഞു. എല്ലാം നിങ്ങൾ വിറ്റ് തുലച്ച് തിന്നുകയല്ലാതെ ലോകത്തിന് വേണ്ട എന്തെങ്കിലും നിങ്ങളായി ഉണ്ടാക്കില്ലല്ലോ. നന്നായി, ബാനുവിനേതായാലും ചാവാൻ നേരം പിച്ചതെണ്ടേണ്ടി വന്നില്ല. നിനക്ക് ലോകം കറങ്ങി നടക്കാനുമായി."

മറിയം ഒരു നിമിഷം നിർത്തി. വോൾഗയും ഐവാനും നീണ്ടു പോയ ആ പെരുംമഴക്കിടയിൽ കൈ കൊണ്ട് ആംഗ്യങ്ങൾ കാട്ടി പുറത്ത് കടന്നിരുന്നു.ശരിക്കും കുട്ടിയുടെ നാവിറങ്ങിപ്പോയി. ഫോൺ വയ്ക്കാനും ധൈര്യം വന്നില്ല.

"അപ്പോൾ കുട്ടീ, ഞാൻ മതിയാക്കുന്നു. നീ തിരിച്ചു വരുമ്പോഴേക്കും ബാനു ഉണ്ടാകുമോ എന്നൊന്നും പറയാൻ പറ്റില്ല. മിക്കവാറും മരിച്ചിരിക്കും. ചിലപ്പം ചാവുകയുമില്ല. അതാണ് തരം. മതി. ഞാൻ മടങ്ങുന്നു. വിമാനങ്ങളൊക്കെ എപ്പോൾ വേണമെങ്കിലും നിലച്ചേക്കും. അതു കൊണ്ട് ആരെയും കാത്തു നിൽക്കുന്നില്ല. എന്നുമിങ്ങനെ നിങ്ങളുടെയൊക്കെ ലോകപര്യടനങ്ങൾക്ക് കാവലായി പെറ്റ് പോറ്റി ഉരുകിത്തീരുന്ന പെണ്ണുങ്ങളുടെ കാലം കഴിഞ്ഞു നായേ. മതി. പോയി തുലയ്.

ഇത്രയും നിന്നെ അറിയിക്കണം എന്നേ ഉണ്ടായിരിരുന്നുള്ളൂ എനിക്ക്.

വച്ചോ."

മറിയത്തിന്റെ ശബ്ദം നിലച്ചു. കുട്ടിക്കൊന്നും മിണ്ടാനായില്ല. ഉരുകി ത്തീരുന്ന പെണ്ണുങ്ങൾ മറവിയുടെ ഒരു കടലായി മുന്നിലുയർന്നു നിന്നു. ഒരു തിരയിൽ മാണിക്യമ്മ പുറത്തേക്ക് വന്നു. മറ്റൊന്നിൽ നിന്നും കാഞ്ചമ്മ. തൊട്ടുപിറകെ തുളസി, കുഞ്ഞിലക്ഷ്മി, രമണി. പുറംതിരിഞ്ഞു നോക്കാതെ നടന്നു പോയ വഴികളിൽ മറന്നിട്ട അമ്മമാരെ തിരകൾ വീണ്ടും മുന്നോട്ടു കൊണ്ടുവന്നു.

"എന്തൊരു കൂട്ടമറവി."

മഞ്ഞ് മൂടിയ വഴികളുടെ ഇരുട്ടിൽത്തപ്പി കുട്ടി ഉഴറി. തൽക്കാലങ്ങൾ തിന്നുതീർത്ത ബോധശൂന്യമായ കുതിപ്പുകളിൽ ഒലിച്ചുപോയ വർഷ ങ്ങൾ പടുത്തുയർത്തിയ അന്ധഗോപുരം കണ്ട് കുട്ടി അന്ധാളിച്ചിരുന്നു.

പാതാളക്കരണ്ടി

വോൾഗക്ക് മേൽമഞ്ഞു വീണു. മറവിയുടെ ആഴക്കടലിൽ അപ്പോൾ ഭൂകമ്പമുണ്ടായി. ഓർമ്മയുടെ പത്തായപ്പുരക ളിൽ പിതൃക്കൾ അടച്ചു പൂട്ടി വച്ചിരുന്ന പണ്ടോറപ്പെട്ടികൾ തുറക്കപ്പെട്ടു.

കെട്ടഴിച്ചുവിടപ്പെട്ട ഭൂതങ്ങൾ വീണ്ടും പന്നികളിൽ പ്രവേശിച്ചു. ദുർഘ ടമായ മരണത്തിന്റെ ഇടവഴികളിലൂടെ ഭൂതാവിഷ്ടർ കുതിച്ചുപാഞ്ഞു. തല പൊന്തിക്കാനാവാത്ത ഭാരത്താൽ കുട്ടി നിലത്തമർന്നു. തലച്ചോറ് കെട്ട ജീവച്ഛവങ്ങളായി മാറിയ സ്വപ്നങ്ങൾ വഴിനീളെ ഉപേക്ഷിക്കപ്പെട്ടിരുന്നു.

വാഹനങ്ങൾ അപ്രത്യക്ഷമായി. റോഡുകൾ വിജനമായി. വിമാന ത്താവളങ്ങൾ അടഞ്ഞു. യാത്രകകൾ ബാരിക്കേഡുകൾ വച്ച് അടച്ചു പൂട്ടപ്പെട്ടു. മൃതശരീരങ്ങൾ കൊണ്ട് ആസ്പത്രികൾ നിറഞ്ഞ് കവിഞ്ഞ് പ്രവേശന വാതിലുകൾ കൊട്ടിയടയ്ക്കപ്പെട്ടു. പുറത്ത് പ്രവേശനം കാത്ത് നിൽക്കുന്ന ആമ്പുലൻസുകളുടെ നിര നീണ്ട് നീണ്ട് അറ്റം കാണാനാവാതെ പോയി. ശ്വാസവായു കിട്ടാനില്ലാതെ പാട്ട് നിലച്ചു. കഥ നിലച്ചു. ചിരി മാഞ്ഞു. സ്പർശങ്ങളും ചുംബനങ്ങളും നിലച്ചു. കെട്ടിപ്പി ടുത്തങ്ങളറ്റു. സ്വപ്നങ്ങൾ പിൻവാങ്ങി. പ്രണയങ്ങൾ വഴിമുട്ടി. ഓർമ്മകൾ മാഞ്ഞ് ലോകം നിശ്ചലമായി.

“എനിയ്ക്ക് ശ്വാസം മുട്ടുന്നു.”

മണ്ണിന്നടിയിൽ കുഴിച്ചുമൂടപ്പെട്ട നിലവിളികൾ ഉയർന്നു.ഒരു കൊളുത്തിലും അത് കോർത്തെടുത്ത് ഉയർത്താനാവുന്നില്ല. മരണം അതാർത്തിയോടെ എല്ലാം ഒപ്പിയെടുത്തു.

“ലോകാവസാനമാണോ?”

മറുപടി കിട്ടാത്ത നിശബ്ദമായ ചോദ്യങ്ങൾ കാതുകളിൽ തിരിച്ചടിച്ചു.

അടച്ചിട്ട ജനാലയിലൂടെ പുറത്തേക്ക് നോക്കി കുട്ടി തരിച്ചിരുന്നു. പുറത്തിറങ്ങിയ കാലം മറന്നു. കണ്ണെത്താത്ത ദൂരം മഞ്ഞ് വന്നു മൂടി ക്കഴിഞ്ഞു. വോൾഗാനദി അതിരുകളില്ലാത്ത വെളുത്ത പാടം പോലെ മഞ്ഞുറഞ്ഞ് നിശ്ചലമായി. ഒരു കിളി പോലും ചിലയ്ക്കുന്നില്ല.

പുറത്തേക്കുള്ള എല്ലാ വഴികളും അടഞ്ഞിരുന്നു. ടിക്കറ്റുകൾ റദ്ദാ ക്കപ്പെട്ടു. വിസയുടെ കാലാവധിയും കഴിഞ്ഞു. അടച്ചു പൂട്ടപ്പെട്ട സെന്റ് പീറ്റേഴ്സ് ബർഗ് പ്രേതങ്ങളുടെ താഴ്‌വരയായി മാറി. ഹോട്ടൽ നെവ്സ്കി പ്രോസ്പെക്ട് വിട്ട് വോൾഗയുടെ ഫ്ലാറ്റിൽ അഭയം തേടിയിട്ട് എത്ര കാലമായി എന്ന കണക്ക് പോലും മാഞ്ഞു. വോൾഗയുടെ കരയിലാണ് അവളുടെ ഫ്ലാറ്റ്. കണ്ണു തുറന്നാലും കണ്ണടച്ചാലും സെമിത്തേരികളിലേ ക്കുള്ള അനക്കങ്ങൾ മാത്രമേ പുറത്ത് കാണാനുള്ളൂ. ആംബുലൻസുകൾ മാത്രം ലൈറ്റുകളണയ്ക്കാതെ ഇടക്കിടെ മഞ്ഞു മുറിച്ച് കടന്നു പോകുന്നു. പുറത്ത് മനുഷ്യർ ജീവിച്ചിരിപ്പുണ്ട് എന്നതിന് അത്രയേ തെളിവുകളുള്ളൂ. ജീവനുണ്ടോ എന്ന ഓർമ്മ പോലും അവശേഷിപ്പിക്കാത്ത ഒറ്റപ്പെട്ട ഗ്രഹങ്ങൾ പോലെ കണ്ണെത്താത്ത ദൂരത്തോളം ഫ്ലാറ്റ് സമുച്ചയങ്ങൾ മഞ്ഞിൽ പുതഞ്ഞു കിടന്നു.

"രണ്ടാം ലോകയുദ്ധകാലത്ത് റഷ്യ ഇങ്ങിനെ അടച്ചു പൂട്ടി ജീവിച്ചിട്ടു ണ്ട്. അവസാനിക്കില്ല എന്ന് തോന്നിപ്പിച്ച ആ നാളുകൾ പിന്നിടുമ്പോ ഴേക്കും ഭൂമുഖത്ത് നിന്നും ഇല്ലാതായിപ്പോയവർക്ക് കണക്കില്ല."

വോൾഗ തന്നോട് തന്നെ പറഞ്ഞു.

"ഒറ്റയൊറ്റ മരണങ്ങളേ ദുരന്തങ്ങളാകുന്നുള്ളൂ. കൂട്ടമരണകളാ കുമ്പോൾ എല്ലാം കണക്കുകൾ മാത്രം എന്നാരാണ് പറഞ്ഞത്.? സ്റ്റാലിൻ?, ഹിറ്റ്ലർ?, മുസോളിനി?, മാവോ?, പോൾപോട്ട്?" "ഒരു ഘട്ടം കഴിഞ്ഞാൽ സ്വേച്ഛാധിപതികളുടെ പേരുകൾ അപ്രസക്ത മാണ്. എല്ലാവർക്കും ഒരേ മുഖം. ഒരേ ഭാഷ. എന്നാൽ ഒരേ വിധിയാണ് അവരെയാണ് അവരെ കാത്തിരിക്കുന്നത്. അതു മാത്രമാണ് പ്രത്യാശ"

"എത്ര കാലമായി ഞാൻ നിങ്ങൾക്കൊരു ബാധ്യതയായിട്ട്. എനിക്കിനി എന്നു മടങ്ങാനാവുമെന്നാണ്.?"

ഉത്തരം കിട്ടാത്ത ആത്മഗതങ്ങൾ മഞ്ഞു പെയ്യുന്നത് പോലെ കുട്ടി ഇടക്കിടെ ആവർത്തിച്ചു.

"ഹ ഹ ഹ. ബാധ്യതകൾ ! അത് ഞങ്ങൾ റഷ്യക്കാർക്ക് പണ്ടേ ഒരു ശീലമാണ്. വിപ്ലവം തന്നെ പാകമാവും മുമ്പ് റഷ്യ ഏറ്റെടുത്ത ഒരു ബാധ്യതയായിരുന്നു. പിന്നെ ഞങ്ങൾ അത് കയറ്റുമതി ചെയ്ത് മുടിഞ്ഞു. അതും കഴിഞ്ഞ് പ്രതിവിപ്ലവം. അതും പാകമാകും മുമ്പ് ഏറ്റെടുത്ത

മറ്റൊരു ബാധ്യത. ലോകം തന്നെ കത്തിത്തീരുമ്പോൾ എന്ത് ബാധ്യത."

അടച്ച് പൂട്ടിയ ഫ്ലാറ്റിൽ നിന്നും പുറത്തിറങ്ങാനാവാത്തതിന്റെ അസ്വാസ്ഥ്യം ഐവാന്റെ വാക്കുകളിൽ നിറഞ്ഞു.

മടക്കം കുട്ടിയെ പേടിപ്പിച്ചു. ലോകമൊരു വലിയ ശ്മശാനമായി മാറിയിരിക്കുന്നു. എങ്ങും ശവഘോഷയാത്രകൾ മാത്രം. ഉപേക്ഷിക്കപ്പെട്ട മൃതദേഹങ്ങൾ അതിർത്തികൾ മുറിച്ചു കടന്ന് നദികളിലൂടെ ഒഴുകുന്നു.

"ജന്മഗൃഹം ആളിക്കത്തുന്നത് നോക്കി താർക്കോവ്സ്കി പണ്ടേ പറഞ്ഞിരുന്നു, പുറപ്പെട്ടിടത്തേക്ക് ഒരിക്കലും തിരിച്ചെത്താനാവാത്ത ആതുരതയാണ് ഈ ഗൃഹാതുരത്വം എന്ന്. എവിടെപ്പോയാലും നാം നമ്മുടെ ആത്മാവിന്റെ വീട് ചുമക്കുന്നു എന്ന്."

വോൾഗ ആത്മഗതം പോലെ പറഞ്ഞു.

"ഇനിയത് ആത്മാവിന്റെ കാഴ്ചബംഗ്ലാവുകൾ എന്നോ ശ്മശാനങ്ങൾ എന്നോ പറയുന്നതാകും നല്ലത്."

ഐവാൻ ദിവാസ്വപ്നത്തിലെന്നോണം പറഞ്ഞു.

ഇല്ലാതായിപ്പോയ നാട് കുട്ടി ഓർക്കാൻ ശ്രമിച്ചു. ഛായാപടങ്ങളായി ഓർമ്മയുടെ ചുമരിലേക്ക് കയറിപ്പോയവരെല്ലാം മറവിയുടെ കഥകളിലേക്ക് അപ്രത്യക്ഷരായി. കാലത്തിന്റെ മൗനപ്രവാഹത്തിൽ എല്ലാം പതുക്കെ അലിഞ്ഞലിഞ്ഞു പോയി.

മറിയവുമായി പിരിഞ്ഞ് ആംസ്റ്റർഡാമിൽ നിന്നും തിരിച്ചെത്തിയ ബാനുവിന്റെ തീരുമാനമായിരുന്നു ഇനിയും കാടുപിടിച്ച ഭാർഗ്ഗവീ നിലയങ്ങൾക്ക് കാവൽ കിടക്കാനാവില്ലെന്നത്.

മരണം തുരുതുരാ പെയ്ത പൂഴിയിൽ കണ്ണടച്ച് തുറക്കും മുമ്പാണ് അടച്ചിട്ട വീടുകളുടെ ഒരു നിരയായത്. ശിവന്റെ ആത്മഹത്യയിൽ വീടുവിട്ടിറങ്ങിയ അച്ഛച്ഛൻ എന്നെന്നേക്കുമായി അപ്രത്യക്ഷനായി. കാഞ്ചമ്മയുടെ മരണമാണ് മരണ പരമ്പരയുടെ തുടക്കം. അച്ഛച്ഛൻ വീട് വിട്ട് പോയി ഒരു മാസമേ മാനാരിപ്പാടത്ത് ഒറ്റക്കായ കാഞ്ചമ്മ ജീവിച്ചിരുന്നുള്ളൂ. അർബുദ ബാധിതയായി ആസ്പത്രിയിലായ അവർ പിന്നീട് തിരിച്ചു വന്നില്ല. വീടും പറമ്പും അവർ മനാരിപ്പാടത്ത് ഒരു വൃദ്ധമന്ദിരം തുടങ്ങാൻ സർക്കാറിന് എഴുതിക്കൊടുത്തിരുന്നു. ശിവന്റെ മരണത്തിൽ തളർന്നിരുന്ന വല്യച്ഛനെയും വല്യമ്മയെയും തൊട്ടടുത്ത വർഷം തന്നെ ഹൃദയാഘാതം കവർന്നു. ഓരോ മാസത്തെ ഇടവേളയിൽ. മരണം പ്രാർത്ഥിച്ച് നേടിയത് പോലെയായായിരുന്നു അവരുടെ പിൽക്കാല നിശബ്ദ ജീവിതം. ശിവന്റെ വീട് അതോടെ പൂട്ടി. വാസുപ്പാപ്പനെയും

അടുത്ത വർഷം തന്നെ ഹൃദയാഘാതം കവർന്നു. അതോടെ പൊളിക്കച്ചവടം നിർത്തി ബീരാൻക്ക ഗൾഫിലേക്ക് പോയി. പോകും മുമ്പ് പൂട്ടിപ്പോയ കടകളുടെയും ഗോഡൗണിന്റെയും അവകാശം രമണി ഇളയമ്മക്ക് കൈമാറിയിരുന്നു. കൊച്ചിയിലെ ജൂത സമൂഹത്തിന്റെ സഹായത്തോടെ തന്റെ വേരുകൾ തേടി ജെറൂസലേമിലേക്ക് പുറപ്പെട്ട മറിയം ബാനുവിനെയും ഒപ്പം കൂട്ടി. ആരോടും പറയാതെയാണ് രണ്ടു പേരും നാടുവിട്ടത്. ഒറ്റക്കായ രമണി ഇളയമ്മ വിൽക്കപ്പെടാത്ത പഴയ സാധനകളുടെ ഗോഡൗണിൽ ഒരു കത്ത് പോലും എഴുതി വയ്ക്കാതെ ആത്മഹത്യ ചെയ്തു. മറിയം പോയതോടെ ആന്റിയും അങ്കിളും വീട് പള്ളിക്ക് എഴുതിക്കൊടുത്ത് കോട്ടയത്തെ വൃദ്ധമന്ദിരത്തിലേക്ക് പോയി. പാർട്ടി പത്രത്തിൽ പണി കിട്ടി കുട്ടി കൽക്കത്തക്ക് പോയതിന്റെ പിറ്റേന്ന് തന്നെ അച്ഛനും അമ്മയും റോഡ് മുറിച്ചു കടക്കുമ്പോൾ ബസ്സിടിച്ച് മരിച്ചു. അതോടെ കുട്ടിയുടെ വീടും അടച്ചു പൂട്ടി. അടുപ്പിച്ചടുപ്പിച്ചുള്ള മരണങ്ങൾ കുട്ടിയെ മരവിപ്പിച്ചിരുന്നു.

അടച്ചിട്ട വീടുകളിൽ കാലം പണിയെടുത്തു. മുത്തപ്പന് കൊടുക്കാൻ ആരുമില്ലാതായതോടെ കോട്ട സാമൂഹിക വിരുദ്ധരുടെ അഭയകേന്ദ്രമായി.

“സർപ്പശാപമാണ്.കോട്ടയിലെ മൺമറഞ്ഞ ക്ഷേത്രം പുനരുദ്ധരിച്ചാലേ ബാക്കിയുള്ളവരെങ്കിലും രക്ഷപ്പെടൂ.”

പഴയ ക്ഷേത്ര പുനരുദ്ധാരണ വാദികൾ സംഘടിച്ചു.

അബുദ രോഗബാധിതനായി ആംസ്റ്റർഡാമിൽ നിന്നും മറിയത്തെ പിരിഞ്ഞ് തിരിച്ചെത്തിയ ബാനു മാത്രമായി പൂഴിയിൽ. ശേഷിച്ച ജീവിതം ആഘോഷമാക്കാൻ കോട്ടയും വീടുകളും ഒന്നിച്ചു വിൽക്കാൻ ശ്രമമായി പിന്നീട്. ആ ശൂന്യതയിലേക്കാണ് ഗാന്ധിദാസ് എന്ന ദല്ലാൾ ബാനു പ്രകാശിന് മുന്നിൽ അവതരിച്ചത്. അയാൾ അവന് രക്ഷകനായി.

“ഞാനേറ്റു. കണ്ണായ സ്ഥലമാണ് പൂഴിയിൽ. എല്ലാ പരാതിയും തീർത്ത് പ്രദേശം തന്നെ ഒരു സ്വർഗ്ഗമാക്കി മാറ്റാൻ കഴിയും. വാങ്ങൽ ഒരാനന്ദമാണ്. ഒരാവശ്യവുമില്ലാതെ എന്തും വാങ്ങാൻ തയ്യാറാവുന്നവരാണ് ഞങ്ങളുടെ കമ്പനിയുടെ ലക്ഷ്യം. അവരെയൊന്ന് ഉണർത്തുകയേ വേണ്ടൂ. അവരിവിടെ എന്തിനും നിക്ഷേപിക്കും.”

ഗാന്ധിദാസ് പറഞ്ഞു.

“നമ്മുടെ പൂഴിയിൽ പ്രദേശം മരിച്ചു കഴിഞ്ഞു. നമ്മൾ രണ്ടു പേരല്ലാതെ ഇനി ആരും ഇവിടെ ബാക്കിയില്ല. ഞാനും ഇനി ഏറെയില്ല. തീരും മുമ്പ് അന്നക്ക് എന്തെങ്കിലും ചെയ്തു കൊടുക്കണം എന്നുണ്ട്. ചെയ്ത

പാപങ്ങൾക്ക് പരിഹാരമായി. പൂഴിയിൽ വിൽക്കാൻ ഒരാളെ കണ്ടെത്തിയിട്ടുണ്ട്. കടലാസു പണികൾ തീർക്കാൻ ഒന്നു വരണം."

ബാനു കുട്ടിയെ കൽക്കത്തേക്ക് വിവരമറിയിച്ചു

എല്ലാ കരുക്കളും ഗാന്ധിദാസ് തന്നെ നീക്കി. സ്ഥല വില്പനയും വീട് പൊളിച്ചു വിൽക്കാൻ തീരുമാനമാക്കലും എല്ലാം അതിവേഗം നടന്നു.

അടച്ചു പൂട്ടിയ വീട്ടിൽ നിന്നും അവസാനമായി ഇറങ്ങുമ്പോൾ പ്രളയത്തിൽ തകർന്ന വീടിന്റെ ചുമരിൽ ബാക്കി നിന്ന ഗൗതമബുദ്ധന്റെ ചിതലുകയറിയ ഛായാപടം നോക്കി കുട്ടി ഒരു നിമിഷം നിന്നു.

"ഒരോർമ്മക്ക് അത് എടുത്തു വയ്ക്കണോ?"

ഗാന്ധിദാസ് ചോദിച്ചു.

"വേണ്ട."

ലോകത്തെങ്ങും പരന്നു കിടക്കുന്ന "ആൽഫവില്ല കൺസ്ട്രക്ഷൻ കോർപ്പറേഷ"ന്റെ ഉപവിഭാഗമായ "ഡിസ്മാന്റിൽ വിത്ത് കെയർ നെറ്റ് വർക്കി" ന്റെ ഡയക്ടറാണ് ഗാന്ധിദാസ്.ബാനുവിന് വാടകക്ക് പുതിയ ഫ്ലാറ്റും ചികിത്സാ സൗകര്യങ്ങളും എല്ലാം ഗാന്ധിദാസ് തന്റെ ആൾക്കാരെ വിട്ട് തൽസമയം ഏർപ്പാടാക്കിക്കൊടുത്തു. മൂന്ന് വീടുകളും കോട്ടയും ബീരാൻക്ക എഴുതിക്കൊടുത്ത റോഡരുകിലെ നാലുമുറിപ്പീടികയും ഗോഡൌണും ഒന്നിച്ചു കിട്ടിയാൽ ഒരു ലോട്ടറിയായായി എന്ന് ഗാന്ധിദാസ് കണക്ക് കൂട്ടിയിരുന്നു. എന്തും വിലക്കെടുത്ത് പൊളിച്ചു വിൽക്കാനുള്ള കരാറുകൾ സ്വന്തമാക്കി അതിവേഗത്തിൽ നടത്തിയെടുക്കലാണ് ഡിസ്മന്റിൽ വിത്ത് കെയർനെറ്റ് വർക്കിന്റെ പ്രധാന ബിസ്സനസ്സ്. രാജ്യത്തെങ്ങുമുള്ള ഒരു ശൃംഖലയാണത്. ഗുജറാത്തിൽ നിന്നും ബ്രിട്ടീഷ് കാലത്തേക്ക് കോഴിക്കോട്ടേക്ക് കുടിയേറിയ ഗാന്ധിദാസിന്റെ കുടുംബമാണ് നെറ്റ് വർക്കിന്റെ ഉടമകൾ. ജന്മനാട്ടിലെ വേരുകൾ അവരെല്ലായിപ്പോഴും നില നിർത്തിപ്പോന്നു.

"ഗാന്ധിജിയുടെ നാട് എന്തു തരം മാറ്റങ്ങൾക്കും ഹേതുവായിരിക്കും."

ഗാന്ധിദാസ് പറയും.

കേസിലുള്ളതും അല്ലാത്തതുമായ തറവാടുകൾ, വീഴാറായ പഴയ കെട്ടിടങ്ങൾ, കുന്നുകൾ, മലകൾ, തോട്ടങ്ങൾ, കാടുകൾ എന്നിവ ഇടിച്ചു നിരത്തി നല്ല റിയൽ എസ്റ്റേറ്റ് പ്ലോട്ടുകളാക്കി മാറ്റി അത് ആൽഫ വില്ല കൺസ്ട്രക്ഷൻസിന് കൈമാറുകയാണ് ഡിസ്മാന്റിൽ വിത്ത് കെയർ നെറ്റ് വർക്കിന്റെ കരാർ കച്ചവടം.അത് രാജ്യത്തെങ്ങും തഴച്ചു വളർന്ന തോടെയാണ് അവരെ നോട്ടമിട്ട ആൽഫവില്ല കോർപ്പറേഷൻ കമ്പനിയുടെ ഓഹരികൾ വലിയ തോതിൽ വാങ്ങിയത്. 2001ലാണ് ഇരുവരും തമ്മിലുള്ള ലയനം ഉണ്ടായത്. പൊളിച്ചടുക്കി വികസിപ്പിച്ചെടുക്കുന്ന

സ്ഥലങ്ങളിൽ ആൽഫ വില്ല കോർപ്പറേഷൻ ആവശ്യാനുസരണം ബഹുനിലഫ്ലാറ്റുകൾ, മാളുകൾ, തിയറ്റർ കോംപ്ലക്സുകൾ, സൂപ്പർ സ്പെഷ്യാലിറ്റി ആസ്പത്രികൾ, ടൂറിസ്റ്റ് വില്ലേജുകൾ, മെഡിക്കൽ എഞ്ചിനിയറിങ് കോളേജുകൾ എന്നിവ പണിയുന്നു. കരാർ തന്നെ അവരുടെ രാഷ്ട്രീയം.

"ആവശ്യങ്ങൾ നിർമ്മിക്കലാണ് ഞങ്ങളുടെ പണി."

ഗാന്ധിദാസ് പറയും.

താപനിലയങ്ങൾ, ജലവൈദ്യുത പദ്ധതികൾ, ടോൾ റോഡുകൾ, തുറമുഖങ്ങൾ, വിമാനത്താവളങ്ങൾ എന്നു വേണ്ട ബൃഹത്തായ എല്ലാ പദ്ധതികളും ഏറ്റെടുത്ത് നടത്തുന്ന ആഗോള കൂട്ടുകച്ചവടങ്ങളിൽ ആൽഫ വില്ല പ്രധാന കളിക്കാരാണ്. 1991 ൽ ഗുജറാത്തിൽ നിന്നും ബംഗാളിൽ നിന്നുള്ള ആയിരത്തിലധികം നിർധന തൊഴിലാളികളെ ഇറക്കിയാണ് ഗാന്ധിദാസ് പെരുമ്പാവൂരിൽ പൊളിക്കച്ചവട സാമ്രാജ്യത്തിന് തുടക്കമിട്ടത്. കാൽ നൂറ്റാണ്ട് പിന്നിടുമ്പോഴേക്കും കേരളത്തിലെങ്ങുമുള്ള പൊളിക്കച്ചവടത്തിന്റെ സിംഹഭാഗവും നെറ്റ് വർക്ക് വഴിയായി. സ്വന്തം പേരിലും മറ്റു പല പേരുകളിലും നെറ്റ് വർക്ക് പടർന്നു പന്തലിച്ചു. ഓരോ ജില്ലയിലും സ്വന്തമായ കെട്ടിട പരമ്പരകളും ആൾക്കാരുമായി. ഇന്ത്യയിലെങ്ങുമുള്ള വൻ പദ്ധതികൾക്ക് ഇന്ത്യയിലെവിടുന്നും മനുഷ്യക്കടത്ത് വഴി തൽസമയം തൊഴിലാളികളെ എത്തിക്കാനുള്ള സംവിധാനമായി അത് വളർന്നു. എതിർപ്പുകളുയരാതിരിക്കാൻ പ്രധാനപ്പെട്ട രാഷ്ട്രീയ പാർട്ടികളിലും ട്രേഡ് യൂണികളിലും ഇതിനായി മാത്രം അവർ കോടികൾ നിക്ഷേപിച്ചു. ഓരോ തിരഞ്ഞെടുപ്പ് വരുമ്പോഴും വലുപ്പച്ചെറുപ്പം നോക്കാതെ എല്ലാ രാഷ്ട്രീയ പാർട്ടികൾക്കും സ്ഥാനാർത്ഥികൾക്കും കോടികൾ വാരിക്കോരിക്കൊടുത്തു. അത് കണ്ട് സഹിക്കവയ്യാതെ ഒരു ദിവസം മകൻ റാം ഗാന്ധി തർക്കിച്ചപ്പോൾ അതിന് ഗാന്ധിദാസ് പറഞ്ഞ മറുപടിയാണ് നെറ്റ് വർക്കിന്റെ ഫിലോസഫി.

"ഞാനാർക്കും ഒന്നും വെറുതെ കൊടുക്കാറില്ല. ആർക്കെങ്കിലും എന്തെങ്കിലും കൊടുക്കുന്നുണ്ടെങ്കിൽ അതിന്റെ നൂറിരട്ടി തിരിച്ചുപിടിയ്ക്കാനുള്ള എന്റെ നിക്ഷേപം മാത്രമാണ് അത്."

ഗാന്ധിദാസ് തത്വചിന്തകനാണ്. കാലിഫോർണിയയിലെ സ്റ്റാൻഫോർഡ് യൂണിവേഴ്സിറ്റിയിൽ നിന്നും തത്വചിന്തയിൽ ബിരുദാനന്തര ബിരുദം നേടിയാണ് ബിസിനസ്സിലേക്കിറങ്ങിയത്. തൊഴിലാളികൾക്ക് നല്ല കൂലി നൽകിയ ദാസ് അവരെ അതുപോലെ നല്ലത് പോലെ പണിയുമെടുപ്പിച്ചു.

"എനിക്ക് വേണ്ടത് നല്ലയിനം അടിമകളെയാണ്. പണം കൊടുത്താൽ എന്തും ചെയ്യാൻ തയ്യാറുള്ള തരം"

ഗാന്ധിദാസ് തന്റെ ദർശനം മറച്ചുവയ്ക്കാറേയില്ല.

പണം സംഭാവന വാങ്ങാനെത്തുന്ന രാഷ്ട്രീയ പാർട്ടികൾക്കും ട്രേഡ് യൂണിയനുകൾക്കും സാംസ്കാരിക സംഘടനകൾക്കും എല്ലാം ഇക്കാര്യമറിയാം. സ്വാതന്ത്ര്യ സമര കാലത്ത് കോൺഗ്രസ്സിന് വൻതോതിൽ സാമ്പത്തീക സഹായം നൽകിയ ആളാണ് ഗാന്ധിദാസിന്റെ അച്ഛൻ റാം ഗാന്ധി. ഗുജറാത്തിൽ സ്വന്തമായി ഒരു കരിമ്പു പാടവും പഞ്ചസാര ഫാക്ടറിയും ഗുജറാത്തി സ്വീറ്റ്സിന്റെ ഒരു വലിയ നെറ്റവർക്കും റാം ഗാന്ധിക്ക് ഉണ്ടായിരുന്നു. ഗാന്ധി എന്ന പേര് തന്റെയും മകന്റെയും പേരിനൊപ്പം ചേർത്തത് ഗാന്ധിജിയിൽ നിന്നും കടം കൊണ്ടതാണ്.

“ഗാന്ധി എന്ന പേര് ചുരുങ്ങിയത് ഇനിയൊരു നൂറ്റാണ്ടിൽ നല്ലൊരു വില്പന സാധ്യതയുള്ള ബ്രാന്റാണ്. അതുപയോഗിക്കണം.”

റാം ഗാന്ധി കേരളത്തിലേക്ക് കുടിയേറുമ്പോൾ തന്നെ തന്റെ നയം വ്യക്തമാക്കിയിട്ടുണ്ട്. അടിയന്തരാവസ്ഥക്കാലത്ത് റാം ഗാന്ധി ഇന്ദിരാ ഗാന്ധിക്കൊപ്പം നിന്നു. കച്ചവട സാധ്യതകൾ തേടി അക്കാലത്താണ് കോഴിക്കോട്ടെത്തുന്നത്. ഗുജറാത്തിൽ നിന്നും കോഴിക്കോട്ടേക്ക് പഞ്ചസാരയും ഗുജറാത്തി സ്വീറ്റ്സും ഇറക്കുമതി ചെയ്തു കൊണ്ടായിരുന്നു തുടക്കം. കോൺഗ്രസ്സിനും കമ്മ്യൂണിസ്റ്റ് പാർട്ടിക്കും നിർലോഭം സംഭാവനകൾ നൽകി. സ്വന്തം കയ്യിൽ നിന്നും കാശു മുടക്കി മോസ്കോയും സെന്റ് പീറേറ്റ്സ് ബർഗ്ഗും പോയി കണ്ടു പഠിച്ചിട്ടുണ്ട്.

“നാവടക്കു, പണിയെടുക്കു എന്ന മുദ്രാവാക്യം നല്ലൊരു സോവിയറ്റ് മാതൃകയാണ്. റഷ്യയിൽ എന്നും അടിയന്തരാവസ്ഥയാണ്. ഒരു പാർട്ടിയേ ഉള്ളൂ. അതാണ് അവരുടെ വിജയം. അതാണ് ഇവിടെയും വേണ്ടത്. എങ്കിലേ രാജ്യം നന്നാവൂ. സമരങ്ങൾ വികസന വിരുദ്ധരുടെ പണിയാണ്. രാജ്യദ്രോഹമാണത്. രാജ്യദ്രോഹികളുടെ സ്ഥാനം ജയിലാണ്.”

റാം ഗാന്ധി അടിയന്തരാവസ്ഥയെ പിന്തുണച്ച് തന്റെ റഷ്യൻ യാത്രാ അനുഭവങ്ങൾ ഒരു ലേഖനമാക്കി “മാതൃഭൂമി” ക്ക് അയച്ചുകൊടുത്തിരുന്നതാണ്. എന്നാൽ പത്രാധിപർ കെ.പി.കേശവമേനോൻ അത് പ്രസിദ്ധീകരിച്ചില്ല.അത് തിരിച്ചു കിട്ടിയ ദിവസം പത്രമോഫീസിൽ കയറിയിറങ്ങി കേശവമേനോനെ ചീത്ത വിളിക്കുകയും മാതൃഭൂമി പത്രം മാത്രമല്ല പത്രവായന തന്നെ നിർത്തുകയും ചെയ്തു.

“പത്രങ്ങളാണ് കാടുകൾ നശിപ്പിക്കുന്നത്. അതൊരു വേസ്റ്റാണ്.”

റാം ഗാന്ധി പ്രഖ്യാപിച്ചു. മകൻ ഗാന്ധിദാസും അച്ഛന്റെ പാത പിൻതുടർന്നു. ഇംഗ്ലണ്ടിലെ ഓക്സ്ഫോഡ് യൂണിവേഴ്സിറ്റിയിൽ പോയി തത്വചിന്തയിൽ തന്നെ ബിരുദാനന്ത ബിരുദമെടുത്തു. കാൾ മാർക്സ്

ആയിരുന്ന ഇഷ്ടവിഷയം. കാൾ മാർക്സിന്റെ ശവകുടീരത്തിനൊപ്പം നിന്നുള്ള ചിത്രം സ്വന്തം മുറിയിൽ വലുതാക്കി ഫ്രെയിം ചെയ്ത് വച്ചിട്ടുണ്ട്. പത്രങ്ങൾ വാങ്ങും. എന്നാൽ ചരമം കോളം മാത്രമേ വായിക്കൂ.

"ഗ്രാന്റ് തിയറികളുടെ കാലം കഴിഞ്ഞു."

തത്വചിന്ത പഠിച്ച് ഓക്സ്ഫോഡിൽ നിന്നും തിരിച്ചെത്തിയ ഗാന്ധിദാസ് അച്ഛൻ റാം ഗാന്ധിയോട് പറഞ്ഞു.

"മാർക്സിസ്റ്റ് സിദ്ധാന്തങ്ങളാണ് ഇനി ലോകമൂലധനത്തിന്റെ വളർച്ചക്ക് ഏറ്റവും വലിയ വളമാകാൻ പോകുന്നത്. അത് തിരിച്ചുപയോഗിക്കുക എന്നതാണ് ഇനി കാപ്പിറ്റലിസത്തിന്റെ മുന്നിലുള്ള വഴി.അതാണ് ഭാവി."

ചരിത്രകാരന്മാരും ചിത്രകാരന്മാരും ലോക ഭൂപടം നിരന്തരം മാറ്റി വരച്ചുകൊണ്ടിരിക്കുകയായിരുന്ന അപ്പോൾ.

"പൂഴിയിൽ ഒരു ഡ്രീം സിറ്റിയാണ് ഞങ്ങളുടെ ലക്ഷ്യം. സ്ഥലമെടുപ്പ് തുടങ്ങിയിട്ട് വർഷം പത്തായി."

കൊൽക്കത്തയിൽ നിന്നും പൂഴിയിൽ വീട് വില്പനക്കുള്ള കടലാസു പണികൾക്കായി നാട്ടിലെത്തിയ കുട്ടിയോട് ഗാന്ധിദാസ് പറഞ്ഞു.

"ഉം. ഒറ്റ അഭ്യർത്ഥനയേയെ എനിക്കുള്ളൂ. പറ്റുമെങ്കിൽ അത് പണിയുമ്പോൾ കോട്ടയിലെ മഹാഗണി മാത്രം മുറിച്ചു മാറ്റരുത്. അത് ഈ തറവാട് കെട്ടിപ്പടുത്ത മുത്തപ്പൻ നട്ട മരമാണ്. മുത്തപ്പന് വാഗ്ഭടാനന്ദ ഗുരുദേവർ കൊണ്ടുക്കൊടുത്ത തൈയാണത്. മെക്സിക്കോയിൽ നിന്നും വന്ന ഗുരുവിന്റെ ഒരു ശിഷ്യ കൊണ്ടുക്കൊടുത്ത ആമസോൺ മഴക്കാടുകളിൽ നിന്നും ശേഖരിച്ച വിത്ത് മുളപ്പിച്ച് ഉണ്ടാക്കിയതാണ്. 350 വർഷമാണ് ഈയിനം മഹാഗണിയുടെ ആയുസ്സ്. ഇങ്ങിനെയൊരു തരം വേറൊന്ന് മറ്റെവിടെയെങ്കിലുമുണ്ടോ എന്ന് അറിയില്ല. അതൊരു ഓർമ്മമരമായി നിൽക്കട്ടെ."

കുട്ടി ഗാന്ധിദാസിനോട് അഭ്യർത്ഥിച്ചു.

"ഹാ, ഓർമ്മമരം. ആശയം എനിക്കിഷ്ടമായി. ഞാനും ഒരു പ്രകൃതി സ്നേഹിയാണ്. ഡ്രീംസിറ്റി ഗ്രീൻ മൂവ്മെന്റിന്റെ മാർഗ്ഗദർശനം എന്തായാലും പാലിക്കും. ആട്ടെ, ആരാണ് ഈ വാഗ്ഭടാനന്ദ ഗുരുദേവർ?"

"അത് പഴയ കേരള നവോത്ഥാനത്തിന്റെ ഗുരുക്കന്മാരിൽ ഒരാളാണ്. ഈ ഊരാളുങ്കൽ എന്ന നിർമ്മാണ പ്രസ്ഥാനം ഒക്കെ ഗുരു സ്ഥാപിച്ചതാണ്."

“ഹോ, ഗ്രേറ്റ്. ഊരാളുങ്കൽ ! ഞങ്ങളുടെ വർഗ്ഗ ശത്രുക്കളാണ് അവർ. കേരളത്തിലെ ഞങ്ങളുടെ പ്രധാന കരാർ കച്ചവട ശത്രുക്കൾ ഇപ്പോൾ അവരാണ്. ഞാനേറ്റു. എന്തു വില കൊടുത്തും ഗുരുവിന്റെ ഓർമ്മമരം ഞങ്ങൾ കാത്തുസൂക്ഷിക്കാൻ നോക്കും. ഓർമ്മ വേണം എന്നതിന്റെ ഓർമ്മക്ക്. ഞങ്ങളുടെ ഡ്രീം പ്രോജക്ടിന് ഈ സ്ഥലം കൂടിയേ കിട്ടാനുണ്ടായിരുന്നുള്ളൂ. അതു കൊണ്ടാണ് പൊന്നും വിലക്ക് ഇതു വാങ്ങാൻ തീരുമാനിച്ചത്.”

ഗാന്ധിദാസ് നന്ദി കൊണ്ട് സ്നേഹിച്ചു കൊന്നില്ല എന്നേയുള്ളൂ.

“നന്ദി.”

കരാറനുസരിച്ച് കുട്ടിക്കും ബാനു പ്രകാശിനും ഡ്രീം സിറ്റിയിൽ ഓരോ ഫ്ലാറ്റുകളും അഞ്ചു കോടി രൂപയും വീതവുമായിരുന്നു കണക്കാക്കിയത്. പണി പൂർത്തിയാകുമ്പോൾ മൂന്ന് കോടി വില കണക്കാക്കുന്ന ഒരോ ഫ്ലാറ്റും സ്ഥലമുടമകൾക്ക് നൽകും. രണ്ടരയേക്കർ കോട്ടയും രണ്ടരയേക്കർ വീടുകൾ നിന്ന സ്ഥലവുമടക്കം അഞ്ചേക്കറായിരുന്നു ഒട്ടാകെ. അതിന് ഇരുപത് കോടി രൂപ വില പറഞ്ഞാണ് പത്ത് കോടി രൂപക്ക് ബാനു കരാറുറപ്പിച്ചത്. എന്നോ തീരാൻ പോകുന്ന ഡ്രീം സിറ്റിയിൽ ഒരു ഫ്ലാറ്റ് തനിക്ക് വേണ്ടെന്ന് പറഞ്ഞ് ആ ഫ്ലാറ്റിന്റെ വിഹിതമായി ഒരു കോടി രൂപ കൂടി ബാനുവിന് നൽകാനും പ്രത്യേക കരാറുണ്ടാക്കി. പൂഴിയിൽ ജീവിതത്തിന്റെ ഓർമ്മക്ക് അവിടെയൊരു ഫ്ലാറ്റ് ഉണ്ടായിരിക്കട്ടെ എന്ന് കുട്ടി തീരുമാനിച്ചു.

“എല്ലാവരും ഗാന്ധിയുടെ ആൾക്കാരാണ്.”

റജിസ്ട്രേഷന്റെ വേഗതക്ക് ഗാന്ധിദാസ് ഒരു പരിഹാസച്ചിരിയോടെ നോട്ട് വീശി വിശദീകരണം നൽകി. കടലാസു പണികൾ മിന്നൽ വേഗത്തിൽ തീർത്തു. ഗാന്ധിദാസ് കരാർ കൃത്യമായി പാലിച്ചു. കുട്ടി റഷ്യൻ യാത്രക്ക് പുറപ്പെട്ടു.

ഒരൊറ്റ ദിവസം കൊണ്ട് തന്നെ നൂറ്റാണ്ടുകൾ പഴക്കമുള്ള പൂഴിയിലെ കോട്ട വെട്ടിനിരപ്പാക്കി.സ്ഥലത്തെ ക്ഷേത്ര സംരക്ഷണ സമിതിക്കാർ പ്രകടനവുമായി വരുമ്പോഴേക്കും പണി തീർന്നിരുന്നു. പ്രകടനക്കാരെ പിന്നീട് ഗാന്ധിദാസ് നേരിൽ കണ്ട് ആശ്വസിപ്പിച്ചു.

“എല്ലാറ്റിനും പരിഹാരമുണ്ടാകും”

കുട്ടിയോട് പറഞ്ഞ വാക്കനുസരിച്ച് കോട്ടയിലെ മഹാഗണി മാത്രം അവിടെ വെട്ടാതെ നിലനിർത്തി. വീടുകളും കടകളും എല്ലാം ജെ.സി. ബി. ഉപയോഗിച്ച് പിഴുതു മാറ്റി. ബംഗാളിൽ നിന്നും ഗുജറാത്തിൽ നിന്നും തൊഴിലാളികളെ കൂട്ടമായി പണിക്കിറക്കിയിരുന്നു ഗാന്ധി ദാസ്.

തടസ്സവാദമുന്നയിച്ചവർ നഗരസഭാ ജീവനക്കാരെയും പോലീസിനെയും കൂട്ടി കോട്ട വെട്ടുന്നത് തടയാൻ വന്നപ്പോഴേക്കും ഒന്നും അവിടെ ബാക്കിയുണ്ടായിരുന്നില്ല. പോലീസും നഗരസഭയും "ഒന്നും ചെയ്യാനാവില്ലെന്ന്" കൈമലർത്തി.

"ആൽഫ വില്ല കോർപ്പറേഷൻ പൂഴിയിൽ പണിയാൻ പദ്ധതിയിട്ടത് ഒരു സമ്പൂർണ്ണ ഡ്രീം സിറ്റിയാണ്. പാരഡൈസ് ഡ്രീംസിറ്റി എന്നാണ് ഞങ്ങൾ ഇതിനെ നാമകരണം ചെയ്തിട്ടുള്ളത്. ഒരു ലക്ഷം കോടിയുടെ പദ്ധതിയാണിത്. ആയിരക്കണക്കിന് നാട്ടുകാർക്ക് നേരിട്ടും അല്ലാതെയും പണി കിട്ടും. അതിന്റെ ആദ്യപടിയാണ് പൂഴിയിൽ പണിയാൻ പോകുന്ന സമുച്ചയം. ബാക്കി അനുമതികൾ കിട്ടുന്ന മുറക്ക് അഞ്ചു വർഷത്തിനകം പൂർത്തിയാക്കും. ഏതാനും വികസന വിരുദ്ധർ മാത്രമാണ് തടസ്സങ്ങളുമായി വരുന്ന ഈ പരിസ്ഥിതിക്കാർ. പരിസ്ഥിതി ഭീകരർ എന്നാണവരെ വിളിക്കേണ്ടത്.അവരെ കണക്കിലെടുക്കേണ്ടതില്ല. അതിവേഗം ബഹുദൂരം എന്നതാണ് ഞങ്ങളുടെ നയം.പൂർണ്ണ അർത്ഥത്തിൽ അത് സാക്ഷാൽക്കരിക്കാനാണ് ഞങ്ങൾ ലക്ഷ്യമിടുന്നത്. അതിനെ തുണയ്ക്കാത്തവർ രാജ്യദ്രോഹികളാണ്. ശത്രുരാജ്യത്തിന്റെ ഇവിടുത്തെ പിണിയാളുകൾ. രാജ്യത്തെ തകർക്കാൻ ശ്രമിക്കുന്ന ഛിദ്ര ശക്തികൾ. അവരൊക്കെ രാജ്യം വിട്ടു പോകുന്നതാണ് നല്ലത്."

ഗാന്ധിദാസ് ലോകത്തോട് വിശദീകരിച്ചു. കറൻസിയിലെ ഗാന്ധിയാണ് ഗാന്ധിദാസിന്റെ ദൈവം.

പൂഴിയിലെ കോട്ടയിൽ ഒരു മുത്തപ്പൻകാവുണ്ടായിരുന്നു എന്ന് പറഞ്ഞ് ക്ഷേത്ര സംരക്ഷണ സമിതിക്കാർ വീണ്ടും മുന്നോട്ട് വന്നപ്പോൾ സ്വർണ്ണ പ്രശ്നം വപ്പിച്ച് ദൈവങ്ങളെ മാറ്റി പ്രതിഷ്ഠിച്ചതിന്റെ തെളിവ് ഹാജരാക്കി ഗാന്ധിദാസ് അവരുടെ വായടപ്പിച്ചു.

"ഒരു കാര്യം മനസ്സിലാക്കണം. ഞാനും ഒരു വിശ്വാസിയാണ്. ഗുജറാത്തിവിശ്വാസി. വിശ്വാസ സംരക്ഷണം ഞങ്ങളുടെ ലക്ഷ്യമാണ്. ഭാവിയിൽ ഡ്രീംസിറ്റിസിറ്റിയിലെ പാർക്കിൽ വിഷസർപ്പങ്ങളില്ലാത്ത ഒരു കാവ് നിർമ്മിക്കാൻ ആൽഫ വില്ല കോർപ്പറേഷൻ തീരുമാനിച്ചിട്ടുണ്ട്. ഇരുണ്ട കാട്ടിൽ ഒരു ഗുഹക്കകത്ത് കൂടി കുത്തിയൊഴുകുന്ന കാട്ടരുവിയിൽ തോണിയിൽ സഞ്ചരിച്ച് അതിനുള്ളിലെ കണ്ണാടി പ്രതിഷ്ഠയെ പൂജിക്കാൻ പാകത്തിലുള്ള ഒരു ഗോത്രകാല കാവ് തന്നെ പണിയും. കാലത്തിലൂടെയുള്ള ഒരു തിരിച്ചു പോക്ക് പ്രാർത്ഥനയിൽ സാധ്യമാക്കും. ശബരിമലയിൽ മകരവിളക്ക് തെളിയുന്നത് പോലെ ശരണം വിളിയുടെ മൂർദ്ധന്യത്തിൽ ആകാശത്ത് ദിവ്യക്ഷത്രം ഉദിയ്ക്കുന്ന ഒരു ത്രിമാന ആംഫി തിയറ്റർ ആരാധനാലയം എന്തായാലും അവിടുത്തെ പുതുമയായിരിക്കും. ആചാരങ്ങൾ സംരക്ഷിക്കപ്പെട്ടും. മണ്ഡലകാലത്ത്

സ്ത്രീകൾക്ക് പ്രവേശനമുണ്ടാകില്ല.എന്നാൽ അവർക്ക് പ്രത്യേക പൊങ്കാലക്കാലം ഉണ്ടാകും.എല്ലാ ജാതിക്കും മതത്തിനും അവരവരുടെതായ രീതികളും ആചാരങ്ങളും നടത്താം. ജാതിക്കും മതത്തിനും അതീതമായി ആർക്കും കയറി പ്രാർത്ഥിക്കാവുന്ന ഡിജിറ്റൽ തിയറ്റർ ക്ഷേത്രങ്ങൾ വേറെയുമുണ്ടാകും. എല്ലാ ദൈവങ്ങൾക്കും അവിടെ ദൃശ്യ ശ്രാവ്യ മണ്ഡപങ്ങളുണ്ടാകും. ക്രിസ്ത്യൻ മുസ്ലീം പള്ളി സമുച്ചയങ്ങളുടെ ഒരു നിര തന്നെ പ്രത്യേകമായുണ്ടാകും. ഡ്രീം സിറ്റിക്കകത്ത് കയറിയാൽ പിന്നെ ആർക്കും ഒന്നിനും പുറത്തുവരേണ്ടി വരരുത്. എല്ലാം അവിടെയുണ്ടാകണം. അതാണ് ആൽഫ വില്ല കൺസ്ട്രക്ഷൻ കോർപ്പറേഷൻ വിഭാവനം ചെയ്യുന്നത്. ഫ്ലാറ്റുകൾ, സ്കൂളുകൾ, കോളേജുകൾ, ഹൈടെക് ആസ്പത്രികൾ, കളിസ്ഥലങ്ങൾ, ഫുഡ് കോർട്ടുകൾ, സൂപ്പർ മാർക്കറ്റുകൾ, സിനിമാശാലകൾ, ലൈബ്രറികൾ, സെക്സ് ഷോപ്പുകൾ, ഉഴിച്ചിൽ കേന്ദ്രങ്ങൾ, ഭൂഗർഭപാർക്കിങ്ങ് നിലയങ്ങൾ തുടങ്ങി എന്തും. ലൈവ് സെക്സ് ഷോ കേന്ദ്രങ്ങളും ചൂതാട്ട കേന്ദ്രങ്ങളും കടലിൽ നങ്കൂരമിട്ട കപ്പലുകളിൽ ഒരുക്കും. ആംസ്റ്റർഡാമിലെ റെഡ് ലൈറ്റ് ഡിസ്ട്രിക്ടിന്റെയും ഗോവയിലെ കപ്പൽ ചൂതാട്ട കേന്ദ്രങ്ങളുടെയും മാതൃകയിൽ. അതിനായി ആർക്കും ഇനി ആംസ്റ്റർഡാം വരെയോ കിഴക്കിന്റെ ആംസ്റ്റർഡാം എന്ന് വിളിക്കുന്ന ചൈനയിലെ ഡോങ്ക്വാൻ നഗരം വരെയോ പോകേണ്ടി വരരുത്. അറബിക്കടലോരത്തേക്ക് ഡ്രീം സിറ്റിയിൽ നിന്നും നേരിട്ട് എസ്കലേറ്ററുണ്ടാകും. കടൽ സഞ്ചാരത്തിനായി അവിടെ ഒരു തുറമുഖവും ഒപ്പം നിർമ്മിക്കും. ആ കടലോരം മുഴുവനും അതോടെ പുറത്ത് നിന്നും ആർക്കും പ്രവേശനമില്ലാത്ത മാളിന്റേത് മാത്രമായ തുറസ്സായിരിക്കും. മാളിന്റെ മുകളിലത്തെ നില വിമാനത്താവളമായിരിക്കും. സ്വകാര്യ വിമാനങ്ങൾക്ക് അവിടെ പറന്നിറങ്ങാം. അതില്ലാത്തവർക്ക് മാളിന്റെ മിനിഹെലികോപ്റ്റർ സർവീസ് വഴി എങ്ങോട്ടും പറക്കാം. വെസ്റ്റ്ഹിൽ റെയിൽവെ സ്റ്റേഷൻ വാങ്ങി അത് മാളിന്റെ ഭാഗമാക്കും. പാരഡൈസ് ഡ്രീം സിറ്റി ചൈനീസ് മാതൃകയിലുള്ള ഫ്രീ ഇക്ണോമിക് സോൺ നിയമമനുസരിച്ചായത് കൊണ്ട് ഇന്ത്യൻ നിയമങ്ങൾ അവിടെ ബാധകമായിരിക്കില്ല. അന്താരാഷ്ട്ര നിയമങ്ങളായിരിക്കും അവിടെ. അകത്തേക്കുള്ള പ്രവേശനം സ്വന്തം പാസ്സ്പ്പോർട്ട് സുരക്ഷാ സംവിധാനം കൊണ്ട് നിയന്ത്രിക്കും. ഒരു ഭൂഗർഭ ഹൈടെക് ഇലക്ട്രിക് ക്രിമറ്റോറിയവും അവിടെയുണ്ടാകും. കാലം മാറിയില്ലേ, ഭൂമി മാത്രമാണ് വളരാത്തത്. അത് പോലെ വില പിടിപ്പുള്ളതായി മറ്റൊന്നുമില്ല. അതു കൊണ്ട് ഭൂഗർഭം മുതൽ ആകാശം വരെ പരമാവധി ഉപയോഗപ്പെടുത്തുന്ന ഒന്നായിരിക്കും പാരഡൈസ് ഡ്രീം സിറ്റി. അതൊരു മതേതര മതം തന്നെയായിരിക്കും. ഒരു ബാധ്യതകളും ആഗ്രഹിക്കാത്ത ഉല്ലാസവർഗ്ഗത്തിന്റെ

സുഖമതം. അല്ലലുണ്ടാക്കുന്ന ഒന്നും അവിടെയുമാകില്ല. അതിനുള്ളിലെ താമസം താങ്ങാനാവാത്തവർ പുറത്തുണ്ടാകും എന്ന് ഞങ്ങൾക്കറിയാം. അവരെ തണുപ്പിക്കാനും അവർക്ക് ആശ്വാസമേകാനും മണിക്കൂറിന് കൃത്യ നിരക്ക് വച്ച് അകത്ത് കടക്കാവുന്ന അവസരവും ഞങ്ങളൊരുക്കും. കാഴ്ചക്കാർ വലിയ ഖനികളാണ്. കാണാനുള്ള ആഗ്രഹത്തിന് പരിധിയില്ല. സ്കോപ്പോഫീലിയ ചലച്ചിത്ര പഠനത്തിലൊക്കെ വലിയ ശാഖയല്ലേ. അതിന്റെ സാധ്യത ഞങ്ങൾ പരമാവധി പ്രയോജനപ്പെടുത്താനാവും. കാഴ്ച പുതിയ മതമാകും. ദൃശ്യങ്ങളിൽ മതിമറക്കുന്ന ഒരു ജനതയെ തന്നെ ഞങ്ങൾ വാർത്തെടുക്കും. അവർ സ്വർഗ്ഗം കണ്ടു മടങ്ങും. ഡ്രീം സിറ്റിയുടെ പ്രധാന വരുമാനം അതിൽ നിന്നാകും. അതു കൊണ്ട് തന്നെ ഓഹരിദായകർക്ക് ഞങ്ങൾ നല്ലൊരു സ്ഥിരവരുമാനം പ്രദാനം ചെയ്യും. പുറത്ത് ജീവിക്കുന്നവ നിസ്വരാരാകും അകത്തുള്ളവരുടെ സമ്പത്ത്. സൂക്ഷ്മമായി കൈകാര്യം ചെയ്താൽ വർഗ്ഗ വൈരുദ്ധ്യങ്ങൾ ഒരു ഖനിയാണ്. വർഗ്ഗരഹിത സ്വർഗ്ഗം നിത്യമായി വാഗ്ദാനം ചെയ്യുന്ന ഒരു കമ്മ്യൂണിസ്റ്റ് പാർട്ടിയെ തന്നെ ഇതിനായി മാത്രം പുറത്ത് വില കൊടുത്ത് വളർത്തും. അവർ നിതാന്തമായി വിപ്ലവാദർശങ്ങൾ പഠിക്കുകയും പ്രസംഗിക്കുകയും ചെയ്യുന്ന ഒരു പുതിയ വർഗ്ഗത്തെ തന്നെ അതിനായി വാർത്തെടുക്കും. സ്വർഗ്ഗത്തിൽ ജാതിയോ മതമോ വർഗ്ഗങ്ങളോ ഇല്ല - എന്നതായിരിക്കും ഡ്രീം സിറ്റിയുടെ താക്കോൽ വാക്ക്. കമ്മ്യൂണിസ്റ്റ് ചൈനയിലെ ഷാങ്ഹായ് സുപ്പർമാളാണ് ഇപ്പോൾ ലോകത്തിലെ ഏറ്റവും വലിയ മാൾ. അതിനെ കവച്ചു വയ്ക്കുന്ന ഒരു സംവിധാനമാണ് ഞങ്ങളുടെ ലക്ഷ്യം. ചൈനയാണ് മാതൃക. ചൈനയാണ് ഭാവി. ചൈനയാണ് ഡ്രീം സിറ്റി."

ഗാന്ധിദാസ് പ്രവാചകന്റെ മേലങ്കി എടുത്തണിഞ്ഞിരുന്നു.

പൂഴിയിൽ തറവാട് വിറ്റ പണവുമായാണ് സഖാവ് ചന്തുവിന്റെ അന്തിമാഭിലാഷം നിറവേറ്റാൻ കുട്ടി മോസ്കോയിലേക്ക് വിമാനം കയറിയത്. കോട്ട വെട്ടിമുറിക്കരുത് എന്ന മുത്തപ്പന്റെ ആയുഷ്കാല കല്പന ലംഘിച്ചതിന്റെ കുറ്റബോധം യാത്രയിൽ കഴുകിക്കളയാം എന്ന് കുട്ടി കരുതി.

"അന്ന വിളിച്ചതേയില്ല."

അന്നത്തെ റേഷൻ വിഹിതമായ അവസാനതുള്ളി വോഡ്കയും നെഞ്ചിലേറ്റി കുട്ടി വോൾഗയോട് വിഷമം പങ്കുവച്ചു.

"അന്ന. അന്ന എന്നാൽ അന്ന കരിനീന. അത് റഷ്യയിലായാലും ഇന്ത്യയിലായാലും ടോൾസ്റ്റോയിയുടെ നോവലിലായാലും ഒക്കെ ഒരു

പോലെ. നിങ്ങൾ ആണുങ്ങൾക്ക് പെണ്ണുങ്ങളെ മനസ്സിലാവാൻ ഇനിയും എത്രയോ കാലം മുന്നോട്ട് പോകണം."

"ഞാൻ തോറ്റു."

"അതെ, തോൽക്കാതെ വയ്യ. തിരിച്ചറിവുണ്ടാകുന്നതാണ് ഇനി നല്ലത്."

വോൾഗ ഉറച്ച ശബ്ദത്തിൽ പറഞ്ഞു. ഐവാൻ ഉറങ്ങുകയാണോ ഉണർന്നിരിക്കുകയാണോ എന്ന് മനസ്സിലായില്ല. പൂർത്തിയാക്കാത്ത ഗ്ലാസ്സിന് മുന്നിൽ അവൻ വിറങ്ങലിച്ചിരുന്നു. അവനും കൂടിയുള്ള മറുപടിയാണ് വോൾഗ പറഞ്ഞിട്ടുണ്ടാവുക എന്ന് കുട്ടി നിനച്ചു.

മഞ്ഞുമൂടിയ ജനാലയുടെ നേർത്ത വിടവിലൂടെ ഇല്ലാതായിപ്പോയ കോട്ടയിലെ ഇലഞ്ഞിമരം പൂക്കുന്ന ഗന്ധം കുട്ടിയുടെ മൂക്കിലേക്ക് പതുക്കെ ഒഴുകി വന്നു.

"നീ എന്തൊരു പേടിക്കൊടലനാണ് കുട്ടീ, ഇപ്പോഴില്ലെങ്കിൽ പിന്നെയില്ല."

ജെറൂസലേമിലേക്ക് പോകുന്ന മറിയം കുട്ടിയെ ഒപ്പം വിളിക്കുമ്പോൾ കാലം തെറ്റിപ്പൂത്ത ഇലഞ്ഞിപ്പൂക്കൾക്ക് കൊഴിച്ചിൽ കാലമായിരുന്നു. ആരും പെറുക്കാനില്ലാത്ത വീണപൂക്കൾ വിരിച്ച മെത്തയിൽ കുട്ടിയുറുമ്പുകൾ ഭൂപടം വരച്ചു. അരയാലിൽ അണ്ണാരക്കണ്ണന്മാർ ചിലച്ചുകൊണ്ടേയിരുന്നു. ഇലകൾ മുഴുവനും പൊഴിച്ചിട്ട മഹാഗണി ബാക്കിവച്ച അവസാനത്തെ ഇല കുട്ടിയുടെ നെറുകയിൽ വീണു.

"ഞാനില്ല. ശിവൻ പൊറുക്കില്ല."

"മതി. നീ ഇവിടെ മരിച്ചവരുടെ കൂടെ അടങ്ങ്. എന്റെ കൂടെ കിടക്കുമ്പം ശിവൻ പൊറുക്കില്ല എന്ന് തോന്നിയിരുന്നെങ്കിൽ അവൻ പോയി ചാടിചാവില്ലായിരുന്നല്ലോ. ഇനി എല്ലാം മതി. നാശങ്ങൾ. ഞാൻ പോകുന്നു."

"നീയതും ശിവനോട് പറഞ്ഞിരുന്നോ?"

"ഹൊ. ഈ ആണത്തം എന്തൊരു ഒരു ഭാരമാണെന്ന് നിയൊക്കെ എന്നാണ് ഇനി മനസ്സിലാക്കുവാ?."

കരിയിലകൾ ചവുട്ടിമെതിച്ച് മറിയം അപ്രത്യക്ഷയായി.

മഞ്ഞുമൂടിയ വോൾഗയുടെ അറ്റം കാണാത്ത കരയിൽ കണ്ണും നട്ടിരുന്ന കുട്ടിയുടെ കണ്ണിൽ പോക്കുവെയിലിൽ കത്തി. ചിത്തഭ്രമം പിടിച്ച ഒരു തണുത്ത കാറ്റ് ആ വീശിയടിച്ചു. ഇരുട്ടാവുകയാണ്. ബോധശൂന്യനായി കുട്ടി മറിയത്തിന് മുന്നിൽ മുട്ടുകുത്തി.

“പ്രിയമുള്ള മറിയം,

നീ പറഞ്ഞത് ശരിയാണ്. ഞാനെന്നും ഒളിച്ചോടിക്കൊണ്ടേയിരിക്കുന്ന ഒരു പേടിക്കൊടലനായിരുന്നു. തീരുമാനങ്ങളെടുക്കുന്നത് എന്നെ ഭയപ്പെടുത്തി. തിരിഞ്ഞു നോക്കുമ്പോൾ മുത്തപ്പനും അച്ഛച്ഛനും അച്ഛനും ഞാനും എല്ലാം ഒറ്റ ചരടിൽ കുട്ടിക്കെട്ടാവുന്ന പരാജയങ്ങളാണ്. ആത്മഹത്യയിൽ അഭയം കണ്ടെത്തിയ കണ്ണപ്പാപ്പനും ശിവനും തീരുമാനങ്ങളെടുക്കാതെ നിന്നു പോയ കൃഷ്ണൻവല്യച്ഛനും വാസുപാപ്പനും ഒക്കെ അതേ ചരടിൽ തന്നെ കോർന്നു കിടക്കുന്നു. തലമുറകൾ പിന്നിട്ടിട്ടും ശിവനും ഞാനും ബാനുവും ഒക്കെ അതേ ഭാഗധേയം മുറിച്ചുകടക്കാനാകാതെ വീഴുന്നു. രുദ്രാണിമുത്താച്ചിയായാലും കാഞ്ചമ്മയായാലും മാണിക്യമ്മയായാലും അമ്മയായാലും ഒക്കെ എത്രയോ മുകളിലായിരുന്നു. ആണത്തം ഒരു പരാജയമാണ്. ഞാൻ എന്റേതായ മായക്കാഴ്ചകളിലും മതിഭ്രമങ്ങളിലും എല്ലാം മറന്നു എന്നതാണ് വാസ്തവം. കൽക്കത്തയുടെ ഭാഗ്യപരീക്ഷണങ്ങളിലായിരുന്നു ഞാൻ നഷ്ടപ്പെട്ടത്. ശിവന്റെ മരണത്തെ പിൻതുടർന്ന് ബാനുവും നഷ്ടപ്പെടാതിരിക്കാൻ വേണ്ടി മാത്രമാണ് ഞാൻ നിന്റെ പ്രണയം നിരസ്സിച്ചത്. നിന്നെ കൂടാതെ ജീവിച്ചിരിക്കില്ല എന്ന് ബാനു പറഞ്ഞപ്പോൾ തറവാട്ടിൽ വീണ്ടുമൊരു ദുരന്തം ഏറ്റുവാങ്ങാൻ അതേ ഞാൻ വഴി കണ്ടുള്ളൂ. എന്നും പിടിവാശി അവനായിരുന്നു. എന്തെങ്കിലും നടക്കാതെ പോയാൽ കത്തിയെടുത്ത് കൈകൾ മുറിച്ച് ചോര വരുത്തുന്നതായിരുന്നു അവന്റെ സ്വഭാവം. എത്രയോ ചികിത്സയും പ്രാർത്ഥനകളും നടത്തിയതാണ്. എന്നിട്ടും അവൻ മാറിയില്ല. നിന്നോടൊപ്പം എത്തിയിട്ടും അവൻ മാറിയില്ല എന്ന് നിങ്ങളുടെ പിരിയൽ തന്നെ പറയുന്നു. പൂഴിയിലെ വർത്തമാനങ്ങൾ നിന്നെ അറിയിക്കാതിരുന്നത് മന:പൂർവ്വം തന്നെ. നീയറിയാത്ത കഥകൾ നീ അറിയേണ്ടതില്ല എന്നതും എന്റെ പേടികളിൽ പെടുന്നു. ആമകൾ സ്വന്തം തൊണ്ടിനകത്ത് പതുങ്ങിയിരിക്കുന്നു. അപകടമില്ലെന്ന് തോന്നിയാലേ അവ സ്വയം തലപൊക്കൂ. ഞാനെന്റെ പാതാളത്തിൽ ഭദ്രമായി മറന്നു വച്ച രഹസ്യമായിരുന്നു നീയും. ആൾപ്പാർപ്പില്ലാതെ അടച്ചുപൂട്ടിയിട്ട വീട് വെള്ളപ്പൊക്കത്തിൽ ഇടിഞ്ഞു പൊളിഞ്ഞു വീണിരുന്നു. അച്ഛച്ഛന്റെ ചിതാഭസ്മം സൂക്ഷിച്ച പിച്ചളച്ചെപ്പ് കൊൽക്കത്തയിലായിരുന്നത് കൊണ്ടു മാത്രമാണ് നഷ്ടപ്പെടാതെ പോയത്. ബാക്കിയെല്ലാം വെള്ളം കൊണ്ടുപോയി. അമ്മച്ഛൻ പണ്ടോറയുടെ പെട്ടി എന്ന് വിളിക്കാറുണ്ടായിരുന്ന അമ്മമ്മയുടെ ആയുസ്സിന്റെ പുസ്തകമടക്കം എല്ലാം ഒഴുകി അറബിക്കടലിൽ എത്തി. കരുതിവച്ചതെല്ലാം കടലെടുത്തു. വെള്ളപ്പൊക്കത്തിൽ ബാനുവിന്റെ വീടും പൂട്ടിപ്പോയ പണ്ടകശാലയും പാതി വീണു. വെള്ളത്തിലൊഴുകിപ്പോയി.

ബാക്കിയായ വീടും പറമ്പും കോട്ടയും മൊത്തം വിൽക്കാനുള്ള അവന്റെ തീരുമാനം അങ്ങിനെ ഉണ്ടായതാണ്. ഞാൻ മാത്രം ബാക്കിയായ ആ ശൂന്യതയിലേക്കാണ് വില്പനക്കാർ വന്നത്. അവർ വച്ചുനീട്ടിയ മോഹവിലയിൽ ഞാൻ മറവികൾ പണിതു.

മറിയം, ഞാനിപ്പോൾ അപമാനിരായ ഉടഞ്ഞ വിഗ്രഹങ്ങൾക്കൊപ്പമാണ്. എന്നും അശാന്തമായി ഒഴുകിയ വോൾഗ ഇപ്പോഴൊരു മഞ്ഞു പാറയായി മാറിയിരിക്കുന്നു.

കാറ്റിനൊപ്പമുള്ള ഒരുതരം കുത്തിയൊഴുക്കായിരുന്നു എന്റെ ജീവിതം. കൽക്കത്തയിലെ മാധ്യമജീവിതവും ഒരു ബോധശൂന്യമായ യാത്രയായിരുന്നു. കൽക്കത്ത തന്നെ ഒരു പരാജയപ്പെട്ട നഗരമാണ്. ലോകത്ത് ഏറ്റവും കൂടുതൽ മനുഷ്യർ ചേരികളിൽ ജീവിക്കുന്ന ഒരു നഗരം പതിറ്റാണ്ടുകൾ കയ്യിൽ കിട്ടിയിട്ടും പാർട്ടിക്ക് ഇല്ലാക്കാനായില്ല. അത് വളർന്നതേയുള്ളൂ. ഗംഗയുടെ കരയിൽ കണ്ടത് തന്നെ വോൾഗയുടെ കരയിലും. മറവിയല്ലാതെ ഇവിടെ ഒന്നും ഇപ്പോൾ ബാക്കിയില്ല.

ഉപേക്ഷിക്കപ്പെട്ട സ്മാരകശിലകളുടെ ശ്മശാനത്ത് കാൾ മാർക്സും എംഗൽസും ലെനിനും സ്റ്റാലിനും ട്രോട്സ്കിയും എല്ലാം ഒരേ വിധി പങ്കിടുകയാണ്. അനശ്വരം എന്ന് കരുതപ്പെടുന്നവ കാലത്തിന്റെ പാമ്പും കോണിയും കളിയിൽ എത്തിപ്പെടുന്ന ഇടങ്ങൾ അത് കാട്ടിത്തരുന്നു.

എനിക്കെന്റെ പുസ്തകം ഇനി എന്നെങ്കിലും പൂർത്തീകരിക്കാനാവുമോ എന്നറിയില്ല. നാട്ടിലേക്ക് എന്നിനി മടങ്ങാനാവും എന്നറിയില്ല.

നീ അന്നയെ ഏല്പിച്ച ബാനുവിന്റെ പുസ്തകം എനിക്കിനി വായിക്കാനാവുമോ എന്നറിയില്ല. എന്താണ് ഇപ്പോൾ ശരിയ്ക്കും ലോകത്ത് നടക്കുന്നതെന്ന് ആരെങ്കിലും ശരിയ്ക്കും തുറന്ന് പറയും എന്നെനിക്ക് വിശ്വാസമില്ല.

മറിയം, ഞാൻ മതിയാക്കാം. അവസാനമായി ഒന്നേ എനിക്ക് പറയാനുള്ളൂ. മരണമല്ല മറവി തന്നെ ഏറ്റവും വലിയ ദുരന്തം."

വോൾഗക്ക് മേൽ ഉറഞ്ഞു കിടക്കുന്ന മഞ്ഞിൽ മിന്നാമിനുങ്ങുകൾ മാത്രം പാറിനടക്കുന്നത് കുട്ടി കണ്ടു. ഇരുട്ടിലാണ്ടിലാണ്ട മറവിദൂരങ്ങളിൽ അവ വെളിച്ചം വീശി.

പതുക്കെ മഞ്ഞുരുകി. വോൾഗ വീണ്ടും നിറഞ്ഞൊഴുകി. സെന്റ് പീറ്റേഴ്സ്ബർഗ്ഗിന്റെ ആകാശത്തേക്ക് പക്ഷികളും വിമാനങ്ങളും തിരിച്ചെത്തി. വോൾഗയോടും ഐവാനോടും യാത്ര പറഞ്ഞ് കുട്ടി നാട്ടിലേക്ക് മടങ്ങി.

“കാണാം”

എന്തൊക്കെ ബാക്കിയായി എന്ന കണക്കെടുക്കാൻ ആരും കണക്ക്പുസ്തകം തുറന്നില്ല.

ബാനുവിന്റെ അന്ത്യ കർമ്മങ്ങൾ നിർവ്വഹിച്ച് അന്ന ആംസ്റ്റർഡാമിലേക്ക് തിരിച്ചു പോയിരുന്നു. കുട്ടിക്ക് കൈമാറാൻ വച്ചിരുന്ന അച്ഛന്റെ ആത്മകഥയും അവൾ കൊണ്ടുപോയി. അത് തുറക്കാതെ ഭദ്രമായി മറവിയിലേക്ക് മാറ്റി വച്ചു.

ഗാന്ധിദാസും ഭാര്യ റാണി പത്മിനിയും ഇല്ലാതായവരുടെ പട്ടികയിൽ പെട്ടു. ആ കുടുംബത്തിൽ അവശേഷിച്ച ഗാന്ധിദാസിന്റെ ഏക മകൾ വാണി ഗണപതി “സിസ്മാന്റിൽ വിത്ത് കെയർ നെറ്റ് വർക്ക്” ഏറ്റെടുത്തു.

താമസിയാതെ പൂഴിയിൽ ഡ്രീം സിറ്റിയുടെ ആദ്യത്തെ താമസ സമുച്ചയം ഉയർന്നു. അതിന് മഹാഗണി എൻക്ലേവ് എന്ന് പേരിട്ടു. അറിയിപ്പു കിട്ടി കൽക്കത്തയിൽ നിന്നും അങ്ങോട്ടുള്ള യാത്രയിൽ കുട്ടി ഒരു കാര്യം ശ്രദ്ധിച്ചു.

വഴി നീളെ “വീട് പൊളിച്ച് കല്ല്, മരം, ഓട് എന്നിവ വില്പനക്ക്” എന്ന പുതിയ ചൂണ്ടുപലകകൾ ഉയർന്ന് പൊങ്ങിയിരിക്കുന്നു.

“എല്ലാം വില്പനക്ക് വച്ചോ?”

കുട്ടി സ്വയം ചോദിച്ചു.

എൻക്ലേവിലെത്തിയ ഒരാളും കുട്ടിയെ തിരിച്ചറിഞ്ഞില്ല. പൂഴിയിൽ എന്ന പേര് പോലും ആരുടെയും ഓർമ്മയിലില്ലായിരുന്നു. ആ പ്രദേശം കണ്ടാൽ ഒരിക്കലും തിരിച്ചറിയാത്ത വണ്ണം മാറിക്കഴിഞ്ഞിരുന്നു.

പ്രവേശന കവാടത്തിലെ പൂന്തോപ്പിൽ തലയുയർത്തി നിന്ന മഹാഗണി മാത്രം കുട്ടിയെ തിരിച്ചറിഞ്ഞ് അവസാനത്തെ ഇലകൾ പൊഴിച്ചിട്ടു.

“ആർത്തിയുടെ പര്യായങ്ങൾ.”

നിലത്ത് വീണ ഇലകൾ മിടിച്ചു.

കുട്ടി അത് കേട്ടില്ല. മുപ്പത്തിമൂന്ന് തലകളുള്ള ഒരു വേതാളത്തെപ്പോലെ ആ എൻക്ലേവ് കുട്ടിക്ക് മുന്നിൽ വാ തുറന്ന് നിന്നു. അറബിക്കടൽ തൊട്ടടുത്ത് വന്നു നിന്നു. പതിനെട്ടാം നിലയുടെ ബാൽക്കണിയിൽ നിന്നും താഴേക്ക് നോക്കിയപ്പോൾ ഇലകൊഴിഞ്ഞ അസ്ഥിപഞ്ജരമായി നിൽക്കുന്ന മഹാഗണി മുകളിലേക്ക് എത്തിനോക്കി.

“ആർത്തിയുടെ പര്യായങ്ങൾ.”

മുകളിലേക്ക് വീശിയ കാറ്റിൽ മഹാഗണി വീണ്ടും പറഞ്ഞു.

ആരും വരാനില്ലാത്ത ആരെയും കാത്തിരിക്കാനില്ലാത്ത കുട്ടിയുടെ ബാൽക്കണിലേക്ക് ഒഴുകി വന്ന കടൽക്കാറ്റിൽ മരിച്ചവരുടെ അശരീരികൾ കുട്ടി കേട്ടു തുടങ്ങി. അറബിക്കടൽ കാറ്റിൽ ഇളകിമറിയുകയായിരുന്നു.

ഓരോ കാറ്റിലും ചില്ലകൾ കൂട്ടിയുരുമ്മി മഹാഗണി പിറുപിറുത്തു, മറവിയുടെ മരണക്കണക്കുകൾ.

ബാൽക്കണിയിലിരുന്ന് അറബിക്കടലിൽ നിന്നും മരച്ചില്ലയിൽ വന്നടിയ്ക്കുന്ന ഓരോ കാറ്റും കുട്ടി എണ്ണാനിരുന്നു.

ഒന്ന്, രണ്ട്, മൂന്ന്..... നേരം പോയതറിഞ്ഞില്ല.എണ്ണിത്തീരുന്നില്ല.

“നിനക്ക് ഉറക്കമില്ലേ കുട്ടീ?”

കാളിയമ്മ ചോദിച്ചു.

“കണ്ണടയ്ക്കുമ്പോൾ കാറ്റടിക്കുന്ന ശബ്ദം ഉറക്കം കെടുത്തുന്നു അമ്മേ.”

“തിരയെണ്ണിയാൽ തീരില്ല മോനേ”

അമ്മ പറഞ്ഞു.

ഒരു കാറ്റ് മറവിയുടെ മൂടുപടം വലിച്ചു നീക്കി. മരിച്ചവരുടെ അഭിലാഷങ്ങൾ കുട്ടി കണ്ടു. ഇല്ലാതായിപ്പോയ കാലത്തിൽ മറന്നു വച്ചതെന്താണെന്ന് ഓർമ്മയിൽ വന്നു. കുട്ടി പേന തപ്പിയെടുത്തു.

മഹാഗണിയുടെ ശിഖരങ്ങളിൽ തളിരിലകൾ പൊട്ടിപ്പുറപ്പെട്ടു. മഴക്കാടുകളുടെ സ്മൃതികൾ പേറി മരം തളിർത്തു.

ബോധശൂന്യമായ പിന്നിട്ട യാത്രകളിൽ ഉറങ്ങിപ്പോയില്ലായിരുന്നെങ്കിൽ എന്ന് തോന്നിച്ച നഷ്ടനിമിഷങ്ങൾ കുട്ടിക്ക് മുന്നിൽ അശരീരിയായി ഉയിർന്നുപൊങ്ങി. ഓർമ്മയുടെ പാതാളങ്ങളിലേക്ക് പുറപ്പെട്ട് പോയ വാക്ക് അടിത്തട്ടിലെവിടെയോ നങ്കൂരമിട്ട നിന്നു.

എഴുതാൻ മറന്ന പാതാളക്കാഴ്ചകൾ തെളിയുകയായിരുന്നു അപ്പോൾ.

എല്ലാവരും ഒരേ കപ്പലിലായിരുന്നു, തെസ്യൂസിന്റെ കപ്പലിൽ. കാറ്റും കോളും നിറഞ്ഞ കടലിൽ യാത്രപുറപ്പെട്ട കപ്പലിലേക്ക് ആരും തിരിച്ചെത്തുന്നില്ല.

മറവികൊണ്ട ഓർമ്മയുമായി
ഈ നിലയില്ലാക്കയത്തിൽ മുങ്ങിപ്പിടയുന്ന
സ്വപ്നസഞ്ചാരികൾ
ഒരു പിടിവള്ളി തേടി
ആകാശത്തേക്ക് കൈകൾ നീട്ടുന്നു:
"അമ്മേ."

ഓർമ്മയുടെ വേരുകൾ പുറപ്പെട്ടു പോകുന്ന ജന്മദേശം തന്നെ അമ്മ.

"ചവുട്ടിത്താഴ്ത്തപ്പെട്ട
ഊരും പേരുമില്ലാത്ത
മഹാബലികളുടെ നിലവിളികൾ
കേൾക്കുന്നില്ലേ അമ്മേ ?."

പൂഴിയുടെ മറവിയിൽ കെട്ടിപ്പൊക്കിയ സ്വപ്നനഗരിയുടെ ആകാശത്ത് കടൽ കടന്നെത്തിയ വോൾഗയുടെ നിലവിളികൾ അപ്പോൾ പ്രകമ്പനം കൊള്ളിച്ചു. മഞ്ഞുകാറ്റിൽ മരിക്കാത്ത നക്ഷത്രങ്ങൾ അറബിക്കടലിൽ ഇളകി മറഞ്ഞു. കൊട്ടിയടച്ച് കടലാഴങ്ങളിലേക്ക് വലിച്ചെറിയപ്പെട്ട പണ്ടോറയുടെ പെട്ടികൾ പാതാളക്കരണ്ടികൾ മുട്ടിത്തുറക്കുന്നത് കാത്തു കിടന്നു.

www.ingramcontent.com/pod-product-compliance
Lightning Source LLC
LaVergne TN
LVHW100225051026
849517LV00006B/1801